நான் ஏன்
நரேந்திர மோதியை
ஆதரிக்கிறேன்?

நான் ஏன் நரேந்திர மோதியை ஆதரிக்கிறேன்?

மாரிதாஸ்

கிழக்கு

நான் ஏன் நரேந்திர மோதியை ஆதரிக்கிறேன்?
Naan Yaen Narendra Modiyai Aadharikkiren?

First Edition: February 2018
256 Pages
Printed in India.

ISBN 978-81-8493-908-8
Kizhakku - 1087

Kizhakku Pathippagam
177/103, First Floor,
Ambal's Building, Lloyds Road,
Royapettah, Chennai 600 014.
Ph: +91-44-4200-9603

Email : support@nhm.in
Website : www.nhm.in

kizhakkupathippagam
kizhakku_nhm

Author's Email: maridhasm@gmail.com

Kizhakku Pathippagam is an imprint of New Horizon Media Private Limited.

இந்தியாவை நேசிக்கும்
இளைய தலைமுறையினருக்கு

உள்ளே

இளைய பாரதத்தினாய் வா... வா... வா

நண்பர் மாரிதாஸ் அவர்களின் 'நான் ஏன் நரேந்திர மோதியை ஆதரிக்கிறேன்?' என்ற இந்தப் புத்தகத்துக்கு என் மனமார்ந்த வாழ்த்துகள், ஊக்கங்கள். தமிழகத்தின் இளைய தலைமுறைக்கு மிக மிக அவசியமான ஒரு தொகுப்பு இது.

இன்றைய தமிழகத்தைப் பார்க்கும்போது வெட்கமும் வேதனையும் தான் வருகிறது; குறிப்பாக அரசியல் அரங்கிலே. இந்தச் சீரழிந்த நிலைக்கு முக்கியமான காரணம் தமிழக மக்கள் தமது அலட்சியத்தினால் அதர்மமும் அநியாயமும் நடைமுறை கலாசாரமாக மாறுவதற்குக் கடந்த பல பத்தாண்டுகளாக அனுமதித்து விட்டார்கள் என்பதுதான்.

'பகுத்தறிவு' என்று பட்டம் சூட்டி வன்மம் நிறைந்த வார்த்தைகளைக் கொட்டி முற்றிலும் உண்மைக்குப் புறம்பாகத் திசைதிருப்புதல், உணர்வுகளைத் தூண்டிவிடும் விதத்தில் கற்பனைக் கதைகளை ஜோடித்து ஏதோ நமது மாநிலம் ஒடுக்கப்படுவதாகவும் நமது தேவைகள் புறக்கணிக்கப்படுவதாகவும் அவதூறுப் பிரசாரங்கள் செய்தல்; இனம், மொழி என்ற அனுமதிச் சீட்டுகளைக் கையில் வைத்துக்கொண்டு இஷ்டத்துக்கு இளைய உள்ளங்களை எதிர்மறையாகத் தூண்டுதல்; அடிப்படை இல்லாத தகவல்களை, சாதுரியமாகத் திரித்து சந்தேகத்தையும் பீதியையும் உருவாக்குதல் என்று இங்கே நாடகங்கள் மேடை ஏறுகின்றன.

இப்படிப்பட்ட சூழ்நிலையில்தான் 'உண்மை' என்ற சொல்லுக்கும் 'அறம்' என்ற நிலைக்கும் 'ஆக்கபூர்வ எண்ணங்களுக்கும்' மிகவும்

ஆபத்து உருவாகிறது. ஆழ்ந்த புரிதலையும் தெளிவையும் மக்கள் மனதில் குறிப்பாக இளைஞர் மனதில் உருவாக்க வேண்டியிருக்கிறது.

இதை மிகச் செம்மையாகச் செய்திருக்கிறார் நண்பர் மாரிதாஸ்! பாராட்டுகள்! மனமார்ந்த பாராட்டுகள்!

இந்தப் புத்தகத்தில் இடம்பெற்றிருப்பவை மாரிதாஸின் முகநூலில் வெளியாகியவற்றின் செழுமைப்படுத்தப்பட்ட வடிவம். பலர் அவரிடம் கேட்ட கேள்விகளுக்கு முகநூலில் பதில் அளித்திருந்தார். ஒவ்வொரு கேள்விக்கும் நுண்ணிய தகவல்களோடு புள்ளிவிவரங்களோடு படிப்படியான முன்னடிகளோடு சரியாக தர்க்க வாதங்களோடு மிக அழகாக உண்மையை எடுத்துவைத்திருக்கிறார் மாரிதாஸ். இளம் வயதிலேயே அறிவார்ந்த அணுகுமுறையும் தார்மிகக் கண்ணோட்டமும் தேசத்தின் மீதான அக்கறையும் அவருக்கு இருப்பதை இந்த பதில்கள் காட்டுகின்றன.

இவருடைய பதில்களில் கோபாவேசம் இருக்கும்; ஆனால் தேவையில்லாத தனி நபர் அவமதிப்புகள் இருக்காது. ஒரு பதிலை அல்லது விஷயத்தை அவர் முன்வைக்கும்போது எந்த ஒரு நிகழ்வுக்கு, சொல்லுக்கு, கருத்துக்கு பதிலடியாகச் சொல்கிறாரோ அதற்கு இணையான தளத்திலேயே, தரத்திலேயே சொல்கிறார். எனவே, சில நேரங்களில் அவருடைய பதில்களில் இருக்கும் காரம் என்பது அதன் காரணகர்த்தாக்களின் 'நெடி'யை ஒத்ததாக இருக்கிறது என்றே சொல்வேன். சிரித்தபடி நின்றால் சிரித்த முகத்தையும் கோபமாக நின்றால் கோபமான முகத்தையும் காட்டும் கண்ணாடிபோல் சமூகத்தில் எவ்விதமாக ஒரு விஷயம் முன்வைக்கப்படுகிறதோ அதே தொனியில் இவர் எதிர்வினை புரிகிறார் என்றே சொல்வேன். தமிழை ஒருவர் காட்டுமிராண்டி மொழி என்று சொன்னால் அதற்கான பதிலும் அதே காட்டத்துடன் தானே இருக்க முடியும்.

இந்தத் தொகுப்பு ஒரு முதல் படிதான். இதை முழு அளவில் தமிழக இளைஞர்கள் படித்து உள்வாங்குவது மிக அவசியம். இதன் கருத்துகளை ஆராய்ந்து மற்றவர்களிடம் பகிர்ந்து ஆக்கபூர்வமான கண்ணோட்டங்களைப் பெருக்குவது அவசியம். சமுதாயத் தலைவர்கள் இந்தப் புத்தகத்தின் தகவல்களை, புள்ளிவிவரங்களை, உண்மைகளை எடுத்துக்கொள்வது மிகவும் அவசியம் என்று கருதுகிறேன்.

பாரத தேசம் மிகப் புனிதமானது என்று கருதுபவன் நான். பாரதக் கலாசாரமும் நமது தேசத்தின் பன்மைப் பண்பாடும் உலகிலேயே மிக மிகச் சிறந்தது, மேன்மையானது என்ற உண்மைகளை நாம் புரிந்துகொண்டு பெருமை கொள்ளவேண்டும். தமிழகம் இந்தப் பண்பாட்டின் மிகச் சிறந்த எடுத்துக்காட்டு என்பது சரித்திரம் சொல்லும் சத்தியம்.

அந்த பாரத கலாசாரத்தை வளர்த்து உயர்த்துவதற்கு இந்தப் புத்தகம் மேலும் உதவும். பாரதக் கலாசாரத்தைத் தாழ்த்தித் தகர்க்க முயலும் விஷமிகளுக்கும் பிரிவினை வியாபாரிகளுக்கும் ஜாதி மதத் தரகர்களுக்கும் அரசியல் ஆதாயக்காரர்களுக்கும் தகுந்த பதிலடி கொடுக்க இந்தப் புத்தகத்தின் மூலம் கிடைக்கும் தெளிவுகள் பெரிய பலத்தைக் கொடுக்கும்.

அத்தகைய பலம் இன்று தமிழகத்துக்குத் தேவை! இன்றைய அவலத்தைப் போக்க, அறத்தைக் காக்க, ஆக்கபூர்வமான சிந்தனைகள் இளைஞர்கள் மனதில் உருவாக அது முற்றிலும் அவசியம்.

நண்பர் மாரிதாஸின் இந்தப் பணி சிறக்கட்டும். சிறகடித்துப் பறக்கட்டும். சிந்தைத் தெளிவை உருவாக்கட்டும்.

புதிய தடம்... புதிய தமிழகம்... புதிய பாரதம் உருவாக்கும் வேள்வி நிச்சயம் வெற்றி பெறும்.

அன்புடன்
ராஜா கிருஷ்ணமூர்த்தி

என்னுரை

நமது இந்தியாவில் 50% மக்கள் தொகை 25 வயதுக்குக் கீழ் உள்ளவர்கள், 65% மக்கள் தொகை 35 வயதுக்குக் கீழ் உள்ளவர்கள். அதாவது ஒரு மிக இளமையான பாரதம் இன்று நம் கையில் உள்ளது; வேறு எந்தக் காலகட்டத்திலும் இந்த அளவுக்கு இளைய பாரதம் இருந்தது இல்லை. இந்த சமூகத்துக்கு எதனை உருவாக்கி கொடுக்கிறோமோ, அதன் மூலம் இவர்கள் என்னவாக வருகிறார்களோ அதுதான் நாளைய இந்தியா. எனவே இங்கே ஒவ்வொரு மாணவரின், இளைஞரின் கற்கும் சூழல் மீது மிக மிக அதிக அக்கறை ஆட்சியாளர்களுக்கும், சமூக ஆர்வலர்களுக்கும், எழுத்தாளர்களுக்கும் வேண்டும். பெரியவர்களை விட இந்த இளைய தலைமுறைதான் இந்த சமூகத்தில் இருந்து அதிகம் கற்று கொள்ளப்போகிறார்கள் என்பதால் இது மிக அவசியமானது.

ஆனால் வருத்தப்படவேண்டிய விஷயம் என்னவென்றால் இந்தியாவில் போராளிகள் என்ற போர்வையில் ஒரு கூட்டம் நாட்டுக்கு எதிராகப் பிரிவினைச் சிந்தனைகளை, ஏதோ புரட்சிகரச் சிந்தனைகளாக முன்வைக்கத் தொடங்கியிருக்கிறார்கள். மாணவர்கள் அதை முதிரா உணர்ச்சி நிலையில் நம்புவதும் போராட்டங்கள் உணர்வு நிலையிலேயே கட்டமைக்கப்படுவதும் மிகுந்த வேதனை தரும் விஷயமாகிவருகின்றன. Facebook, Whatsapp போன்ற கட்டற்ற சமூக வலைதளங்கள் வாயிலாகப் பல தகவல்கள் இங்கே உணர்வைத் தூண்டிவிடும் வண்ணம் உண்மைக்கு மாறாக அவர்களிடம் சென்று சேர்க்கிறது. பங்குச்சந்தை என்றால் என்ன, வங்கிகள் என்றால் என்ன என்பது தொட்டு மத்திய மாநில

அரசுகளின் வரி நிர்வாகம், ஆட்சி நிர்வாகம் வரை எதுவுமே தெரியாமல் உணர்சியை மலினமாகத் தூண்டுவிதமாக வரும் தகவல்களை அப்படியே நம்புவதும் போராட்டங்களை நடத்துவதும் நாளுக்கு நாள் அதிகம் ஆகிவருகின்றன. இது மிகவும் அபாயகரமான விஷயமும்கூட.

உலகிலேயே இளைய தலைமுறையினர் மிகவும் அதிகமாக இருப்பது நம் தேசத்தில்தான். சீனாவின் சராசரி வயது 37 ஆக இருக்க இங்கே அது 29. அதாவது, சீனாவையும்விட இங்கு இளைஞர்கள் அதிகம். ஆக இதுதான் இந்த நாட்டின் பெரும் சக்தி. இந்த சக்தியை அழிக்கவே புரட்சி என்று கூறி உணர்வுகளை தூண்டி அவர்களது ஆரோக்கியமான காலத்தை வீணடிக்கும் வேலை நடக்கிறது.

20 வயது முதல் 30 வயது வரை உள்ள மாணவர்கள் தொழில் சார்ந்த சிந்தனையும், தேசம் சார்ந்த சிந்தனையும் இல்லாமல் புரட்சிகர சிந்தனைகள் என்று எளிதில் மூளைச் சலவை செய்யப்படக் காரணம் இங்கே அவர்களைத் தவறாக வழிநடத்தும் போராளிகள்தான் (என் மனசாட்சியைத் தொட்டுக் கூறுகிறேன்... ஒரு ஏழை இந்து குழந்தை முதல் இஸ்லாமிய வீட்டு ஒரு பெண் குழந்தையின் வாழ்க்கை வரை அனைத்து இந்திய குடும்பங்களின் வாழ்வும் நல்ல முன்னேற்றம் காணவேண்டும் என்பதுதான் என் எண்ணமே ஒழிய வேறு இல்லை. என் அக்கறை என்பது மதவாதம் சார்ந்த விஷயம் அல்ல; இந்த மண்ணின் எதிர்காலம் சார்ந்த விஷயம்.

இந்த மாணவர்களுக்கு, இளைஞர்களுக்கு எது தவறு எது சரி என்று கூறுவதைவிட எது உண்மை என்று கூறிவிடவேண்டும் என்பதால் இந்த புத்தகத்தை அவர்களுக்கு சமர்ப்பணம் செய்கிறேன்.

-மாரிதாஸ்

நரேந்திர மோதியின் ஆட்சி நிர்வாகம்

இந்த புத்தகத்தை வாசிக்க ஆரம்பிக்கும் அனைவருக்கும் வணக்கம்.

சாமானியன் என்ற வட்டத்தில் இருந்து கொண்டு அனைத்து நபர்களையும் குறை சொல்வது மிக மிக மிக எளிது. ஏன் என்றால் குறை சொல்ல வேண்டும் என்று நினைத்தால் எவரையும் குறை சொல்லலாம். கேட்டால் உங்களை சாமானியன் என்று அடையாளப்படுத்திக் கொள்ளலாம் என்ற வசதி.

இந்த சாமானியர்களுக்கு இன்னொரு முகம் உண்டு.

2.03 கோடி ரேஷன் கார்டில் சுமார் 4.85 லட்சம் ரேசன் கார்டுகள் போலி. ஒவ்வொரு வீட்டுக்கும் இரண்டு மூன்று ரேஷன் கார்டுகள். இவர்கள் சாமானியர்கள் தானே?

நாட்டில் 99% பேரிடம் கைபேசி உள்ளது இன்று. அசுர வளர்ச்சி ஆம், ஆனால் இதே நாட்டில் தான் 52% வீடுகளில் கழிப்பறை இன்றும் கிடையாது. இவர்களும் சாமானிய மனிதர்கள் தானே?

கற்பழித்துக் கொலை செய்யும் அனைத்து குற்றவாளிகளும் சாமானியன் தானே.

அவ்வளவு ஏன் 1980-கள் வரை பெண் குழந்தைகளை கொலை செய்தது யார்? இதே சாமானிய மக்கள் தானே. கொலை செய்யாதீர்... பெண் குழந்தை என்றால் என்ன ஆண் குழந்தை

என்றால் என்ன; எல்லாரும் சமம் தானே என்று விளம்பரபடுத்தித் திருத்தும் நிலையில் தான் இருந்தது இந்த இந்திய சாமானியனின் லட்சணம். இப்போது கழிப்பறை கட்டிக்கொள்ளுங்கள் என்று விளம்பரம் செய்யவேண்டியதாக உள்ளது.

எனவே, சாமானியன் என்ற போர்வையில் மறைந்து கொண்டால் அரசு - ஆட்சி - நிர்வாகம் என்று எதைவேண்டுமானாலும் கேலி செய்யலாம்; குறை சொல்லலாம் என்ற வசதி உண்மையில் நல்ல விஷயம் அல்ல. முதலில் அதை ஏற்று கொள்ளுங்கள். சாமானியர்கள் தமது கடமையையும் பொறுப்பையும் உணர்ந்து கொள்ளவேண்டும்.

நாடு என்பது ஆட்சியாளர்கள் ஒருபக்கம் - மக்கள் ஒரு பக்கம் என்று இரண்டு சக்கரங்களால் நகர வேண்டிய வண்டி. இரண்டும் சரியாக உருண்டால்தான் நாடு முன்னேறும் ஒவ்வொரு வீடும் முன்னேற்றம் காணும். எனவே ஆட்சி - அதிகாரம் - வரி வருமானம் - பட்ஜெட் என்று அனைத்தையும் முதலில் நிர்வாக ரீதியாக யார் புரிந்து கொள்கிறார்களோ அவர்களுக்கே இங்கே அரசை முறையாக விமர்சனம் செய்ய தகுதி வருகிறது. சும்மா யார் வேண்டுமானாலும் என்னவேண்டுமானாலும் மீம்ஸ் போட்டு கிண்டல் செய்துவிட்டால் அவை புத்திசாலித்தனமான விமர்சனமாகிவிடாது.

இது எந்த நாட்டுக்கும் எந்த ஆட்சிக்கும் பொருந்தும். எனவே நான் உங்களுக்கு நிர்வாக விவரங்கள் சார்ந்து சில உண்மைகளை எடுத்து சொல்லவும் - சித்தாந்தம் சார்ந்து கொள்கைகளை ஆதாரங்கள் கொண்டு விளக்கவுமே விரும்புகிறேன். நிச்சயம் உணர்வுகளை மலினமாகத் தூண்டி ஆதாயம் தேடவிரும்பவில்லை. இந்தப் புத்தகத்தில் நாட்டில் நடக்கும் பல விஷயங்களுக்கான தெளிவைத் தந்திருக்கிறேன். பல கேள்விகளுக்குப் பதில் தந்திருக்கிறேன்.

இந்தப் புத்தகத்தில் பண மதிப்பு நீக்கம், பிரதமரின் வெளிநாட்டுப் பயணங்கள், கறுப்புப் பண விவகாரம், புல்லட் ரயில் திட்டம், ரொஹிங்கியா விவகாரம், பெட்ரோல் விலை, ஆதார் அட்டை, ரேஷன் கார்டு சீர்திருத்தம், இணையம் துறைமுகம், மீத்தேன் வாயு திட்டம், சாகர் மாலா திட்டம் போன்றவை பற்றிய பதில்கள் இடம்பெற்றுள்ளன. இந்துத்துவம் மீதான குற்றச்சாட்டுகளுக்கான பதில், திராவிட அரசியலின் உண்மை மதிப்பீடு இவையும் இடம் பெற்றுள்ளன.

டெல்லியில் போராடிய விவசாயிகளை ஒருமுறையாவது நரேந்திர மோதி கூப்பிட்டுப் பேசி இருக்கலாமே; அதை ஏன் செய்யவில்லை?

விவசாயிகள் வாங்கிய வங்கிக் கடனைத் தள்ளுபடி செய்யலாமே பிஜேபி?

GST கொண்டுவது என்ன சாதித்தார்?

அட இந்த Digital India என்ன ஆனது?

Make in India திட்டம் தோல்வி என்று கூறுகிறார்களே?

நியூட்ரினோ ஆய்வகம் தேவையா?

வேலை வாய்ப்பில் என்ன செய்தார் மோதி?

- இப்படி இன்னும் நீளும் கேள்விகளுக்கு என் அடுத்த புத்தகத்தில் பதில் கிடைக்கும்.

என் வேண்டுகோள் இதுவே: மக்களும் மாணவர்களும் வாசிக்கும் போது நரேந்திர மோதியின் மீதும் பிஜேபி அரசின் மீதும் விருப்பு வெறுப்பு இல்லாமல் நடுநிலையான மனதுடன் படிக்கவும்.

நன்றி.

●

2014 தேர்தலில் பிரதமர் பதவிக்குப் போட்டியிட்ட நரேந்திர மோதி, தான் ஆட்சிக்கு வந்துமே வெளிநாட்டில் இருக்கும் கறுப்புப் பணம் அனைத்தையும் இந்தியாவுக்குக் கொண்டு வந்து, அனைத்து இந்தியரின் வங்கி கணக்கில் 15 லட்ச ரூபாய் போடுவேன் என்று சொன்னாரே... பிரதமராகி இத்தனை ஆண்டுகள் ஆன பிறகும் ஒரு நயா பைசா கூடப் போடவில்லையே?

- பிரபு, சதீஷ் மற்றும் பலர்.

இந்தக் கேள்விக்கான பதிலைச் சொல்லும் முன் கொஞ்சம் பொருளாதாரம் பற்றிச் சில அடிப்படை விஷயங்களைச் சொல்வது அவசியம் என்று நினைக்கிறேன்.

ஒவ்வொரு நாடும் இவ்வளவுதான் பணம் அச்சிடவேண்டும் என்று எந்தக் கட்டுப்பாடும் இல்லை. நம்ம நாட்டில் இந்தப் பணியை ரிசர்வ் பேங்க் ஆஃப் இந்தியா செய்கிறது. ‘இந்தியாவில்

ஏராளமானோர் வறுமைக்கோட்டுக்குக் கீழே வசிக்கிறார்கள். நிறைய பேருக்குக் கடன் தலைக்கு மேலே இருக்கிறது. பேசாமல் ஆளுக்கொரு 10 லட்சம் அல்லது 20 லட்சம் அச்சிட்டுக் கொடுத்துவிடலாமே. பாவம் நம்ம மக்கள் தானே' என்று நீங்கள் கேட்டால், உங்களுடைய வெகுளித்தனமான நல்ல எண்ணத்தைப் பாராட்டலாம். ஆனால், லட்ச ரூபாய் அச்சிட்டு உங்களுக்குக் கொடுக்கக்கூடாது... இந்த வார்த்தைகளை நன்கு கவனியுங்கள். முடியாது அல்ல; கொடுக்கக்கூடாது.

பணம் கையில் கிடைத்துவிட்டால் மக்கள் உழைக்க மாட்டார்கள்... சோம்பேறியாகிவிடுவார்கள் என்பது காரணமல்ல. தேசத்தின் மொத்தப் பொருளாதாரமும் நாசம் ஆகும். அதனால் எந்தப் பலனும் மக்களுக்குக் கிடைக்காது. இதை நீங்கள் புரிந்து கொண்டாலே மோதி அல்ல யாருமே இந்த வாக்குறுதியைக் கொடுக்கமாட்டார்கள் கொடுக்கவும் முடியாது என்பது புரியும். மோதி அப்படிப் பேசியதற்கான வீடியோ ஆதாரங்களைக் காட்டுங்கள் பார்ப்போம்.

அப்படி 15 லட்ச ரூபாயை அனைவருடைய வங்கிக் கணக்கில் போட்டால் என்ன ஆகும் தெரியுமா? மக்களின் ஏழ்மை குறையாது. அப்படியேதான் இருக்கும். இன்னும் சொல்லப்போனால் மக்கள் மேலும் நெருக்கடிக்குள்தான் சிக்குவார்கள். எப்படி என்று விளக்குகிறேன்.

நீங்கள் ஒரு விற்பனை மையம் நடத்துவதாக வைத்துக் கொள்வோம். உங்கள் கடையில் மாதம் 50 வாஷிங் மெஷின்கள் விற்கின்றன என்றால் கைவசம் ஒரு 100 இயந்திரங்கள் வைத்திருப்பீர்கள்.

இப்போது நம் பிரதமர், மக்கள் ஏழ்மையில் இருப்பதாக நீங்கள் சொன்னதைக் கேட்டு, முதல்கட்டமாகத் தலைக்கு 2 லட்சம் அவரவர் வங்கி கணக்கில் போட முடிவெடுத்தால் என்ன ஆகும் தெரியுமா? மக்கள் தங்கள் தேவையைப் பூர்த்திசெய்ய அந்தப் பணத்தைச் செலவு செய்ய முடிவு செய்வர். அதனால் மக்களின் வாங்கும் சக்தி திடீரென்று உயரும். அதாவது யார் யார் வாஷிங் மெஷின் வாங்க நினைத்திருந்தனரோ அவர்கள் எல்லோரும் வாங்க முன் வருவர்.

இதனால் உங்கள் விற்பனை அந்த ஒரே வாரத்தில் மிக அதிகம் ஆகும். வார விற்பனை 100 என்று அதிகரிக்க நீங்கள் வாஷிங் எந்திர

நிறுவனத்தின் தலைமையகத்துடன் தொடர்புகொண்டு அதிக மிஷின்கள் அனுப்பச் சொல்வீர்கள். அவர்கள் தொழில்சாலையை அணுகுவார்கள். அங்கு உடனடியாக உற்பத்தியைக் கூட்டிவிட முடியாது. அதற்கு அதிக மூலப் பொருட்கள் தேவைப்படும். அதிகப்படியான தேவை உருவாவதால் மூலப்பொருளின் விலை அதிகமாகும். அதனால் உற்பத்திச் செலவு அதிகமாகும். அது பொருளின் விலையை அதிகரிக்கும். அப்படியாக அதிகப்படியான சந்தை தேவை பொருளின் விலையை அதிகம் உயர்த்திப் பண மதிப்பு வீழ்ச்சியை உருவாக்கும்.

எனவே முன்பு, 18,000 ரூபாய்க்கு வாங்கிய ஒரு வாஷிங் மெஷினானது அதிகத் தேவை, பணப் புழக்கம் காரணமாக விலை உயர்ந்து 52,000 என்று போய் நிற்கும். விலை உயர்ந்த பொருட்கள் தான் என்றில்லை... அன்றாடம் வாங்கும் காய்கறிகளின் விலையும் அதிகரிக்கும். கொத்தமல்லி, கறிவேப்பிலைக் கட்டு ஒன்று 100 ரூபாய் என்று ஆகும். இதுபோல் அனைத்துப் பொருட்களின் விலையும் உயர்ந்து உங்கள் கையில் இருக்கும் அதிகப்படியான பணத்தின் மதிப்பு முற்றாகக் குறையும்.

இதைத்தான் ‘பொருளின் விலை என்பது சந்தையில் அந்தப் பொருளுக்கு இருக்கும் தேவையைப் பொறுத்தது’ என்பர். ஏன் தங்கம் விலை அதிகமாக இருக்கிறதென்றால் அதன் தேவை அதிகம்; ஆனால் கிடைப்பது அரிதாக இருக்கிறது. ஒருவேளை திருச்சி அருகே ஒரு பெரும் தங்கச் சுரங்கம் இருந்தாலோ தொழிற்சாலைகளில் வேதித் தனிமக் கலவை மூலம் தங்கம் தயாரிக்க முடியும் என்றிருந்தாலோ தங்கத்தின் உற்பத்தி அதிகரித்து, விலை சட்டென்று வீழ்ந்துவிடும். மிக அதிகம் கிடைத்தால் நம் வீட்டு நாற்காலியைக்கூடத் தங்கம் கொண்டு செய்யும் அளவுக்கு விலை வீழ்ந்துவிடும்! தங்கம் அரிதாக இருப்பதால்தான் அதன் மதிப்பும் அதிகமாக இருக்கிறது.

ஆக, இப்படித் தலைக்கு 2 லட்சம் கொடுப்பதால் எந்த நன்மையும் ஏற்படாது.

சரி பொருளாதாரம் எப்படி நாசம் ஆகும்?

பணத்தின் மதிப்பை நாம் எப்படிக் கணக்கிடுகிறோம்? அதாவது, ஓர் அமெரிக்க டாலருக்கு இந்திய ரூபாயின் மதிப்பு 65ரூபாய். இதை எப்படிக் கணக்கிடுவது? புரிவதற்காக எளிமையாகக் கூறவேண்டுமென்றால் இங்கே விற்கும் 6,500 ரூபாய் மதிப்புள்ள

ஒரு பொருள் அமெரிக்காவில் 100 டாலருக்குக் கிடைக்கும். 100 டாலர் = 6500ரூபாய். அப்படியானால் 1டாலர் = 65 ரூபாய்.

இப்போது இங்கு அதிகப்படியான பணப்புழக்கம் வந்துவிட்டதால் அங்கே 200 அமெரிக்க டாலருக்குக் கிடைக்கும் வாஷிங் மெஷின் இந்தியாவில் 50,000 ரூபாய் என்றால் என்ன அர்த்தம்? 1 டாலர் = 250 ரூபாய் என்று ரூபாயின் மதிப்பு குறையும். இது நம் இந்திய நாணயம் கொண்டு வர்த்தகம் செய்யும் அனைவருக்கும் பெரும் நஷ்டத்தை ஒரே நாளில் உருவாக்கும்.

கொஞ்சம் தயவுகூர்ந்து யோசிக்கவும். ரொம்பப் பெரிய கம்ப சூத்திரம் எல்லாம் கிடையாது. சாதரணமாகவே நம்மால் புரிந்து கொள்ள முடிந்த விஷயம்தான். எனவே, தலைக்கு ஒரு லட்சம் அல்ல பத்து லட்சம் கூட அச்சடித்துக் கொடுக்க நரேந்திர மோதியால் முடியும். ஆனால், அவருக்குப் பொருளாதார அறிவு உண்டு என்பதால் அதைச் செய்யமாட்டார்.

சரி... அப்படியானால் அவர் ஏன் அப்படிச் சொல்லவேண்டும்?

நரேந்திர மோதி 13 வருடம் குஜராத் மாநிலத்தை வெற்றிகரமாக ஆட்சி செய்தவர். அவருடைய ஆட்சிகாலத்தில் அந்த மாநிலம் மிகப் பெரிய வளர்ச்சியைக் கண்டது; மாநிலம் முழுவதும் தடுப்பணைகள் கட்டியும் நதிகளைச் சீரமைத்தும், சூரிய மின்சார உற்பத்தியைப் பெருக்கியும், நல்ல சாலைகள் அமைத்தும் கிராமப்புறங்களையும் நகர்ப்புறங்களையும் மேம்படுத்தியும் சாதனை செய்தவர். பயன் இல்லாமல் கிடந்த கடற்கரைகளைக் கூடத் துறைமுகங்களாக உயர்த்தி மாநிலப் பொருளாதாரத்தை உயர்த்தியவர்.

இங்கே திராவிடக் கட்சிகள் இலவச டிவி தர்றேன், மிக்ஸி தர்றேன் என்று மக்களிடம் வாக்கு கேட்ட நேரத்தில், அதுவும் சாராயம் விற்று மக்களைக் கொன்று சம்பாதித்த காசில் இலவசங்களை அள்ளிக் கொடுத்து ஏமாற்றிய காலத்தில் மோதி 'நான் ஆட்சிக்கு வந்தால் திருடப்படும் மின்சாரம், பாக்கி நிலுவைகள் அனைத்தையும் முறைப்படுத்தி வசூல் செய்வேன்' என்று கூறி ஆட்சியைப் பிடித்தவர். அப்படி 13 வருடம் முதல்வராக இருந்த ஒருவர் - இலவசம் என்று கூறி ஓட்டுக் கேட்காத ஒரு மனிதர் - இப்படிச் சொல்லி ஓட்டுக் கேட்டிருப்பார் என்று நம்புகிறீர்களா?

அப்படி என்றால் இவ்வளவு பெரிய விஷயத்தை அவர் தேர்தல் வாக்குறுதிப் பட்டியலில் முதலாகக் கொடுத்திருக்கலாமே?

பிஜேபியின் 2014 தேர்தல் அறிக்கையை எடுத்துப் பாருங்கள். எங்குமே அப்படியான ஒரு விஷயம் இருக்காது.

நரேந்திர மோதி என்ன சொன்னார் தெரியுமா? 'நம் நாட்டில் அரசியல்வாதிகளும் வர்த்தக முதலைகளும் கொள்ளையடித்த பணம் வெளிநாட்டில் ஸ்விஸ் பேங்கில் முடங்கிக் கிடக்கிறது. எவ்வளவு தெரியுமா? அந்தப் பணத்தை இந்தியாவுக்குக் கொண்டுவந்தால், ஒவ்வொருவருடைய வங்கிக் கணக்கிலும் 15 லட்ச ரூபாய் போடமுடியும். அவ்வளவு பணம் கொள்ளையடிக்கப் பட்டுப் பதுக்கப்பட்டிருக்கிறது. இந்த நாடு ஏழை நாடு அல்ல; சிஸ்டம் சரி இல்லாததால் கறுப்புப் பணமாகச் சென்று சேர்வதன் உண்மையை மக்கள் உணரவேண்டும்' என்றுதான் சொன்னார். அதாவது, வெளிநாட்டில் பதுக்கப்பட்டிருக்கும் நம் பணம் எவ்வளவு என்பதைப் புரியும்படிச் சொல்லவேண்டும் என்றுதான் அந்த உதாரணத்தைச் சொன்னாரே தவிர அனைவருடைய வங்கிக் கணக்கிலும் 15 லட்ச ரூபாய் போடுவேன் என்று சொல்லவில்லை.

ஒரு எடுத்துக்காட்டாகப் புரியவைக்கக் கூறிய வார்த்தையை அப்படியே பிடித்துக்கொண்டு, வேண்டும் என்றே மக்களைக் குழப்பும் இந்தக் கேவலமான பிரசாரத்தை ஆரம்பித்தவர்கள் காங்கிரஸ், கம்யூனிஸ்ட், திமுக தான்.

திமுகவுக்கு இவையெல்லாம் புதியதில்லை. 1960களிலேயே காமராஜர் ஒரு கோடி ரூபாய் யாருக்கும் தெரியாமல் ஆந்திரா வங்கியில் வைத்துள்ளார் என்று அபாண்டமான குற்றசாட்டை அவர் மீது சுமத்தியவர்தான் கருணாநிதி. திமுக என்ன வேண்டு மானாலும் பேசும். தேசியத் தலைவர் காமராஜரைத் தோற்கடித்த பாவத்தால் இந்த மாநிலம் சந்தித்திருக்கும் இழப்புகள் கொஞ்சநஞ்சமல்ல. இதில் கொடுமை என்னவென்றால் காமராஜருடைய ஆட்சியில் கட்டப்பட்ட அணைகள், கொண்டு வரப்பட்ட தொழில் திட்டங்கள், கல்விச் சீர்திருத்தங்கள் இவற்றின் மூலம் தமிழ் சமூகத்துக்குக் கிடைத்த நற்பலன்கள் அனைத்தையும் திமுக தன்னுடைய சாதனையாகச் சொல்லி காமராஜரையும் தேசியச் சிந்தனையையும் ஓரங்கட்டிவிட்டிருக்கிறது. திமுகவின் ஆட்சி காலத்தில் ஒரு உயர் கல்வி மையம் கூடத் தொடங்கப்பட வில்லை. திக - திமுக என்ற இந்த அருவருப்பான இரண்டு திராவிட இயக்கங்கள்தான் தமிழகம் இன்று சந்திக்கும் அனைத்து பிரச்னைகளுக்கும் மூல காரணம்.

'ஆடு மாடு மேய்ப்பதை அரசு வேலை ஆக்குவேன்' என்று சொல்லும் சைமன் அல்லவா சிறந்த பொருளாதார மேதை, சிறந்த

அரசியல் ஞானி! இந்த 'அறிவார்ந்த' பேச்சையும் நம்ப இன்றும் ஒரு கூட்டம் இருக்கிறதென்றால் என்றால் கருணாநிதி போன்றவர்கள் இத்தனை காலம் ஆட்சி செய்ததில் ஆச்சரியப்பட என்ன இருக்கிறது? திராவிட இயக்கத்தின் இத்தனை ஆண்டுகால சாதனையே இப்படியான முட்டாள் மந்தையை உற்பத்தி செய்ததுதானோ என்னவோ?

மதம் மாற்றும் கூட்டங்கள் ஒருபக்கம் மோதியைக் கீழ்த்தரமாக விமர்சிக்க, தி.மு.க. தி.க. போன்ற நாட்டைக் கொள்ளையடித்த கூட்டம் பொய் பிரசாரம் பரப்ப இதையெல்லாம்கூட அவர்களின் பொழைப்பு அது என்று விட்டுவிடமுடியும். ஆனால், படித்தவர்கள் என்று நம்பப்படும் நடுநிலையானவர்கள் சிலரும் இப்படிப் பேசுவதைக் கேட்கும்போது படித்தவன் சூது வாது செய்தால் ஐய்யோ என்று போவான் என்று பாரதியார் சொன்னது தான் நினைவுக்கு வருகிறது. கொஞ்சம் நாட்டு நிர்வாகம் தேடிப் படிக்கவும். மீம்ஸ் தயாரித்து பொருளாதாரம் பேசுவது முட்டாள்த்தனம். அதை முதலில் நிறுத்துங்கள். நல்லாட்சி தர முயற்சி செய்யும் ஒரு தலைவரை எதிர்க்கும்போது நீங்கள் அவரை அல்ல; அவர் தரவிரும்பும் நல்லாட்சியை எதிர்க்கிறீர்கள்; அதன் மூலம் தேசத்தின் வளர்ச்சியையும் உங்கள் நலனையும் கெடுத்துக் கொள்கிறீர்கள் என்பதைப் புரிந்துகொள்ளுங்கள்.

●

மோதியின் வெளிநாட்டுப் பயணங்கள் அதிகம் கிண்டல் செய்யப்படுவது பற்றி உங்கள் கருத்து என்ன மாரிதாஸ்?

- பிரசன்னா

ஒரு பிரதமர் எந்த நாட்டுக்கு என்ன இலக்குகள், எதிர்பார்ப்பு களுடன் என்னென்ன தேதிகளில் பயணம் மேற்கொள்கிறார் என பிரதமரின் பயண விவரங்கள் அனைத்தையும் வெளிப்படையாகவே பிரதமர் அலுவலகம் ஒவ்வொரு முறையும் வெளியிடுகிறது. அதைப் படித்துப் பார்க்கும் யாருக்கும் இந்த சந்தேகமோ கேலியோ வராது.

பொதுவாக, ஒரு பிரதமரின் பயணம் இருநாட்டு உறவுகள் சார்ந்து இருக்கும். அல்லது சில நாடுகளின் கூட்டமைப்பில் கலந்து கொள்ளச் செல்வார். அதாவது State visit, Summits என்று பயணங்களுக்கான காரணம் வெளியிடப்படுகிறது.

ஒரு நாட்டின் பிரதமருக்கு (தலைவருக்கு) இரண்டு முக்கிய பணிகள் இருக்கும். ஒன்று உள்நட்டு நிர்வாகம்; இன்னொன்று அயல்நாட்டு உறவு. உள்நாட்டு நிர்வாகத்தை மந்திரிகள் வசம் பிரித்துக் கொடுப்பார். குறுந்தொழில், ராணுவம், நிதித்துறை, உள்துறை என்று நாட்டின் அனைத்து விவகாரங்களையும் தனித் தனியே மந்திரிகளை அமர்த்தி ஆட்சி நடத்துவார். சர்வதேச உறவுகளைப் பலப்படுத்த நாட்டின் தலைவரே போவார். ஒரு நாட்டின் தலைவர்தான் அந்த நாட்டின் முகம். உச்சபட்ச அதிகாரம் கொண்டவர். எனவே, அவர் போய்ப் பேசினால் மற்ற நாடுகள் உடனடியாகச் செவிசாய்ப்பார்கள்.

நம்மிடம் இருக்கும் தொழில்நுட்பத் திறமைகளுக்கு சர்வதேச வர்த்தக வாய்ப்புகளைப் பெற்றுத்தருவது பிரதமருடைய ஒரு வேலை. உதாரணமாக, நம்மிடம் அணுத் தொழில்நுட்பம் இருக்கிறது. எப்படி புல்லட் ரயில் தொழில்நுட்பம் ஜப்பானிடம் உள்ளதோ அதேபோல நம்மிடமும் பல தொழில்நுட்பங்கள் உண்டு. அதனை உலகின் மற்ற நாடுகளுக்கு சேவையாக வழங்கினால் சில லட்சம் கோடி வருமானமும் அந்த நாடுகளுடன் வலுவான நட்புறவும் ஏற்படும். ஆனால், Nuclear Suppliers Group (NSG) என்று கூறப்படும் அமைப்பில் உறுப்பினராக இருக்கும் நாடுகள் மட்டுமே அந்த சேவையை உலகின் பிற நாடுகளுக்குத் தரமுடியும். இந்தியாவுக்கு அந்த அமைப்பில் இடம் இதுவரை கிடைக்கவில்லை. NSG உறுப்பினர் இல்லாததால் நம்மிடம் இருக்கும் அணு சார்ந்த தொழில் நுட்பத்தை உலக நாடுகளுக்கு நம்மால் கொடுக்க இயலவில்லை. அதில் உறுப்பினராக இருக்கும் தடைகளைத் தீர்க்க இருக்கும் ஒரே வழி என்ன தெரியுமா? ஒவ்வொரு நாடுகளுக்கும் சென்று நமக்கு அந்த அமைப்பில் இடம் கிடைக்க உதவும்படிக் கேட்டுக்கொள்வதுதான் ஒரே வழி. நம் பிரதமர் அதைத்தான் செய்கிறார்.

அதுபோல், உலகத்தில் சொந்தமாக GPS (global positioning system) வைத்துள்ள 6 நாடுகளில் இந்தியாவும் ஒன்று. விசேஷம் என்ன வென்றால் இந்தியாவின் இஸ்ரோ மூலம் விண்கலங்கள் அனுப்ப ஆகும் செலவு உலகிலேயே மிக மிகக் குறைவு. எனவே, உலக நாடுகளின் GPS (ராணுவத் தேவை, வானிலை ஆய்வு என்று பல காரணங்களால்) சேவையை நாம் செய்துகொடுத்துப் பணம் ஈட்டமுடியும்.

Automatic Weather Station (AWS), Agro-meteorological (AGROMET) என்று சில நூறு தொழில்நுட்பங்கள் நம்மிடம் உண்டு. இந்தத்

தொழில் நுட்பங்கள் கொண்டு கடல் ஆய்வுகள் செய்யலாம். மண்ணுக்குள் கிடக்கும் நிலக்கரி, இரும்பு போன்ற தனிமங்கள் சார்ந்து ஆய்வுகள் நடத்த என்று பல தொழில்நுட்பங்கள் இந்தியாவிடம் இன்று உண்டு.

அப்படியாக, குறைந்த செலவில் நாம் செயற்கைக்கோள்கள் அனுப்ப முடியும்; குறைந்த செலவில் நம்மிடம் தொழில்நுட்பங்கள் உண்டு. இதையெல்லாம் பிரதமர் ஒவ்வொரு நாட்டுக்கும் சென்று எடுத்துச் சொல்லி நம் நாட்டுக்குத் தேவையான வர்த்தக ஒப்பந்தங்களைப் பெற்றுத் தருவார்.

சமீபத்தில் ஸ்ரீலங்காவின் Colombo Port City project சீனாவிடம் சென்றுவிட்டது. இந்திய நிறுவனங்கள் ஏன் அதை எடுத்துச் செய்யவில்லை? அதன் மதிப்பு 25,000கோடி. இதுபோலப் பெரிய திட்டங்கள் வேலை வாய்ப்பை அதிகரிக்க எல்லா நாடுகளுக்கும் தேவைப்படும். அதைக் கைப்பற்றுவது மிக மிக அவசியம். அதனால் பெரிய அளவில் நமக்கு நிரந்தர வருமானம் உண்டு. ஆனால், மோதி அரசால் அதை எடுக்க முடியாமல் போய்விட்டது. ஏனென்றால் 'இலங்கை அரசு இந்திய மீனவர்களைக் கொல்கிறது - இந்திய அரசோ இலங்கைக்கு 25,000கோடியில் துறைமுகம் கட்டித் தருகிறார்கள்' என்று போராடித் தடுக்க ஒரு பெரிய கும்பல் இங்கு தயாராக இருக்கிறது. இப்படி இந்திய அரசின் ஒரு செயல்திட்டத்தை முடக்குவதால் யாருக்கு லாபம்? சீனாவுக்கு அந்த ப்ராஜெக்ட் கிடைத்தது. அப்படி சீனாவுக்கு நன்மை கிடைக்கும் வகையில் கூச்சல் போடும் ஒருவரை மீனவருக்காகப் போராடும் போராளி என்று அழைப்பதா... சீனக் கைக்கூலி என்று அழைப்பதா என்பதை நீங்களே முடிவுசெய்துகொள்ளுங்கள்.

வியட்நாமில் எண்ணெய் எடுத்துக்கொடுக்கும் பணியை இந்தியாவின்ONGC கைப்பற்றியது. BPCL, NTPC, GAIL, ECIL என்று அரசு நிறுவனங்கள் அனைத்திலும் பல தொழில் நுட்பங்கள் உண்டு. அதனை மற்ற நாடுகளுக்குக் கொடுத்து சேவை தருவதன் மூலம் நமக்கு லாபம் அவர்களுக்கு நல்ல பயன் கிடைக்கும். அத்துடன் இருநாடுகளும் நல்ல நட்புறவை உருவாக்கமுடியும்.

50 லட்சம் மெட்ரிக் டன் கோதுமையை நாம் ஏற்றுமதி செய்து கிடைக்கும் வருமானமும் - ISRO வின் GSAT மூலம் 3,500-4,000 kg எடையுள்ள ஒரு செயற்கைக்கோளை மற்ற நாட்டுக்கு வானில் அனுப்பிக் கிடைக்கும் லாபமும் ஒன்று. அதுவும் வருடா வருடம் சந்தா வேறு கிடைக்கும்.

அடுத்ததாக, நம் நாட்டில் இருக்கும் நிபுணர்களை உலக நாடுகள் தமது நாட்டு நலனுக்காக அழைத்துச் சென்றுவிடுகிறார்கள். சிங்கப்பூரில் இருக்கும் விமானப் பொறியாளர்களில் பெரும் பாலானவர்கள் இந்தியர்கள். மென் பொருள் துறை, மருத்துவம் எனப் பல துறைகளில் உலகில் பல நாடுகளில் முன்னணி பணிகளில் இந்தியர்களே இருக்கிறார்கள். இந்திய கல்வி முறையில் படித்துப் பட்டம் பெற்றுவிட்டு அவர்கள் பிற நாட்டு நலனுக்காக பணியாற்றுகிறார்கள். நம் நாட்டிலேயே அல்லது நம் நாடு மூலமான ப்ராஜெக்ட்களை வென்றெடுத்து அந்த நிபுணர்களுக்கு வசதி வாய்ப்புகளை உருவாக்கிக் கொடுத்தால் அதனைக் கொண்டு நம் நாடும் மிகப் பெரிய அளவில் நன்மை அடையும். அதற்கு நம் பிரதமர் பல நாடுகள் சென்று பல செயல்திட்டங்களைக் கைப்பற்றியாகவேண்டும்.

எனவே, நீங்கள் பிரதமராக வந்தவுடன் நான் உங்கள் ஆலோசகராக இருந்தால் இப்படிக் கூறுவேன்: ‘இந்த இந்த நாடுகளுடன் இந்த இவ்வளவு, வர்த்தக ஒப்பந்தங்கள் கையெழுத்தாகவேண்டும், இந்த நாடுகளுடன் இப்படியான சேவையை நாம் பெற வேண்டும்... கொடுக்கவேண்டும்’.

ஒவ்வொரு நாட்டுக்கும் தனித் தனியே பல்வேறு பிரச்னைகள் இருக்கும். பங்களாதேஷ், பிரேசில், தென் அமெரிக்கா என்று ஒவ்வொரு நாட்டுடனும் என்னென்ன செய்யவேண்டும் என்று ஆய்வு செய்து அனுப்பப் பல துறைகள் தொடர்புடன் நாம் நாட்டின் தூதரகம் எல்லா நாடுகளிலும் இயங்குகிறது. அதை எல்லாம் உங்களிடம் கூறி இவற்றை முடிக்கவேண்டும் என்று சொல்வேன். அதைச் சரியாகப் புரிந்துகொண்டு சாமர்த்தியமாக முடிக்கும் புத்திசாலித்தனம் முழுக்க உங்களுடைய தனிப்பட்ட குழுவினுடையது.

இது பொருளாதார விவகாரம். அடுத்ததாக தேசப் பாதுகாப்பு. உலகின் பல நாடுகளுடன் சேர்ந்து ராணுவ ஒப்பந்தங்கள் மேற்கொள்வது மிக மிக அவசியம். இதன் மூலம் பொது பிரச்னையை சம்பந்தப்பட்ட நாடுகள் தீர்த்துக்கொள்ளும். எடுத்துக்காட்டுக்கு நமக்கு காஷ்மீர் விவகாரத்தில் மற்ற நாடுகள் உதவி தேவை. அதுபோல தென் சீன கடல் பகுதியில் சீனாவின் அடாவடித்தனத்தை எதிர்கொள்ள ஜப்பான், பிலிப்பைன்ஸ் நாடுகளுக்கு இந்தியாவின் உதவி தேவை.

அப்படியாக ராணுவம், பொருளாதாரம் சார்ந்து உலக நாடுகளுடன் உறவை வளர்த்தெடுக்க வருடம் இருமுறையாவது ஒவ்வொரு

நாட்டுக்கும் சென்று வருவது அவசியம். BRICS, East Asia Summit, G20 Summit, SAARC Summit, G4, ஐநா சபை போன்ற அமைப்புகள் கூட்டும் சந்திப்புகளுக்குச் சென்றுவர வேண்டும்.

G20 என்பது உலகத்தில் நான்கில் மூன்று பங்கு Resource பொருளாதார பலம் கொண்ட நாடுகளின் கூட்டமைப்பு. இந்த நாடுகள் சேர்ந்து தங்களுக்குள் எப்படியான வர்த்தகப் பிரச்னைகளைச் சரி செய்வது, யாருக்கும் பாரபட்சம் இல்லாமல் வர்த்தகம் நடக்க என்ன வழி? மக்கள் இடப்பெயர்ச்சிக்கு, வாழ்க்கைக்குத் தேவையான ஏற்பாடுகளை நாடுகள் எப்படிச் செய்து தரவேண்டும்? மற்ற நாடுகளில் முதலீடு செய்யும் நிறுவனங் களுக்குப் பாதுகாப்பு எப்படி தருவது? தீவிரவாதப் பிரச்னை, உலக வெப்பமயமாதல் போன்ற பூமி சந்திக்கும் பிரச்னைகளை எப்படி எதிர்கொள்வது என்று தங்களுக்குள் கலந்து பேசி ஒரு பொதுவான தீர்மானம் எடுத்தாகவேண்டும். பிற நாடுகளின் மீது எந்த அக்கறையும் இன்றிச் சுயநலமாகவே ஒவ்வொரு நாடும் செயல்பட்டால் நாடுகளிடையே பகை உருவாகும். பிரச்னை பெரிதாகி இன்னொரு உலகப்போருக்குத் தான் வழி செய்யும். எனவே, நாடுகளிடையே கட்டாயம் ஒரு வெளிப்படைத்தன்மை, பொதுச் செயல்பாடு, ஒற்றுமை தேவை. இதன் காரணமாக summit வருடா வருடம் நடக்கும்.

இன்று உலகம் சிறிய கிராமம்போல் சுருங்கிவிட்டிருக்கிறது. ஒவ்வொரு நாடும் ஒன்றையொன்று சார்ந்து செயல்படுவது மிகவும் நல்லது. ஒரு எடுத்துக்காட்டுக்கு ஒரு புதுவிதமான பாக்டீரியா நோய் பரவலால் பிரேசில் குழந்தைகள் பாதிக்கப்படு கிறார்கள் என்று வைத்துக்கொள்வோம். அதற்கான மருந்து பிரிட்டனிடம் இருந்தால் அதை இதுதான் சந்தர்ப்பம் என்று அதிக விலைக்கு விற்கக்கூடாது. மனித குலத்தைக் காப்பாற்றத்தான் அறிவியல் ஆய்வுகள் நடக்கின்றன, அதில் குறுகிய ஆதாயம் தேடாமல் கொடுத்து உதவ முன்வரவேண்டும். மற்ற நாடுகள் அதனைப் பெற்றுக் கொடுக்கத் தேவையான நிதி உதவிகள் கொடுத்து உதவவேண்டும். இப்படித் தான் மக்களைக் காப்பாற்ற முடியும். அதுதான் ஆரோக்கியமான உலகை உருவாக்கும்.

இது தவிர இந்திய மக்கள் மற்ற நாடுகளில் உள்ளனர். அவர்களுக்கு என்ன பிரச்னைகள் உள்ளன. அவற்றுக்கு அந்த நாடுகள் தீர்வு கொடுக்கிறார்கள். நமது நாட்டு மக்களுக்கு அங்கே நீதி கிடைக்கிறதா, அவர்களுக்கு ஆபத்து என்றால் இந்தியா எந்தவிதத்தில் உதவ வேண்டும் என்று ஆயிரமாயிரம் தேவைகள் உண்டு. இவை

யெல்லாவற்றுக்கும் உலக நாடுகளுடன் ஒரு நாடு உறவை மேம்படுத்திக்கொண்டாக வேண்டியிருக்கும்.

உண்மை நிலவரங்களைப் புரிந்துகொள்ளாமல் வெறுமனே மீம்ஸ் போடுவதெல்லாம் முட்டாள்தனம். இந்த மீம்ஸ் என்பது என்ன? வெறும் அசட்டு விமர்சனம். populism. மேடைப் பேச்சு... வேறு என்ன இதில் இருக்கிறது?

சீமான் போன்றவர்கள் எல்லாரையும் கிண்டல், கேலி செய்வார்கள். அது ஏன்? அதாவது மக்களின் மேலோட்டமான உணர்வுகளைத் தூண்டிவிடக்கூடிய ஆழ்ந்த சிந்தனை எதுவும் இல்லாத பேச்சுகள். மூளையை மழுங்கடித்து முழுக்க உணர்ச்சி களைத் தூண்டுவது வேலை. அது மிகவும் எளியதும்கூட. அதுதான் மக்களுக்கும் புரியும். நம் மக்களுக்குத் தொழில்நுட்பமோ அதன் பயனோ தெரியாது. நடிகர் சிவகுமார் எல்லாம் இஸ்ரோவை விமர்சிக்க இந்த populist மனோநிலைதான் காரணம்.

'அங்கே ராக்கெட் போகுது, இங்கே என் விவசாயி வயிறு எரியுது' என்று பேசுவது. ஹிந்திக்காரன் நல்லா இருக்கான்... தமிழன் நாசமானான் என்று பேசுவது எல்லாம் அசட்டு விமர்சனம். அதில் எந்த அர்த்தமும் உண்மையும் கிடையாது.

தமிழ் நாட்டின் பொருளாதாரம், கல்வி வளர்ச்சி, வேலை வாய்ப்பு சார்ந்து புள்ளிவிவரம் எடுத்து அதை இந்தியாவின் பிற மாநிலங்களுடன் ஒப்பிடுங்கள்... மத்திய, மாநில அரசுகளின் கூட்டு முயற்சியால் நாம் நல்ல நிலையில்தான் உள்ளோம் என்பது தெரியவரும். ஆனாலும் எல்லாமே நாசமாகிவிட்டது என்று பரப்பிவிடுவது எளிமையான வழி.

கம்யூனிஸ்ட் இவ்வளவு வாய்கிழியப் பேசுகிறார்களே... இந்தியாவில் வேலைவாய்ப்பில் பின்தங்கிய மாநிலங்களில் முதல் இரண்டு இடத்தில் இருப்பது கேரளா, திரிபுரா தானே. இது உண்மை இல்லையா? கேரளாவில் 1000க்கு 125 பேர். திரிபுரா மாநிலத்தில் 1000க்கு 197 பேருக்கு வேலை இல்லை. ஆனால் குஜராத் மாநிலத்தில் 1000க்கு 9 பேருக்கு மட்டுமே வேலை வாய்ப்பு இல்லை. இதைப்பற்றி மீம்ஸ் போடச் சொல்லுங்கள். மாட்டார்கள்.

தனியார் நிறுவனங்கள்தான் இந்தியாவில் 60-70% வேலை வாய்ப்பைக் கொடுப்பது. மிக அதிக சம்பளம், செய்நேர்த்தி, ஊழல் இன்மை, நல்ல பணியிடச்சூழல் எல்லாம் இருப்பது கார்ப்பரேட் நிறுவனங்களில்தான். கார்ப்பரேட் எதிர்ப்பு என்று பேசுவது

கிறுக்குத்தனம். அதனால்தான் கேரளா, திரிபுரா மாநிலங்களுக்குப் பெரு நிறுவனங்கள் போவது இல்லை. இப்போது தமிழ்நாட்டிலும் நக்சல், மாவோயிஸ்ட் மாதிரியான கலகக் கும்பல்களின் நடமாட்டம் அதிகமாகிவிட்டது. கார்ப்பரேட் எதிர்ப்பு என்று ஜியோ சிம் போட்டு பேசுகிறான். இவர்களை எல்லாம் எப்படித் திருத்தமுடியும்?

மோதி அல்ல யார் பிரதமராக வந்தாலும் வெளிநாட்டுப் பயணங்கள் கட்டாயம் செய்தாக வேண்டியிருக்கும்.

இறுதியாக :

- ‘4 நாள் பயணமாக மோதி சென்ற 2017, ஜூன் 24 இந்தியாவில் இருந்து கிளம்பினார்; போர்ச்சுக்கல் சென்று சேர்ந்தார். அங்கே இருநாட்டு உறவுகள் தொடர்பாகப் பேசி முடித்த அன்று இரவு அமெரிக்கா சென்றார். அங்கிருந்து 3-ம் நாள் இரவு கிளம்பி அம்ஸ்டர்டாம் சென்றார். அடுத்து நெதர்லாந்து மீண்டும் இந்தியா வந்து சேர்ந்த அந்த மொத்தப் பயணத்தை எடுத்து எங்கே மோதி தங்கினார் என்று பார்த்தாலே இந்தக் கேடுகெட்ட கூட்டத்தின் வாய்ச்சவடால்கள் அடங்கிப்போய்விடும்.
- மொத்த பயணத்தில் அவர் விமானத்தில் இருந்தது மட்டும் 33 மணிநேரம். 2 நாள் தூக்கமும் விமானத்தில்தான். இதுபோல் இந்திய வரலாற்றில் நேரத்தைத் துளியும் வீணடிக்காத ஒரு பிரதமர் யாரையாவது காட்டுங்கள் பார்க்கலாம்.
- கேலி பேச வெட்கமே கிடையாதா? ஏன் இந்த அளவுக்கு வெறுப்பு? மோதி என்றால் ஏதாவது கெட்டது பரப்பி விடவேண்டும். அதுதானே இந்த மதம் மாற்றும் கூட்டம், பெரியார் பக்தர்கள், சீனாவின் அடிமை கம்யூனிஸ்ட் கூட்டத்துக்கு, பிரிவினை பேசித்திரியும் நக்சல் மாவோயிஸ்ட் ஆதரவாளர்களுக்கு வேலை. நாடு நாசம் ஆனாலும் பரவாயில்லை; மோதியை வீழ்த்தவேண்டும்.
- அந்த மனிதர் 13 வருடம் முதல்வராக இருந்து ஊர் சுற்றி பார்க்கவில்லை. இப்போது ஊர் சுற்றுகிறாரா? இவை யெல்லாம் ஒரு விவாதப் பொருள் என்று நம்புகிறவர்களை என்ன செய்ய?
- அதனால்தான் திமுக எவ்வளவு கொள்ளை அடித்தாலும் ஆட்சிக்கு வரமுடிகிறது; தமிழ் நாட்டில் ஆலய நுழைவு

தொடர்பாக ஒரு துரும்பைக் கூடக் கிள்ளிப் போடாமல் அடுத்த மாநிலத்தில், வேறொரு கட்சி ஆரம்பித்த ஒரு பேரியக்கத்தில் ஓரமாக நின்று கோஷம் போட்ட ஈ.வெ.ராமசாமி 'வைக்கம் வீரர்' பொய் வரலாறு கூறித் தமிழகத்தில் ஏமாற்ற முடிகிறது; ஏதோ NGOவில் பேசிவிட்டு ஐ.நா. புகழ் திருமுருகன் என்று போராளியாக அசட்டு விகடன், தி (ஆன்டி) ஹிந்து பத்திரிகைகள் மூலம் மக்களை ஏமாற்ற முடிகிறது.

- மீம்ஸ் போடுகிறவர்கள் எல்லாம் உங்களுக்கு அறிவியல் மேதைகள்! ஆனால் பெரும் நிபுணர்கள் நிறைந்த பிரதமர் அலுவலகம் முன்னெடுக்கும் திட்டங்கள் எல்லாம் ஒன்று மில்லை அப்படித்தானே..? இந்த மீம்ஸ் உருவாக்குகிறவர் களுக்குத்தான் அறிவு இல்லை. அதைப் பரப்புபவர்களுக்கு..? அதுசரி... இங்கே இங்கே ஏமாற்றுபவர்களைவிட ஏமாறுபவர்கள் தானே மிக அதிகம்!

●

புல்லட் ரயில் தேவையா? அது 10% பணக்காரர்கள் செல்லப் பயன்படப்போகிறது ஆனால், அதற்கான கடனை 90% ஏழைகளின் வரிப்பணத்தைப் பிடுங்கிக் கொடுக்கப்போகிறார்கள்! இது அநியாயம் இல்லையா?

- கோபி

பல மீம்ஸ் போடும் அறிவாளிகள், சில சினிமா பிரபலங்களுக்கு...

பிஜேபியின் கடந்தகால ஆட்சிச் செயல்பாடுகளை நன்கு கவனித்தால் இந்த விஷயத்தில் கொஞ்சம் அதிகமாகவே கவனம் செலுத்துவதைப் புரிந்துகொள்ளமுடியும். முன்னர் வாஜ்பாய் காலத்தில் தங்க நாற்கரச்சாலை (Golden Quadrilateral) திட்டத்தை முன்வைத்தார். இந்தத் திட்டத்தை அறிமுகம் செய்த காலத்தில் இந்த கம்யூனிஸ்ட் இதையும் கேலி செய்தனர். இது வரிப்பணத்தை வீணாக்கும் வேலை என்று எல்லாப் பத்திரிகைகளிலும் இடதுசாரி சிந்தனையாளர்கள் இந்தத் திட்டத்தை விமர்சித்து எழுதினர். பொதுவாகவே ஹிந்துத்துவா மீது இருக்கும் வெறுப்பு காரணமாக பி.ஜே.பி. முன்வைக்கும் எந்தத் திட்டமும் கம்யூனிஸ்ட் மத வெறியர், பிரிவினைவாதக் கும்பல்களால் இங்கே கேலி செய்யப் படுவது வாடிக்கை. ஆனால் இன்று? வாஜ்பாயின் தங்க நாற்கரத் திட்டம் இன்று மாபெரும் வெற்றித் திட்டமாக மிளிர்கிறது.

புல்லட் ரயில் திட்டமும் அதுபோல் வெற்றி பெறும்.

ஏழைகள் வரிப் பணத்தில் இந்த புல்லட் ரயில் திட்டம் செயல் படுத்தப்படப்போகிறதா?

நிச்சயமாகக் கிடையாது.

வாஜ்பாய் அரசு பெருந்திட்டங்கள் செய்வதற்கு ஒரு நல்ல வழியை நம்மிடம் கொடுத்துச் சென்றுள்ளது. அது: தனியார் நிறுவனங்களே வாருங்கள்... கட்டுங்கள், வசூல் செய்யுங்கள். பின்னர் மக்களுக்குக் கொடுத்துவிடுங்கள்... இதுதான் அந்தத் திட்டத்தின் அடிப்படை.

உதாரணத்துக்கு திருச்சி - திண்டுக்கல் நெடுஞ்சாலையை எடுத்துக் கொள்ளுங்கள். அது தனியார் நிறுவனமான ரிலையன்ஸ் தனது கட்டுமான நிறுவனம் தன் சொந்தப் பணத்தை முதலீடு செய்து கட்டிகொடுத்து, அதற்கான தொகையை அந்த நெடுஞ்சாலையைப் பயன்படுத்தும் வாகனங்களிடம் இருந்தே சுங்கச் சாவடி (Toll gate) வைத்து வசூல் செய்து கொள்ளவேண்டும். வசூல் ஆனதும் ரிலையன்ஸ் நிறுவனம் சுங்கச்சாவடியை மூடிவிட்டு மக்களுக்கு இலவசம் ஆக்கிவிடும். இது தான் கட்டுங்கள் - வசூல் செய்யுங்கள் - இலவசம் ஆக்குங்கள் திட்டம்.

இது தொடர்பான கூடுதல் தகவல்களுக்கு இந்திய தேசிய நெடுஞ்சாலை நிறுவனத்தின் இணையதளத்துக்குச் செல்லுங்கள். அதில் Project Name: 4-Laning of Trichy-Dindigul Section, NH-45 தேடவும். மொத்த மதிப்பு : 576 crores, கட்டுமான நிறுவனம்: Reliance Infrastructure Ltd என்று ஆரம்பித்து அனைத்து விவரங்களும் கிடைக்கும்.

ஆக, முதலீடு தனியார் நிறுவனம் மூலம் செய்யப்படும். யார் பயன்படுத்துகிறார்களோ அவர்களைக் கொண்டுதான் இந்த விதமான திட்டங்களுக்கு ஆகும் செலவுகளை அரசு வசூல் செய்து திரும்பக் கொடுக்கும். அரசுக்கு வேறு எந்தப் பங்கும் இல்லையா என்றால், உண்டு. அரசின் ஒரு பங்கு முதலீடு இருக்கும் அது நிலம் வாங்கிக் கொடுப்பது போன்ற அடிப்படைத் தேவைகளுக்கு மட்டுமாக இருக்கும்.

அதேபோல் தான் இங்கே இருக்கும் விமான நிலையங்களைப் பெரும்பாலும் GMR Group தான் கட்டித் தந்திருப்பார்கள். அதில் அவர்கள் போட்ட முதலீட்டை விமான நிறுவனங்களிடம் வசூலிக்கும் வாடகை, அதில் இருக்கும் கடைகள் என்ற பலவழிகளில் வசூல்

செய்துகொள்வார்கள். ஒரு கட்டத்தில் அது மக்கள் பயன்பாட்டுக்கு முழுமையாக இலவசமாகிவிடும்.

இப்படித்தான் இந்த புல்லட் ரயில், விமான நிலையங்கள், மெட்ரோ ரயில்கள், தேசிய நெடுஞ்சாலை, அதிவேக நெடுஞ்சாலைகள் என்று அனைத்தும் தனியார் பங்களிப்பும் அரசின் கண்காணிப்புமாகச் செயல்படும். இந்த வழிமுறைக்கு இந்தியாவில் வித்திட்டவர் நமது ஆகச் சிறந்த தேசியவாதி பிரதமர் வாஜ்பாய்.

ஒரு சின்ன விஷயம்: கேரளாவில்-கொச்சி நகரத்தில் L&T நிர்வாகம் கட்டிக்கொடுத்துள்ள மெட்ரோ ரயில் அண்மையில் திறக்கப்பட்டது. இதில் முக்கியமான விஷயம் என்னவென்றால் 2015-ல் பினராய் விஜயன் தலைமையில் கம்யூனிஸ்ட் கட்சி மெட்ரோ பணியை நடக்கவிடாமல் 'கார்ப்பரேட் எதிர்ப்பு' என்று 10 நாட்கள் போராட்டம் நடத்தினர். அதில் நிறுவனத்துக்கு 8 கோடி வரை இழப்பு ஏற்பட்டது. ஆனால், மீண்டும் பணியை வேகப்படுத்தி அந்தக் கட்டுமான வேலையை அந்த நிறுவனம் 10,000க்கும் மேலான வேலையாட்களைக் கொண்டு செய்து முடித்தது. ஆனால் செய்தி எப்படி வந்தது தெரியுமா: 'முதல்வர் பினராய் விஜயன் எளிமையாக மெட்ரோவில் பயணம் செய்தார்'- என்று! அந்தச் செய்தி படித்ததும் வேதனை கலந்த சிரிப்புதான் வந்தது. மக்களை முட்டாள் ஆக்குவதில் கம்யூனிஸ்ட் திமுக, திக, இவர்களை மிஞ்ச ஆள் இல்லை.

எனவே, திட்டம் செயல்படுத்தும்விதத்தில் புரிதல் இல்லாததால் இந்தக் கேள்வி எழுகிறது. GMR Group, Jaiprakash Associates Ltd, Larsen -Toubro Ltd என்று இந்திய அடிப்படைக் கட்டுமான நிறுவனங்கள் பல உள்ளன. இவை எடுக்கும் project விவரங்களை எடுத்துப் படிக்கவும். அது உங்களுக்கும் உங்கள் குழந்தைகளுக்கும் நல்லது. அப்போதுதான் நாட்டின் கட்டமைப்பை மேம்படுத்துவதில் இருக்கும் அரசு என்னவிதமான வழிமுறைகளைக் கையாள்கின்றன என்பதும் உங்களுக்கும் அதில் இருக்கும் வர்த்தக ஆதாயங்கள் என்ன, வாய்ப்புகள் என்ன என்பதும் புரியும்.

இதில் எழும் துணை கேள்வி - சுங்கச்சாவடி மூலம் தனியார் நிறுவனங்கள் அதிகம் வசூல் செய்கின்றனவே?

ஆம், வாஜ்பாய் அரசு அமைத்த நெடுஞ்சாலைகளில் அதற்குப் பின் வந்த காங்கிரஸ் கடந்த 10 வருடத்தில் முறையாகச் செயல் படவில்லை. தனியார் வசூல் செய்த பணத்தை முறையாகக் கண்காணித்திருந்தால் இந்தக் கேள்வி எழுந்திருக்காது. ஆனால்

மோதி வந்த பின் வசூல் ஆகும் விவரங்கள் அனைத்தும் வெளிப்படையாக வெளியிட ஆணை பிறப்பிக்கப்பட்டுள்ளது. RFID மூலம் வாகனங்கள் கட்டும் கட்டண விவரங்கள் அனைத்தும் கணினிமயப்படுத்தப்பட்டுள்ளன. தனியார் நிறுவனம் செலவிட்ட தொகையும் அவர்கள் எதிர்பார்த்த லாபமும் வசூல் ஆகிவிட்ட அனைத்து சுங்கச்சாவடிகளையும் இலவசமாக்கிவிட உத்தரவு கொடுக்கப்பட்டுள்ளது.

2015-ல் மட்டும் 125 சுங்கச் சாவடிகள் மூடப்பட்டுள்ளன. ஒவ்வொரு வருடமும் தெளிவான கணக்கு விவரங்களை வெளியிடுகிறது மோதி அரசு. இதனால்தான் அவர் அடிக்கடித் தன் பேச்சில் கூறுகிறார் 'வெளிப்படையான அரசு நிர்வாகம் கொடுக்கவே நாங்கள் முயற்சிக்கிறோம்' என்று. புரிந்துகொள்ள முயற்சி எடுத்தால் எல்லா விவரமும் உங்களுக்குத் தெளிவாகக் கிடைக்கும்.

சரி முக்கியமான விஷயத்துக்கு வருவோம். புல்லட் ரயில் நமக்குத் தேவையா?

புல்லட் ரயில் மட்டும் அல்ல; நாட்டின் அனைத்துப் போக்கு வரத்துகளையும் வேகப்படுத்த என்னென்ன நவீன வழிகள் இருக்கின்றனவோ அவற்றையெல்லாம் தேடி அமல்படுத்துவது பிஜேபியின் முக்கிய இலக்காக இருக்கிறது. அது மாநில ஆட்சியில் இருந்தாலும் சரி - மத்திய ஆட்சியில் இருந்தாலும் சரி பிஜேபியின் முத்திரைத் திட்டமாக அது இருக்கிறது. அது எதனால் என்று நாம் கொஞ்சம் கட்சி சார்பில்லாமல் தெரிந்துகொள்வோம்.

நாட்டின் போக்குவரத்து என்பது ரயில், பஸ்-லாரி, கப்பல், விமானம் என்ற நான்கு அடிப்படைகளில் இருக்கின்றன. இந்த நான்கிலும் மோதி பிரதமரான பிறகு ஏராளமான திட்டங்கள் அறிவிக்கப்பட்டுள்ளன.

Ministry of Rural Development Annual Report, 2016-17 ஆண்டு கொடுத்த அறிக்கையைக் கொஞ்சம் அதற்கு முந்தைய ஆண்டுகளுடன் ஒப்பிடுங்கள். உண்மை தெரியும். 2011 முதல் 2013 வரை Pradhan Mantri Gram Sadak Yojana திட்டம் மூலம் ஆண்டுக்கு சுமார் 30,000 கிமீ சாலைகள் போடத் திட்டமிடப்பட்டது. ஆனால் சராசரியாக 26,824 கிமீ சாலை மட்டுமே அமைத்தனர். அதுவே பெரும் சாதனைபோல் சொல்லிக்கொண்டனர். ஆனால் மோதி ஆட்சிக்கு வந்த பின் - 36,337 கி.மீ முதல் வருடம், இரண்டாவது வருடம் 36449 கி.மீ. சாலை போடப்பட்டன. இது திட்டமிடப் பட்டதைவிட சுமார் 20%அதிகம். மூன்றாவது வருடம் 45,000

கி.மீ.க்கும் மேல் செல்ல இலக்கு நிர்ணயமும் செய்தனர். எனவே, போக்குவரத்தை விரைவுபடுத்தும் வேலையை மிகத் தீவிரமாக எடுத்திருக்கிறார் மோதி.

ஒரு நாட்டின் போக்குவரத்து முறையில் ஒழுங்கும் வேகமும் எந்த அளவுக்கு முன்னேற்றம் காணுமோ அந்த அளவுக்கு வளர்ச்சி என்பது சீராக நாட்டின் எல்லாப் பகுதிகளுக்கும் தளங்களுக்கும் சென்று சேரும். இது அசைக்க முடியாத, நிரூபணமான உண்மை.

ஹிட்லர் ஜெர்மனியைப் பெரும் வல்லரசாக ஆக்க எது காரணம் தெரியுமா?

பொருளாதார ஆய்வாளர் Nico Voigtlaender(University of California, Los Angeles) கொடுக்கும் தகவல்படி ஹிட்லர் ஜெர்மனியை ஆட்சி செய்த காலத்தில் ஜெர்மனியின் Autobahn (Bundes autobahnen) என்ற அமைப்பு 1933-1934களில் உருவாக்கிய நெடுஞ்சாலைகளைக் கொண்டு அனைத்து நகரங்களையும் இணைப்பது - அதன் மூலம் போக்குவரத்தை விரிவுபடுத்துவது - வேலைவாய்ப்பைக் கூட்டுவது (1,25,000 பேருக்கு வேலைவாய்ப்பை உருவாக்கிக் கொடுத்தது இந்தத் திட்டம்) என்ற முன்னெடுத்த திட்டம்தான் ஹிட்லர் ஆட்சியில் குறைந்த காலத்தில் ஜெர்மனி மிகப் பெரிய வல்லரசாக மாறியதற்கு முக்கிய காரணம் என்கிறது. நீங்கள் எந்த ஆய்வு அறிக்கையை எடுத்தாலும் ஹிட்லர் போக்குவரத்தை விரைவுபடுத்தச் சிந்தித்ததுதான் அந்த நாட்டின் பொருளாதாரம் வேலைவாய்ப்பு பெருகக் காரணம் என்று கூறும் (ஹிட்லரின் யூதப் படுகொலை வன்மையாகக் கண்டிக்கப்படவேண்டியதுதான். ஆனால், அவருடைய பொருளாதார, நிர்வாகச் செயல்பாடுகளில் ஒரு தெளிவும் செய்நேர்த்தியும் உண்டு என்பதை மறுக்க முடியாது).

போக்குவரத்தின் முக்கியத்துவத்தை உணர எளிமையான எடுத்துக்காட்டு :

இப்போது தமிழகத்தின் தலைநகரமான சென்னைக்கு மாநிலத்தின் பிற பகுதியில் இருந்து வந்துபோக சிரமமாக இருக்கிறது. உதாரணமாக, நாகர்கோவிலில் இருக்கும் ஒருவர் தலைநகரில் ஒரு முக்கிய பணிக்காக வரவேண்டுமென்றால் அரை நாள் பயணத்துக்கே செலவிடவேண்டியிருக்கும் (ரயில்). ஒரு பூ வியாபாரி அல்லது ஒரு தேயிலை தோட்டம் வைத்துள்ள முதலாளி என்றால் தன் பொருட்களைச் சந்தைப்படுத்த நகரங்களுக்கு அந்தப்

பொருட்களைக் கொண்டு சென்றாகவேண்டும் (நெடுஞ்சாலை). அது அந்த உற்பத்தியாளரால் முடியாத காரணத்தால்தான் இடைத்தரகர்கள் உள்ளே அதிகம் வருகிறார்கள். அவர்கள் தமது சேவைக்கு அதிகக் கட்டணம் வசூலிப்பதால் நுகர்வோருக்கு அதிக விலை கொடுக்கவேண்டி வருகிறது. கிராமத்தில் ஐந்து ரூபாய்க்கு விவசாயியிடமிருந்து கொள்முதல் செய்யப்படும் ஒரு காயை நகரத்தில் நாற்பது ரூபாய் கொடுத்து வாங்க வேண்டி வருகிறது.

ஒரு மணி நேரத்தில் மதுரை - பெங்களூர் - சென்னை என்று பெரு நகரங்களுக்கு கிராமங்களில் இருந்து சென்று வர முடியும் என்றால் விவசாயி நேரடியாகத் தன் வாடிக்கையாளர்களுக்கு இருபது ரூபாயில் அந்தப் பொருளைக் கொடுக்கமுடியும். இதனால் விவசாயிக்கும் வருமானம் பெருகும். நுகர்வோருக்கும் குறைந்த விலையில் பொருள் கிடைக்கும். அல்லது, நகரத்தில் தேவை உள்ளவர்கள் கிராமங்களுக்கு எளிதில் விரைவில் சென்று பொருட்களை மலிவாகத் தரமாக வாங்கிக் கொள்ளமுடியும். சிறுவியாபாரிகள் கூடக் கிராமங்களுக்குச் சென்று தங்கள் விற்பனையைப் பெருக்கிக் கொள்ளமுடியும். இந்த அனைத்துக்கும் அடிப்படை நல்ல நெடுஞ்சாலை!

மீண்டும் தெளிவாகப் புரிந்துகொள்ளுங்கள்: நகர மக்களுக்குக் கிடைக்கும் வசதி வாய்ப்புகளைக் கிராம மக்களுக்கும் கிடைக்க வழி செய்வது போக்குவரத்துதான். அதுபோலவே புல்லட் ரயில் வந்துவிட்டால் பெரு வர்த்தகர்கள், பெரு நிறுவன அதிகாரிகள், உற்பத்திப் பொருட்கள் என அனைத்தும் எளிதில் விரைவில் பயணத்தை முடித்து எஞ்சும் நேரத்தை ஆக்கபூர்வமாகத் தொழில் வளர்ச்சியில் பயன்படுத்த வழிபிறக்கும். வேலை வாய்ப்புகள் பெருகும். கட்டுமான வசதிகள் பெருகும். பெரு நகரங்களில் மக்கள் நெருக்கம் குறையும்.

இந்தியாவில் கோயம்புத்தூரில் உற்பத்தியாகும் மெக்கானிகல் சாதனங்கள் கொல்கத்தாவுக்கும் - ராஜஸ்தான் ஜெய்பூர் பக்ரு பிரிண்டட் சேலைகள் சென்னைக்கும் - ராமநாதபுரம் சீலா மீன்கள் மதுரைக்கும் - திருபுவனம் பட்டுச் சேலைகள் டெல்லிக்கும் - சிவகாசி பட்டாசுகள் மும்பைக்கும் - திருப்பூர் பனியன் உற்பத்திப் பொருட்கள் கொச்சிக்கும் - இப்படி உற்பத்தியாகும் பொருட்கள் நாட்டின் ஒருபகுதியில் இருந்து இன்னொரு பகுதிக்குச் செல்ல 40 வருடங்களுக்கு முன்னர் 20 நாட்கள் ஆகும் என்றால் இன்று வெறும் 5 நாட்களில் சென்று சேர்வதற்கு வாஜ்பாய் என்ற மனிதரின் லட்சியத் திட்டமான தங்க நாற்கரச்சாலை திட்டம்தான் காரணம்.

இதை மோசமான திட்டம் என்று விமர்சித்த தவ்லீன் சிங் போன்ற இடதுசாரி பத்திரிகையாளர்கள் இப்போது எங்கே?

இன்று ஒவ்வொரு செக்போஸ்டிலும் நிற்க வேண்டிய அவசியம் இல்லாமல் சரக்கு வாகனங்கள் விரைந்து செல்லவேண்டும் என்று GST மூலம் அதையும் எளிமையாக்கி விட்டார் மோதி. இது எல்லாம் அவர் தன் சொந்த நலனுக்காகச் செய்கிறார் என்று நீங்கள் நம்புகிறீர்களா? இப்படிப் பேசும் பேச்சு எல்லாம் சுத்த முட்டாள்தனம். நல்ல நிர்வாகிகளுக்கு நாம் அங்கீகாரம் கொடுக்க வில்லை என்றால் நாளை மக்களாகிய நாம் தான் கஷ்டப்பட வேண்டியிருக்கும்.

ஒரு பெரும் நகரம் தன்னை மையமாகக்கொண்டு 200 கிலோ மீட்டர் சுற்றியுள்ள அனைத்து ஊர் மக்களும் எளிமையாக வந்து செல்லும் வண்ணம் போக்குவரத்துக் கட்டமைப்பைக் கொண்டதாக இருந்தால் மட்டுமே நன்மை. அது அதனைச் சுற்றியுள்ள மக்கள் நகரத்தில் சென்று குடியேறுவதை அவசியமில்லாமல் ஆக்கும். இரண்டாம் நிலை நகரங்கள், கிராமங்கள் ஆகியவையும் முன்னேற்றம் காணும். அதற்கு மிக முக்கியமானது இந்தப் போக்குவரத்து.

திராவிடக் கட்சிகளிடம் பொறுப்பைவிட்டால் என்ன செய்வார்கள் தெரியுமா? ஒவ்வொரு சுங்கச் சாவடிக்கும் ஒரு 5% கமிஷன் வாங்கித் தன் மனைவிகள், குழந்தைகள், பங்காளிகள் பெயரில் சொத்துக் குவித்து இருப்பார்கள். மோதியின் சொத்து என்ன... அவருடைய குடும்ப உறுப்பினர்களின் சொத்து என்ன என்று பார்த்துவிட்டுத் தனி மனித விமர்சனத்தை முன்வைக்கப் பழகுங்கள். மோதி முதல்வராவதற்கு முன் அவருடைய குடும்ப உறுப்பினர்கள் என்ன சாதாரண வேலை பார்த்து வந்தார்களோ அதே வேலையைத்தான் இன்றும் செய்து வருகிறார்கள். அதற்கு முன் அவர்களுக்கு என்ன சொத்து இருந்ததோ அதுதான் இப்போதும் இருக்கிறது. கருணாநிதி முதல்வர் ஆவதற்கு முன் இருந்த சொத்தைவிட இப்போது பல ஆயிரம் மடங்கு சொத்து அந்த ஒற்றைக் குடும்பத்திடம் சேர்ந்துகிடக்கிறது. பேரன்கள், கொள்ளுப் பேரன்கள் வரை கோடீஸ்வரர்களாக இருக்கிறார்கள். எல்லாம் தமிழக மக்களிடமிருந்து கொள்ளையடித்த பணம். எனவே, உண்மையான திருடர்களை இனம் கண்டுகொள்ளுங்கள்.

அடுத்ததாக, ஹிந்துத்துவா வெறுப்பைக் கைவிடுங்கள். RSS கொடுத்த அற்புதமான மனிதர் வாஜ்பாய்தான் நாடு கண்ட மிக

அற்புதமான பிரதமர். அவர் தான் அப்துல்கலாமைத் தகுந்த உயரத்தில் வைத்தவர். பொய் பிரசாரங்களால் இன்று ஹிந்துத்துவாவின் உண்மையான சாதனைகள் மக்களைச் சென்று சேராததுதான் தமிழகத்தின் மிக முக்கிய பிரச்னை.

சினிமா நடிகர்களிடம்போய் இஸ்ரோ பற்றியும் - நீட் தேர்வு பற்றியும் விளக்கம் தேடும் விந்தையான சமூகம் உலகத்தில் இருக்கும் என்றால் அது ஒன்று தமிழகம். இன்னொன்று ஆந்திரா. ஆந்திராவுக்கு சந்திரபாபு நாயுடுபோல புத்திசாலிகள் கிடைத்துவிட்டனர். ஆனால் இங்கே? கொஞ்சம் கஷ்டம்தான்.

இறுதியாக : நாட்டின் வளர்ச்சியைத் தயவுகூர்ந்து வெவ்வேறு துறைகளுடன் ஒப்பிட்டு முடிவுசெய்யாதீர்கள்.

அதாவது, நீங்கள் அனைவரும் செய்யும் தவறான ஒப்பீடு எது என்றால் இஸ்ரோவை - விவசாயத்துடன் ஒப்பிடுவது; விமான போக்குவரத்து - அணுஉலை அமைப்பது - இணையம் துறைமுகம் என்று நாட்டின் அடிப்படை வளர்ச்சியைக் கொண்டுபோய் ஏழை விவசாயி, பிச்சை எடுப்பவர், அனிதா மரணம் போன்ற விவகாரங் களுடன் முடிச்சுப்போட்டுப் பேசுவது மிகப் பெரிய தவறு. வெறுப்பு உணர்ச்சியைத் தூண்டிவிடும் வில்லங்கமான பேச்சு.

இப்படி மலினமான முறையில் உணர்வுகளைத் தூண்டிவிடும் இடதுசாரிப் பொருளாதாரப் பார்வையை விட்டுக் கொஞ்சம் வலதுசாரிகள் என்ன சொல்கிறார்கள் என்று கேட்கும் பக்குவத்துக்கு வாருங்கள். உண்மைகள் எளிதில் புரியும்.

●

40,000 ரொஹிங்கியா முஸ்லிம்களை நாடுகடத்த பி.ஜே.பி. அரசு முடிவு செய்திருப்பது அநீதி இல்லையா?

- விஜயா, ராஜேஷ்

இந்த விவகாரத்தைக் கொண்டு இஸ்லாமியருக்கு எதிரான தன் குணத்தை பிஜேபி காட்டுவதாகச் செய்யப்படும் விஷமப் பிரசாரங்கள் அனைத்துக்கும் இங்கு பதில் சொல்கிறேன்.

‘வழக்கம்போலக் குழந்தைகள் படத்தை வெளியிட்டு அனுதாப அலையை எழுப்பித் தப்பிக்கப் பார்க்கிறார்கள் தீவிரவாதிகள்’.

இதை நான் சொல்லவில்லை. அமைதிக்கான நோபல் பரிசு பெற்ற இன்றைய மியான்மர் அரசின் தலைவர் ஆங் சான் சூ கீ

மறைமுகமாகக் கூறுகிறார். இவர் 15 வருடங்களுக்கு மேலாக வீட்டுச் சிறையில் இருந்தவர். அகிம்சை வழியில் பொறுமையாகப் போராடியவர். ஒரு பெண் போராளி. இருந்தும் இந்த ரொஹிங்கியா முஸ்லிம்கள் விஷயத்தில் ஏன் ராணுவ நடவடிக்கைக்கு ஆதரவாக நிற்கிறார் என்று யாரும் யோசிக்கவில்லையே?

முதலில் கண்ணை மூடிக்கொண்டு ஊடகங்களை நம்புவதை நிறுத்துங்கள். இன்றைய காலத்தில் ஊடகங்கள் ஒரு கோடி ரூபாய் கொடுத்தால் போதும்; விளம்பரம் ஒளிபரப்புவது போலச் செய்தியை ஒளிபரப்பத் தயார். Al Jazeera போன்ற செய்தி நிறுவனத்தை எல்லா நாடுகளிலும் தடை செய்யவேண்டும். எனவே, நீங்களே நேர்மையாக இந்த விவகாரத்தின் பின்புலத்தைத் தேடவும்.

பர்மாவின் ரொஹிங்கியா பிரச்னைக்கும் நம் தேசத்துக்குமான தொடர்பு என்ன? சுருக்கமான அறிமுகம்.

2014 நவம்பர் மாதம் தேசியப் புலனாய்வு மையம் (NIA) ஹைதராபாத் நகரில் காலித் மொஹமத் என்பவனைக் கைது செய்தது.

குற்றம்: சர்வதேசத் தீவிரவாதக் குழுக்களுடன் தொடர்பில் இருந்தது, இந்தியாவில் பங்களாதேஷ் எல்லைகளில் தீவிரவாதிகளுக்குப் பயிற்சி கொடுத்தது.

அவனிடம் நடந்த விசாரணையில்தான் தெரிந்தது அவன் இந்தியன் அல்ல, ரொஹிங்கியா முஸ்லிம். இவன் எப்படி இந்தியன் ஆனான்?

16 அரசு ஆவணங்கள் இவனிடம் இருந்தன. அது எப்படி?

வளர்ந்த நாடுகள்கூட, அகதிகளை இப்போது வரவேற்பதில் மிகுந்த தயக்கம் காட்டுகின்றன. அகதிகளுக்கு அடைக்கலம் கொடுப்பது ஒரு மனிதாபிமான விஷயம். ஆனால், பிரச்னை எப்போது வருகிறது என்றால், அப்படி உதவும் நாடுகள் மீதே தாக்குதல்கள் நடத்தப்படும்போதுதான்.

இந்தியா மட்டும் அல்ல; கடந்த 7வருடங்களில் ஐரோப்பிய தேசம் முழுவதும் பெரிய அளவுத் தாக்குதல்களைத் தினம் தினம் எதிர்கொள்கிறார்கள். அதில் பல இந்த அகதிகளாகத் தஞ்சம் அடைந்த மக்களால் நடத்தப்படுவதாகப் புள்ளிவிவரங்கள் கிடைத்துள்ளன. அந்த நாடுகள் என்ன செய்யவேண்டும் என்று நினைக்கிறீர்கள்?

இதன் காரணமாகத்தான் அமெரிக்கா பெரிய அளவில் அகதிகள் விஷயத்தில் கண்டுகொள்வதில்லை.

பிஜேபி இதில் மதம் பார்க்கவில்லை என்பதை நன்கு புரிந்து கொள்ளவும். நம் நாட்டில் 40,000 ஆஃப்கன் அகதிகள் உள்ளனர். இந்தியா என்றுமே அவர்களை உடனடியாகக் காலி செய்ய விரும்பவில்லை.

ஸ்ரீலங்கா அகதிகளாக தமிழகம் வந்த இலங்கை தமிழர்கள் கூடத் திருப்பி அனுப்பும் வேலை நடக்கவேசெய்கிறது. மண்டபம் முகாம் போய் பாருங்கள்... 30,000க்கும் மேல் இலங்கை தமிழர்கள் மீண்டும் தங்கள் சொந்த நாட்டுக்குத் திரும்ப இந்தியா உதவியுள்ளது.

திபெத்திய அகதிகள் 80,000 பேர் இருக்கிறார்கள். இவர்களால் பிரச்னை இல்லை இன்றுவரை. 1959களில் இருந்து இங்கேதான் இருக்கிறார்கள். ஆனால், இந்தியச் சட்டத்தை மதித்து நன்றிக்கடனுடன் நடந்துகொள்கிறார்கள். உண்மையில் திருப்பி அனுப்பும் தேவை எங்கே வருகிறது என்றால் 'இந்த அகதிகள் அடைக்கலம் தந்த தேசத்துக்கு விசுவாசம் இல்லாத வேலைகளில் இறங்கும்போதுதான்'.

ரொம்ப தூரம் எல்லாம் வேண்டாம்... இங்கே நத்தம்-ஆம்பூர் - திண்டுக்கல்- ராமநாதபுரம் செல்லுங்கள். அங்கே வெளி மாநில இஸ்லாமியர் நடமாட்டம் நன்கு தெரியும். போதுமான பாதுகாப்பு இங்கே அவர்களுக்குக் கிடைக்கிறது. இது அபாயகரமான விஷயம்.

மீண்டும் மியான்மர் விவகாரம் உள்ளே செல்வோம்;

ஏன் மியான்மரில் இந்த பிரச்னை உருவானது?

மியான்மர் அரசுப்படைக்கும் - மியான்மரில் அதிக முஸ்லிம்கள் வாழும் வட பகுதியில் இருக்கும் ஜிகாத் - முஜாகிதீன்களுக்கும் பிரச்னை உண்டு. முஜாகிதீன்களுக்கு பாகிஸ்தான் துணை உண்டு. 1960-களில் இருந்தே பிரச்னை உண்டு. ஆனால், பெரிதாக இது வளரவில்லை.

சவுதி அரேபியாவில் பின்லேடன் அல்கைதா தீவிரவாதக் குழுவை ஆரம்பித்து - நம் காஷ்மீர் உட்பட - உலகம் முழுவதும் எங்கெல்லாம் இஸ்லாமியர் பெரும்பான்மையாக உள்ளனரோ அங்கு எல்லாம் தனி நாடு கேட்டுப் போராட்டத்தைத் தூண்டிய நாள் முதல் இந்த மியான்மரில் ரொஹிங்கியா பகுதியில் ஒரு

கூட்டம் தனி நாடு கோஷத்துடன் Rokhine State முன்வைத்துப் புனிதப்போர் (வழக்கம்போல) என்று மத உணர்வைத் தூண்டித் தீவிரவாத நடவடிக்கைகள் ஆரம்பம் ஆனது.

ஜாஃபர் கவால் Rohingya Liberation Party -யை 1990களில் உருவாக்கிப் புனிதப் போருக்கு அழைப்புவிடுத்தானே அப்போது எங்கே போயிருந்தனர் மனித நேயக் காவலர்கள்? Rohingya Patriotic Front என்று பல குட்டி குட்டித் தீவிரவாதிகள் எல்லாம் சேர்ந்து Rohingya Solidarity Organisation என்று ஒன்றுபட்டு இந்த மியான்மர் அரசின் ராணுவத்தை எதிர்த்துப் புனிதப்போர் அறிவித்தனர். அப்போது இவர்களையோ இவர்களுக்கு ஆதரவு கொடுத்த இஸ்லாமிய நாடுகளையோ எதிர்த்து எந்த நாடும் வாய் திறக்கவில்லையே?

மிக முக்கியமாக, உலக நாடுகளின் கவனத்தை எப்போது இந்த ரோஹிங்கியா முஸ்லிம்கள் பிடித்தார்கள் தெரியுமா? இன்று அல்ல 2008களில் தொட்டே இவர்கள் கொஞ்சம் பிரபலம். எதற்குத் தெரியுமா? மனித வெடிகுண்டாகப்போய் பல உயிர்களைக் கொல்வதில்!

ஆஃப்கனில் நடக்கும் பெரும்பாலான மனித வெடிகுண்டு தாக்குதலுக்கு இந்த மியான்மர் முஸ்லிம்கள்தான் காரணம் என்ற விவரம் வெளிவந்தபோதுதான் இவர்களை உலகம் முதலில் அறிந்தது. அதிர்ந்தது.

அதாவது, இஸ்லாமியத் தீவிரவாதக் குழுக்கள் தங்களுடைய தற்கொலைத் தாக்குதல் படைக்குத் தேவையான ஆட்களை இந்த ரொஹிங்கியா பகுதியில் வேலைவாய்ப்பு முகாம் நடத்திக் கூட்டிச் சென்று கொல்கிறார்கள் என்ற உண்மை வெளிவந்த நாள் தான் இந்த ரொஹிங்கியா முஸ்லிம்கள் உலக நாடுகள் கவனத்துக்கு வந்தார்கள்.

இதை வேலைவாய்ப்பு முகாம் என்று நான் கேலி செய்வதாக நினைக்கவேண்டாம். இப்படிப் போகும் ஜிகாத் போராளிகளுக்கு சம்பளம் மாதம் 175 $ முதல் 500 $ வரை கிடைக்கும். இறந்து விட்டால் அவர்கள் குடும்பத்துக்கு 3 லட்சம் முதல் 4 லட்சம் வரை நிதி வழங்கப்படும். அப்படியானால், இது வேலைவாய்ப்பு முகாம்தானே? வேலைவெட்டியில்லாமல் சும்மா சுற்றித் திரியும் நபர்கள் எல்லாம் புனிதப் போராளி என்ற போர்வையில் ஆஃப்கனில் போய் அந்த நாட்டை நாசம் செய்தனர்.

வழக்கம்போல இந்த வேலையில் இடைத்தரகராக பாகிஸ்தான் ராணுவம் முழு ஆதரவு அளித்தது. ஆதாரம் வேண்டும் என்றால்

ஸ்வீடன் பத்திரிகையாளர் Bertil Lintner மேற்கொண்ட ஆய்வுகளின் அறிக்கையை முழுமையாகத் தேடிப் படிக்கவும். CNN பல ஆதாரங்களை வீடியோவாகவே வெளியிட்டது. தாராளமாகத் தேடுங்கள் இவர்கள் லட்சணம் புரியும்.

இவர்கள் முயற்சிக்கு உலக இஸ்லாமிய நாட்டுச் செல்வந்தர்களின் நன்கொடை கிடைக்க Arakan Rohingya Salvation Army புனிதப் போர் அறிவிக்கப்பட்டது (2016). மியான்மர் முழுவதும் நடக்கும் பெரும்பாலான தீவிரவாதத் தாக்குதலுக்குக் காரணம் Rohingya Solidarity Organization ஐச் சேர்ந்த இளைஞர்கள்தான்.

ஒரு நாட்டில் இஸ்லாமியரின் கொஞ்சம் எண்ணிக்கை அதிகமானதும் தனிநாடு, புனிதப் போர் என்று கூப்பாடு போடவேண்டியது... அந்த நாடு இரும்புக்கரம் கொண்டு தேவையான நடவடிக்கை எடுத்தால் ஐயோ மக்கள், அகதிகள், குழந்தைகள் கொல்லப்படுகிறார்கள் என்று பரப்பிவிட்டு அனுதாபம் மூலம் தப்பிக்கும் வேலையில் இறங்குவது... மனிதத் தன்மையும் மானமும் இல்லாத ஜிகாத் போராளிகளுக்கு இது கை வந்த கலையாகிவிட்டது.

அதற்காக மொத்த ரொஹிங்கியா இஸ்லாமிய மக்களையும் நாம் தீவிரவாதி என்று கூற முடியுமா?

கட்டாயம் முடியாதுதான். ஆனால் ஏன் மியான்மர் புத்த மக்கள் இஸ்லாமிய மக்களை வெறுத்துத் தாக்குதல் நடத்த வேண்டும் என்று நாம் சிந்திக்கவேண்டும். ஒரு பக்க மக்கள் சொல்லும் விஷயத்தை மட்டும் நாம் எடுத்துக்கொள்ளக்கூடாது.

மியான்மர் மக்களுக்கு இப்படித் தொடர் தீவிரவாதப் பிரச்னைகளால் வெறுப்பு இருப்பது உண்மை. ஆனால், அது எங்கே இவர்களை விரட்டி அடிக்கும் அளவுக்குக் கோபமாகிறது என்று நாம் கொஞ்சம் பொறுமையாகத் தேடிப் பார்க்கவேண்டும்.

'2016 நவம்பரில் 500க்கும் மேற்பட்ட ரொஹிங்கியா இஸ்லாமியர்கள் ஒன்று சேர்ந்து 2 காவல் அதிகாரிகளை அடித்துக் கொலை செய்தது தான் உள்நாட்டுக் கலவரமாக வெடிக்கக் காரணம்'.

ஒரு மதத்தைச் சேர்ந்த 500 பேர் சேர்ந்து வேறொரு மதத்தைச் சேர்ந்த சிலரை அடித்து, மிதித்துக் கொலை செய்தால் அவர்களைப் பழிவாங்கவேண்டும் என்று இன்னொரு மதத்தினர் கிளம்புவதை எப்படித் தடுக்க முடியும்? சும்மா இங்கே உட்கார்ந்து கொண்டு வசனம் பேசலாம். ஆனால் தொடர் நிகழ்வுகளின் வெளிப்பாடாக

உருவாகும் மதக் கலவரங்களுக்குப் பின்னால் இருக்கும் காரணங்களை நாம் யோசிக்கவேண்டும்.

நம் காஷ்மீரில்கூடச் சென்ற ஜூன் மாதம் Jamia மசூதி முன் வைத்து Muhammed Ayub Pandit என்ற ஒரு போலீஸ் அதிகாரியை 200 முஸ்லிம்கள் ஒன்று சேர்ந்து அடித்துக் கொலை செய்தது நினைவிருக்கும் என்று நம்புகிறேன். இது எல்லாம் எத்தனை காலம்தான் பொறுத்துக்கொள்ளப்படும்.

ரொஹிங்கியா முஸ்லிம்கள் மியான்மரில் நடத்திய எந்தக் கலவரமும் இன்று விவாதமாகப் பேசப்படுவது இல்லை. அவர்கள் 24 போலீஸ் நிலையங்களை நாசமாக்கி அதில் 72பேரைக் கொலை செய்த அட்டூழியம் போன்றவை இன்று அப்படியே மறைக்கப் படுவது தவறு. நேர்மையாக இருபக்க நியாய தர்மத்தை நாம் கேட்க வேண்டும். என்னமோ திடீர் என்று இந்த மக்கள் தாக்கப்படுவதாகப் பேசுவது தவறு. அதே நேரம் அப்பாவி மக்கள் காக்கப்படவேண்டும் என்பதில் மாற்றுக்கருத்து இல்லை.

எனவே, ஜிகாத் போராளிகளுக்கு ஆதரவு - உள்நாட்டில் தீவிரவாதம்- பிரிவினை கோஷம்- முடிவில் மதக் கலவரம் எனப் படிப்படியாக நடக்கும் நிகழ்வுகளுக்கு ரொஹிங்கியா முஸ்லிம் களைத் தவிர வேறு யாரையும் கைகாட்டுவது கடினம். இவர்கள் ஜிகாத் போராளிகளை நம்பினார்கள்; அதனால் வந்த வினை என்றுதான் சொல்லவேண்டும்.

பிஜேபி அரசைப் பொறுத்தவரை - இந்தியாவுக்கு ஆபத்தானவர்கள் என்று தெரிந்தால் கூண்டோடு வெளியேற்றுவதுதான் இங்கே நடக்கும். மற்ற அகதிகளுக்கும் அதுவே ஒரு பாடமாக இருக்கும். இவர்களைக் கூட்டிவந்து சோறு போட்டுக் கவனித்துக் கொள்வது போக - இவர்கள் தீவிரவாத நடவடிக்கைகளில் போகாமல் கண்காணிக்கவும் வேண்டும் என்று அப்படி என்ன அவசியம் இருக்கிறது இந்தியாவுக்கு? காஷ்மீரின் தீவிரவாத நடவடிக்கை களுக்குப் பின்னால் இந்த ரொஹிங்கியா முஸ்லிம்கள் இருப்பது அசைக்கமுடியாத உண்மை அல்லவா.

பிஜேபிக்கு எந்த மதத்தினரையும் சிறப்புக் கவனிப்புக் கொடுத்து- மாற்று மதத்தினரைத் திருப்திப்படுத்தி நல்ல பெயர் வாங்க வேண்டிய அவசியம் இல்லை. புரிந்து கொள்ளுங்கள்; இல்லை என்றால் புரிய வைப்பதுதான் வழி என்று நடந்து கொள்பவர்தான் மோதி.

இறுதியாக :

இங்கே சவுதிக்கு வக்காலத்து வாங்கி வஹாபிசம் பரப்பும் கூட்டம் ஒன்று இருக்கிறது. சவுதி நாட்டின் அருமை பெருமை பற்றிப் புகழ்ந்து தள்ளும் அவர்கள் இப்படிக் கேட்கலாமே:

50,000 குழந்தைகள் சாப்பாடு இல்லாமல் வறுமையில் சாகும் நிலையில் இருக்க - ஏறக்குறைய 29 லட்சம் மக்கள் ஒருவேளை உணவு கூடக் கிடைக்காமல் வறட்சியில் சிக்கியபோது, அமெரிக்கா, அதன் நேசநாடுகள், இந்திய என அனைத்து நாடுகளும் உதவிக்கரம் நீட்டியபோது பக்கத்து நாடான சவுதி அரேபியா என்ன செய்தது? ஒன்றுமே இல்லை. அது ஏன்?

ISIS அதன் துணை ஜிகாத் போராளிகளுக்கு பணத்தை வாரி வழங்கிய இந்த சவுதி அரேபியா அதன் கூட்டாளிகள் சிரியா நாட்டில் இருந்து ஏறக்குறைய 1 கோடியே 30 லட்சம் அகதிகளை வெளியேற்றியபோது ஒரே ஒரு அகதிக்காவது தன் நாட்டில் அடைக்கலம் கொடுத்ததா இந்த சவுதி அரேபியா? ஆனால் பல ஆயிரம் கோடிகளை இந்தியா, ஆஸ்திரியா, ஐரோப்பா என்று மதம் மாற்றவும் வஹாபிசம் பரப்பவும் அனுப்புவதில் என்ன நியாயம் இருக்கிறது?

ஒரு டஜன் இஸ்லாமிய நாடுகள் இருக்கும்போது- பக்கத்தில் பங்களாதேஷ் பாகிஸ்தான் இருக்கும்போது, ரொஹிங்கியா அகதிகளுக்கு இந்தியாதான் உதவவேண்டும் என்று எதற்காக முழங்குகின்றன இந்த ஊடகங்கள்?

ஆம்... அந்தக் குழந்தைகள் நலமுடன் இருக்க வேண்டும் என்பதுதான் எண்ணம் என்றால் அதற்காக உதவத் தயார். ஆனால், அகதிகள் என்ற போர்வையில் சாத்தான்களை நாட்டில் அனுமதிக்க முடியாது. இப்போதும் கூறுகிறேன், ஆஃப்கன் அகதிகள்கூட இஸ்லாமியர்கள்தான். பிரச்னை இஸ்லாம் அல்ல; தீவிரவாதம். மியான்மர் நாட்டின் உள்விவகாரம் இது. எட்டி நின்று, கேட்கும் உதவிகள் செய்தால் மட்டும் போதும்.

'உழைப்புக்கு ஏற்ற ஊதியம்; உழைப்புக்கு உரிய மரியாதை; தன்னைவிடத் தன் குழந்தைகளுக்கு ஒரு நல்ல வாழ்வு கிடைக்க வேண்டும். கொஞ்சம் பொழுதுபோக்கு; அமைதிக்குக் கொஞ்சம் கடவுள் வழிபாடு' என்று வாழ விரும்பும் இந்த இந்திய மண்ணில் பெரும்பான்மை ஹிந்து மக்கள் எளிமையாக சட்டத்தை ஏற்றுக் கொள்ளும்போது - அது எல்லாம் முடியாது எனக்கு என் மதம் தான்

முக்கியம்; அடுத்துதான் நாட்டின் சட்டம் எல்லாம் என்று பேசித் திரிவது யார்? மனசாட்சியுடன் யோசிக்கவும்.

பிஜேபி ரொஹிங்கியா முஸ்லிம்களைத் திரும்ப அனுப்பும் நடவடிக்கை நூற்றுக்கு நூறு சரியான செயலே. மியான்மர் அரசு அமைதி திரும்ப அனைத்து நடவடிக்கைகளையும் எடுக்க வேண்டும் (தீவிரவாதிகளைக் கொல்லுதல் போன்ற); அதற்கு இந்தியா உதவவேண்டும். அதுவரை பக்கத்து நாடான பாகிஸ்தான் அகதிகளை ஏற்றுக்கொள்ளலாம்.

●

பெட்ரோல் விலை ஸ்ரீலங்காவில் 53 ரூபாய்தான். இந்தியாவில் 73ரூபாய்! இப்படி ஆட்சி செய்துவிட்டு மோதியைப் பெருமை சொல்வது எப்படி மாரிதாஸ் சரி?

- பாலு, சூர்யாநாராயணன், இன்னும் பலர்.

பெட்ரோல் விலை ஸ்ரீலங்காவில் 53 ரூபாய்தான். அட பாகிஸ்தானில்கூட 44ரூபாய் தான். ஆனால் இந்தியாவில் ஏறக்குறைய 73 ரூபாய். கதை இதோடு முடியவில்லை. உலகில் மூன்று நாடுகள் மட்டுமா இருக்கின்றன?

இத்தாலி, நார்வே, பின்லாந்து, பெல்ஜியம், பிரிட்டன், ஸ்வீடன் என்று இருக்கும் 28 ஐரோப்பிய தேசங்களில் பெட்ரோல் விலை என்ன தெரியுமா? சராசரியாக 100 ரூபாய்!

அந்த நாடுகளோடு ஒப்பிட்டு இந்தியால் விலை குறைவு... மோதி வாழ்க என்று மீம்ஸ் போடுங்களேன். என்ன கசக்கிறதா? உண்மை கசக்கத்தான் செய்யும்.

தென் அமெரிக்க நாடுகளில் பெட்ரோல் விலை என்ன தெரியுமா? நியூசிலாந்து நாட்டில் பெட்ரோல் விலை என்ன தெரியுமா? சிங்கப்பூர்போல நாட்டை அக்கறையோடு நிர்வாகம் செய்யும் ஓர் அரசைக்காண்பது கடினம். அங்கே ஒரு லிட்டர் 96 ரூபாய். அங்கே விலை அதிகமாக இருப்பதற்கும் மோதிதான் காரணம் என்று கோஷம் போடப் புறப்பட்டுவிடாதீர்கள். அவையெல்லாம் வேற நாடுகள்.

மத்திய கிழக்கு நாடுகளான சவுதி அரேபியா, கத்தார் போன்ற நாடுகளுக்கு அடுத்தபடியாக கச்சா எண்ணெய் அதிகம் கிடைக்கும் நாடுகள் என்றால் அது அமெரிக்கா, ரஷ்யாதான். அவர்களே 53 ரூபாய்க்குத்தான் விற்கிறார்கள்.

நான் குறிப்பிட்ட அனைத்துமே நல்ல நிர்வாகத்திறன் உள்ள பொருளாதாரத்தில் வளர்ந்த நாடுகள். அப்படி இருக்கும் இந்த நாடுகள் ஏன் விலை குறைப்பு செய்யவில்லை? அங்கேயும் ஆர்.எஸ்.எஸ். பிஜேபி சதியோ?

உண்மையில் விலையைக் குறைக்க முடியும்தான். ஆனால், கூடாது. பொதுவாகவே உலகம் முழுவதும் இருக்கும் பொருளாதார பலம் மிகுந்த நாடுகள் அனைத்துமே கொள்கை முடிவாக விலையைக் குறைக்கக்கூடாது என்ற முடிவில் இருக்கிறார்கள்.

அது ஏன்?

அதை விளக்கும் முன்னர் இன்னொரு விவரத்தை நாம் பார்த்து விடுவது நல்லது.

IEA - INTERNATIONAL ENERGY AGENCY கொடுக்கும் தகவல்களை நாம் உற்றுநோக்கவேண்டும். அத்துடன் உலக செய்திகளையும் நன்கு கவனிக்கவும்.

நார்வே 2025-ல் டீசல் பெட்ரோல் கார்களை முழுமையாகத் தடைசெய்வோம் என்று அறிவித்துவிட்டது.

NISSAN LEAF, THE TESLA என்று அனைத்துத் தனியார் வாகன ஆராய்ச்சியாளர்கள் அனைவருக்கும் உலக வங்கி மூலமாகவும் அந்த அந்த நாட்டின் மூலமாகவும் பெரும் அளவு நிதி EV ELECTRICAL VEHICLES உற்பத்தி சார்ந்த ஆராய்ச்சிக்குக் கொடுக்கப் படுகிறது. இந்தியாவிலும் மோதி அரசு அப்படி மேற்கொள்ளும் ஆராய்ச்சிகளுக்கு 65% வரை நிதி மானியமாகக் கொடுக்க முன்வந்துள்ளது.

அமெரிக்கா கடந்த ஆண்டு 5.7 லட்சம் மின்சார வாகனங்களை விற்பனை செய்துள்ளது. சீனா 6.5 லட்சம் விற்பனை செய்துள்ளது. ஐரோப்பிய தேசங்கள் 6.5 லட்சம் வாகனங்களை விற்பனை செய்துள்ளன. இதே சீனா 2013-ல் வெறும் 28 ஆயிரம் வாகனங்களை விற்று மந்தமாக இருந்துவிட்டு இப்போது மிக அதிகமாக வேகம் காட்டத் தொடங்கியிருக்கிறது. 2012ஆம் ஆண்டுடன் ஒப்பிட்டால் மிகப் பெரிய அளவில் நாடுகள் தங்கள் வாகனப் பயன்பாட்டை மின்சார வாகனங்களுக்கு முழுமையாக மாற்ற முயற்சிப்பது கண்கூடாகத் தெரிகிறது.

மத்திய அமைச்சர் பியூஷ் கோயல் டெல்லியில் நடந்த CII ANNUAL SESSION 2017 இறுதி நாளில் அறிவித்த அறிவிப்பு: 'இந்தியாவில்

2030-ல் ஒரு பெட்ரோல்-டீசல் கார் கூட இருக்காது. அனைத்தும் மின்சார வாகனங்களாக மாறியிருக்கும்' என்று தெளிவாக மோதி அரசின் கொள்கையைக் கூறிவிட்டார்.

கடந்த 5 ஆண்டுகளில் மட்டும் 34% வாகனப் பயன்பாட்டாளர்கள் இப்போது மின் வாகனங்களுக்கு மாறியுள்ளனர் என்று நார்வே அறிக்கை தருகிறது. அனைத்து ஐரோப்பிய தேசங்களும் மிக வேகமாக மாறி வருகின்றன. பெல்ஜியம் போன்ற நாடுகளில் மின் வாகனப் பயன்பாடு 118% அதிகரித்திருக்கிறது. ஸ்லோவாக்கியா போன்ற நாடுகளில் 600% வரை அதிகரித்துள்ளன.

அதிகரிக்கும் NITROGEN OXIDE அளவின் காரணமாக 2040க்கு முன்பே எவ்வளவு வேகமாக டீசல் பெட்ரோல் வாகனப் பயன்பாட்டைத் தடைசெய்யவேண்டுமோ அவ்வளவு வேகமாகத் தடை செய்ய முயற்சிசெய்வோம் என்று பிரிட்டன் கடந்த ஜூலை மாதம் அறிவித்துள்ளது. அப்படியே செப்டம்பர் மாதம் சீனாவின் அறிவிப்பைக் கொஞ்சம் படிக்கவும்.

ஸ்காட்லாந்து கடந்த 4-ம் தேதி அமைச்சர் Nicola Sturgeon அறிவிப்பு: '2032-ல் முழுமையாக பெட்ரோல் டீசல் கார்கள் விற்பனை தடைசெய்யப்படும்'.

ஒவ்வொரு 10 கிலோமீட்டர் இடைவெளியில் ELECTRIC VEHICLE CHARGING STATION என்று அடிப்படை கட்டமைப்புகள் உருவாக்க வேண்டும். LITHIUM ION BATTERIES மீதான ஆய்வுகள் முடுக்கிவிடப் பட்டுள்ளன. இவையெல்லாம் எதனால்?

இப்படி அறிவித்த அனைத்து நாடுகளிலும் நன்கு தேடிப் பார்க்கவும்... பெட்ரோல் விலை நிச்சயம் குறைவாக இருக்காது. அது ஏன் என்பது உங்களால் யூகிக்கமுடிகிறதா?

சரி அடுத்து இன்னொரு விவரம்...

இன்று உலகம் முழுவதும் தீவிரவாதம் பெருமளவு பரவி இருப்பதற்கு மூல காரணம் யார் என்று தேடினால் அனைத்தும் நேரடியாகக் கை காட்டப்போவது இந்த அரபு தேசங்களைத்தான்.

1960-களுக்கு முன் எப்போதாவது நீங்கள் இஸ்லாமியத் தீவிரவாதிகள், ஜிகாத் போராளிகள் குண்டுவைத்து மக்களைக் கொலை செய்தனர்; ரயிலில் குண்டு வெடிப்பு, தீவிரவாதிகள் தாக்குதலில் சில நூறு மக்கள் கொல்லப்பட்டனர் என்றெல்லாம் கேள்விப்பட்டது உண்டா? கிடையாது. ஆனால், என்றைக்கு சவுதி அரேபியா கச்சா

எண்ணெய் ஏற்றுமதி செய்யத் தொடங்கியதோ... எப்போது உலகம் முழுவதும் வேகமான வாகனப் பயன்பாடு என முழுக்க முழுக்க இந்த பெட்ரோல் டீசல் சார்ந்து மாறியதோ அன்றிலிருந்து முதல் இந்த அரபு தேசங்களில் செல்வம் கொட்டத் தொடங்கியது. உலகின் பல பகுதிகளில் குண்டுகள் வெடிக்கத் தொடங்கின.

1965-ல் எண்ணெய் ஏற்றுமதி நாடுகள் கூட்டமைப்பு OPEC உருவான பின் மெள்ள மெள்ள விலை ஏற்றம் ஆரம்பம் ஆனது. 1998-ல் ஒரு பேரல் (159 litres) வெறும் 17-$க்கு விற்ற இந்த குருடாயில் 2008-ல் கொஞ்சம் கூட மனசாட்சி இல்லாமல் 158-$க்கு ஏற்ற அளவுக்கு விலை உயர்வு செய்து பெட்ரோலியம் கிடைக்காத நாடுகளின் ரத்தத்தை உறிஞ்சும் வேலையில் இறங்கியது இந்த opec நாடுகள்.

இதேகாலகட்டத்தில் சவுதி அரேபியா போன்ற நாடுகள் தமக்குக் கிடைத்த பணத்தைக் கொண்டு மதம் பரப்புகிறேன் - சவுதி அரேபிய கலாசாரத்தை இஸ்லாமிய கலாசாரமாகக் கொண்டு சேர்ப்பேன் என்று வஹாபிசத்தை உலகம் முழுவதும் கொண்டு சென்று பல ஆயிரம் கோடிகளை ஒவ்வொரு தேசத்திலும் இறக்கியது.

அதன் நேரடி ராட்சத வெளிப்பாடுதான் கடந்த 20 வருடங்களில் உலகம் முழுவதும் வளர்ந்து நிற்கும் தீவிரவாதம். அமெரிக்காவின் 9/11க்கு பின் மட்டும் ஏறக்குறைய 32,000 மக்கள் உலக அளவில் இந்தத் தீவிரவாதம் மூலம் கொலை செய்யப்பட்டுள்ளார்கள். சில லட்சம் பேர் ஊனம் ஆகிப்போனார்கள். சிரியா போன்ற நாடுகளின் இஸ்லாமிய அகதிகளுக்கு என்ன உதவி செய்தது இந்த சவுதி? ஆனால், வஹாபிசம் பரப்ப ஏன் பல ஆயிரம் கோடிகளை ஆஸ்திரேலியாவில் கொட்டத் துடிக்கிறது? சோமாலியா 99% இஸ்லாமியர்கள் வாழும் நாடுதான். அங்கே பட்டினிச் சாவுகள் பல லட்சம் நடக்கும்போது என்ன உதவியைச் செய்தது இந்த அரபு நாடுகள்? ஆனால், மதம் மாற்ற மட்டும் காசுகளை அள்ளி எறிவது எதனால்? இந்த உலகிலேயே மிக மிகக் கேடுகெட்ட நாடுகள் எவை என்றால் அது இந்த சவுதி, கத்தார் போன்ற நாடுகள்தான். கொஞ்சம்கூட மூளை இல்லாத, உழைக்க விருப்பம் இல்லாத நாடுகளுக்குக் காசு வந்தால் என்ன செய்யும்? சவுதியைப் பற்றிப் பேசினால் மதம் கொண்டு ஆதரவு தெரிவிக்க வரும் மனிதர்கள் கொஞ்சமாவது சிந்திக்கவேண்டும் இந்த நாட்டின் உண்மை முகத்தை. இஸ்லாமியத்தை முன் வைத்து உலக அரசியல் செய்யப் பார்க்கிறது சவுதி.

இதன் தீர்வு என்ன? சவுதி அரேபியச் செல்வந்தர்கள் அமெரிக்க நாடுகளில் மட்டும் அல்ல அனைத்து நாடுகளிலும் முதலீடு

செய்துள்ளனர். அவர்களை வீழ்த்தத் தடையாக இருப்பது இந்த முதலீடுகள். எனவே, முதலில் இந்த நாடுகளில் பொருளாதார வீழ்ச்சியை உருவாக்க உலக நாடுகள் முயற்சிசெய்கின்றன. இதனால் தான் ரஷ்யாவும், அமெரிக்காவும் தங்களிடம் உள்ள எண்ணெய் வளத்தை எடுத்து ஏற்றுமதி செய்ய முழுமையாக அனுமதி அளித்துவிட்டன. அதுதான் இந்த அளவு கச்சா எண்ணெய் வீழ்ச்சிக்கு முதல் காரணம். அடுத்ததாகத் தீவிரவாதத் தாக்குதலுக்கு அதிகம் ஆளாகும் நாடுகள் எண்ணெய் இறக்குமதியை முழுமையாகக் குறைக்கும் வேலையில் இறங்கியுள்ளன.

எண்ணெய் தேவையைச் சார்ந்து இருக்கும்வரை இந்தக் கேடு கெட்ட சவுதி அரேபியாவை வீழ்த்த முடியாது. எனவே வாகனப் போக்குவரத்தை முழுமையாக மாற்றிவிட வேகம் காட்டுகின்றன.

ஆக இரண்டு மிகப் பெரிய காரணம்

- தீவிரவாதத்தைத் தூண்டும் நாடுகளான அரபு நாடுகள் ஒடுக்கப்படவேண்டும்.
- நகரங்களின் காற்று மாசுபாட்டுக்கு முக்கிய காரணம் இந்த வாகன எரிபொருள் பயன்பாடுதான். இதை இப்படியே விட்டால் உலகம் வளிமண்டலம் பெரும் நாசம் ஆவதைத் தடுக்க முடியாது.

இந்த இரண்டு காரணம்தான் முக்கியம் எந்த நாடுகளும் விலைக் குறைப்புக்கு முன் வராமல் இருக்க.

விலைக் குறைப்பு செய்தால் மக்கள் விரும்பும் வாகனமாக டீசல் பெட்ரோல் வாகனங்களே இருக்குமே. புதிதாகச் சந்தைக்கு வரும் இந்த எலக்ட்ரிக் வாகனங்களுக்கு வரவேற்பு இருக்காது. இது சந்தையைக் கண்காணிக்கும் யாருக்கும் தெரியும்.

ஒரு பொருளுக்கு வரவேற்பு இருக்கும் என்றால் அங்கே சந்தை ஆராய்ச்சிகளும் புதிய புதிய கண்டுபிடிப்புகளும் அதனைத் தொடர்ந்து வரும். அப்படி ஒரு போட்டி உருவாகாத நிலையில் எந்தக் கண்டுபிடிப்பும் இல்லை; எந்தப் புதிய முயற்சியும் தோல்வி அடையும். முதலில் 2006களில் செல்போனின் விலை மிக அதிகம். அதில் வசதிகளும் குறைவு. பின்னர் வேகமாக மாறி இன்று இந்த அளவு முன்னேற சந்தை போட்டிதான் காரணம்.

எனவே, பெட்ரோல் விலையைக் குறைத்தால் நிச்சயம் மக்கள் மத்தியில் மாற்று எரிபொருள் சார்ந்த எந்தச் சிந்தனையும் வராது.

Lithium ion batteries ஆராய்ச்சியின் வெற்றியினால் ஒருவேளை மக்களால் எலக்ட்ரிக் கார்கள் மூலம் 100ரூபாய் செலவில் சென்னை வரை செல்லமுடியும் என்று இருந்தால் தற்போது 1000ரூபாய் செலவு செய்யும் டீசல் கார்களைவிடப் புதிய வரவாக வரும் எலக்ட்ரிக் வாகனத்தின் மீது மக்களுக்கு ஆர்வம் உருவாகும். இது மக்களை மாற்று வாகனப் பயன்பாட்டை நோக்கி நகர்த்தும்.

ஆனால், இப்படி பெட்ரோலின் விலையைக் குறைத்தால் நிச்சயம் மக்களுக்கு மாற்று எண்ணம் உருவாகவே ஆகாது. இது நேரடியாக நாட்டின் கொள்கை முடிவைப் பாதிக்கும். 2030அல்ல 3030 வந்தாலும் மக்கள் மாற மாட்டார்கள். இவர்கள் என்ன கடந்த 40 வருடமாகத்தானே இந்த அளவு மாறினார்கள்? எனவே அடுத்த 20 வருடத்தில் தவறைச் சரி செய்து மாற்ற வேண்டும்.

இறுதியாக :

சராசரியாக இந்தியா மாதம் 17 TONNE Million அளவு எண்ணெய் இறக்குமதி செய்கிறது. ஒரு டன் என்றால் 7 பேரல். 1700000 X 7 என்று போட்டு அதை இன்றைய குரூடாயில் விலையுடன் பெருக்கவும். 595,00,00,000 டாலர் மதிப்பில் இறக்குமதி செய்கிறோம் அதுவும் மாதா மாதம். பாசனத்துக்கு நீர் கிடைக்காமல் நிலத்தடி நீரைக் கொண்டு விவசாயம் செய்து நாம் ஏறக்குறைய 4000 லிட்டர் தண்ணீர் பயன்படுத்தி ஏற்றுமதி செய்யும் ஒரு கிலோ அரிசியை - அவர்கள் ஒரு லிட்டர் பெட்ரோல் கொடுத்து வாங்கிவிடுவார்கள் என்றால் யார் அறிவிலிகள்? 4000 லிட்டர் தண்ணீரை வெறும் 1 லிட்டர் எண்ணெய்க்கு விற்கும் தேவை எதனால் உருவாகிறது என்று கொஞ்சம் யோசிக்கவும். மாற்று எரிபொருளின் தேவை புரியும்.

நாடு இப்படி இருந்தால் உருப்படுமா? இந்த லட்சணத்தில் அரசு மானிய விலையில் கொடுக்கும் பெட்ரோலை நிரப்பிக்கொண்டு வண்டிகளில் போய் அரசுக்கு எதிராக கதிராமங்கலத்தில் போராட்டம் நடத்தும் போராளிகளை என்ன சொல்ல? ஆடு மாடு மேய்ப்பதை அரசு வேலை என்று கூறும் அரசியல் கட்சி தலைவர்களை ஆகா ஓகோ என்று ரட்சிக்க வந்த மகான் என்று நம்பும் மூடர்கள்- தமிழைக் காட்டுமிராண்டி மொழி என்று விமர்சித்தவர் பெயரில் ஊர் ஊருக்கு பஸ் நிலையங்கள் வைத்து விட்டு பிஜேபிகாரர், கறுப்பு நிற தென்னிந்தியர்கள் என்று சொன்னதற்கு வானுக்கும் பூமிக்கும் எம்பிக் குதிக்கும் திராவிட முட்டாள்கள் ஒருபக்கம்- இஸ்ரோ ராக்கெட் விடுவதால் ஏழைக்கு

என்ன கிடைக்கும் என்று பேசும் 'அறிவியல் மேதை' சிவகுமார் போல நடிகர்கள் ஒருபக்கம் - இவர்கள் கருத்தை எல்லாம் நம்பும் மூடர்கள் கூட்டம் ஒருபக்கம் என்று இருக்கும் தமிழகத்தில் உண்மையைக் கொண்டு சேர்ப்பது கொஞ்சம் கடினமாகதான் இருக்கிறது.

என்னால் முடிந்தவரை விளக்கிவிட்டேன். கொஞ்சம் கடினம் என்றாலும் நல்ல எதிர்காலத்தைக் கருத்தில்கொண்டு நாம் ஆட்சியாளர்களுக்கு ஒத்துழைப்பு அளிக்கவேண்டும். நாட்டில் மாற்றம் என்பது ஆட்சியாளர்களின் கொள்கை முடிவிலும் அதை மக்கள் புரிந்துகொண்டு ஒத்துழைப்பதிலும் மட்டுமே நடக்கும். பின்னர் மாற்றம் எப்படி நடக்கவேண்டும் என்று எதிர்பார்க்கிறீர் என்று எனக்கு புரியவில்லை.

ஒன்றை நன்கு புரிந்துகொள்ளுங்கள். மோதியை எதிர்க்க என்ன காரணம் என நான் சொல்லித் தெரியத் தேவை இல்லை. திரு.மோதியைக் கிடைக்கும் வாய்ப்பில் எல்லாம் திட்டித் தீர்க்கும் இந்தக் கூட்டம் எதுவும் நாட்டின் நலன் கருதி இதைச் செய்யவில்லை. அவர்களுடைய சொந்தப் பிழைப்புவாத நோக்கும் மதம் சார்ந்த வெறுப்பும்தான் காரணமே ஒழிய நியாயமான காரணம் எதுவும் இல்லை.

●

பிஜேபி அரசு ராணுவத்துக்கு 2,74,114 கோடி வரை நிதியை ஒதுக்குவதற்குப் பதிலாக ஏராளமான கல்வி நிலையங்களை உருவாக்கலாமே? இந்த நிலையில் மோதி நல்ல நிர்வாகி என்று எப்படி நீங்கள் கூறுகிறீர்கள்?

-பாலமுருகன்

இதுபோன்ற ஒப்பீடுகள் சுத்த முட்டாள்தனம். அதாவது இஸ்ரோ சாதனையை - விவசாயிகள் பிரச்னையோடு முடிச்சு போடுவது எல்லாம் மலினமாக உணர்ச்சியைத் தூண்டும் பேச்சுகள் மட்டுமே. இவற்றில் பொருளாதாரப் பார்வை எதுவும் கிடையாது. ஆரியப்பட்டா, ஐன்ஸ்டீன் போன்ற மேதைகளைப் பார்த்து ஊரில் ஒரு கால்வாயாவது வெட்டினாயா... ஒரு மூட்டையையாவது தூக்கினாயா என்று கேட்பதுபோன்ற முட்டாள்தனம்.

ஒவ்வொரு துறையையும் பிரச்னையும் தனித்தனியே தீர ஆய்வு செய்து அதனில் இருந்து தீர்வைத் தேடவேண்டுமே தவிர வளரும்

ஒரு துறையைப் பார்த்து அது மட்டும் ஏன் வளர்கிறது என்று கேள்வி எழுப்புவது அடிப்படையில் நல்ல விவாதம் கிடையாது. அது சிவகுமார் போன்ற நடிகர்களுக்கு வேண்டுமானால் பெரிய சீர்திருத்தப் பேச்சு போலத் தெரியலாம். இப்படியான கத்துக் குட்டித்தனமான அறிவை வைத்து நாட்டை ஆளமுடியாது.

அமெரிக்காவில் *564,708* HOMELESS PEOPLE இருக்கிறார்கள். அதாவது நம்ம ஊரு பிச்சைக்காரர்கள்போல என்று நினைத்துக் கொள்ளவும். ஆனால் அமெரிக்க பாகிஸ்தானுக்குத் தீவிரவாதத்தை எதிர்த்துப் போராடக் கொடுக்கும் வருட நிதி மட்டும் ஏறக்குறைய *50*ஆயிரம் கோடி. இந்தத் தொகையைக் கொண்டு அந்த HOMELESS மக்களுக்கு வீடு கட்டிகொடுக்கலாமே? ஆனால் அது செய்யாது? ஏன்? இரண்டும் வேறு வேறு துறைகள். வீடற்றவர்களுக்கு நலத்திட்டங்களை அமல்படுத்தும் துறை அது சார்ந்து ஆக்கபூர்வ மாகச் செயல்பட்டுக்கொண்டுதான் இருக்கும். அந்தப் பிரச்னை தீர்ந்தபிறகுதான் உலக விவகாரங்களில் அமெரிக்கா தலையிட வேண்டும் என்று சொல்ல முடியாது.

சரி உங்கள் கேள்விக்கான பதில்:

இதை இரண்டாகப் பிரித்துப் பார்க்கலாம்.

- ராணுவம் எப்படி இந்தவிதமான ஒப்பந்தங்களைப் போடுகிறது.
- ராணுவத்தைப் பலப்படுத்துவதால் என்ன நன்மை.

முதல் விஷயமான ராணுவ ஒப்பந்தங்கள் பற்றிப் பார்ப்போம்.

இந்திய ராணுவத்துக்கு பிஜேபி அரசு *2,74,114*கோடி ஒதுக்கியது.

9.4 billion அளவுக்கு இஸ்ரேலுடன் மோதியின் அரசு ராணுவ உடன்படிக்கை மேற்கொண்டது. அமெரிக்காவிடம் இருந்து 22 UNMANNED GUARDIAN DRONES (மதிப்பு ஏறக்குறைய *2-3*மில்லியன் அமெரிக்க டாலர்) வாங்கிக்கொண்டது... இவ்வளவு பணத்தைச் செலவிட்டு இவற்றை வாங்க வேண்டிய அவசியம் என்ன?

இப்படி *20,000* கோடி - *30,000* கோடி ஒப்பந்தம் என்று வரும் செய்திகளில் இந்தியா என்னவோ சூட்கேஸில் பணத்தை எடுத்துக் கொண்டுபோயோ இணையப் பரிமாற்றம் மூலம் கொடுப்பதாகவோ நீங்கள் நினைப்பது தவறு.இந்த ஒப்பந்தங்கள் ‘எனக்கு நீங்கள் இந்த ராணுவ உபகரணங்கள் தாருங்கள். நான் அதற்குப் பதிலுக்கு இந்த சேவையைத் தருகிறேன் என்பதாகத்தான்

இருக்கும். காசு கொடுத்து வாங்குவதாக நீங்கள் நினைத்தால் அது உங்கள் தவறு.

அவ்வாறு அமெரிக்கா நமக்கு ஒரு தொழில்நுட்பம் அல்லது ஒரு நவீன ஆயுதம் தயாரித்துக் கொடுக்கும் என்றால் அவர்களுக்கு நாமும் பதிலுக்கு அந்த மதிப்புக்கு இணையான சேவையைத் திரும்பத் தருவோம். அதாவது அமெரிக்கர்கள் யாருக்கும் இந்தியா வர விசா தேவை இல்லை என்று கூறுவோம். அமெரிக்கா அனுப்ப வேண்டிய செயற்கைக்கோள்களை நமது இஸ்ரோ மூலம் விண்ணில் செலுத்திக்கொடுப்போம்.

இந்தியா இஸ்ரேலிடம் இருந்து இந்தியா 35000 கோடி மதிப்புள்ள விமானம் வாங்க சம்மதிக்கிறது என்று வைத்துக்கொள்வோம். இந்தியா என்ன செய்யுமென்றால், இஸ்ரேல் விண்ணில் செலுத்த விரும்பும் 18 செயற்கைக்கோள்களை இந்தியா ISRO விண்வெளி நிலையம் அனுப்பிவைக்கும். அதற்கு 8000கோடி ஒப்பந்தம் ஆகும். ஆக நம்முடைய ஒரு தேவை பூர்த்தியாகிறது. அவர்களுடைய ஒரு தேவையும் பூர்த்தியாகிறது. நம்முடைய தேசத்தின் பாதுகாப்பு பலப்படுகிறது. நம் நாட்டு நிபுணர்களுக்கு வேலைவாய்ப்பும் உருவாக்கித் தரப்படுகிறது.

நாடுகளுடனான எந்தப் பெரிய ராணுவ ஒப்பந்தங்கள் எல்லாம் இப்படி ஒரு பண்டமாற்றுபோல பரஸ்பர நன்மைகளை அடிப்படையாகக் கொண்டு நடைபெறுமே தவிர பணத்தைத் தந்து வாங்குவதாக நடக்காது. ஆனால், கல்வி போன்று நாட்டின் உள்கட்டமைப்பைப் பலப்படுத்துவதென்றால் கையில் இருந்து காசை அரசு செலவிட்டாகவேண்டியிருக்கும். அதை அரசுகள் செய்துதான் வருகின்றன. எனவே, ராணுவ ஒப்பந்தத்துக்குக் கொடுக்கும் பணத்தைப் பள்ளிக்கூடம் கட்டச் செலவிடு என்று சொல்வது இரண்டு செயல்பாடுகளைப் பற்றிய புரிதல் இல்லாமல் சொல்லப்படும் வாதம். இதில் கவனிக்க வேண்டிய இன்னொரு விஷயம் என்னவென்றால் இப்படி பி.ஜே.பி. அரசு கொண்டுவரும் திட்டங்களை எதிர்ப்பவர்கள் எல்லாருமே காங்கிரஸ் ஆட்சி காலத்தில் இதே விஷயங்கள் முன்னெடுக்கப்பட்டபோது நவ துவாரங்களையும் மூடிக்கொண்டு இருந்தவர்களே.

சரி இப்படி ராணுவத்தைப் பலப்படுத்துவதால் என்ன நன்மை நம் நாட்டுக்கு?

நான் மாரிதாஸ், ஆஃப்கனிஸ்தான் நாட்டின் பிரதமர் என்று நினைத்துக்கொள்ளுங்கள். என் நாட்டைச் சுற்றி இருக்கும்

பாகிஸ்தான், இரான் நாடுகள் தொடர்பாக ஒருவித அச்சம் எங்களுக்கு இருக்கிறது. எல்லைப் பிரச்னையும் இருக்கிறது. ஒருவேளை போர் மூண்டால் என் நாட்டு ராணுவக் கட்டமைப்பு போதாது. அந்த நேரங்களில் எனக்கு இன்னொரு நாட்டின் ராணுவ உதவி கிடைக்கும் என்றால் அது மிகவும் சரியான வியூகமாக இருக்கும்.

எனவே, நான் ராணுவ பலம் பொருந்திய ஏதாவது ஒரு நாட்டுடன் ராணுவ உடன்படிக்கை செய்து கொள்வேன். இந்தியா உலகில் நான்காவது பெரிய ராணுவம் என்பதால் அவர்களுடன் உடன்படிக்கை செய்துகொள்வேன். அதன்படி ஆபத்தான காலங்களில் இந்திய ராணுவம் ஆஃப்கானிஸ்தானுக்கு ஆதரவாக நிற்கும். போர் வந்தால் மட்டுமல்ல, இந்தியா என் நட்பு நாடு என்றால் என் எதிரி நாடுகளும்கூடப் பயந்து பின்வாங்கிவிடும்.

அதற்கு வருடம் ஒரு தொகையைச் சந்தாவாகச் செலுத்துவேன். இங்கே நான் தொகையாகக் கூறுகிறேன். அவை உண்மையில் அந்த இரண்டு நாடுகளின் தேவையைப் பொறுத்தது. அதாவது எப்படி இந்தியா அமெரிக்கா, இஸ்ரேலுக்கு சேவைகள் செய்து கொடுத்துத் தனக்குத் தேவையான உபகரணங்களை இறக்குமதி செய்ததோ அதே போல ஆஃப்கன் தன் நாட்டின் பாதுகாப்புக்கு இந்தியாவுடன் ராணுவ ஒப்பந்தம் செய்துகொண்டு பதிலுக்கு அவர்கள் நமக்கு அதற்கு ஈடான சேவையைச் செய்து தருவர். அவர்களுக்கு நாடாளுமன்றக் கட்டடம் கட்டும் திட்டத்தை நமக்குக் கொடுப்பார்கள். நம் பொறியாளர்களுக்கு வேலைவாய்ப்பை உருவாக்கித் தர அது நமக்கு வழிவகுக்கும்; தெற்காசியாவில் மிகப் பெரிய ராணுவம் என்பதால் இந்தியாவின் சேவை எல்லோருக்கும் தேவையாகிறது (அப்படியானால் இலங்கை ஏன் நம் நாட்டு மீனவர்களைத் தாக்குகிறது. நம்மைவிட ராணுவ பலத்தில் மிகவும் சிறிய நாடுதானே அது என்ற கேள்வி உங்கள் மனதில் எழும். அதற்குத் தனி பதில் தருகிறேன்).

இது ராணுவ ஒப்பங்கள் எப்படி நடக்கின்றன என்பது பற்றி விளக்கம். மிக எளிதில் கூறிவிட்டேன் உண்மையில் இதற்கு இன்னும் சிக்கலான பேச்சு வார்த்தைகள் நடைபெறும். எடுத்துக் காட்டுக்கு வருட சந்தாவாக ஒரு தொகையும் தனது ராணுவத்தை ஆஃப்கனில் இந்தியா நிறுத்த ஆஃப்கானிஸ்தான் சம்மதம் தெரிவிக்கவேண்டும் என்று விதவிதமான வகையில் ஒப்பந்தம் கையொப்பம் ஆகும். இதுபோல் ராணுவ பலம் இல்லாத ஆப்ரிக்கா, கிழக்காசியா முழுவதும் இந்திய ராணுவம் தன்

இராணுவத் தடவாளங்களை நிறுவும் காலம் வெகு தொலைவில் இல்லை.

ஆனால் உண்மையில் ராணுவத் தேவைகளை இறக்குமதி செய்வதைவிட நாம் சொந்தமாக உற்பத்தி செய்தாலே நமது நாடும், ராணுவமும் பலம் பெறும் என்பதால் தற்போது இந்தியாவில் தனியார் துறையின் பங்களிப்புக்கு வழியமைத்தது நல்ல விஷயமே. MAKE IN INDIA திட்டம் மூலம் 100% உற்பத்தியைத் தொடங்க உத்தரவைப் பிறப்பித்து வேலைகள் மும்மரமாக நடக்கின்றன. அதன் விவரம் 5 ஆண்டு முடிவில் தெரியவரும். ஆனால், இறக்குமதி என்பது தவறு ஒன்றும் இல்லை. அதேயளவு நாமும் அவர்களுக்கு இன்னொரு TECHNOLOGY கொடுத்தால் தவறே அல்ல.

இவை அனைத்தையும்விட சுமார் 42 லட்சம் பேர் இந்திய ராணுவம் சார்ந்த இந்த பட்ஜெட் கீழ் வருகிறார்கள். அது தவிர இந்திய ராணுவத்துக்குத் தேவையான தளவாடங்கள் உற்பத்தி செய்வதில் ஆரம்பித்து வீரர்களுக்குத் தேவையான ஆடை உற்பத்திவரை சுமார் ஒரு கோடி மக்கள் இந்த நிதியின் மூலம் பலன் பெறுகிறார்கள். எப்படிப் பார்த்தாலும் ராணுவ நிதி ஒதுக்கீடு சரியே. அதே நேரம் நரேந்திர மோதி பெரும்பாலான ஆயுத இறக்குமதியை உள் நாட்டு உற்பத்தி என்று மாற்றவும் விரும்புகிறார். அதுவும் வரவேற்கத் தகுந்த தீர்மானமே.

எப்படி நமது இஸ்ரோ விண்ணில் செயற்கைக்கோளை நிலை நிறுத்தும் பணியைக் குறைந்த செலவில் செய்து உலகத்தின் அனைத்து நாடுகளின் தேவையைப் பூர்த்திசெய்து நம் நாட்டுக்குச் செல்வம் சேர்த்துத் தருகிறதோ அதுபோல அனைத்துத் துறைகளிலும் நாம் முன்னேற்றம் காணவேண்டும். அப்படி உயர்ந்தால் நம் பள்ளிகள் என்ன காலேஜ் முதல் மருத்துவமனைகள் வரை அனைத்தையும் உயர் தரத்தில் கொடுக்க முடியும். அதற்கு நாம் போராளிகளை நம்பாமல் புத்திசாலிகளை நம்பவேண்டும்.

●

டிமானிடைசேஷன் மூலம் கறுப்புப் பணம் ஒழியும் என்று பிரதமர் சொன்னாரே... நாட்டில் சுழற்சியில் இருந்த பணத்தில் 95% வங்கிக்கு வந்துவிட்டனவே. அப்படியானால் நாட்டில் கறுப்புப் பணம் இல்லை என்றுதானே அர்த்தம். அந்தவகையில் டிமானிடை

சேஷன் விவகாரம் மிகப் பெரிய தோல்வி'- பெரிய ஊழல் என்று கம்யூனிஸ்ட், காங்கிரஸ் பிரசாரங்கள் செய்கிறார்களே?

- கமலகண்ணன், பாலு இன்னும் சிலர்

500, 1000 ரூபாய் நோக்குகள் செல்லாது என்று அறிவித்தபோது 3.5 லட்சம் கோடி கணக்கில் வராத பணம் நாட்டில் இருக்கும் என்று அரசு எதிர்பார்த்தது. நன்கு புரிந்து கொள்ளுங்கள்... இது அரசு கஜானாவுக்குத் திரும்பாது என்று யாரும் சொல்லவில்லை.

ஒன்று இந்தப் பணம் எல்லாம் வங்கிக்கு முறையான கணக்குடன் திரும்பவேண்டும்; அல்லது மொத்தமாக மதிப்பில்லாமல் போக வேண்டும். இரண்டு தான் வழி என்று திட்டமிட்டு அதிரடியாக நடைமுறைப்படுத்தினார் நம் பிரதமர் ஒரே இரவில்.

15.28 லட்சம் கோடி திரும்பி வந்துள்ளது. மொத்தம் புழக்கத்தில் இருந்த பணத்தின் மதிப்பு 15.44 லட்சம் கோடி. ஆக 16,000 கோடி மட்டுமே மீண்டும் வங்கிக்கு வரவில்லை. அதாவது கறுப்புப் பணமாக இருக்கும் என்று எதிர்பார்த்த 3 லட்சம் கோடியில் பெருமளவிலான பணம் உள்ளே வந்துவிட்டது. அப்படியானால் கறுப்புப் பணத்தை ஒழிக்கும் முயற்சி தோல்விதானே...

இப்போது அரசின் அறிக்கையை நன்கு கவனிக்க வேண்டும்.

'ஏறக்குறைய 3 லட்சம் கோடி எதிர்பார்த்த பணம் வங்கிகளுக்குத் திரும்பிவிட்டன' என்று தான் கூறியதே தவிர வங்கிக்குத் திரும்பிய மொத்தத் தொகைக்கும் கணக்கு காட்டப்பட்டுவிட்டது என்று கூறவில்லை'. இதை நன்கு புரிந்துகொள்ளவேண்டும்.

திரும்பவும் கூறுகிறேன் வங்கிக்குத் திரும்பிய பணம் எல்லாம் கணக்குக் காட்டப்பட்ட நல்ல பணம் என்று அர்த்தம் கிடையாது. எனவே, யார் யார் எல்லாம் வங்கிகளில் குறிப்பிட்ட அளவுக்கு மேல் பணத்தைப் போட்டார்களோ அவர்கள் அனைவருக்கும் அரசு நோட்டீஸ் அனுப்பிவிட்டது: உனக்கு எப்படி இந்தப் பணம் வந்தது? அதற்கு வருமான வந்த வழியைக் காட்டு என்று. நேர்வழியில் சம்பாதித்தவர்களால் கணக்குக் காட்ட முடியும். கறுப்புப் பணத்தை வைத்திருப்பவர்களால் காட்டமுடியாது. ஆக இப்போது விஷயம் புரிகிறதா?

மொத்தம் 3 லட்சம் நிறுவனங்களுக்கு மத்திய அரசு நோட்டீஸ் அனுப்பியுள்ளது. இது சாதனை இல்லையா?

முன்பெல்லாம் ஓரிரு நிறுவனங்களுக்குத்தான் நம் வருமானவரி துறை பேருக்கு நோட்டீஸ் அனுப்பும். ஆனால், இந்த நடவடிக்கைக்குப் பின் 3 லட்சம் நிறுவனங்களுக்கு நோட்டீஸ் அனுப்பியுள்ளது.

சைய்யது பீடி நிறுவனம் வெறும் பீடிதான் விற்கிறது. சொத்து மதிப்பு 120கோடிக்கு மேல். ஆனால் குடிசை தொழிலாளி என்று இத்தனை காலம் ஏமாற்றி வந்திருக்கிறது. கேட்டால் பீடிக்கு வருமான வரியா என்று பிதற்றுகிறார்கள். என்ன பொருளை விற்கிறாய் என்பது முக்கியமில்லை... எவ்வளவு வருமானம் கிடைக்கிறது என்பதுதான் விஷயம்.

இதுவரையில் கணக்குக் காட்டாமல், வரி கட்டாமல் சொத்துக்கள் வாங்கிக் குவித்தனர் பலர். அப்படிக் குவித்தவர்களுடைய சொத்துக்கள் விவரம் எல்லாம் வருமான வரித் தாக்கலில் வந்தாக வேண்டும்.

அதெப்படி... பினாமிகள் பெயரில் பதுக்கி வைத்திருப்பார்கள். லட்சம் கோடிக்கு அதிபதியான தினகரன் தனக்குச் சில கோடிகள் தான் சொத்து என்று சொல்லவில்லையா..?

கொஞ்சம் பொறுக்கவும். இந்தச் சொத்து விவரங்களை ஆதாருடன் இணைத்தாகவேண்டிய நாள் வெகு தொலைவில் இல்லை. அதற்கு முன்னர் இந்த நோட்டீஸ் விடப்பட்ட விவகாரங்களை எல்லாம் சரி செய்துவிட்டு - அடுத்ததாகக் கையில் எடுக்கப்போவது இந்த பினாமி சொத்துகள் விவகாரம்தான். இதனால் தான் நம்ம ஊர் VAO, தாசில்தார் மகன், மகள், மனைவிகளில் ஆரம்பித்துப் போராளிகள் வரை எல்லாரும் என்ன செய்வது என்று தெரியாமல் மொத்தமாக மோதியைத் திட்டிகொண்டிருக்கிறார்கள்.

அடுத்த குறி பினாமி தான் என்பதால் அந்த பயம் இப்போது திமுகவில் ஆரம்பித்து லல்லு பிரசாத் வரை அனைவருக்கும் வந்து விட்டது. அதனால்தான் மாநிலக் கட்சிகளை அழிக்கப் பார்ப்பதாகப் பிதற்றுகிறார்கள்.

அமைப்பு சரி இல்லை என்று சொன்னால் போதாது. இந்தியா போன்ற மிகப் பெரிய ஜனநாயக நாட்டில் இயங்கும் ஒவ்வொரு அரசுத் துறையும் ஒரு பெரும் ராட்சத மெஷின். இதனை மொத்தமாகப் பழுது பார்ப்பதும் - சுத்தம் செய்வதும் சாதாரண வேலை இல்லை. அப்படிச் சரி செய்ய முதலில் நாட்டில் இந்த

வரிமுறை - வருமானக் கணக்கு - சொத்துக்களைச் சரி செய்தால் தான் அடுத்த துறைகளை ஒழுங்குபடுத்த முடியும்.

பொதுவாக நிறுவனங்கள் சலுகைகள் பெற, வருமான வரியில் இருந்து தப்பிக்கப் போலி நிறுவனங்களை நடத்தும். அதுபோல் கடத்தல்கள், மதம் மாற்றம், தீவிரவாதம் போன்ற நடவடிக்கைகளுக்கான பணத்தைப் போலி நிறுவனங்கள் மூலம் கொடுப்பார்கள். அதாவது நாம் தொழில் செய்கிறோம் அல்லது நிறுவனங்களில் வேலை செய்து சம்பாதிக்கிறோம் இல்லையா.

ஆனால் இந்தப் போராளிகள் - அதாவது டைசன், தியாகு, மணியரசன், சீமான், திருமுருகன், சுப உதயகுமார் என்று இருக்கும் போராளிகள் எந்த வேலைக்கும் போவதில்லை. எந்தத் தொழிலும் செய்வதில்லை. ஆனால், காசுக்குப் பஞ்சமே இல்லை. இவர்களுக்குக் காசு எப்படிக் கிடைக்கும்? காஷ்மீரில் போராட்டம் நடத்தவும் - கல்லை விட்டு எறியவும் சம்பளமே போடுகிறார்கள் பிரிவினைவாதிகள்.

ஆண்டுதோறும் 10,000கோடி நிதி கிறிஸ்தவ மிஷனரிகளுக்கு மதம் மாற்றப் பணிகளில் ஈடுபடச் சொல்லித் தரப்படுகிறது. பெரும்பாலான கிறிஸ்தவ அமைப்புகள் அனைத்துத் துறைகளிலும் கடந்த 15 வருடங்களில் அடைந்த வளர்ச்சி அமோகம். எப்படி? எல்லாம் இந்த வகையில் வரும் பணமே.

இந்த வகை நிறுவனங்கள் மட்டும் எவ்வளவு தெரியுமோ? 2.1 லட்சம் நிறுவனங்கள். அவற்றை இழுத்து மூடியது மத்திய அரசு. அவை மொத்தமாகக் கண்டறியப்பட்டது இந்தப் பண மதிப்பு நீக்க நடவடிக்கையால்தான்.

சொல்லுங்கள் - இதே போலி நிறுவனங்களை யார் யார் என்று தனித்தனியே விசாரணை செய்ய எவ்வளவு காலம் ஆகும்? அதுவும் 1000, 2000 நிறுவனங்களைக் கண்டறியலாம். எப்படி இந்த அளவு நிறுவனங்களை மொத்தமாக வெளியே கொண்டுவருவது? இதோ இப்போது ஒரு பொந்தில் புகையைப் போட்டதால் பெருச்சாளிகள் எல்லாம் வெளியே வந்துவிட்டன. இந்த நிறுவனங்களை மூடப் பட்டதைத் தொடர்ந்து கம்யூனிஸ்ட் நக்சல் கூட்டம், பிரிவினை வாதக் கூட்டம் எல்லாம் அடிவயிற்றில் இருந்து கத்தத் தொடங்கியிருக்கின்றன. மதம் மாற்றும் கூட்டம் எல்லாம் கொதிக்கின்றன. இந்த நடவடிக்கையின் ஆகச் சிறந்த பலன்களில் இதுவும் ஒன்று.

அடுத்ததாக இன்னொரு நன்மை கிடைத்தது.

- 2009-ல் சத்தியம் நிறுவனம் செய்த ஊழல் வெளிவந்தது. அதில் அந்த நிறுவனம் தன் பங்குகளைப் போலியாக விலை உயர்த்திக் காட்டி ஏமாற்றியது ஒருபுறம் இருக்கட்டும். அந்த நிறுவனத்தை விசாரணைக்கு உட்படுத்தியபோது வேறொரு பூதம் வெளிவந்தது.

அதாவது அந்த நிறுவனத்தில் வேலை செய்தவர்களின் எண்ணிக்கை அரசுக்குக் கணக்குக் காட்டிய வகையில் ஏறக்குறைய 53,000 வேலையாட்கள். ஆனால் CID விசாரணையில் உண்மையில் வேலை செய்தது 40,000வேலையாட்கள் தான் என்ற உண்மை வெளி வந்தது. ஆக மீதம் 13,000 வேலையாட்கள் என்று கணக்குக் காட்டி அவர்களுக்கு சம்பளம் போடுவதாகக் கூறி மாதம் 20,00,00,000 ரூபாய் தனக்கு எடுத்துக்கொண்டுள்ளார். இது பலருக்கு அதிர்ச்சி தந்தது.

ஆனால், கார்ப்பரேட் நிர்வாகம் சார்ந்த விவரங்கள் என்று பார்த்தால் இது சர்வ சாதாரணமாக இந்தியா முழுவதும் நடக்கும் கொள்ளை. இப்படியான நடவடிக்கைகளால் முதலீட்டாளர்கள் ஒருபுறம் ஏமாற்றம் அடைய - இன்னொரு பக்கம் உண்மையில் பயனடைய வேண்டிய உழைப்பாளர்களும் சுரண்டப்படுவர் . இது மட்டும் அல்ல; இந்தியாவில் உழைப்பாளர்கள் சார்ந்த விவரத்தை இப்படி நேர்மையாக வழங்காமல் ஏமாற்றும் வேலையை 99% பெரும் நிறுவனங்கள் செய்கின்றன.

இதனால் 13,000 பேருக்குக் கிடைக்கவேண்டிய வேலை போனது தான் அரசுக்கு மிகப் பெரிய தலைவலி. ஏன் என்றால் வேலை வாய்ப்பு கூடுவதாக அரசு புள்ளிவிவரங்கள் சொல்லும். ஆனால் நாட்டில் வேலை இல்லாமல் பலர் இருப்பார்கள்.

ஒரு நிறுவனத்தில் வேலைக்குச் சேரும்போது இருக்கும் மகிழ்ச்சி அதில் இருந்து ஓய்வு பெறும் காலத்திலும் கிடைக்கவேண்டும். உழைத்த மக்களுக்குப் பாதுகாப்பு வேண்டும்; அவர்கள் ஆரோக்கியம், குடும்பம் காப்பாற்றவேண்டும்; இதுதான் ஒரு அரசுக்குத் தொழிலாளர்கள் நலனில் இருக்கவேண்டிய கடமை. சரிதானே.

அதற்குத்தான் PF பிடிக்கிறார்கள். அடுத்து இன்ஸூரன்ஸ் ESI பிடிக்கிறார்கள்.ஆனால், சில நிறுவனங்கள் பிடித்தம் செய்யும் பணத்தை அரசுக்குக் கட்டுவது இல்லை. இதில் கணக்குக் காட்டாமல் அதே நேரம் உழைப்பாளிகளிடம் பித்தலாட்டம் செய்து ஏமாற்றும் வேலை இந்தியா முழுவதும் நடக்கிறது, இதோ

இந்த சத்தியம் நிறுவனம்போல. இதனால் நேரடியாக உழைப்பாளிகள் உடனடியாகப் பாதிக்கப்படப்போவது இல்லை. ஆனால், மறைமுகமாகப் பெரும் பாதிப்பை நாடு முழுவதும் அடைந்தனர்.

ஒரே நாளில் பண மதிப்பீட்டு நடவடிக்கை மூலம் அந்தக் காலகட்டத்தில் மட்டும் நிறுவனங்களால் நாட்டில் 1கோடிக்கும் அதிகமான ஊழியர்களின் புதிய கணக்குகள் தாக்கல் ஆகியுள்ளது. ஏன் என்றால் வேறு வழியில்லை ஏமாற்ற. இப்படிச் செய்வது பாதுகாப்பானதும்கூட.

ஆக இத்தனை நாட்கள் இவர்கள் கணக்கில் காட்டாமல் தானே ஏமாற்றி உள்ளனர்? சரிதானே. இத்துடன் வேலை செய்யும் அனைவருக்கும் சம்பளத்தை வங்கிகளில் வரவு வைக்க முன்வந்துள்ளன நிறுவனங்கள். மொத்தம் 50 லட்சத்துக்கு மேல் புதிய கணக்குகளை நிறுவனங்கள் தங்கள் ஊழியர்களுக்காகத் திறந்தன. இதனால் என்ன நன்மை?

இதனால் எத்தனை வருடம் அந்தக் குறிப்பிட்ட ஊழியர் வேலை செய்கிறார், அவருக்கு என்னவிதமான ஊதிய உயர்வு கொடுக்கப் பட்டது, அவருக்கு போனஸ், இன்சூரன்ஸ் என்று அனைத்தும் செய்து கொடுக்கப்பட்டதா என்று இனி அப்பட்டமாக அரசுக்குத் தெரியவரும். அப்படியாக, இனி ஊழியர்களின் உழைப்பு சுரண்டப்படுவது வேகமாக நிறுத்தப்படும்.

சொல்லுங்கள்- எத்தனை பேர் 20 ஆண்டுகள் 30 ஆண்டுகள் என்று தனியார் நிறுவனங்களில் 12,000 சம்பளத்திலேயே வாழ்க்கை முழுவதும் செல்லவில்லையா? ஓய்வு காலங்களில் அவர்கள் உழைத்த உழைப்புக்கு என்ன மிஞ்சியது? அரசு அதைப் பாதுகாக்க உருவாக்கப்பட்ட அனைத்து வழிகளையும் ஏமாற்றித் திரியவில்லையா நிறுவனங்கள். அவர்களைப் பாதுகாக்க இங்கே சட்டம் உள்ளது; ஆனால் சிஸ்டம் கெட்டுக் கிடந்தது.

வந்த நாள் முதல் மோதி செய்வது இந்த சிஸ்டத்தைச் சரிசெய்யும் பணியைத்தான். அதைச் செய்யாமல் எந்தத் தொழில் புரட்சியும் மக்களுக்கு நன்மை சேர்க்காது என்று உணர்ந்து வேலையில் இறங்கினர்.

GDP 7% என்கிறோம். சரி ஆனால் அந்த 7%வளர்ச்சி உழைப்பாளி களுக்கும் கிடைத்ததா என்று யார் பேசினர்? GDP உயரலாம். ஆனால் வாழ்க்கை தரம் உழைப்பாளிகளுக்கு உயராது போனதற்கு

system சரி இல்லை என்பதுதான் காரணம். இப்போது தான் PF, SIC எல்லாம் ஆன்லைனில் கொண்டுவர - ஊழியர்கள் வங்கிக் கணக்கோடு ஆதார் சேர்க்க - இனி உழைப்பாளிகள் உழைப்பைச் சுரண்டினால் அரசு கேட்கத் தேவை இல்லை - அந்த உழைப் பாளியே நீதிமன்றம் சென்றால் நிறுவனங்கள் தப்ப முடியாது.

இதையும் சாத்தியமாக்கியிருக்கிறது பண மதிப்பு நீக்கம். இப்படிச் சரி செய்யவில்லை என்றால் இன்னும் 50வருடம் இல்லை 500வருடம் சென்றாலும் எதுவும் மாறாது. இதன் பலன் என்பது இன்று உடனடியாக சமூகத்தில் பிரதிபலிக்காமல் போகலாம். ஆனால் இதன் பலனை எதிர்காலத்தில் நிச்சயம் கூறுவார்.

இறுதியாக இந்த விஷயத்தில் மோதி ஒருபக்கம்... அவரை எதிர்ப்பவர்கள் ஒரு பக்கம் என்று பிரித்துக்கொள்ளுங்கள். இருவரைப் பற்றியும் இன்னொரு விஷயம் சொல்கிறேன்.

நேத்து வந்த சீமான் என்ற செபாஸ்டியன்... எடுத்த படங்கள் எல்லாம் தோல்வியடைந்துவிட கட்சி ஒன்றை ஆரம்பித்து கோடீஸ்வரராக அவரும் அவர் குடும்பமும் வசதியாக வாழ்கிறார்கள்.

கம்யூனிஸ்ட் ராஜாவின் குடும்பத்தைப் பாருங்கள்: மகள் டெல்லி JNU மாணவரணி தலைவி, அவர் மனைவி தலைவர் - ராஜா கட்சி தலைவர்- நான் எப்போதெல்லாம் விமான நிலையம் செல்கிறேனோ அப்போதெல்லாம் இவரைப் பார்க்கிறேன். குடும்பமே மக்கள் பணத்தில் பறந்துகொண்டே இருக்கிறது. ஆனால் ஏழை கம்யூனிஸ்ட் ரோட்டில் பிச்சை எடுக்கிறான்.

நம்ம கருணாநிதி பிரதமராகியிருந்தால் இறக்குமதி ஏற்றுமதி ஆகும் பொருளில் இருந்து 1% தனக்கு கமிஷனாக வரவேண்டும் என்று சொல்லி இருப்பார். இந்தியாவின் ஏற்றுமதி மட்டும் 27465 கோடி அமெரிக்க டாலர். அதாவது இந்த இறக்குமதி ஏற்றுமதி மொத்த மதிப்பில் 1% எடுத்துக்கொண்டாலே வருடம் சுமார் 5000கோடி எளிதில் குவிக்கலாம். அது தேவைப்படாமலேயே அந்தப் பணத்தை கருணாநிதி குவித்து ஆசியாவின் முன்னணி பணக்காரராகி விட்டிருக்கிறார் என்பது வேறு விஷயம். பிரதமராகியிருந்தால் இந்த உலகில் மட்டுமல்ல ஈரேழு பதினான்கு லோகங்களிலும் கருணாநிதியே நம்பர் ஒன் கொள்ளைக்கூட்டத் தலைவராகி யிருப்பார்.

சசிகலா குடும்பத்தின் சொத்துகளைப் பாருங்கள்... சுமார் 180 போலி நிறுவனங்கள். புடவை கட்டிய கருணாநிதிதான் இந்த

சசிகலா என்று சொல்லும் அளவுக்கு ஊழல் ராணியாகத் திகழ்கிறார்.

அட பகுத்தறிவு பெரியார் நன்கொடை வாங்கி உருவான சொத்தே 1லட்சம் கோடி இருக்குமே.

நம்ம தமிழ் நாட்டில் விடுதலைப்புலிகளிடம் நன்கொடை வாங்கி ஈழத்து மக்களை ஏமாற்றி நன்கொடை வாங்கிப் பிழைக்கும் ரெண்டு டஜன் போராளிகள் இருக்கிறார்கள். கேட்டால் இயக்கம், போராளிகள் என்பர்.

மதமாற்ற கிறிஸ்தவ அமைப்புகள் நடத்துகிறேன் பேர்வழி என்று சில கோடிகளை வாங்கிக் குவித்த கூட்டம்.

அதுவும் இல்லையா நக்சல் மாவோயிஸ்ட் ஆதரவாக நாட்டை அவமானம் செய்து குறும்படம் எடுக்கலாம் - போராட்டம் நடத்தலாம் இதன் மூலமும் கோடிகள் சம்பாதிக்கலாம்.

ஆக, மோதியை எதிர்க்கும் கூட்டத்தின் லட்சணம் இது. இதற்கு நேர்மாறாகத் தன் குடும்பத்தினருக்கு தன் செல்வாக்கைப் பயன்படுத்தி அரசு வேலைகூட வாங்கிக் கொடுக்காதவர் மோதி. அரசியல் கட்சிகள் அவரைப்பற்றி ஆயிரம் பேசலாம்; ஆயிரம் குறை சொல்லலாம். மக்கள் நமக்கு புத்தி வேண்டாமா?

இதே கருணாநிதி 'என் வீட்டில் தாழ்த்தப்பட்ட ஜாதியைச் சேர்ந்த பெண்ணை மருமகளாக ஏற்றுக்கொண்டேன்' என்று கூறி வெட்கம் இல்லாமல் ஓட்டு அரசியல் செய்தது இல்லையா? மோதி என்றைக்காவது தன் குடும்பத்தினரின் எளிய பின்னணியைச் சொல்லிக் காட்டித் தனக்குப் பரிதாபம் தேடிக் கொண்டதுண்டா..?

ஆகக் குறை சொல்லச் சரியான காரணம் எதுவும் இல்லை. எனவே என்ன செய்வது? இல்லாத காரணத்தை உருவாக்குவோம் என்று குழப்புகிறார்கள் கம்யூனிஸ்ட், காங்கிரஸ் கட்சியினர். அதைவிட மதமாற்றும் கூட்டத்துக்குப் பணம் வந்த வழி எல்லாம் அடைக்கப் பட என்ன செய்வார்கள் பாவம்? மோதி ஒழிக மோதி ஒழிக.

அவர்கள் வீட்டில் காய்ச்சல், தலைவலி வந்தால் கூட மோதி ஏதாவது பண்ணி இருப்பாரோ என்று யோசிக்கும் அளவுக்குப் போய்விட்டது இங்கே மோதி எதிர்ப்பு வியாதி.

தமிழ் நாட்டில் எப்போதெல்லாம் மக்கள் விழிப்புணர்வு பெறுகிறார்களோ அப்போதெல்லாம் உணர்ச்சிகளைத் தூண்டிவிடும்

போராட்டங்களை நடத்தி திமுக திக பக்காவாக தேசியக் கட்சிகள் இங்கே வளரவிடாமல் பார்த்துக் கொள்ளும். இப்போது நடக்கும் போராட்டங்களும் அதன் வெளிப்பாடே.

மோதியைப் போல் நேர்மையானவரைப் பற்றிப் பேச எந்தக் கட்சிக்கும் முக்கியமாகத் தமிழக அரசியல்வாதிகளுக்கு எந்தத் தகுதியும் கிடையாது.

●

பி.ஜே.பி. கட்சியானது கார்ப்பரேட் நிறுவனங்களுக்கு ஆதரவாகச் செயல்படுவதாகக் குற்றம்சாட்டுகிறார்களே..?

- அருள்

நம் நாட்டில் இந்த கார்ப்பரேட் (பெருநிறுவன) என்ற வார்த்தைக்கு எப்படியோ எதிர்மறை அர்த்தம் உருவாக்கிவிட்டனர் இந்த இணையத்தில் திரியும் புதிய போராளிகள்.

அதற்குக் காரணம் ஒன்று (industrial economy) பெரும் நிறுவனங்களின் பொருளாதார அடிப்படை விஷயத்தின் புரிதலில் உள்ள பிரச்னை;

இரண்டாவதாக, 'அரசியல்வாதி - பணக்காரன் ரெண்டு பெரும் தான் நாட்டை நாசம் பண்றாங்க' என்று கூறிவிட்டால் நாட்டில் எல்லா பிரச்னைக்கும் சுருக்கமான பதிலாக இருக்கும், நாமும் நடுநிலையாளன் என்றும் போராளி என்றும் சொல்லிக்கொள்ள வசதி. அதனால் அனைவருமே கார்ப்பரேட் எதிர்ப்பு என்று குரல் கொடுப்பது ஒரு ஃபேஷன் ஆகிவிட்டது.

விஷயத்தை விளக்கும் முன்னர் ஒன்றை நன்கு புரிந்து கொள்ளுங்கள்.

'பணம் சம்பாதிக்கும் இந்தப் பெரு நிறுவனங்களைத் திட்டிய நம்மில் யாரேனும் சட்டதிட்டங்களுக்கு உட்பட்டு அவர்கள் எப்படி இவ்வளவு சம்பாதிக்கிறார்கள் என்றும் அது போல் நாம் எப்படி சம்பாதிக்கலாம் என்றும் சிந்தித்தது உண்டா! அப்படித் தேடி இருந்தால் கார்ப்பரேட் வெறுப்பு இவ்வளவு உருவாகியிருக்காது. உண்மையில் பிரச்னை பணம் சம்பாதிப்பவனிடம் இல்லை. பணம் சம்பாதிப்பவனைப் பார்த்துப் பொறாமை கொள்பவனிடம் தான் உள்ளது.

என்னிடம் ஒரு 25 லட்சம் இருக்கிறது. அதை நான் வங்கியில் போட்டால் அது 7% வட்டி தான் தரும். அதனால் இடம், வீடு வாங்கிப் போட்டால் அதிக வருமானம் தொடர்ந்து கிடைக்குமா என்பதை உறுதியாகச் சொல்லமுடியாது.

எனக்கு வருடம் ஒரு வருமானம் வேண்டும்; அதே நேரம் என்னுடைய இந்த 25 லட்சம் முதலீடு பாதுகாப்பாக இருக்க வேண்டும். என்ன செய்யலாம்!

என் நண்பர் ஒருவர் தொழிற்சாலை தொடங்கப்போகிறார், அவரிடம் முதலீடாக நான் கொடுத்தால் எனக்கும் லாபத்தில் ஒரு பகுதி வரும்; என் முதலீடும் கம்பெனியில் ஷேர் என்ற முறையில் பாதுகாப்பாக இருக்கும். கம்பெனி சொத்தின் மதிப்புடன் என் முதலீட்டின் மதிப்பும் கூடும். இது தொழில் முதலீடு. நிலம், தங்கம் வாங்கிப் போடுவது போல இது தொழில் முதலீடு.

அந்த நண்பன் தொடங்கும் தொழிலின் மொத்த முதலீடு ஒரு கோடி என்றால் என் பங்கு 25%. அந்தத் தொழில் வருடம் 20 லட்சம் லாபம் தரும் என்றால் லாபத்தில் 25% அதாவது 5லட்சம் என்னுடைய பங்காகப் பிரித்துக் கொடுப்பான். செலவீனம், வரி எல்லாம் போக ஒரு நல்ல வருமானம் இருக்கும்.

இது நல்ல முதலீடு தானே? என் முதலீடும் 5 வருடத்தில் திரும்பக் கிடைக்கும். எனவே நான் என் நண்பன் நிறுவனத்தில் முதலீடு செய்வது சரி தானே?

ஆனால், வெளியுலகம் என்ன நினைக்கும்? என் நண்பன் ஒரு கோடி முதலீட்டில் தொழில் நடத்துகிறான்; அந்த கம்பெனி மூலம் அவனுக்கு வருடம் 20 லட்சம் லாபம் கிடைக்கிறது என்று. மக்கள் யாருக்கும் அதில் எத்தனை முதலீட்டாளர்கள் என்ற விவரம் தெரியாது. அதனால் அவன் அதை முதலீட்டாளர்களுடன் பகிர்ந்து கொள்கிறான் என்பது யாருக்கும் தெரியாது.

இப்போது இதே தான் infosys என்ற நிறுவனம் 2016-ல் மொத்த வருமானம் 68,484 கோடி. அதில் லாபம் 25,231கோடி. ஆனால் அந்த நிறுவனத்தின் முதலீட்டாளர்கள்?

மொத்த 2,285,616,160 ஷேர்கள். அப்படியானால் ஒரு ஷேருக்கு எவ்வளவு கிடைக்கும்? கொஞ்சம் கணக்குப்போடுங்கள். இந்தப் பல ஆயிரம் கோடி லாபமெல்லாம் மொத்தமாகப் பார்க்கும் போதுதான் பிரமாண்டமான வருமானம் போலத் தெரியும். ஆனால்

ஒவ்வொருவருக்குக் கிடைக்கும் பணம் என்பது சில லட்சங்கள், ஆயிரங்கள் என்பதாகத்தான் இருக்கும். எனவே பெரிய லாபம், பெரிய கம்பெனி என்பது அல்ல விஷயம்; அந்த நிறுவனத்தில் எத்தனை முதலீட்டாளர்கள் என்பதே விஷயம். ஆனால் இந்தப் பொருளாதாரம் தெரியாத சீமான் போன்றவர்கள் மக்களை எப்படி உசுப்பிவிடுவர் என்றால் 25,231 கோடி லாபம், ஆனா என் அப்பத்தாவுக்குச் சோத்துக்கு வழி இல்லை!

நேர்மாறாக ஒரு அப்பத்தா ஐநூறு ரூபாய் முதலீட்டுடன் ஒரு இட்லிக் கடை நடத்துகிறார் என்று வைத்துக்கொள்வோம். அரிசி, பருப்பு, காய்களுக்கு 200 ரூபாய் இட்லி, சட்னி சாம்பார் அரவைக்கு 100 ரூபாய் எரிபொருள் 100 ரூபாய், கடைக்குத் தரை வாடகை ஐம்பது ரூபாய் பாத்திரம் அலம்பிக் கொடுப்பவருக்கு சம்பளம் ஐம்பது ரூபாய் என ஐநூறு ரூபாய் செலவு... ஒரு நாள் வருமானம் 1000 ரூபாய் என்றால் நிகர லாப சதவீதம் என்பது 100%. எந்த கார்ப்பரேட் நிறுவனமும் நினைத்துப் பார்க்க முடியாத லாபம். அந்த அப்பத்தா தான் உலகிலேயே தொழிலதிபர்கள் பட்டியலில் சதவிகிதக் கணக்கில் முதலிடம் பிடிப்பார் (சினிமாத் துறை போன்ற கறுப்புப் பண வர்த்தகம், விபச்சாரம், போதை மருந்து, சாராயம், ஆயுத விற்பனை, வாடகைக் கொலையாளி போன்ற முறைகேடான தொழில்கள் நீங்கலாக).

இப்படி ஒரு துறையில் இருக்கும் கணக்கு வழக்குகள் புரியாமல் பெரும் நிறுவனங்களை அப்பத்தாக்களுடன் ஒப்பிடுவது சுத்த அறிவீனம்.

infosys முதலீட்டாளர்கள் லாபம் இல்லை என்றால் விற்றுவிட்டுச் சென்றுவிடுவர். அப்படி முதலீட்டாளர்கள் பணத்தைத் திரும்பப் பெற்றால் என்ன ஆகும்? பணியாட்களைக் குறைத்து மொத்த நிறுவனத்தின் வேலைவாய்ப்பும் போகும். எனவே infosys நிறுவனத்தின் தலைமை பொறுப்பில் உள்ளவர்கள் ஆடம்பரமாக வாழ்வதுபோலத் தெரியும். ஆனால் அவர்களை நம்பிப் பல லட்சம் கோடி போட்ட மக்கள் ஒருபக்கம், அவர்களை நம்பி வேலை பார்க்கும் ஆயிரக்கணக்கான ஊழியர்கள் ஒருபக்கம் என்று இருபக்க நலனையும் கருத்தில் கொண்டு வேலை செய்கிறார்கள். அதைப் புரிந்து கொள்ளாமல் வெறுமனே அவர்கள் விமானத்தில் பறக்கிறார்கள்... கார் வைத்திருக்கிறார்கள் என்று பொறாமை கொள்வது எப்படிச் சரி?

ரிலையன்ஸ் நிறுவனம் ஒரு லட்சம் கோடி முதலீட்டில் தொடங்கிய நிறுவனம் Jio. இதனைத் தொடங்க அவ்வளவு பெரிய முதலீட்டை அவரை நம்பிக் கொடுக்க மக்கள் இருக்கும்போது அவரைக் குறை சொல்ல ஏன் ஒருவருக்கு ஆர்வம் வருகிறது? நீங்கள் ஏதோ அரசு பணம் கொடுத்து அவர்கள் நிறுவனங்கள் ஆரம்பிக்கிறார்கள் என்று நினைக்கிறீர்களா? அது உங்கள் தவறு. இவ்வளவு பெரிய தொகையை அரசு தருவது இல்லை. இன்னும் சொல்லப் போனால் அரசே பொதுத்துறை பங்குகளை விற்று இதே வழியில் மக்களிடம் பணம் வசூல் செய்துதான் நிறுவனங்களை நடத்துகிறது (இது பற்றிப் பின்னால் பார்க்கலாம்).

நீங்களும் நானும் இதேபோல நிறுவனம் ஆரம்பிக்க நினைத்தால் யார் அவ்வளவு பணத்தினைக் கொடுப்பார்கள்? ஆனால் முகேஷ் அம்பானி, பிர்லா குழுமம், டாட்டா என்றால் நிச்சயம் நல்ல விதமாகத் தொழில் செய்யக்கூடிய புத்திசாலி என்பது அவர்கள் வரலாறு. எனவே, அவரிடம் தங்கள் பணத்தைக் கொடுக்கிறார்கள் மக்கள். இதில் கார்ப்பரேட் முதலாளியான அவர்கள் பக்கம் என்ன தவறு?

அதுவும் ஒரே இரவில் யாரும் அந்த இடத்துக்கு வர முடியாது. அவர்களை நம்பிப் பணத்தைக் கொடுக்கும் அளவுக்குத் தொழில் வளர்ச்சியின் மூலம் மக்களிடம் நம்பிக்கையைப் பெறவேண்டும். அதற்குப் பதிலாகத் தன்னை நம்பிப் பணம் போடும் முதலீட்டாளர்களுக்கு லாபத்தை இவர்கள் கொடுத்தாகவேண்டும்.

அனில் அம்பானி முன்னர் ஈடுபட்ட கச்சா எண்ணேய் சுத்திகரிப்பு ஆலையான Jamnagar Refinery மூலம் தினமும் 70 கோடி லாபம் கிடைக்கிறது. அந்த நிறுவனத்தைக் கட்டி முடிக்க அவருக்கு மொத்த முதலீடாகத் தேவைப்பட்டது எவ்வளவு தெரியுமா? முதல்கட்ட முதலீடு மட்டும் 1.8 லட்சம் கோடி. அந்த நிறுவனத்தின் இன்ஷூரன்ஸ் மதிப்பு மட்டும் 50,000கோடி. இந்த அளவு பணம் அவர் வீட்டு பீரோவில் இல்லை; மக்கள் அவரை நம்பி முதலீடு செய்கிறார்கள்.

இதனால் யாருக்கு லாபம்? நுகர்வோருக்கு எண்ணெய் கிடைக்கிறது. அவரை நம்பிப் பணத்தை முதலீடு செய்த அனைவருக்கும் லாபம் கிடைக்கிறது. அந்தத் தொழிற்சாலையில் மொத்தம் 250,000 ஊழியர்கள் நேரடி வேலை வாய்ப்பும், மறைமுகமாக 10.5 லட்சம் வேலை வாய்ப்பை உருவாக்கிக் கொடுத்துள்ளார்.

எல்லாவற்றுக்கும் மேலாக நாட்டுக்கு வரியை ஒழுங்காகக் கட்டுகிறது Reliance Industries (கடந்த ஆண்டு கட்டிய வரி 7,827 கோடி).

அதாவது

1. முதலீட்டாளர்களிடம் பணத்தினை வசூல் செய்யும் திறமையும் உண்டு.

2. அதைக்கொண்டு வெற்றிகரமாகத் தொழில் தொடங்கும் புத்திசாலித்தனமும் உண்டு.

3. அதன் மூலம் 250,000 பேருக்கு வேலை வாய்ப்பு உருவாக்கும் ஒரு நிர்வாகத் திறமை உண்டு.

4. முதலீட்டாளர்களுக்கு லாபம், நாட்டுக்கு வேலைவாய்ப்பும் வரியும் கிடைக்கும்.

எப்படி வாய் கூசாமல் நாம் இந்த மனிதர்களைக் குறை சொல்வதே வேலையாக இருக்கிறோம்?

சரி, இந்த விஷயத்தில் அவர் எப்படி வெற்றி பெற்றார்; நாமும் எப்படி அவர்போல் தொழில் நடத்துவது என்று யாரேனும் யோசித்திருப்போமா? யாரைச் சொல்லி நாம் நொந்துகொள்ள? என்ன மாதிரியான தொழில் எப்படி எங்கே தொடங்கலாம் என்று சிந்திக்கும் அறிவு இல்லாத ஒரு குருட்டு சமூகத்தை உருவாக்கி விட்ட இந்தக் கல்வியாளர்களை நொந்துகொள்வதா? அல்லது வேலை தேடி கார்ப்பரேட் கம்பெனி வாசலில் நின்று, அதே கார்ப்பரேட்காரன் விற்கும் jio சிம் வாங்கிவிட்டு அவனையே எல்லா பிரச்னைக்கும் காரணம் என்று புலம்பும் கூட்டம் என்றுமே அப்படியே இருக்கும் என்பதை நினைத்து நொந்து கொள்வதா?

கார்ப்பரேட் நிறுவனங்களுக்குக் கடன் கொடுத்துத் தள்ளுபடி செய்கிறார்கள் என்று சொல்வது எல்லாம் முட்டாள்தனம். வட்டி இல்லாமல் கடனைத் திரும்பச் செலுத்தச் சொல்லிக் கூறியிருக் கிறார்கள். அல்லது நஷ்டமாகும் நிறுவனத்தின் சொத்துகளை விற்க அது சரியாக ஏலம் போகாமல் வங்கிகளுக்கு நஷ்டம் ஆனதுண்டு. ஆனால், மொத்தக் கடனையும் 10 ஆயிரம் கோடி 20 ஆயிரம் கோடி தள்ளுபடி செய்கிறார்கள் என்பதையெல்லாம் படித்தவர்கள் எப்படி நம்புகிறார்கள் என்று எனக்குப் புரிவது இல்லை.

இங்கே நீதிமன்றம் இருக்கிறது. அவர்கள் வெறுமனே விட்டு விடமாட்டார்கள். நினைவிருக்கிறதா SAHARA நிறுவனம்? பலவருடம் இந்திய கிரிக்கெட் டீமுக்கு ஸ்பான்சராக இருந்த பெரு நிறுவனம். இன்று அதன் நிலை என்ன? சின்ன முதலீட்டாளர்கள் விஷயத்தில் தவறு செய்யச் சிறையில் அடைத்துவிட்டது நீதிமன்றம். அவர் இத்தனைக்கும் திறமையான நிர்வாகி. ஆனால் செய்த குற்றத்தால் மொத்தமாக மதிப்பிழந்தார். இன்று எவரும் அவரை நம்பி முதலீடு செய்ய யாரும் தயார் இல்லை.

விஜய் மல்லையா போன்றவர்கள் ?

இதோ பாருங்கள் 2009-ல் சத்தியம் நிறுவனம் என்ற சாஃப்ட்வேர் கம்பெனி திவால் ஆகும் நிலையில் அந்த கம்பெனியின் நிர்வாகிகள் செய்த தவறால் வீழ்ச்சியின் விளிம்புக்குத் தள்ளப்பட்டது. அப்போது 500கோடி முதல் 2000கோடி வரை மத்திய அரசு அந்த நிறுவனத்துக்கு Bail out முறையில் நிதி அளித்து நிறுவனத்தைக் காப்பாற்றப்போவதாகச் செய்திகள் வந்தன. ஆனால் பின்னர் அதை அரசு எடுத்து மகிந்திரா டெக் நிறுவனத்திடம் விற்றது.

சரி இங்கே எதற்கு அரசு உதவ வேண்டும்?

ஏன் என்றால் எந்த நேரத்தில் அந்த நிறுவனத்தில் வேலை செய்தவர்கள் மட்டும் சுமார் 53,000 பணியாட்கள். அத்துடன் அந்த நிறுவனத்தை நம்பி முதலீடு செய்த முதலீட்டாளர்கள் பணம்? அந்த நிறுவனத்தை நம்பிக் கொடுக்கப்பட்ட கடன்கள்? எனவே இப்படி நிறுவனங்கள் மூடுவதை, திவால் ஆவதைத் தடுக்க அரசு தன்னால் ஆனால் முயற்சிகளைச் செய்யும். அது அந்த நிறுவன ஊழியர்கள், முதலீட்டாளர்கள் என்று தன் மக்கள் நலன் கருதி.

அப்படி உதவுவது தார்மிகக் கடமையும் கூட. ஆனால் விஜய் மல்லையா போலச் சில வழக்குகள் திட்டமிடப்பட்டு தவறாகவும் செல்வது உண்டு. Bail in, Bailout இரண்டையும் கொஞ்சம் விரிவாகப் படிக்கவும். அப்போது தான் உங்களால் விஜய் மல்லையா வழக்கைப் புரிந்து கொள்ளமுடியும்.

இங்கே எப்படி ஆகிவிட்டது என்றால் நீதிமன்றம் ஒன்று இல்லவே இல்லை என்பதுபோலவும் இந்தப் போராளிகள்தான் நீதி கொடுக்க வேண்டும் என்ற ரீதியில் துள்ளுகிறார்கள்.

அரசானது பெரு நிறுவனங்களுக்குச் சலுகைகள் வழங்கவே இல்லை என்று கூறமுடியுமா? நிச்சயமாகத் தரத்தான் செய்கிறார்கள்.

இந்தியா அனைத்து வாகனங்களையும் 2030க்குள் எலக்ட்ரிக் வாகனங்களாக மாற்ற வாகன உற்பத்தி ஆலைகளைக் கேட்டுக் கொண்டுள்ளது. இந்தியா முழுவதும் என்னும் போது அதற்கு ஆராய்ச்சிகளை மேற்கொள்ள நிறுவனங்கள் உதவிசெய்யக் கேட்டுக்கொண்டன. அதற்கு மோதி அரசு 60%செலவினை ஏற்கத் தயார் என்று ஆதரவு தெரிவிப்பது சலுகைதான். ஆனால் அது நியாயமான சலுகை.

அதைவிட்டு விட்டு sun tv கேபிள் ஒளிபரப்புக்கு BSNL323 ISDN lines முறைகேடாகப் பயன்படுத்த அனுமதிப்பது, நிலக்கரி அள்ள நிறுவனங்களுக்கு சலுகை என்ற பெயரில் விலை நிர்ணயம் செய்ததில் பெரும் நஷ்டத்தை உருவாக்குவது என்பவை அரசின் சலுகை அல்ல. பெரும் நிறுவனங்களிடம் பெரும் தொகைக்கு விலை போதல். அது மிகப் பெரிய தவறு. இமாலய ஊழல்.

அரசு வாகனங்கள் அனைத்தையும் மின்சார வாகனங்களாக மாற்ற முடிவு செய்தால் குறைந்தது 50,000 வாகனங்கள் தேவைப்படும் என்றால் யார் இந்த அளவு உற்பத்தி செய்து தரமுடியும்? பெரும் நிறுவனங்கள் தானே. நாட்டில் 50 புதிய விமான நிலையங்கள் அமைக்க வேண்டும். ஒரு விமான நிலையம் கட்ட ஆகும் செலவு 24,000கோடி முதல் 1லட்சம் கோடி வரை தேவை. இந்த அளவு முதலீடு செய்து யார் கட்டிக்கொடுக்க முடியும்? இதே பெரும் நிறுவனங்கள் தானே.

சரி... அரசு நிறுவனங்களுக்கு இந்தச் சலுகையைக் கொடுத்து அவர்களிடம் இந்தப் பொறுப்பை ஒப்படைக்கலாமே என்ற கேள்வி ஒருவருக்கு எழக்கூடும். விஷயம் என்னவென்றால் நம் அரசு நிறுவனங்களில் ஒரு சில நீங்கலாகப் பெரும்பாலானவை செயல் திறன் குறைந்தவை. பணிப் பாதுகாப்பு என்பதை அவர்கள் செயலின்மைக்கான உத்தரவாதமாக எடுத்துக்கொண்டிருக் கிறார்கள். அரசு நிறுவனங்கள் அரசியல் வியாதிகளின் பிடியிலும் அதிகார வர்க்கத்தின் பிடியிலும் சிக்கியிருக்கின்றன. 100 ரூபாய்க்கு ஒரு திட்டம் செய்யப்பட்டால் அதில் ஐம்பது அறுபது ரூபாய் ஊழலுக்குப் போய்விடும். பஞ்சாயத்துகளின் பொறுப்பில் இருக்கும் சாலை நிர்வாகத்தைப் பாருங்கள். வருடத்துக்கு நான்கு முறை போடுவார்கள். ஒவ்வொரு மழையிலும் அந்தச் சாலை குண்டும் குழியுமாக நாசமாகும். அரசின் பணம் எந்த ஆக்கபூர்வ மான பயனையும் தராமல் வீணடிக்கப்படும். இது ஒரு சிறிய உதாரணம்தான். அதோடு தொழிற்சங்கங்கள், கம்யூனிஸ்ட்

கட்சிகள் என அரசு-அதிகாரவர்க்கத்தில் அழுத்தமாக எருமை மாடுபோல் உட்கார்ந்துகொண்டிருக்கிறார்கள். என்னதான் அடித்தாலும் ஒரு அடிகூட எடுத்து வைக்கமாட்டார்கள். ஏன் வேலை நடக்கவில்லை என்று கேட்டால் ஸ்ட்ரைக் என்று கொடிபிடிக்கப் புறப்பட்டுவிடுவார்கள்.

எனவே பிஜேபி, காங்கிரஸ் இரண்டும் கட்டாயம் பெரும் நிறுவனங்களின் துணையைத்தான் நாடும். பெரும் நிறுவனங்கள் என்றால் வெறுமனே ஒரே இரவில் வருவன அல்ல. எனவே யார் சிறந்த நிர்வாகி என்பதுவே கேள்வி. காங்கிரஸ் பிஜேபி இருவரில் யார் நல்ல நிர்வாகி என்று பார்த்துத்தானே ஆட்சியாளர்களைத் தேர்வு செய்கிறோம்.

சீமான் போன்றவர்கள் வாயில் வந்ததை எல்லாம் வாக்குறுதி என்று நம்புபவர்கள் தலை சிறந்த மூடர்களாகவே இருக்க முடியும். ஏன் என்றால் வெறும் பள்ளிகள் அனைத்தையும் அரசுடமை ஆக்கினால் அதற்கு 1.2 கோடி மாணவர்களுக்கு நாம் பள்ளி கல்வி செலவு செய்ய வேண்டும்- அது ஏறக்குறைய 5000கோடி முதல் 7000கோடி வரை அரசுக்குச் செலவு அதிகம் ஆகும்.

ஆனால் அதற்கு அரசுக்கு வருமானம்?

இந்த லட்சணத்தில் எல்லாரும் மாடு மேய்க்கணும்; அது அரசு வேலை. எல்லாரும் விவசாயம் பார்க்கணும்; அது அரசு வேலை. மருத்துவம் இலவசம். கல்வி இலவசம். வீடு இலவசம். அடிச்சு விடு காசா பணமா என்று இஷ்டத்துக்குப் பேசுவது அறிவீனம். பொருளாதாரம் தெரியாமல் ஒருவர் பேசித் திரிகிறார் என்றால் இதை எப்படி நம்புகிறார்கள் என்று எனக்கு ஆச்சரியமாகவே இருக்கிறது.

ஜெயா, எடப்பாடி, கருணாநிதி எல்லாரும் இலவசம் கொடுத்துத் தானே ஓட்டே வாங்குகிறார்கள். அப்படி இருக்க மக்களுக்குக் கல்வியையும் மருத்துவத்தையும் இலவசமாகக் கொடுக்க வேண்டியதுதானே? ஏன் அந்த வாக்குறுதியைக் கொடுக்க முடியவில்லை? ஏன் என்றால் அதை யாரும் நம்பப்போவது இல்லை. அது நடக்காத காரியம் என்று அனைவருக்கும் தெரியும். எனவே, மக்களை ஓர் அளவுக்குத் தானே ஏமாற்ற முடியும்.

ஆனால் சீமான் எப்படி வாக்குறுதி கொடுக்கிறார்? அதனால் தானே சீமானைப் பொருளாதாரம் தெரியாத மூடர் என்கிறேன். நம் உணர்ச்சியைக் கீழ்த்தரமாகத் தூண்டிவிட்டு ஆதாயம் தேடும் கூட்டம் அது. இவர்களுக்குச் சுட்டுப் போட்டாலும் பொருளாதாரம், வரி, நிர்வாக அறிவு வரவே வராது.

'எனவே சும்மா கார்ப்பரேட் என்ற வார்த்தையை வசனமாக எழுதிக்கொண்டு கேமராவுக்கு முன் குரல் கொடுப்பவர்கள் எல்லாம் போராளியும் அல்ல; கார்ப்பரேட் முதலாளிகள் எல்லாம் வேலை பார்க்காமல் சொகுசு வாழ்வு வாழும் கூட்டமும் அல்ல. முதலில் பொறாமை கொள்வதை நிறுத்துங்கள் - நேர்மையாகப் பணம் தேடும் புத்திசாலித்தனத்தை வளர்த்துக் கொள்ளுங்கள். கார்ப்பரேட் நிறுவனங்கள் தவறு செய்கின்றன என்றால் நல்ல கார்ப்பரேட் நிறுவனத்தை நீங்கள் உருவாக்கி நடத்திக் காட்டுங்கள்.

இறுதியாக :

இந்தப் பங்கு சந்தை, பங்கு சந்தை என்று ஒன்று இருக்கே... BSE, NSE புள்ளிகள் என்கிறார்களே அவையெல்லாம் என்ன? ஒரு 10,000 ரூபாயைப் போட்டு என்னதான் விஷயம் என்று சோதித்துப் பாருங்கள். காசு போனால் போகிறது. ஆனால், அது தரும் அனுபவ அறிவு கட்டாயம் நல்ல பாடமாக இருக்கும்.

அட நீங்க இன்ஜினியரிங் காலேஜுக்கு லட்சக்கணக்கில் பீஸ் கட்டிப் படித்து இன்று ஏழாயிரம் எட்டாயிரம் ரூபாய் வேலைக்கு அல்லாடிக் கொண்டிருப்பதற்குப் பதிலாக அந்தக் குழியில் கொட்டிய பணத்தைவிட இப்படி ஒரு 10000 ரூபாயைச் செலவு செய்து ஒரு விஷயத்தைக் கற்றுக்கொள்வது ஒன்றும் தவறு அல்ல.

தமிழ் நாட்டில் உள்ள பிரச்னை மொழிப் பற்றை மொழி வெறியாக்கி அரசியல் செய்வது. இது அண்ணாத்துரை காலத்தில் இருந்து இன்று வரை தொடர்கிறது. மொழிக்கும் உருப்படியாக எதுவும் செய்யவில்லை. மக்களுக்கும் எதுவும் செய்யவில்லை. ஆசியாவின் முன்னணி பணக்காரக் குடும்பமாகத் திராவிடக் கட்சிக் குடும்பங்கள் ஆனதுதான் பலன். மக்கள்உணர்ச்சிவசப்படாமல் கொஞ்சம் நிதானமாக யோசிக்கவேண்டும். ஐந்தாண்டுக்கு ஒருமுறை ஏதோ ஒருநாள் ஜனநாயகக் கடமையைச் செய்கிறோம் என்று திருப்திப்பட்டால் போதாது. நாம் அரசைத் தேர்ந் தெடுப்பதன் மூலம் நம் எதிர்காலத்தை நம் தலையெழுத்தை நாமே எழுதிக்கொள்கிறோம். நல்ல நிர்வாகிகளைத் தேர்ந்தெடுத்தால்

தான் நாடும் வளம் பெறும்... நாமும் வளம் பெறுவோம் என்ற புரிதல் வரவேண்டும்.

●

யூதர்கள் மிகவும் மோசமானவர்கள் ஆயிற்றே. பாலஸ்தீனர்களைக் கொன்று குவிக்கிறார்களே. இந்திய முஸ்லீம்கள் இஸ்ரேலுடனான நட்புறவை விரும்புவதில்லையே. இந்த நிலையில் மோதி இஸ்ரேல் சென்றுவந்திருக்கிறாரே. இந்திய-இஸ்ரேல் உறவு பற்றிச் சொல்லுங்களேன்?

- முத்து

- THEORY OF RELATIVITY, EVOLUTION OF QUANTUM THEORY மற்றும் அணு இருப்பதற்கான முதல் ஆதாரத்தையும் கொடுத்து நவீன அறிவியல் உலகத்தை வடிவமைக்கக் காரணமான ஆல்பர்ட் ஐன்ஸ்டீன்.
- உலகப் பொருளாதாரத்தை மாற்றி அமைக்கக் காரணமான காரல் மார்க்ஸ்.
- THE ORIGIN OF SPECIES புத்தகம் மூலம் உயிர்கள், உலகம் சார்ந்த பார்வையை மொத்தமாக THEORY OF BIOLOGICAL EVOLUTION மூலம் உலகத்தின் புரிதலை மாற்றி அமைத்த சார்லஸ் டார்வின்.
- நோய் உடலுக்கு மட்டும் வருவது இல்லை மனதிலும் உண்டு என்று - உடல் வேறு மனம் வேறு என்று மருத்துவத்தைப் பிரித்து PSYCHOLOGY உருவாகக் காரணமான சிக்மண்ட் ஃபிராய்ட்.

இப்படிப் பொருளாதாரம், இயற்பியல், உயிரியல், மருத்துவம் என்று அனைத்திலும் மிகப் பெரிய அறிவியல் பங்களிப்பை வழங்கியவர்கள் யூதர்கள்.

அலுவலகம், கோவில், வீடு, ராணுவம் என்று எந்த இடத்திலும் யூதர்களின் தாக்கம் கண்டிப்பாக இருக்கும். அந்த அளவுக்கு அறிவியல் கண்டுபிடிப்புகள் யூதர்களின் அறிவாற்றலால் உருவானவை.

2000 வருடங்களுக்கு மேலாக மிகப் பெரிய அளவு துயரம் அனுபவித்த இனமும் யூத இனமே. அவர்கள் இழப்பு வேறு எந்த மதத்தினரையும்விட அதிகம். வரலாறு முழுவதும் துயரம் மட்டுமே அனுபவித்த மக்கள் இவர்கள். நாஜி கிறிஸ்தவர்களால்

சின்னாப்பின்னமாக்கப்பட்ட இனம். அந்த யூதர்கள் இறுதியாகத் தமக்கென்று இஸ்ரேல் தேசத்தை உருவாக்கிக்கொண்டனர். அதல பாதாளத்தில் விழுந்து கிடந்த ஒருவர் செடி கொடிகளையும் வழுக்கும் பாறைகளையும் பற்றிப் போராடி மலை உச்சியை எட்டியதுபோன்ற ஒரு சாதனை. ஆனால், உலக அங்கீகாரம் அவர்களுக்குப் பெரிய அளவில் கிடைக்கவில்லை.

1967-ல் - எகிப்து, சூடான், ஈராக் என்று 10க்கும் மேற்பட்ட இஸ்லாமிய நாடுகள் மொத்தமாகப் போர் அறிவித்தும் அனைவரையும் இந்தச் சின்ன நாடு தங்களது புத்திசாலித்தனமான ராணுவ நடவடிக்கை மூலம் விரட்டி அடித்து வெற்றியை வெறும் ஆறு நாளில் பெற்றனர்.

உண்மையில் திறமையும் அறிவும் ஒருசேர உள்ள நாடு இஸ்ரேல். இந்த நாட்டுக்குச் சரியான உலக அங்கீகாரம் கிடைக்காத நிலையில் வரலாற்றில் முதல் முறையாக இந்திய பிரதமர் இஸ்ரேல் சென்று அவர்களுக்கு அங்கீகாரம் கொடுத்துள்ளார்.

அந்த வகையில் மோதி அவர்களுக்கு மனதார நன்றியும் வாழ்த்துகளும் சொல்வதே நியாயம். இந்திய-இஸ்ரேல் உறவு உண்மையில் இந்தியருக்குச் சொல்லமுடியாத அளவு சந்தோஷம் தரும் செய்தி.

இந்திய - இஸ்ரேல் உறவு நீடூழி வாழ்க.

யூதர்களிடம் இருந்து நாம் கற்றுக்கொள்ளவேண்டிய முக்கியமான பாடம் ஒற்றுமை, நாட்டுக்காக எதையும் தியாகம் செய்யும் உயர்வான குணம். இவை இருந்துவிட்டால் இந்தியா வல்லரசு ஆவதை யாராலும் தடுக்க முடியாது.

அதே நேரம் சமீபத்தில் ஜெருசலத்தை யூதத் தலைநகராக அறிவித்து அமெரிக்கா ஒரு தீர்மானம் கொண்டுவந்தது. அது தொடர்பாக இந்தியா இஸ்ரேலுக்கு ஆதரவாகவே வாக்களிக்கும் என்று எதிர்பார்க்கப்பட்டது. இந்தியாவோ அந்த விஷயம் பாலஸ்தீனர்கள், இஸ்ரேலியர்கள் கூடி அமர்ந்து பேசித் தீர்க்க வேண்டிய விஷயம். எனவே இப்படி மூன்றாம் நபர்கள் அந்த விஷயத்தில் தலையிடக்கூடாது என்ற அடிப்படையில் அந்தத் தீர்மானத்தை எதிர்த்து வாக்களித்தது. இப்படியான நிலைப் பாட்டைத்தான் உலகின் பெரும்பாலான நாடுகள் எடுத்திருக்

கின்றன. எனவே இந்தியாவும் அந்த விஷயத்தில் நியாயம் எதுவோ அதைச் செய்திருக்கிறது. ஒருவரை ஆதரிப்பதென்றால் அவர் செய்யும், சொல்லும் எல்லாவற்றுக்கும் ஆதரவு என்பது சரியான செயல் அல்ல. ஒவ்வொரு விஷயம் சார்ந்து ஒவ்வொரு முடிவுகள் எடுக்க வேண்டும். இப்படிச் செய்வதன் மூலம் நாம் நமக்குச் சரியென்று தோன்றுவதைச் செய்யும் சுதந்தரம் பெற்றவர்களாகவும் உலக அரங்கில் நன் மதிப்புப் பெற முடியும். எனவே, நியாயம், சுதந்தரம் போன்ற அடிப்படைகளின்படி நம் நாடு நடக்கிறது என்பதைப் புரிந்துகொள்ளுங்கள்.

●

மேலும் 10 அணு உலைகள் அமைக்க நம் தேசம் திட்டம் தீட்டியுள்ளது. ஏற்கெனவே இருக்கும் அணுஉலையை மூடச் சொல்லிப் பெரும்போராட்டம் நடந்துவரும் நிலையில் மேலும் திறப்பது எப்படி சரி?

-மணிகண்டன்

எதனால் அணுஉலை அமைக்கக்கூடாது என்று கூறுகிறார்கள். செர்னோஃபில் விபத்து, த்ரீ மைல் தீவு விபத்துபோல் ஒரு அழிவை நாம் எதிர் கொள்ளவேண்டிவந்துவிடும் என்ற பயத்தால் வேண்டாம் என்கிறார்கள்.

யோசித்துப் பாருங்கள்... இந்தியாவில் 1962-ல் முதல் அணுஉலைகள் (தாராப்பூர் அணு மின் உலை) இயங்குகின்றன. நன்கு புரிந்துகொள்ளவும் 1962-ல் இருந்து இதுவரை அணு உலையால் ஆயிரம் பேர் கூட இறந்ததில்லை. சென்னையில் கல்பாக்கத்தில் சுமார் முப்பது ஆண்டுகளுக்கு மேலாக அணு உலை இயங்கி வருகிறது. சிறிய சிறிய இடையூறுகள் நீங்கலாகப் பெரிய அசம்பாவிதம் எதுவுமே நடக்கவில்லை (டி.எம்.கிருஷ்ணா, கமல்ஹாசன் வகையறாக்களுக்கு மோதியின் ஆட்சியில்தான் சூழலியல் கோபங்கள் பொங்குகின்றன).

பூகம்பம் வந்தால் அணு உலை வெடித்துவிடும். லட்சக்கணக்கில் இறப்பார்கள் என்றெல்லாம் சொன்னார்கள். சுனாமியே வந்து போய்விட்டது. எந்தப் பெரிய சேதமும் நடக்கவில்லை. விஷயம் என்னவென்றால் செர்னோபில் போன்றவை ஆரம்பகட்ட அணு உலைகள். அன்று பாதுகாப்புத் தொழில்நுட்பங்கள் அவ்வளவாக

வளர்ந்திருக்கவில்லை. இன்று பல அடுக்குப் பாதுகாப்புகள் உருவாகிவிட்டன.

இறப்புகளே இருக்காது என்று சொல்லமுடியாதுதான். ஆனால், எங்குதான் ஆபத்து இல்லை. எதில்தான் இறப்பு இல்லை.

ஆண்டுக்கு ஏறக்குறைய 2 லட்சம் உயிர்கள் சாலை விபத்தில் இறக்கிறார்கள். இவற்றில் 25% உயிரைக் காவு வாங்குவது பைக்குகள்தான். அதிலும் ஒரு விசேஷம் என்னவென்றால் பைக் ஓட்டும் 10-ல் 9பேர் ஒரு வாரம் லீவு போடும் அளவுக்குச் சின்ன விபத்தையாவது வாழ்நாளில் சந்திக்கிறார்கள். 2பேர் வாழ் நாள் முழுவதும் ஊனம் அடைகிறார்கள். அதற்காகச் சாலைகள் வேண்டாம்... பைக் வேண்டாம் என்று சொல்ல முடியுமா?

இவ்வளவு தூரம் போவானேன்... சாராயத்தால் ஒரு மனிதனுடைய உடல் எந்த அளவுக்குக் கெட்டுப் போகிறது? எப்படியெல்லாம் ஒருவருடைய செயல் திறனை, சம்பாதிக்கும் திறனை, குடும்ப நலனைப் பாதிக்கிறது. அணு உலைகள் அமைந்திருக்கும் இடத்தில் யாருக்கேனும் காய்ச்சலோ தலைவலியோ வந்தால் அணுக்கதிர் வீச்சுதான் காரணம் என்று குதிக்கும் விஞ்ஞானப் போராளிகளில் யாராவது அதைவிடத் தினம் தினம் மக்களைக் கண் முன் கொல்லும் சாராய ஆலைகளை மூடச் சொல்லிப் போராடியிருக்கிறார்களா?

இந்த உலகிலேயே சாராயக் கடைகளை அரசே ஏற்று நடத்தி மக்களைக் கொன்று குவிக்கும் ஒரே அரசு இந்த திராவிடக் கழிசடைகளின் அரசுதான். சூழலியல் போராளி உதயகுமாரோ... தமிழினப் போராளி சீமான்செபாஸ்டினோ... திராவிடப் போர்வாள் வை.கோபால்சாமியோ யாராவது சாராய ஆலையை மூடச் சொல்லிப் போராடியிருக்கிறார்களா..? வெறுமனே ஒன்று இரண்டு டாஸ்மாக் பாட்டில்களை கேமராவுக்கு முன்னால் உடைத்துவிட்டு (கேமராவுக்குப் பின்னால் கடகடவெனக் குடித்து விட்டு?) போனதைத் தவிர என்ன செய்தார்கள்? மக்கள் உயிர் மீதும் நல் வாழ்க்கை மீதும் அக்கறை இருந்தால் அணு உலை முன்பாகவா போராடுவார்கள்; சாராய ஆலை முன்பாக அல்லவா போராடுவார்கள்.

ஒரு நாட்டின் பொருளாதார வளர்ச்சிக்குத் தொழில் வளர்ச்சி மிக மிக அவசியம். தொழில்கள் நடக்க மின்சாரம் தேவை. ஒவ்வொரு

நாடும் அனல் மின் நிலையம், புனல் மின்நிலையம், காற்று ஆலை, சூரிய மின் திட்டம் எனப் பல வழிகளின் மின்சாரத்தை உற்பத்தி செய்து வருகின்றன. அணு உலை அதில் ஒரு வழிமுறை. அதுவும் மிகவும் அவசியமே. இவ்வளவு பேசுகிறார்களே... உலகிலேயே மிகப் பெரிய சூரிய மின்சாரத் திட்டம் மதுரை கமுதியில் பிரதமர் மோதியால் உருவாக்கப்பட்டுள்ளது. தமிழகத்தில் இருக்கும் எந்தவொரு தலைவராவது அதைப் பாராட்டி ஒரு வார்த்தையாவது சொல்லியிருக்கிறார்களா..? எவ்வளவு பெரிய அயோக்கியத்தனம் இது.

இப்படியான நிலையில் மத்திய அரசு எடுக்கும் எல்லா முயற்சிக்கும் ஏதாவது குழப்பம் செய்து வருகிறார்களே... இது என்னவிதமான மனநிலை..? சந்தேகமே இல்லாமல் இது ஒரு மன நோய்தான்.

எல்லா பெரிய திட்டங்களிலும் அபாயங்கள் இருக்கத்தான் செய்யும். அதை எப்படித் தடுப்பது என்பதையும் யோசித்துத்தான் திட்டம் தீட்டப்பட்டிருக்கும். ஆனால், இந்தப் போராட்டக்காரர் கள் திட்டமிட்டு அந்த ஒரு விஷயத்தை வைத்து மக்களைத் தூண்டிவிடுவதே வேலையாகத் திரிகிறார்கள் (அவர்களுக்குப் போராட்டம் நடத்தினாதான் மாவோயிஸ்ட், நக்சல் மற்றும் பல தீவிரவாதிகள் அமைப்பு,சீனா பாகிஸ்தான் போன்ற நாடுகளிடம் இருந்து வருமானம் கிடைக்கும். அதனால்தான் கீழடி தொட்டு ஹைட்ரோகார்பன் திட்டம் வர மக்களைக் குழப்புகிறார்கள்.)

அப்துல் கலாம் கூறினார் நாம் இந்த அளவு ரிஸ்க் எடுப்பது சரி தான். பயம் வேண்டாம் என்றார். அவரைவிடவா இந்தப் போராளிகள் பெரிய விஞ்ஞானிகள்?

மாநிலத்துக்கு 2 அணுஉலையாவது 2030க்கு உள்ளாகக் கட்டி முடிக்கவேண்டும். அப்போதுதான் தொழில் பெருகி நாடு முன்னேறும். அதற்கு இந்தத் திடீர் போராளிகளை விட்டுவிட்டு நல்ல நிர்வாகிகளை நம்பவேண்டும்.

MAKE IN INDIA **திட்டத்தால் மோதி என்ன சாதிக்க விரும்புகிறார்?**

இந்தியாவுடைய வேலைத் திறன் விகிதம்

- விவசாயத்துறை - *49%*
- தொழில்துறை - *20%*
- சேவைத்துறை - *31%*

இதன் அர்த்தம் விவசாயம் சார்ந்தவர்கள் 49% மக்கள் (1947-ல் இது ஏறக்குறைய 82%), கார் உற்பத்தி போன்று தொழில்சாலைகளில் 20% மக்கள், உற்பத்தியான கார் போன்ற பொருட்களை விற்பனை செய்யும் வேலையில் உள்ள உயர் அதிகாரிகள் முதல் விளம்பரப் பிரிவுவரையான சேவைத்துறையில் 31% மக்கள் இருக்கிறார்கள்.

வலதுசாரிகள் என்ன கூறுகிறார்களென்றால்

- விவசாயத்துறை - 24%
- தொழில்துறை - 32%
- சேவைத்துறை - 42%·

இந்த அளவுக்கு 2022-க்குள் எடுத்துச் செல்லவேண்டும்.

இதன் அர்த்தம் ஏறக்குறைய 25% பேர் விவசாயத்தை விட்டு வெளியேறவேண்டும்.

அப்படி வெளியேறும் இந்த மக்களுக்கு வேலைவாய்ப்பு?

இந்த இடத்தில்தான் திரு.மன்மோகன் அரசு மோதியின் அரசிடம் பெரிய அளவில் தோல்வி அடைகிறது. திரு.மன்மோகனும் வலதுசாரிப் பொருளாதாரக் கொள்கையின்படியேதான் இயங்கினார். ஆனால் வேலைவாய்ப்பை உருவாக்குவதில்தான் தோல்வி அடைந்தார்.

எளிமையாகக் கூறவேண்டும் என்றால் 'ஒரு விவசாயி தனது மகனைப் படிக்க வைத்து, தன் பிள்ளை வேலைக்குச் செல்லத் தொடங்கியதும் தனது கஷ்டம் தீரும் என்று காத்திருக்கிறார். அதாவது, அவரது அடுத்த தலைமுறை விவசாயத்தை விட்டு வெளியேறுகிறது. இப்படி நடப்பதன் மூலமே 49% குறைந்து 24% அளவுக்கு வரும். இப்போது படித்து வேலை தேடப் போகும் பிள்ளைகளுக்கு என்ன வேலைவாய்ப்பு கொடுக்கப்போகிறோம்?

இதற்குத்தான் MAKE IN INDIA திட்டத்தை மோதி முன் வைக்கிறார். நன்கு புரிந்துகொள்ளுங்கள் இந்தியாவில் தனியார் கம்பனிகள் தான் 90% க்கு நல் வேலை வாய்ப்பைக் கொடுக்கிறார்கள். 3.55% தான் அரசு ஊழியர்கள். எனவே தனியார் கம்பெனிகள், கார்ப்பரேட் கம்பெனிகள் என்று கூறிக் குழப்பி ஏதோ தனியார், கார்ப்பரேட் என்ற வார்த்தைகளே மோசம் என்பது போல் ஆக்கிவிட்டனர் கம்யூனிஸ்ட் மற்றும் இடதுசாரி ஆதரவாளர்கள்.

எடுத்துக்காட்டுக்கு தமிழகத்தில் மொத்தம் உள்ள இன்ஜினியரிங் கல்லூரிகளில் இருந்து மட்டும் ஆண்டுக்கு ஏறக்குறைய 1,50,000 பட்டதாரிகள் வெளிவரும் சூழலில் யார் வேலை வாய்ப்புக் கொடுக்க முடியும்? இந்தியா முழுவதும் மொத்தம் எவ்வளவு மாணவர்கள் இந்த ஆண்டு முடிப்பர். அது தவிர பாலிடெக்னிக் தொட்டு BCom வரை பட்டதாரிகள் படித்து முடிப்பார்கள். அனைவருக்கும் வேலை வாய்ப்பை ஏற்படுத்த ஒரு பிரதமராக என்ன செய்ய வேண்டும்?

90% வேலை வாய்ப்பு தரும் தனியார் நிறுவனங்களை மேலும் ஊக்குவிக்கவேண்டும். இது தானே சாத்தியம்... இதுதானே சரி?

வெளி நாடுகளில் இருந்து முதலீடு செய்து தொழில் தொடங்க நிறுவனங்களை அழைத்து வரவேண்டும். பிரதமர் அவர் வெளிநாடு போவதை விமர்சிக்கும் அனைவருமே வடிகட்டிய முட்டாள்கள் தான். அவர் தனக்காகச் செல்லவில்லை. இந்த தேசத்தின் இளைஞர்களுக்கு வேலை வாய்ப்பை உருவாக்கப் போகிறார்.

இந்தியாவுக்கு தமது நாட்டுப் பொருட்களை IMPORT செய்து விற்பனை செய்வதை விட MAKE IN INDIA மூலம் அனைவரும் இங்கேயே உற்பத்தி செய்ய வாருங்கள் என்று அழைக்கிறார். அப்படிப் பன்னாட்டு நிறுவனங்கள் இந்தியாவுக்கு வருவதால் உற்பத்திச் செலவும் போக்குவரத்துச் செலவும் குறையும். இந்திய நுகர்வோருக்கும் அதனால் நன்மைகள் கிடைக்கும். இந்தியர்களுக்கு வேலை வாய்ப்பும் பெருகும். அப்படியாக இந்தியாவை ஒரு விற்பனைச் சந்தையாக முடக்கிவிடாமல் உற்பத்தி மையமாக உயர்த்த விரும்புகிறார்

இதனால் தான் APPLE முதல் XIAOMI வரை அனைத்து நிறுவனங்களையும் இங்கே வந்து உற்பத்தி மையங்களை உருவாக்கக் கேட்டுக்கொள்கிறார்.

அடுத்ததாக மிக முக்கியமாக மொத்த ஆயுத உற்பத்தியையும் இந்தியாவில் செய்ய அனுமதி அளிக்கிறார். இப்போது 75% ராணுவத்துக்குத் தேவையான ஆயுதம்,உபகரணம் அனைத்தையும் வெளிநாடுகளில் இருந்து இறக்குமதி செய்கிறோம். 5% மட்டும் தான் உள் நாட்டு உற்பத்தி. இது எப்படி சரி?

இதை மன்மோகன் அரசு மாற்றியிருக்கவேண்டும்தானே? போஃபார்ஸ் ஊழல் அவருக்குத் தெரியாதா என்ன? ஆனால், 10 வருட

ஆட்சியில் அவருக்கு ஊழல் அமைச்சர்களைப் பாதுகாக்கவும், அவர்களைச் சமாளிக்கவும்தான் நேரம் இருந்தது.

அவர் தன்னுடைய 10 வருட ஆட்சியில் இன்று மோதி செய்வதில் 50% வேலை பார்த்து இருந்தால்கூட வேலை வாய்ப்பின்மை வெகுவாகக் குறைந்திருக்கும்.

நம் தெருமுனை போலீஸ் வைத்திருக்கும் கட்டைத் துப்பாக்கி முதல் ஆர்மி டேங்கர் வரை நாம் முழுமையாக நவீனப்படுத்த இந்த உள் நாட்டு ஆயுத உற்பத்தி பெரும் அளவு உதவும்.

எடுத்துக்காட்டுக்கு ரிலையன்ஸ் அனில் அம்பானி வெறும் கடல்சார் பாதுகாப்பு உபகரணங்கள், ஆயுதம் செய்ய மட்டும் 5000கோடி முதலீடு செய்கிறார்.

இது தவிர TATA, MAHINDRA GROUP, BHARAT FORGE, HINDUJA GROUP, L & T என்று அனைவருக்கும் தகுந்த ஆதரவு கொடுக்கிறார் பிரதமர் மோதி. இவர்கள் மூலம் 2.5 லட்சம் கோடி முதலீட்டைக் கொண்டுவரமுடியும் என்றால் எத்தனை வேலைவாய்ப்பு உருவாகும்.

இது முழுக்க முழுக்க சரி.

இதை அரசே செய்யலாமே என்று கேட்டால் 'HMT என்று ஒரு பொதுத்துறை நிறுவனம். இந்தியா என்ற கோவிலின் கலசமாக இருந்த இந்த அரசு நிறுவனம் அரசு ஊழியர்களால், தொழில் சங்கங்களால் எப்படி சீரழிக்கப்பட்டது என்பதை முதலில் தெரிந்து கொள்ளவும்.

அதில் உங்களுக்கு இந்தக் கேள்விக்கான விடை கிடைக்கும். எனவே, தனியார் நிறுவனங்களையும் பன்னாட்டு நிறுவனங்களை யும் பிரதமர் ஊக்குவிப்பது மிக மிகச் சரியே. தேசத்தின் மீது அக்கறை உள்ளவர்கள் அதையே வரவேற்பார்கள்.

MAKE IN INDIA திட்டம் 100% சரி. இது பெரிய அளவு சீனாவின் சந்தையைப் பாதிக்கும் என்பதால் கம்யூனிஸ்ட்கள் தொடர்ந்து உணர்ச்சிகளைக் கேவலமாகத் தூண்டிப் போராட்டத்தை உருவாக்குகிறார்கள். MAKE IN INDIA திட்டம் தோல்வி அடைய வேண்டும் என்பது இடதுசாரிகள் ஆர்வம்.

மோதி பொய் சொல்கிறார். வேலை வாய்ப்பு ஒன்றும் பெருகவே இல்லை என்று கம்யூனிஸ்ட்கள் முழங்குகிறார்கள்.

முழுக்கப் பொய். நம்பிவிட வேண்டாம்.

மீண்டும் கூறுகிறேன்

கார்ப்பரேட் எதிர்ப்பு என்பது முழுக்கத் தவறான சிந்தனை. உணர்ச்சிவசப்படாமல் யார் மீதும் வெறுப்பு இல்லாமல் சிந்திக்கவும்.

சிறு குறு விவசாயம் செய்யும் குடும்பத்துப் பிள்ளைகள் தயவு கூர்ந்து இந்த FB, WHATSAPP போராளிகளை நம்பாதீர்.

குளிர்பதன அறைகளில் கூடிப் பேசி குளிர் பதன வாகனங்களில் உலாவரும் இந்த சொகுசுப் போராளிகள் கூட்டம் விவசாயி மட்டும் மணிக்கணக்கில் வெயிலில் வாடுவதை ஆதரிக்கும்.

எனவே, வலதுசாரிகள் கூற்றுப்படி, படித்து வேறு வேலைக்குச் சென்று குடும்பத்தைப் பொருளாதார நிலையில் முன்னேற்றுங்கள்.

விவசாயம் என்ன ஆகும் சார்? கவலையை அரசிடம் விடுங்கள். 1% விவசாயி உள்ள ஜெர்மனி, 3% விவசாயி மட்டும் உள்ள ஆஸ்திரேலியா, அமெரிக்கா, ஐரோப்பியா ஆகிய நாடுகளின் பொருளாதாரம் நன்கு உள்ளது. எனவே 49% பேர் விவசாயத்தில் இருப்பதைக் குறைப்பதே நாட்டுக்கு நல்லது.

'அப்துல் கலாம் போன்ற மாமனிதர்கள் கூட எல்லாரும் கட்டாயம் படிக்க வேண்டும் என்று கூறினாரே தவிர எல்லாரும் விவசாயம் பார்க்க போகவேண்டும் என்று சொல்லவில்லை.

நிறையபேர் விவசாயத்தை விட்டு வெளியேறினாலும் விவசாய உற்பத்தி குறையாது. கட்டாயம் அதிகம் ஆகும். கவலை வேண்டாம். அதற்கும் மோதி அரசு சரியான தீர்வை முன்வைத்துவிட்டார்.

'வெறும் சாராயம் விற்கும் தொழில் நடத்தும் இரண்டு திராவிடக் கழகமும் ஓட்டுக்கு 1000, 2000 கொடுக்க முடியும் என்றால் அம்பானி, அதானிக்கு ஆதரவாகச் செயல்படும் மோதி 5000 கொடுக்க முடியாதா? ஆனால், அவர் எந்தத் தேர்தலில் வாக்காளர் களுக்கு லஞ்சம் கொடுத்தார்? எனவே அரசியல் காரணத்தால் திராவிடக் கழகங்கள் பரப்பிவிடும் பொய்களை நம்பாதீர்.

●

அது எப்படி சார்,பெரிய பெரிய நிறுவனங்கள் எல்லாம் 25,000 கோடி, 30,000 கோடி புராஜெக்ட்களை சர்வ சாதாரணமாக எடுத்துச் செயல்படுத்துகிறார்கள்? எப்படி இவ்வளவு காசு இவங்களுக்குக்

கிடைக்குது? நான் எப்படி அதுபோல ஆவது? அதன் தொழில் ரகசியம் என்ன? எனக்கு மட்டும் தொழில் தொடங்க கடன் கேட்டா ஒரு வங்கியும் தரமாட்டேங்கறாங்களே?

- கிருஷ்ணமூர்த்தி

சில Corporate Bank தவிர பிற தனியார் வங்கிகள் பலவற்றின் மொத்த மதிப்பே 10000 கோடி இருக்காது. ரிலையன்ஸ் குழுமத்தின் சொத்து மதிப்பை வைத்து ICICI போலப் பத்து வங்கிகளை நடத்தலாம் என்னும் போது எப்படி இவர்கள் வங்கிகளிடம் பணம் கேட்டுச் செல்வதாக நினைக்கிறீர்கள்?

சரி அப்போ எப்படித்தான் இவ்வளவு கோடி நிதி ஆதாரம் கிடைக்கிறது?

ஒரு எடுத்துக்காட்டுக்குக் கூறவேண்டுமென்றால் நீங்கள் உங்கள் ஊரில் வரப்போகும் பாலம் கட்டும் பணிக்கான அரசு ஒப்பந்தத்தைப் பெற முயற்சி செய்கிறீர்கள்.

அந்தப் பாலம் கட்ட மொத்தச் செலவு 25 கோடி. நீங்கள் இந்தத் துறையில் அதாவது பாலம் கட்டிக் கொடுக்கும் வேலையில் நல்ல முன் அனுபவம்,வேலை ஆட்கள், கட்டுமான பொருட்கள் அனைத்திலும் நல்ல பெயர் எடுத்தவர் என்றால் உங்களுக்கு உங்கள் ஊரினைச் சுற்றி உள்ள சில பணக்காரர்கள் வட்டிக்குப் பணம் கொடுக்க வருவார்கள்.

மொத்தம், அந்த புராஜெக்ட்டில் 5 கோடி லாபம் கிடைக்கும் என்று நீங்கள் உறுதி அளிக்கும்பட்சத்தில் உங்கள் மீது நம்பிக்கை கொண்டு அப்படி 5 பேர் 5 கோடி கொடுக்க முன் வருவர். அதை வைத்து வேலையை முடித்துவிட்டு, கிடைக்கும் லாபத்தில் வேலைக்கான சம்பளம் போக மீதியைப் பிரித்துக்கொள்ள முடியும்.

உங்களுக்கும் லாபம், அந்த 5 பணக்காரர்களுக்கும் லாபம். சரிதானே?

இப்போது இங்கே இரண்டு விவரங்களைப் புரிந்து கொள்ளுங்கள்.

- இந்த புராஜெக்ட் நீங்கள் உறுதியளித்தபடிதான் செல்கிறது என்பதைக் கண்காணிக்க அந்த 5 முதலீட்டாளர்கள் அவரது பிரதிநிதியாக ஒருவரை உங்கள் அலுவலகத்தில் அமர்த்திக் கண்காணிக்கவும் செய்வர் என்றால் அது முதலீட்டாளர் களுக்கும் பாதுகாப்பு உங்களுக்கும் வசதி.

- அப்படி முதலீடு செய்யும் நபர் ஒரு ஃபைனான்சியர் ஆகவும் இருக்கலாம். அதாவது பலரிடம் பணத்தினை வாங்கி இப்படி புராஜெக்ட் முதலீடு செய்து பின்னர் லாபத்தைப் பிரித்து அவரிடம் பணம் கொடுத்தவருக்கு அவரும் பிரித்துக் கொடுக்கலாம்.

இப்போது இதே விஷயத்தைக் கொஞ்சம் பெரியதாக 25000 கோடி முதலீட்டில் 10 Airport கட்டுமான டெண்டரை இந்திய அரசு அறிவிக்கிறது.

அந்த ஒப்பந்தத்தை ரிலையன்ஸ் நிறுவனம் கைப்பற்றினால் - அது அதற்கான நிதி ஆதாரத்தை உலக அளவில் இயங்கும் பெரிய FINANCIAL SECTORகளிடம் கேட்டுப் பெறும். எடுத்துக்காட்டாக JP MORGAN, GOLDMAN SACHS, MORGAN STANLEY போன்றவை. இவர்கள் எப்படியான நிறுவனங்கள் என்றால் நல்ல புராஜெக்ட்டில் முதலீடு செய்து லாபம் பார்க்கும் சர்வதேச பைனான்சியர்கள்.

கூடவே வரும் துணைக்கேள்வி : எப்படி இந்த FINANCIAL SECTORக்கு இவ்வளவு பணம் வரும்? அது அவர்கள் உலகின் குட்டி குட்டி பணக்காரர்களிடம் வாங்கிவைத்துக்கொண்ட முதலீடு.

நீங்கள் ஒருவேளை சில கோடிக்கு அதிபதி என்றால் இவர்களுடைய நிறுவன ஊழியர்கள் உங்களை வந்து சந்திப்பர். லஞ்சம் வாங்கிப் பல கோடிகளைக் குவித்த அரசு IAS IPS, மில் ஓனர்கள், தொழிலதிபர்கள், தங்கம் வைரம் கடத்தும் அனைத்துப் பெரிய முதலைகள் என ஒருவர் பாக்கிவிடாமல் அணுகுவார்கள். பணத்தைத் திறமையாகச் சேமிக்கவும் பெருக்கவும் முதலீடாக மாற்றவும் இந்த நிதி நிறுவனங்கள் உதவும் என்பதால் பலரது பணம் இந்த நிறுவனங்களிடம் வந்து குவியும். ஒருவருக்குப் பணம் எப்படி வந்து சேர்கிறது என்பதையெல்லாம் கண்காணிப்பது அரசின் வேலை. நிதி பெறும் நிறுவனங்கள் அதை ஆராய்ச்சி செய்வது இல்லை.

அப்படியாக 10 நிறுவனங்கள் சேர்ந்து 25,000கோடி நிதி ஆதாரம் கொடுக்கும் என்றால் அதற்கு அவர்களுக்குக் கணிசமான பங்குகளைச் சட்டப்படிப் பெற்றுக்கொள்வதுடன், அவர்கள் சார்ந்த ஒரு FINANCIAL ANALYSER ரிலையன்ஸ் நிறுவனத்தின் உயர் மட்ட நிர்வாகப் பொறுப்பில் அமர்த்துவர். எல்லா முடிவுகளையும் அந்த நிர்வாகிகளுடன் கலந்து பேசித்தான் எடுக்க வேண்டும். தனியாக ரிலையன்ஸ் எதுவும் செய்யமுடியாது. முதலீட்டாளர்கள் கூடிப் பேசித் தான் எல்லா மட்டத்திலும் வேலைகள் நடக்கும்.

FLIPKART தனது நிறுவனத்தைப் பெரிதாக்க இப்படி FINANCIAL SECTOR-ஐ அனுமதித்தது. இப்போது அந்த நிறுவனத்தின் கட்டுப்பாடு அதன் நிறுவனர்களான பன்சால் சகோதரர்கள் கையில் இல்லை. அதாவது பத்தோடு பதினோராவது முதலீட்டாளராகத் தான் இருக்கிறார்கள். முதலீட்டாளர்கள் அனைவரும் சேர்ந்துதான் நிறுவனத்தை இயக்குகிறார்கள். ஏன் என்றால் இவ்வளவு பெரிய தொகையிலான விரிவாக்கத்தில் சின்னத் தவறு என்றாலும் மொத்தமும் நஷ்டத்தை முதலீட்டாளர்களே சந்திக்கவேண்டும். எனவே, தலைமை நிர்வாகி சரியாக லாபம் கிடைக்கும்வகையில் முடிவுகள் எடுக்க முடியவில்லை என்றால் அவரை இறக்கிவிட்டு இந்த நிறுவனங்களின் பிரதிநிதிகளே கம்பெனியை இயக்குவர்.

ரிலையன்ஸ் 25000 கோடி புராஜெக்ட் எடுத்துவிட்டதாகச் செய்தியைக் கேள்விப்பட்டால் அதன் பின்னால் இருக்கும் மூலதன விவகாரம் இதுவே. மிக எளிமையாகக் கூறிவிட்டேன். இன்னும் பல நுட்பமான வர்த்தக விதிமுறைகள் இருக்கும். மற்றபடி நிதி ஆதாரம் என்பது இப்படியான முறையில் தான் கிடைக்கும். ஓர் அளவுக்கு மேல் வளர்ந்த பின் எந்த நிறுவனமும் வங்கிக் கடனை எதிர்பார்க்காது.

இன்னும் சொல்லப்போனால் 90% வங்கிகளின் மொத்த மதிப்பே கூட 10000 கோடி இருக்காது. எனவே, வங்கிகள் உங்களுக்கு மட்டுமல்ல பெரு நிறுவனங்களுக்கும் கடன் கொடுப்பதில்லை என்பதுதான் உண்மை.

சரி, இப்போது நீங்கள் எப்படி இந்த அளவு முன்னேறுவது? உங்களை நம்பி இவ்வளவு பணத்தை யார் எப்போது கொடுப்பார்கள்? முதலில் ஏதேனும் ஒரு நிறுவனத்தைக் குறைந்தது 3 ஆண்டுகள் முறையாக வரிகள் கட்டி முன்னேற்றம் காட்டுங்கள். அதாவது, 3 லட்சம் முதலீட்டில் ஒரு சின்ன உணவகம் ஆரம்பித்தேன்; முதல் வருடம் 2 லட்சம் லாபம், அடுத்து 6 லட்சம், அடுத்த வருடம் 15 லட்சம் என்று லாபம் கிடைக்கச் செய்யுங்கள். முறையாகக் கட்டுங்கள்.

பின்னர் அந்த 3 வருட INCOME TAX மற்றும் வளர்ச்சியைக் காட்டியே 50 லட்சம் வரை எளிதில் கடன் கிடைக்கும். அதைக் கொண்டு நிறுவனத்தைப் பெரிதாக்குங்கள். ஒவ்வொரு ஊரிலும் ஒரு கிளை உணவகம் திறந்து அவற்றை அடுத்த 2 ஆண்டுகளில் பெரிய அளவு முன்னேறவையுங்கள். இதுபோல் கொஞ்சம் கொஞ்சமாக

வளர்ச்சியைக் காட்டி கூடுதல் நிதிகளைப் பெற்று முன்னேறுங்கள். ஒருகட்டத்தில் நீங்கள் கேட்கும் பணத்தை உங்கள் வீடு தேடி வந்து கொடுக்க நிதியாளர்கள் முன்வருவார்கள்.

ரிலையன்ஸ் உருவாக்கியுள்ளது ஒரு INDUSTRIAL SYSTEM. அது போல ஒவ்வொரு நிறுவனமும் தங்களுக்கான கட்டமைப்பை உருவாக்கியுள்ளன. அதுபோல நீங்களும் ஒரு கட்டத்தை எட்டும்வரை நீடிக்கும் இந்தப் பயணம்.

முதல் 5 வருட கடினமான உழைப்பும் அத்துடன் தெளிவான எதிர்காலத் திட்டங்களும் உங்கள் நேர்மையான வரி கணக்கும் சேர்ந்தால் போதும்; வானம் கூட உங்களுக்கு எல்லையில்லை.

'சமூகத்தில் ஒருவர் உயரமான இடத்துக்கு வந்து சேர்வது மந்திரம் போல் திடீரென்று நடப்பது இல்லை. சினிமாக்களில் ஏழைக் கதாநாயகன் ஒரே பாடலில் கோடீஸ்வரராகிவிடுவதுபோல் நடப்பதில்லை. அதன் பின்னால் மிகப் பெரிய அளவு கடினமான உழைப்பு இருக்கும்.

எனவே, அறிவார்ந்த உழைப்பு மட்டுமே தீர்வு. ரொம்ப முக்கியம் படிப்படியாகத்தான் வளர்ச்சி கிடைக்கும். 1,00,000 போட்டு ஒரே வருடத்தில் 100 கோடிஎல்லாம் ஆக்க முடியாது. பலர் இப்படி இருப்பதைவிட்டுப் பறக்க ஆசைப்பட்டதால் சிறகொடிந்து மண்ணில் விழுந்திருக்கிறார்கள். அப்படிச் செய்யாதீர்.

●

ஆதார் அவசியமா?

- முகேஷ்

ஒன்றைத் தெளிவாகப் புரிந்துகொள்ளுங்கள்: 'மக்கள் ஒத்துழைப்பும் புரிதலும் இல்லாத எந்த நாடும் உருப்படாது'.

இந்தியா உண்மையில் பணக்கார நாடு. பிரச்னை என்னவென்றால் நலத்திட்டங்களைச் செயல்படுத்த 100 ரூபாய் ஒதுக்கீடு செய்தால் 5 ரூபாய் கூட மக்களை முறையாகச் சென்று சேர்வதில்லை. அதை விடக் கொடுமை, யார் அந்த நலத் திட்டங்களால் பயன் அடைகிறார்கள் என்று பூதக் கண்ணாடி போட்டுத் தான் தேட வேண்டியிருக்கிறது. அந்த அளவுக்குக் குழப்பமான புள்ளி விவரங்கள் தான் நம்மிடம் உள்ளன.

தென் மாவட்டங்களில் பள்ளிகளில் படிக்கும் அரசுக் குழந்தைகளின் எண்ணிக்கை 2,00,000 என்று கூறி நலத்திட்டங்களுக்குத் தேவையான அனைத்து உதவிகளையும் அரசுக் கல்வி நிலையங்கள் பெறுகின்றன. ஆனால், அது முறையான கணக்கு கிடையாது. 1,42,000 குழந்தைகள் படிக்கும் சூழலில் 58,000 குழந்தைகளைக் கூடுதலாகக் கணக்குக் காட்டி அதன் மூலம் கிடைக்கும் பணத்தைத் தங்கள் வீட்டுக்குக் கொண்டு செல்கிறார்கள் அரசு ஊழியர்கள். இதனால் மட்டும் மத்திய அரசுக்கு ஏறக்குறைய 6000 கோடிக்கு மேல் இழப்பு. இது ஏறக்குறைய 1,00,000 அரசு பள்ளிகளுக்கு மட்டுமான கணக்கு. ஒவ்வொரு துறையிலும் இதுபோல் கோடிகள் தவறான நபர்களால் சுருட்டப்படுகின்றன.

இதை எப்படி சரி செய்வது?

ஒரு நபர் ஒரு வீடு வைத்துக் கொண்டார், 3 வீடு வாங்கினார், அது 10 ஆகி பின்னர் 50 ஆக மாறி எல்லாம் வாடகைக்கு விட்டுப் பிழைப்பு நடத்த ஆரம்பித்தால் மற்றவர்களுக்கு ஊருக்குள்ளே சொந்த வீடு வாங்க முடியாத நிலையே ஏற்படும். இதைக் கண்டுபிடித்து வரியை அதற்கு ஏற்றார்போல் போட்டு இந்த அட்டகாசத்தை முடிவு கட்டலாம் என்றால் அதற்கு நம்மிடம் சரியான சொத்து விவரங்கள் கிடையாது!

அனைத்து சொத்து விவரங்களும் ஆதார் கார்ட் உடன் இணைக்கப் பட்டால் மொத்த சொத்து விவரங்களும் எளிதில் சிக்கும்.

5000 கோடி சிறுபான்மை சமூகத்தின் தொழில் மற்றும் படிப்புக்கு என்று தனியாக ஒதுக்கப்பட்ட தொகையை வெறும் 100 குடும்பங்கள் அவர் சொந்தங்கள் மட்டும் சுருட்டிக்கொண்டால் பிற சிறுபான்மையினர் என்ன செய்வார்கள்?

இதை எப்படிக் கண்காணிப்பது?

யார் யார் பயனாளிகள் என்று ஆதாருடன் இணைத்தால் அவருடைய நலத்திட்ட உதவியை அவரவருக்கு நேரடியாகக் கொடுக்க வழி பிறக்கும். இதனால் அனைவருக்கும் பெரிய அளவு முறையான வளர்ச்சி ஏற்படுத்த முடியும்.

விவசாயக் கடன் தள்ளுபடி பெறுபவர்களில் கணிசமான பகுதியினர் பணக்கார நிலச்சுவான்தாரர்கள். ஏழைக்குக் கிடைக்க வேண்டிய இந்தப் பலனையும் இவர்கள் எடுத்துக்கொண்டால்

அதை எப்படிச் சரி செய்வது? எந்தெந்த விவசாயிக்கு எவ்வளவு சொத்து என்ற விவரம் முழுவதும் கிடைத்தால்தானே இதைத் தடுக்க முடியும். அதற்குத்தான் ஆதார் எண் தேவை. அத்துடன் அவர்களுக்கு வங்கி கணக்கு எண் இருக்கும் பட்சத்தில் அரசு கொடுக்கும் தொகை நேரடியாக ஏழை விவசாயிகளை மட்டுமே சென்றடையும்.

ஊரக வேலைவாய்ப்பு நிதி, மகளிர் உதவி தொகை, விதவைகள் மறுவாழ்வு, முறையான பென்ஷன் பயனாளிகள், கல்வித்தொகை, வீடு கட்ட உதவி தொகை என்று எல்லா நலத்திட்ட உதவிக்கும் சரியான புள்ளி விவரத்துடன் குடிமக்களின் கணக்கு விவரம் கச்சிதமாக இருந்தால் எல்லா பிரச்னையும் மிக வேகமாகச் சரிசெய்ய முடியும்.

இதனால் தான் எல்லா விவரங்களையும் ஆதார் அட்டையுடன் இணைக்க மத்திய அரசு வேகம் காட்டுகிறது. இதுவரையில் ஏதேனும் நலத்திட்டத் தொகை என்றால் மந்திரியில் ஆரம்பித்து எம்.எல்.ஏ., கவுன்சிலர், வார்டு மெம்பர் என அனைவரும் அவரவர் பங்கைச் சுருட்டிவிட்டு மக்களை அம்போ என்று நடுத்தெருவில் விடுவார்கள். அவரவருடைய வங்கி எண்ணில் பணம் தரப்படும் என்று சொன்னதும் சுருட்ட முடியாத அனைவருக்கும் சுர்ரென்று கோபம் வருகிறது. ஆனால், மக்களுக்கு நலன் தரும் திட்டத்தை, மக்களின் அந்தரங்கத்தில் தலையிட உரிமை இல்லை என்று சொல்லி மக்களை ஒத்துழைக்க விடாமல் இதில் குட்டையைக் குழப்பிவிடுவது சரியா? கம்யூனிஸ்ட், சில பிரிவினைவாதக் கூட்டம் இதனை வேண்டும் என்றே குழப்புகிறது. பல மெத்தப் படித்த மேதைகளும் இதை விமர்சித்துத் திரிவது வெட்கக்கேடு.

மீண்டும் கூறுகிறேன்...

மக்கள் ஒத்துழைப்பும் புரிதலும் இல்லாத எந்த நாடும் உருப்படாது.

●

நமக்கு ராக்கெட் தேவையில்லை... மக்களுக்கு அடிப்படை வசதிகள்தான் முதலில் தேவை என்று நடிகர் சிவகுமார் கூறுவதில் நியாயம் இருக்கத்தானே செய்கிறது?

- ஜனனி

இப்படி ஒரு துறையை இன்னொன்றுடன் இணைத்துக் குறை சொல்வது பொதுவாக கம்யூனிஸ்ட்கள் செய்கிற வேலை. இப்போது சினிமாக்காரர்கள் எல்லாம் இதேபோல் கிளம்பிட்டாங்க. ஒருவர் இப்படி வசனமெல்லாம் பேசினால் அவர் சமூகப் போராளி, சமூகத்தின் மீது அக்கறை உள்ளவர் என்று ஆகிவிடாது (இதனைத் திரு.சிவகுமாருக்குத் தரும் பதிலாகவும் வைத்துக்கொள்ளுங்கள்).

ஒன்றை நன்கு புரிந்து கொள்ளுங்கள். நாட்டில் உள்ள BHEL, HAL, ECIL போன்ற மத்திய அரசின் பொதுத்துறை நிறுவனங்கள் போன்று இதுவும் ஒரு பிரிவு. சென்ற 5 ஆண்டுகளில் வெளியிட்ட கணக்கின் படி நேரடி லாபம் ஏறக்குறைய 800கோடி. இது நேரடி லாபம் மட்டுமே, மறைமுகமாக?

- நீங்கள் சமீபத்தில் சென்னையைத் தாக்கிய வார்தா புயலின் தன்மையை எப்படி கணித்தீர்கள்? அதைச் சரியாகக் கணிக்க வில்லை என்றால் அறிவியல் ஆர்வலர்கள் கருத்துப்படி இன்னொரு சுனாமி அளவைவிட அதிகம் உயிர் இழப்பைச் சந்தித்திருப்போம்.
- முன்னெச்சரிக்கை நடவடிக்கை காரணமாக உயிர்ச் சேதம் மட்டும் அல்ல; பொருட்சேதமும் பெரிய அளவில் தவிர்க்கப் பட்டது.
- ஒரு வேளை புயலை நாம் கணிக்காமல் விட்டிருந்தால் நமக்கு 40000கோடிக்கு மேல் பொருட்சேதம் நடந்திருக்கும்.

இதை யார் கணித்தது? எப்படி இந்தியா கணித்தது?

INSAT 3DR எதற்கு இந்தியா அனுப்பியது தெரியுமா? அல்லது PSLV எப்படி உருவானது, எப்படி ஏவப்படுகிறது, அதில் இருக்கும் அறிவில் விவரம் தெரியுமா?

உலக அளவில் விண்வெளி ஆராய்ச்சியில் இந்தியா 5ஆவது இடத்தில் உள்ளது. ஆனால், அவர்களுக்கு நாம் ஒதுக்கும் நிதியைக் கொஞ்சம் எடுத்துப் பாருங்கள். இஸ்ரோ பெருமை புரியும்.

நாட்டில் உள்ள கனிம வளங்கள் தொட்டு, காடுகள் பராமரிப்பு, மற்ற நாடுகளின் உளவு வேலை தடுப்பு, இந்திய கடலின் வளம் சார் விவரங்கள், இயற்கை சார் மாற்றங்கள் இவற்றைக் கணித்துச் சொல்வது எது? இந்த விண்வெளி ஆராய்ச்சி மையங்கள் அனுப்பும் செயற்கைக்கோள்கள்தானே.

மற்ற எந்த நாட்டை விடவும் நாம் மிகச் சிக்கனமாகச் செயற்கை கோள்களைச் செலுத்துவது உலக அளவில் சாதனையான ஒன்று. இதனால் இந்தியாவை நோக்கி விண்வெளி சார் ஆராய்ச்சி நிறுவனங்கள், முதலீடுகள் வருவது நமது மாணவர்களுக்கு நல்ல எதிர்காலத்தை அமைத்துத் தரும் என்பதை அறிவார்ந்த யாரும் எளிதில் உணர்வர்.

நாட்டில் இந்த அறிவியல் மேதைகள் வேண்டாம் என்று நாட்டை விட்டு வெளியே அனுப்பிவிடுவோமா? அவர்கள் அமெரிக்கா, ஐரோப்பிய நாடுகளுக்குச் சென்று அங்கே அந்த நாட்டுக்கு உதவினால் இங்கே உட்கார்ந்து கொண்டு 'நம்ம இந்தியாவுக்குத் திரும்புங்கள், அடுத்த நாட்டுக்கு உழைப்பது சரியா முறையா' என்று இதே வாய்தான் பேசவும் செய்யும்.

- *நாட்டில் சினிமா எதற்கு? உங்க மகன் சூர்யா வாங்கும் சம்பளத்தில் பாதியை ஒரு கிராமத்துக்குக் கொடுத்தாலே இந்நேரம் 50 கிராமம் முன்னேறி இருக்குமே!!*
- *தேசத்து இளைஞர்களின் 80% நேரத்தை வீணாக்குவதே உங்க சினிமாக் கூட்டம்தான்.*
- *முதலில் என்ன சாதனை செய்துவிட்டீர் என்று கண்டகண்ட விருதுகள், விழாக்கள்? அந்தப் பணத்தைக் கொண்டு பிச்சை எடுக்கும் குழந்தைகளின் வாழ்க்கையை மேம்படுத்தலாமே!*
- *சினிமாத்துறைதான் நாடகம், கூத்துகள், ஒயிலாட்டம், தேவராட்டம், கரகாட்டம் போன்ற நம் நாட்டுப்புறக் கலைகள் அனைத்தையும் அழித்து ஒழித்தது. யாரேனும் இது பற்றி ஒரு சொட்டுக் கண்ணீராவது விட்டதுண்டா? அந்தக் கலைஞர் களுக்கு கலைகளுக்கு ஏதேனும் உதவிகள் செய்ததுண்டா?*
- *சரி... நவீனக் கலையான திரைத்துறையில் நல்ல சினிமா எடுத்துச் சமூகத்துக்கு முன் மாதிரியாக ஏதாவது செய்கிறீர்களா?*
- *சிங்கம் படத்தை நான் பார்த்தது இல்லை ஆனால் 5 நிமிடம் ஓடும் வீடியோவில் அவர் போடும் கூச்சல், ஊரில் கல்லூரி மாணவர்களிடயே ஒருவித ஆக்ரோஷமான எண்ணத்தைத் தூண்டிவிட்டுச் செல்ல, 'யாரையாவது அடித்தால் தான் நாம ஹீரோன்னு' ஒரு கூட்டம் எப்போதும் அடிதடிக்கு தயாராகவே கல்லூரிகளில் இருக்கிறது. மதுரைக்காரர்கள் என்றாலே முதுகுப்பக்கம் அரிவாளுடன் திரிபவர்கள்தானென்ற பிம்பத்தை உருவாக்கியதில் சினிமாவுக்குத்தான் முழுப்*

பங்கும் உண்டு. நவீன காலத் தென்மாவட்டக் கலவரங்களுக்கு திரைப்படங்களே முக்கிய காரணம்.

இன்னொரு படத்தில் ஹீரோ பாடல் இப்படி

‘நான் அடிச்சா தாங்க மாட்ட நாலு மாசம் தூங்க மாட்ட’

இது நல்லாவா இருக்கு? முதலில் ஏன் அடிக்கிறீங்க? அதுவே தப்பு. போலீஸ் கிட்ட போங்க.

சமைஞ்சது எப்படின்னு ஒரு பாட்டு... ஆபாச வசனங்கள்... ம்யூட் செய்துவிட்டுப் பார்த்தால் ஃபோர்னோகிராஃபி படங்கள் தோற்றுவிடும் அளவுக்கான அசைவுகள்...

இதுபோல நாட்டில் வன்முறை, ஆபாசத்தைத் தூண்டும் உங்கள் சினிமாத் துறையை ஒரு 5 வருஷம் மட்டும் இழுத்து மூடிவிட்டுத் தண்ணீர் பிரச்னையைப் பேசுங்க மிஸ்டர் சிவகுமார்.

‘வீட்டில் நீச்சல் குளம்; ஊர் மக்கள் வறட்சியில் வாடுவது குறித்து கண்ணீர் உபதேசம்’.... வீட்டுச் சாக்கடையைத் தெருவில் திறந்து விட்டு ஒரே நாற்றமாக இருக்கிறதே என்று பசப்பல் சீற்றம்... உங்களுடைய அசட்டு நடிப்பை சினிமாவோடு நிறுத்திக் கொள்ளுங்கள் நடிகர்காள்.

முதலில் உங்களுக்குத் தெரியாத துறையைப் பற்றிப் பேசும் முன்னர் அதன் விவரங்களைக் கேட்டுத் தெரிந்துவிட்டுப் பேசுங்கள்.

நான் இஸ்ரோ சாதனையை ஒரு இந்தியனாக உலகத்தின் எந்த மூலையிலும் சென்று பெருமையாகக் கூறிக் கொள்வேன். ஆனால் உங்கள் சினிமாக் கதாநாயகர்கள், நடிகைகளின் படத்தைப் போட்டால் நாட்டோட மானம்தான் போகும்.

திரு.சிவகுமார் - SPACE SCIENCE AND RESEARCH சார்ந்த விவரங்கள் கொஞ்சம் நல்லாவே பாடம் நடத்துவேன். உங்களுக்கு, உங்க குடும்பத்துக்கு தெரிந்துகொள்ள ஆர்வம் இருந்தா என் வீட்டுக்கு ஒரு எட்டு வந்து தெரிந்து கொள்ளுங்கள். என்னிடம் சின்ன அளவில் TELESCOPE மற்றும் சில அடிப்படை சாதனங்கள் உண்டு. அல்லது என் மாணவர்கள் சிலரை அனுப்பி வைக்கிறேன், உங்களுக்குப் பாடம் நடத்த. ஆனால் புரிந்துகொள்ள உங்களுக்கு ஆர்வம் இருக்கவேண்டும்.

●

ஹவாலா கறுப்புப் பணத்தைத் தீவிரவாதிகள் பயன்படுத்துவதாக பிரதமர் கூறுகிறார். ஹவாலா என்றால் என்ன?

- கணேஷ்

வெளிநாடுகளில் நம் நாட்டுக் கறுப்புப் பணத்தைப் பதுக்கி வைக்கிறார்கள் என்றால் இங்கே இருக்கும் பணத்தை மூட்டை மூட்டையாகக் கட்டி எடுத்துச்செல்கிறார்கள் என்று அர்த்தமில்லை. வங்கிகள் மூலம் கறுப்புப் பணம் இடம் மாறவும் முடியாது. அப்படியானால், எப்படி அது நாட்டை விட்டுச் செல்கிறது என்று பார்க்கலாம்.

- *முதலில் நீங்கள் ஒரு அரசியல்வாதி என்று நினைத்துக் கொள்ளுங்கள். உங்களிடம் ஒரு அரசுத் திட்டம் தொடர்பாக 10 கோடி ரூபாய் லஞ்சம் கிடைக்கிறது.*

- *நான் ஒரு ஹவாலா ஏஜெண்ட் என்று வைத்துக் கொள்ளுங்கள். என்னிடம் நீங்கள் வந்து இந்த 10 கோடி பணத்தினை இங்கே பதுக்க முடியாது. வருமானக் கணக்கும் காட்ட முடியாது. எனவே, வெளிநாடுகளில் பதுக்கமுடியுமா என்று கேட்டு வருகிறீர்கள்.*

- *இப்போது ISIS தீவிரவாத அமைப்பின் பிரமுகர் இந்திய இஸ்லாமிய அடிப்படைவாதி ஒருவருக்குப் பணத்தினை அனுப்ப வழிதேடிக் கொண்டிருக்கிறார். அவர் அரேபியாவில் இருக்கும் ஹவாலா ஏஜெண்ட் மூலம் பணத்தினை இந்தியாவில் உள்ள நபர்களுக்குக் கொடுக்க முயற்சி செய்வார்.*

- *நான் இப்போது என்ன செய்வேனென்றால், என்னிடம் 9 கோடி இருக்கு. அதை இங்கே இருக்கும் தீவிரவாதக் குழுக்களுக்கு தனித்தனியாக அவரவர் வங்கி கணக்கிலேயே 10 மாநிலங்களில் உள்ள 5 நகரங்கள் வீதம் மொத்தம் 50 நகரங்களில் உள்ள இந்த அமைப்பின் மறைமுக வேலை செய்யும் 'தன்னார்வத் தொண்டு நிறுவனங்கள்' ஒவ்வொன்றுக்கும் ரூபாய் 5 லட்சம் வீதம் நன்கொடையாக வேறு வேறு பெயரில் அனுப்பிவிடுகிறேன்.*

- *9 கோடி முழுவதும் சென்று சேர்ந்துவிட்டால், எனக்கு அதற்குப் பதிலாக 10 கோடி மதிப்புடைய ஒரு இடம் அல்லது ஏதாவது ஒரு சொத்தை நான் கூறிய பெயரில் வாங்கித்*

தரவேண்டும் அல்லது வெளி நாடுகளில் உள்ள வங்கிகளில் நான் கூறும் பெயரில் டெபாசிட் செய்ய வேண்டும் என்கிறேன்.

- சம்மதம் என்றால் டீல் முடிந்தது. அந்த அரசியல்வாதி பெயரில் பணமாகவோ, வேறுவடிவிலோ வெளி நாடுகளில் சொத்து கிடைத்துவிடும். தீவிரவாதிகளுக்கும் பணப்பட்டுவாடா நடந்துமுடிந்துவிடும். ஒரு பைசாகூட இந்தியாவில் இருந்து வெளியே போகாமலேயே எல்லாம் நடந்துவிடும். கறுப்புப் பணம் பதுக்கும் பேராசை பிடித்த அரசியல்வாதிகள், டாக்டர்கள், பெரிய பெரிய அரசு அதிகாரிகள், தங்க வைர வியாபாரிகள் மூலம் இஸ்லாமியத் தீவிரவாதிகள் இப்படியாக எளிதில் நாட்டுக்குள் பணத்தினைக் கொண்டு வந்துவிடுகிறார்கள்.

கறுப்புப் பணத்தை வெள்ளையாக மாற்றிக்கொள்ள விரும்புபவர்களுக்குப் பொதுவாக இந்தத் தீவிரவாத இயக்கங்கள் பற்றி எதுவும் தெரிந்திருப்பதில்லை. அவர்களைப் பொறுத்தவரை அவர்கள் வாங்கிய லஞ்சப் பணத்தை வெள்ளையாக்கிக் கொள்ளவேண்டும். அவ்வளவுதான். ஆனால், இந்தத் தீவிரவாதத்தால் பாதிக்கப்படப் போவது சொந்த தேசத்தின் அப்பாவி மக்கள்தான் என்பதை ஒருவர் ஒருகணமாவது சிந்தித்துப் பார்க்கவேண்டும். இந்தியா இந்தத் தீவிரவாதக் கூட்டத்தை ஒடுக்கவே வருடாவருடம் நாட்டின் பாதுகாப்புக்கு மட்டும் 2,00,0000 கோடிக்கு மேல் செலவிடுகிறது.

இதனால்தான் அனைவரும் முறையாக வரிகட்டுங்கள் என்கிறார்கள். அட, இதுவரை கறுப்புப் பணம் வைத்து இருந்தீர்களா பரவாயில்லை. இனியாவது நீங்களாக முன் வந்து 55% வரை வரியாகக் கட்டிவிட்டு 45% பணத்தை வெள்ளையாக்கிக் கொண்டு இனிமேலாவது முறையாகத் தொழில் பண்ணுங்கள் என்று அரசு அறிவுரை கூறியும் பெரும்பாலானவர்கள் முன் வரவில்லை.

இந்தக் கறுப்புப் பணத்தின் மதிப்பு தோராயமாக 15,00,000 கோடி. இப்போது சொல்லுங்கள் இப்படி நடந்தால் எப்படி நாடு முன்னேறும்?

தேசத்தின் மீது அக்கறை உள்ள ஒரு பிரதமர் என்ன செய்வார்..? கறுப்புப் பணம் வைத்திருப்பவர்கள் அதை ஆயிரம் ரூபாய் கட்டாகவும் ஐநூறு ரூபாய் கட்டாகவும்தானே பதுக்கி வைத்திருப்பார்கள். எனவே, அவர் முதலில் அதையெல்லாம் செல்லாக் காசாக்கினார். அப்படியாகக் கறுப்புப் பண முதலைகளையும் அதன் மூலமான தீவிரவாத இயக்கங்களையும் ஒரே அம்பில்

வீழ்த்தினார். இதைத்தானே எந்த நல்ல நிர்வாகியும் முதலில் செய்வார். துணிந்து முடிவெடுத்தவிதத்தில் நிச்சயம் மத்திய அரசின் இந்த முடிவு அற்புதமானது.

●

ரேஷன் கடைகள் மூடப்படும், அரசு மருத்துவமனை களைத் தனியார் வசம் கொடுக்கும் வேலை நடக்கிறது... இப்படிச் சில செய்திகள் வருகின்றனவே. பிஜேபி தனியார்மயம் ஆக்கும் வேலையில் ஏன் அதிக ஆர்வம் காட்டுகிறது?

- கார்த்திக்

ரேஷன் கடைகளை இழுத்து மூடவேண்டும் என்பதுதான் வலதுசாரிகளின் கருத்து. மோதியின் அமைச்சரவை தான் ஆதாருடன் இணைத்து, அதன் பின் முடிவு எடுக்கலாம் என்று யோசிக்கிறார்கள்.

மூடினால் என்ன இப்போ பிரச்னை?

ஏழை மக்களுக்குத் தேவையான பொருட்கள் இலவசமாகக் கிடைக்க வேண்டும் என்பதில் எந்த மாற்றுக் கருத்தும் இல்லை. ரேஷன் கடைகள் மூலம்தான் தரவேண்டுமா? அதான் நாட்டில் எல்லா இடங்களிலும் எல்லாவிதமான கடைகளும் இருக்கின்றனவே. FOOD COUPONS கொடுக்கிறேன். அதை உரிய கடைகளில் கொடுத்து அதே பொருட்களை வாங்கிக் கொள்ளுங்கள் என்று அரசு சொல்கிறது. இதில் என்ன பிரச்னை?

இன்று ரேஷன் கடைகள் ஊழலின் ஊற்றுக்கண்ணாக இருக்கின்றன. உரிய எடை நிறுத்துத் தருவதில்லை என்பதில் ஆரம்பித்துக் கள்ளச் சந்தைக்கு ரேஷன் பொருட்கள் விற்கப்படுவதுவரை பல்வேறு முறைகேடுகள் நடக்கின்றன. அதையெல்லாம் முறைப்படுத்தி தகுதியானவருக்கு வழங்க மோதியின் அரசு விரும்புகிறது. இதில் என்ன தவறு?

INDIA HUMAN DEVELOPMENT SURVEY (IHDS) 2011ல் வெளியிட்ட அறிக்கை, அதற்கு முன் 2005-ல் வெளியிட்ட சர்வே விவரத்தைத் தயவு கூர்ந்து எடுத்துப் படிக்கவும். அதாவது ரேஷன் கடைகளில் இருந்து மக்களுக்குச் செல்லாமல் கள்ள மார்க்கெட் வழியாகப் பொருட்கள் வெளியேறுவதும் அதற்கு அரசு ஊழியர்கள் முதல் பெரிய கூட்டமே இயங்குவதும் அப்பட்டமாகத் தெரியும்.

54% பொருட்கள் கள்ளச் சந்தைக்குக் கடத்தப்படுகிறது. அதாவது 100 கிலோ கோதுமையை ரேஷன் கடைகளுக்கு மத்திய அரசு மானியம் கொடுத்து அனுப்பினால் அதில் 54 கிலோ திருடப் படுகிறது. இதில் கொடுமை என்னவென்றால் ஒரு கிலோ கோதுமைக்கு அரசு ஏறக்குறைய 15 ரூபாய் கொடுத்து விவசாயிகளிடம் வாங்கி - மக்களுக்கு 2 ரூபாய்க்குக் கொடுக்கிறது. ஆகக் கிலோவுக்கு அரசுக்கு 13 ரூபாய் செலவு அதிகம். ஆனால் மக்கள் உணவு பஞ்சத்தில் வீழ்ந்துவிடாது இருக்க அரசு இதைச் செய்கிறது. அது போதாது என்று அரசு ஊழியர்களுக்கு சம்பளம் - சம்பள உயர்வு - கடை வாடகை என்று எத்தனை எத்தனை செலவுகள்?

ஆண்டுக்கு 10.30 Million Tones கோதுமையை அரசு ஒதுக்கினால் அதில் சுமார் 5.6 மில்லியன் டன் கோதுமை கள்ள மார்க்கெட்டில் இந்த அரசு ஊழியர்கள் துணையுடன் திருடப்படும் என்றால் அதை எப்படித் தடுப்பது? எளிய வழி... மக்களிடமே பணத்தைக் கொடுத்து விவசாயிகளிடம் இருந்து வாங்கிக் கொள்ளச் சொல்வது தான். அதனால் ரேஷன் கள்ளச் சந்தையை அப்படியே ஒழித்து விடமுடியும்.

அரசு மக்களுக்கு ஒதுக்கும் மானியங்களில் Rs. 3.8 லட்சம் கோடி ரூபாய் அளவு மானியம் மக்களைச் சென்று சேர்வது இல்லை என்று அரவிந்த் சுப்ரமணியன் கூறுகிறார் (இது பற்றி மட்டுமல்ல பல அநியாயங்களை நாட்டின் பொருளாதார ஆலோசகர் 'அரவிந்த் சுப்ரமணியன்' போன்றவர்கள் வெளியிடும் தகவல்களைத் தேடிப் படியுங்கள்). எல்லாம் நம்ம அரசு ஊழியர்களின் கைங்கரியம்தான். மருத்துவமனை முதல் பள்ளிக்கூடம், ரேஷன் கடைகள் வரை எல்லா இடங்களிலும் நீக்கமறக் கொள்ளை நடக்கிறது. இது போதாது என்று சம்பளம் போதவில்லை என்று போராட்டம் வேறு.

ரேஷன் பொருட்கள் மக்களைச் சென்று சேரவேண்டும். அது ரேஷன் கடைகள் மூலம் தான் செல்ல வேண்டும் என்று ஏதும் கட்டாயமா என்ன? உலக வங்கி உணவு கூப்பன்களை அமல்படுத்தி விட்டுப் போகலாமே. இந்த அரசு ஊழியர்கள் தேவையா என்று கேட்கும் அளவுக்கு நிலைமை மோசமாக இருக்கிறது.

இதில் சுவாரசியமான தகவல் என்னவென்றால் தமிழக ரேஷன் கடைகளில் தான் குறைவாகத் திருட்டு நடக்கிறது. 25%க்கும் கீழ் திருட்டு என்றால் மற்ற மாநிலங்களின் நிலையை நினைத்துப் பார்க்கவும்.

அரசு மருத்துவமனைகளைத் தனியாரிடம் கொடுக்கப் போகிறார்களா?

இல்லை. சில சேவைகள் தனியாரிடம் மாற்றபட்டுள்ளது. ஆனால், நான் கேட்கிறேன் கொடுத்தால் தான் என்ன? எதனால் தனியாரிடம் கொடுக்கக்கூடாது என்கிறீர்கள்? எனக்கு இது சுத்தமாகப் புரிவது இல்லை. எதனால் எதிர்க்கிறீர்கள்?

இலவச மருத்துவம் அனைவருக்கும் சென்று சேராதே என்று நீங்கள் கூறினால் அது தவறு. தனியார் நிர்வாகம் செய்யப் போகிறது. ஆனால் நிதி அரசுதான் தரப்போகிறது. அதாவது அரசும் தனியார் நிறுவனமும் சேர்ந்து அந்தச் சேவையை வழங்கப் போகின்றன. ஏழைகளுக்கான இலவச மருத்துவத்தை பிஜேபி எப்போது எதிர்த்தார்கள்? அவர்கள் வலதுசாரிகள். எனவே தனியார்மயம் என்பதில் தவறு எதுவும் இல்லை.

கூடாதென்று யார் சொல்கிறார்கள் தெரியுமா..? கம்யூனிஸ்ட்கள். கம்யூனிஸ சீனாவில் என்ன நடக்கிறது தெரியுமா? 80% அரசு மருத்துவ நிறுவனங்களைத் தனியார் தான் நடத்துகிறார்கள். சும்மா இங்கே உட்கார்ந்து வசனம் பேசுவார்கள். எல்லாம் பொய். சீனாவின் பொலீட் பிரோவில் தனியார் முதலாளிகளுக்கு அனுமதி கொடுத்துப் பலவருடங்கள் ஆகிவிட்டன.

ஒரு எளிமையான எடுத்துக்காட்டு:

200 கோடி செலவு செய்து அரசு மதுரை ராஜாஜி மருத்துவமனையை நடத்துவதாகக் கொள்வோம். நன்கு புரிந்து கொள்ளுங்கள் மக்களுக்குத்தான் அது இலவசம் - ஆனால் அரசைப் பொறுத்த வரை டாக்டர் முதல் வார்ட் பாய் வரை எல்லாருக்கும் சம்பளம், மருந்து பொருட்கள் அனைத்துக்கும் செலவு செய்தே ஆக வேண்டும். சரிதானே! எனவே அரசுக்கு இது செலவினமே. செலவு செய்வதில் தயக்கம் இல்லை. ஆனால் மக்களுக்கு நல்ல சேவை கிடைக்கிறதா?

ஊழல் மட்டும் அல்ல - மருந்து பொருட்களில் ஆரம்பித்து மெத்தைப்பஞ்சுவரை அனைத்தும் எல்லா மருத்துவமனைகளிலும் திருடப்படுகின்றன. நீங்கள் அரசு மருத்துவமனையில் வேலை பார்க்கும் ஒரு நர்ஸ் வீட்டுக்கு போங்கள்; அவர்கள் வீட்டில் சர்வ சாதாரணமாக மருத்துவமனையின் பல பொருட்களைப் பார்க்கலாம். சரி நிர்வாகம்? நான் சொல்லித் தெரியத் தேவை இல்லை.

மருத்துவமனைகளை நடத்த அரசு போதிய செலவு செய்தும் நல்ல சேவை மக்களைச் சென்று சேரவில்லை.

இப்போது அதே மருத்துவமனைக்கான 220 கோடி தொகையை நான் நாராயணா ஹ்ருதாலயா, ஹரி கங்கா ராம் மருத்துவமனை, அப்பல்லோ என்று ஏதாவது நல்ல அனுபவம் உள்ள தனியார் மருத்துவனை நிர்வாகிகளிடம் கொடுத்து இதை நடத்தச் சொன்னால் என்ன தவறு? அப்போதும் மக்களுக்கு இலவச மருத்துவமனை தான். ஆனால், ஊழியர்கள் யாரும் அரசு ஊழியர்கள் கிடையாது. நிர்வாகம் தனியாருடையது.

இப்போது இந்த அரசு ஊழியர்களை வைத்து நடத்துவதை விட இது எவ்வளவோ நல்ல விஷயம். அரசுக்கும் மக்களுக்கும்.

இதில் என்ன தவறு இருக்கிறது?

தனியார் என்றால் யார் சார்? அவர்களும் இதே நாட்டின் குடிமக்கள்தானே. அவர்களும் 220 கோடியை அப்படியே வாயில் போட்டுக்கொள்ள முடியாது. டாக்டர்கள், நர்ஸ் எல்லோரையும் வைத்து நிர்வாகம் செய்யவேண்டும். தனியார் என்றால் லாபம் மட்டுமே நோக்கம் என்பது இந்த கம்யூனிஸ்ட்கள் பேசும் முட்டாள் தனமான விவாதம். பொதுவுடைமை வாழ்க்கை என்று ஒரு முட்டாள்தனமான பேச்சு எப்படியோ நம்மை அறியாமல் நோய்போல் ஓட்டிக்கொள்ள எல்லாவற்றையும் அரசுடமை ஆக்கவேண்டும் என்று பகுத்தறிவு இல்லாமல் பேசி வருகிறோம்.

இது மட்டும் அல்ல:

அரசுப் பள்ளிகூடங்கள் பற்றிக் கொஞ்சம் கொஞ்சம் சிந்தியுங்கள்? அரசு ஆசிரியர்களுக்கு தரப்படும் சம்பளத்தில் பாதியைப் பெற்றுக் கொண்டு தனியார் பள்ளி ஆசிரியர்கள் எவ்வளவு சிறப்பான ரிசல்ட் தருகிறார்கள். தனியாரிடம் அரசுப் பள்ளியைக் கொடுத்தால் இதைவிட மிகச் சிறப்பாக நடத்திவிட்டுப் போகிறார்கள்.

1% வரி கட்டும் மக்களால் இந்த 99% மக்களுக்கான நலத்திட்டங் களை அரசு செயல்படுத்துகிறது. அதில்தான் இந்த அநியாயம் நடக்கிறது. ஆக, யாரும் வரிகட்ட மாட்டோம், அரசு என்றால் எல்லாமே இலவசமாகத் தரணும் என்று கேட்கும் அளவுக்கு இருக்கிறது மக்களின் மனநிலை.

அப்படியானால் பிஜேபி அனைத்து அரசுத் துறைகளையும் தனியார் மயம் ஆக்க விரும்புகிறதா? நிச்சயம் கிடையாது. நல்ல நிர்வாகத்

திறமையுடன் செயல்படும் BHARAT PETROLEUM CORPORATION LIMITED (BPCL), GAS AUTHORITY OF INDIA LIMITED (GAIL), OIL AND NATURAL GAS, CORPORATION (ONGC), NATIONAL THERMAL POWER CORPORATION (NTPC), ISRO என்று நல்ல நிர்வாகத் திறமையுடன் செயல்படும் அரசு நிறுவனங்கள் எதையும் முழுமையாகத் தனியார்மயமாக்க விரும்பவில்லை. இது எல்லாம் முதலில் அரசு நிறுவனங்கள் அதைப் புரிந்துகொள்ளுங்கள். இந்த திரு.சீமான் கூறுகிறார் ONGCக்கு ஆதரவாக ஆட்சியர்கள் செயல்படுகிறார்கள் என்று. அரசு நிறுவனத்துக்குச் சார்பாகச் செயல்படாமல் ஒரு அரசு என்ன செய்யும்? திருட்டுப் போராளிகளுக்கா ஆதரவாகச் செயல்படும்.

சரி இங்கே நான் உங்களை ஒன்று கேட்கிறேன். இப்போது அனைத்தையும் அரசுடமை ஆக்கிவிட வேண்டும் என்று சில போராளிகள் வேடம் போட்டுத் திரியும் கூட்டம் சொல்வது சரி என்றால் ஏன் இந்தப் போராளிகள் அரசு நிறுவனமான GAIL, ONGC போன்றவற்றை எதிர்த்துப் போராட்டம் நடத்த மக்களைத் தூண்டுகிறார்கள்? அய்யா அது வந்துங்க... அது விவசாயத்தை அழிக்கும். அப்படி என்றால் இந்தத் திட்டத்தைத் தன் மக்களை அழிக்கும் நோக்கிலா அரசு நடத்த விரும்புகிறது. சரி அதற்கான ஆதாரம் இருந்தால் நீதிமன்றம் செல்ல வேண்டியதுதானே? IAS, துறை வல்லுனர்கள், சுற்றுசூழல் பாதுகாப்பு என்று ஆயிரம் பேர் அமர்ந்து திட்டத்தை உருவாக்க, பாதி செலவு செய்த நிலையில் எதற்குத் தடுக்கவேண்டும்?

அரசு எடுத்து நடத்தவேண்டும் என்று ஒருபக்கம் தனியார்மயம் எதிர்ப்பு என்று மக்களைத் தூண்டுவது; இன்னொரு பக்கம் அரசு நிறுவனங்களின் திட்டங்களை எதிர்த்து மக்களைத் தூண்டி விடுவது. இது என்ன நியாயம்?

நக்சல், மாவோயிஸ்ட் ஆதரவாளர்கள் அதாவது இடதுசாரி ஆதரவாளர்கள் என்றால் சீனாவின் அடிமைகள் என்றுதான் அர்த்தம். அவர்களுக்கு இந்தியா உடைய வேண்டும்; இந்தியாவின் கையை உடைக்கவேண்டும். அதற்கு இந்தியாவின் பெருமையாக உள்ள அரசு நிறுவனங்களான NTPC, ONGC, GAIL, ISRO என்று அனைத்து நிறுவனங்களின் வேலையையும் முடக்கவேண்டும் என்று சீனா தூண்டிவிட இங்கே போராளிகள் போர்வையில் நக்சல் அடிமைகள் துள்ளிக் குதிக்கிறார்கள். ஆனால், அரசு, அதுவும் மோதி அரசு நிச்சயம் எதையும் பின்வாங்காது.

சர்தார் சரோவர் நர்மதா அணையை சமீபத்தில் மோதி திறந்து வைத்தார். இதை எதிர்த்து எத்தனை போராட்டங்களை நம் நக்சல் கூட்டம் தூண்டியது என்று உலகமே அறியும். இப்போது என்ன நிறுத்திவிட்டார்கள்? கட்டி முடித்துத் திறந்தாகிவிட்டது.

அரபு வழியாக சீனாவிடம் இருந்து பெற்ற காசுக்கு நக்சல் அமைப்பின் தூதுவர்களாக - அரசுக்கும் மக்களுக்கும் இடையே பிளவு உருவாக்க வேண்டும். அரசை மக்கள் வெறுக்க வேண்டும், நாட்டை வெறுக்க வேண்டும்.. அவ்வளவு தான். ஒரே ஒரு வார்த்தை இந்தப் போராளிகள் நாட்டின் நல்ல திட்டங்களைப் பாராட்டிப் பேசிவிட்டால் நானே மீண்டும் கம்யூனிஸ்ட் கட்சியில் சேர்கிறேன்.

எங்கே யாராச்சும் வாயைத் திறக்கச் சொல்லுங்கள் பார்க்கலாம்.

முதலில் இணையத்தில் வெற்றுப் போராளிகளாகத் திரியும் கூட்டத்தை நம்பாது 'அரவிந்த் சுப்ரமணியன்' (Economic Adviser to the Government of India) போன்ற அறிவாளிகள் வெளியிடும் புள்ளிவிவரங்களை வைத்து சிந்தியுங்கள். அப்போதான் நமக்கு நாட்டின் நிர்வாகம் என்ன என்று புரியும். இவருக்கு நரம்பு புடைக்கப் பேசத் தெரியாது. ஆனால் நாட்டின் நலன் எது எப்படி என்று தெளிவாக ஆய்வுகள் கொண்டு தகுந்த ஆலோசனைகள் வழங்கத் தெரியும். நம்மிடம் இருக்கும் பிரச்னை உணர்ச்சிவசப் படுவது. அதைத் தூண்டியே தமிழகத்தில் எல்லாப் போராட்டங் களும் நடக்கின்றன.

ஆதார் இணைப்பு முடிந்ததும் இந்த 4, 5 ரேஷன் கார்டு வைத்திருப்பவர்களின் கொட்டம் எல்லாம் முடிவுக்கு வரும். இன்னொரு பக்கம் ரேஷன் கடைகளை மூட கள்ளச் சந்தையும் மூடப்படும்.

IIT வருடாவருடம் பல ஆய்வு அறிக்கைகளை அரசுக்குத் தருகிறது. அவை எல்லாமே உலகின் சிறந்த மேதைகளால் உருவாக்கப் படுபவை. அந்த அறிக்கைகளின் மூலம் கிடைக்கும் தகவல்களைக் கொண்டுதான் அரசு நடவடிக்கை எடுக்கும். அது மோதி என்றாலும் சரி மன்மோகன் என்றாலும் சரி.

என்ன சொன்னாலும் மோதி எதிலும் பின்வாங்க மாட்டார். நர்மதா அணையை எதிர்த்து நடந்த போராட்டங்களை விடவா பெரிய போராட்டம் ஒன்று உண்டு? அதற்கே அசராதவர் மோதி.

எனவே மோதி, பிஜேபி அரசு என்பது வலதுசாரிகள் அமைப்புதான். ஆனால் அனைத்தையும் தனியார்மயம் ஆக்க விரும்பவில்லை.

அதே நேரம் தகுதி இல்லாத மட்டமான அரசுத் துறைகளை மூடுவதில் தவறே இல்லை.

●

HUNGER INDEX 2017 இந்தியா பட்டினி நாடுகளில் பட்டியலில் 100வது இடத்தில் உள்ளது. இது மோதி, பிஜேபி ஆட்சியின் சாதனையா?

- (ராஜேஷ் மற்றும் பலர்)

நன்கு இந்த ஆய்வறிக்கையைப் படித்தால் நாட்டு மக்களின் உணவு, சுகாதார பிரச்னை இரண்டுக்கும் மக்கள் கொடுக்க வேண்டிய முக்கியத்துவம் தெரியும்.

HUNGER INDEX 2017 மட்டும் அல்ல டெங்குவரை இருக்கும் அனைத்து சுகாதார பிரச்னைகளையும் கொஞ்சம் கவனமாகப் பேசவேண்டிய நேரம் இது.

INDIAN MARKET RESEARCH BUREAU (IMRB) *2015*-ல் இந்தியர்களில் *80%* புரோட்டீன் பற்றாக்குறை உணவுதான் எடுத்துக்கொள்கிறார்கள் என்று அறிக்கை கொடுத்தது. *91%* சைவ உணவு உண்ணும் மக்களுக்கும் *85 %* அசைவ உணவு உண்ணும் பழக்கம் உள்ள மக்களுக்கும் புரதச் சத்துக் குறைவு இருக்கிறது. எனவே, ஒட்டு மொத்தமாக உணவு பழக்கவழக்கத்தில் இந்தியர்கள் கவனம் செலுத்தவேண்டும் என்று கூறியது அந்த அறிக்கை. அதாவது ஏழை பணக்காரன் என்ற கணக்கு இல்லாமல் அனைவருமே உணவு விஷயத்தில் போதுமான அறிவு இல்லாமல் இருக்கிறோம் என்று அர்த்தம். எனவே விவரத்தை முழுமையாக விவாதம் செய்வது தான் நல்லது.

அதற்கு முன்: பட்டினி பட்டியலில் *100*வது இடத்தில் இந்தியா என்று கூறுவது சரியல்ல. இலவச அரிசியை அரசு கொடுக்கும் போது எப்படி ஒருவர் பட்டினி இருக்க நேரும்? எனவே அந்த அறிக்கையைச் சரியாகப் படிக்கவேண்டும். 'குழந்தைகளுக்குப் போதிய சத்தான உணவு கிடைக்கவில்லை' என்பதைத்தான் அது காட்டுகிறது. தேவைக்குத் தகுந்த உணவு கிடைக்காத பட்டியல் என்று கூடக் கூறிவிட முடியாது. எனவே, தலைப்பை வைத்துக் கொண்டு பேசுவது முட்டாள்தனம்.

இன்று நேற்று அல்ல 1991 முதல் இந்தியாவில் ஊட்டச் சத்துக் குறைபாடு தொடர்பான கணக்கெடுப்பு வருடா வருடம் வெளியாகிறது. எல்லா வருடமும் இந்தியாவில் குழந்தைகள், பெண்கள் மிகப் பெரிய அளவு சத்துக்குறைபாட்டுடன் இருக்கிறார்கள் என்றுதான் புள்ளிவிவரங்கள் சொல்கின்றன. போதுமான புரதச் சத்துள்ள உணவுகளை அவர்கள் எடுத்துக்கொள்வது இல்லை. இந்தியர்களின் உணவு பழக்கவழக்கம் நிச்சயம் கவலை தரும் செய்திதான். முக்கியமாகக் கிராமப்புற மக்கள் கொண்டுள்ள உணவுப் பழக்கவழக்கம் கட்டாயம் மாறவேண்டும். ஒழுங்காகச் செய்தித்தாள் படிக்கும் அனைவருக்கும் இது தெரியும்.

NATIONAL FAMILY HEALTH SURVEY (NFHS) எந்த வருடத்தின் தகவலை, யார் வேண்டுமானாலும் எடுத்துப் பாருங்கள் இந்தியாவின் உண்மை முகம் தெரியும்.

2005-06 NFHS எடுத்த கணக்கெடுப்பு என்ன கூறுகிறது என்றால்:

உலகிலேயே எடை குறைவாகப் பிறக்கும் குழந்தைகள் அதிகம் இந்தியாவில்தான் பிறக்கிறார்கள். ஏறக்குறைய 74 லட்சம் குழந்தைகள். ஏறக்குறைய 75% குழந்தைகளுக்குத் தாய்ப்பால் கிடைப்பது இல்லை. காரணம் தாய்க்குப் போதிய உடல் வலு இல்லை. 6 மாதத்தில் இருக்கவேண்டிய வளர்ச்சி முழுமையாக 46% குழந்தைகளுக்குக் கிடைக்கவில்லை. அதற்கு முழுக்கக் காரணம் உடல் வலு இல்லாத தாய். 6 மாதத்தில் இருந்து- 60 மாதங்கள் அதாவது 5 வயதுக்குட்பட்ட குழந்தைகளில் 70% குழந்தைகளுக்கு ரத்தச் சோகை.

2005-16 அதாவது பத்து வருடங்களில் என்ன பெரிய மாற்றம் வந்திருக்கும் என்று கொஞ்சம் தேடுங்கள். உலகத்தில் சத்துக் குறைவாகப் பிறக்கும் குழந்தைகளில் மூன்றில் ஒன்று இந்தியாவில் பிறக்கக் காரணம் தாய்க்கு உடல் வலு இல்லை, சரியான உணவுப் பழக்கம் இல்லை, மக்களுக்கு உணவு பழக்கத்தில் அக்கறை இல்லை.

இதுதான் உண்மை.

மக்கள்தான் காரணம் என்றால் என்ன அர்த்தம்?

நான் கல்லூரியில் பேராசிரியராகப் பணியாற்றிய காலத்தில் தினமும் மதிய உணவாக மாணவர்கள் என்ன எடுத்துவருகிறார்கள் என்று பார்த்து அவர்களுக்கு அறிவுரை கூறியதுண்டு.

90% கல்லூரி மாணவர்கள் வெறும் குழம்பு, ரசம் சாதம் கொண்டுவருவார்கள். இதன் மூலம் அவர்களுக்கு என்ன சத்து கிடைத்துவிடும்? இது என்ன மாதிரியான உணவு பழக்கம்? யார் அக்கறை காட்டுகிறார்கள்? ஏதாவது வயிறு நிறையச் சாப்பிட்டு விட்டால் அது சத்தான உணவா? அதுவும் கிராமப்புற மாணவர்கள் என்றால் கேட்கவே வேண்டாம். நம் உணவுப் பழக்கவழக்கம் மிகவும் பின்தங்கியுள்ளது. ஆனால், வசதி இல்லாதவர்கள் என்று கூறிவிட முடியாது. வசதியானவர் வீட்டிலும் சமச்சீரான உணவு பற்றி எந்தக் கவலையும் கொள்வது இல்லை.

அதிலும் பெண் குழந்தைகள், மாணவிகள் மிக மிக மிக மோசம். சாப்பிடமாட்டேன் என்பதே ஒரு ஃபேஷன் போல ஆகிவிட்டது. ஆரோக்கியம் இல்லாத ஒரு உணவு பழக்கத்தை நாம் வைத்துக்கொள்ளோம். அதை நாம் தான் மாற்றவேண்டும்..

இதை ஏன் கூறுகிறீர்கள்?

சிலி என்ற நாடு என்ன பெரிய நாடு? என்ன பெரிய பொருளாதாரம் உள்ள நாடு? ஆனால் ஹங்கர் இண்டெக்ஸ் பட்டியலில் இரண்டாவது இடத்தில் இருக்கிறது. அட பங்களாதேஷ், கென்யா, கானா, நேபாளம் எல்லாம் நம்மைவிட முன்னால் இருக்கிறார்கள். ஆனால் உலகத்தில் 4வது பெரிய உணவு உற்பத்தி செய்யும் நாடான நம் தேசத்தில் சத்துக் குறைவு!

சிரியாவில் கடந்த 7வருடங்களுக்கு மேலாகப் போர் நடக்கிறது. மக்கள் அகதிகளாக இடம் பெயர்வதைக் காணலாம். அங்குகூடக் குழந்தைகள் ஒல்லியா இருக்கமாட்டார்கள். எது எப்படியோ சமச்சீரான சத்தான உணவு எடுத்துக்கொள்ள வேண்டும் என்ற இயற்கையான புத்தி அவர்களுக்கு இருக்கிறது.

இங்கே சிக்கனம் எதில் எதில் இருக்கவேண்டும் என்ற போதிய அறிவு இல்லாமல் உணவு பழக்கவழக்கத்தில்கூடச் சிக்கனம் என்று இருப்பது மிகப் பெரிய தவறு.

தினமும் எத்தனை கிளாஸ் பால், தயிர் எடுத்துக்கொள்கிறீர்கள்? தினமும் எவ்வளவு பருப்பு சார்ந்த உணவு எடுத்துக்கொள்கிறீர்கள்? தினமும் எவ்வளவு கோதுமை-அரிசி எடுத்துக்கொள்கிறீர்கள்? அதன் விகிதாசாரம் என்ன? தினமும் எவ்வளவு பழம், காய்கறிகள் எடுத்துக்கொள்கிறீர்கள்? முட்டை தினமும் எடுத்துக்கொள்வது உண்டா?

பெண்களுக்கு சராசரியாக 46 GRAMS முதல் 56 GRAMS புரதம் தினமும் தேவை. இன்னொருவிதமாகக் கூறினால் ஓர் இந்தியருக்கு 2000 முதல் 2500 கலோரி கிடைக்கவேண்டும். நம் கல்லூரி மாணவர்களுக்கு எனக்குத் தெரிந்து 1500 முதல் 1800வரை கூடக் கிடைக்காது. அதிலும் பெண்கள் மிக மோசம்.

ஒருபக்கம் உணவில் அக்கறை இல்லை; இன்னொருபக்கம் முட்டாள்தனமான சிக்கனம் என்ற பெயரில் செய்யும் தவறுகள். சிக்கனம் செய்து ஆண்டுக்கு ஒருமுறை மருத்துவமனைக்குச் சென்று சிக்கனம் செய்த பணத்தைவிட இரண்டு மடங்கு செலவு செய்வது இந்தியர்களுக்கு வேலை. ஆரோக்கியம் மிக முக்கியம் என்ற எண்ணம் முக்கியமாகப் பெண் குழந்தைகளுக்கு வரவேண்டும்.

பிறக்கும் குழந்தைக்கு அரசு மூன்று தவணையாக 12000 ரூபாய் தருகிறது. பிறந்த குழந்தைக்குத் தடுப்பூசி முதல் அனைத்தும் வழங்குகிறது அரசு. ஒரு பக்கம் அரசு ஓர் அடி எடுத்துவைத்தால் இன்னொரு பக்கம் மக்களும் ஓர் அடி எடுத்து முன் வைக்க வேண்டும்.

எல்லாமே அரசு இலவசமாகத் தரவேண்டும்; நான் குழந்தை மட்டும் பெற்றுக்கொள்வேன் என்றால் என்ன மாதிரியான மனநிலை இது? இலவசக் கல்வி, இலவச உணவு, இலவச மருத்துவம் என்று குழந்தைகள் மீது அக்கறையாக உள்ளது அரசு. ஆனால் நாம் தான் நம் கடமையைச் செய்வது இல்லை.

இந்த விஷயத்தில் காங்கிரஸ் -பிஜேபி யார் மீதும் குறை சொல்ல மாட்டேன். மக்களுக்குத்தான் சிந்தனையில் ஏதோவொரு குறையுள்ளது. அடுத்தவரைக் குறை சொல்லிக்கொண்டே இருப்பது.

2006 முதல் 2012 கால இடைவெளியில் டெங்கு அதிகம் பரவி உச்சத்தை எட்டிவிட்டது இந்தியாவில். இந்தக் காலகட்டத்தில் இந்தியாவில் 300% அதிகமாக வளர்ந்துவிட்டது டெங்கு பாதிப்பு. உலகத்தின் மிகச் சிறந்த மசாசூசெட்ஸ் பல்கலைக்கழகத்தில் இருக்கும் பேராசிரியர் டொனால்ட் தனது 5 வருட ஆராய்ச்சியில் இதைக் கூறுகிறார்.

மோதி வந்த உடனே அனைவரும் கழிப்பறை கட்டுங்கள் என்று உதவித் தொகை கொடுத்துப் பிரசாரம் செய்கிறார். ‘தூய்மை இந்தியா’வைக் கொண்டுவர அனைவரும் முன்வாருங்கள் என்றால் மக்கள் என்ன ஒத்துழைப்புக் கொடுக்கிறீர்கள்? உலக நாடுகள் கீழ்த்தரமாக நம்மைக் கேலி செய்த போதும் இதைத் துணிந்து ஒரு

பிரதமர் செய்ய எந்தப் போராளி இங்கே 'மக்கள் ஒத்துழைப்புத் தரவேண்டும்.மாணவர்கள் களத்தில் இறங்கி பிரதமர் கூறும் நல்ல விஷயத்தைக் கேட்டு நாட்டைச் சீர்திருத்த வேண்டும்' என்றார்.

அப்படியானால், என்ன மாற்றம் நடக்கும் இங்கே?

முதலில் போஷாக்கான உணவுப் பழக்கம் இல்லை. போஷாக்கான உணவு பழக்கம் இல்லாத மனிதனை நோய் கிருமிகள் எளிதில் தாக்கும். சரி சுத்தமாவது இருக்கிறதா... நம் வீட்டில் கக்கூஸ் வேண்டுமென்றால் அதையும் மத்திய அரசுதான் கட்டித்தர வேண்டும்.

டெங்கு பரவாமல் என்ன செய்யும்?

திரு.கமல் முதல் திரு.விஜய்வரை அனைவரும் புதிய போராளிகள் வேடத்தில் அரசை விமர்சிக்க வேகம் காட்டுவது ஏன்? முதலில் அனைத்திலும் விளம்பரம் தேடுவதைப் பிரபலங்கள் நிறுத்த வேண்டும். முடிந்த அளவு மக்களை இந்த விஷயத்தில் திருத்த முன்வரவேண்டும். உடனே நான் தான் ஒழுங்காக வரி கட்டுகிறேனே என்று நல்லவன் வேஷம் போடவேண்டாம். லட்சக்கணக்கான அரசுப் பணியாளர்கள் ஒழுங்காக வரி கட்டத்தான் செய்கிறார்கள். சினிமா எனும் திருட்டுக் கும்பலுடன் தோளில் கை போட்டுப் பழகியபடி இருந்துகொண்டு நான் மட்டும் நேர்மையாக இருக்கிறேன் என்று பெரிதாகப் பெருமை பீற்றிக்கொள்ளவேண்டாம்.

அனைத்தையும் அரசு செய்யவேண்டும் என்று எதிர்பார்ப்பது முட்டாள்தனம். உங்கள் வீட்டுக் குழந்தைக்குக் காலையில் பால் கொடுத்தீங்களா? இரவு தூங்கும் முன்னர் பால் கொடுத்தீங்களா என்று மோதி வந்து தினமும் கேட்க முடியுமா?

சத்தான உணவுப் பழக்கம் இல்லையா... மக்களிடம் கழிப்பறை பற்றிய விழிப்புணர்வு இல்லையா... சரி நாம் இலவசமாக விழிப்புணர்வு செய்வோம் என்று எத்தனை நடிகர் நடிகை வந்தனர்? செய்தனர்? ஆனால் குறை சொல்ல மட்டும் காமடி ஹீரோ முதல் ஹீரோ காமடியன் வரை வரிந்து கட்டுகொண்டு நான் நல்லவன் என்று வந்து வாய் கிழியப் பேசுவது எல்லாம் தங்கள் பிரபலமான முகம் மக்களுக்கு மறந்துவிடக்கூடாது என்ற விளம்பர யுக்தி மட்டுமே.

உலக சுகாதார நிறுவனம் சொல்லும் நல்ல விஷயங்களை விவாதம் செய்திருந்தால் 2007 -09 ல் டெங்கு விஷயத்தில் பெரிய ஆர்வம் உருவாகி மக்களிடம் சுத்தம்தொடர்பான விழிப்புணர்வு உருவாகி

இருக்கும். கொசு ஒழிப்பு நடந்திருக்கும், டெங்கு பாதிப்பு இருந்திருக்காது.

2009-ம் ஆண்டு டெங்கு கண்டுபிடித்தல், சிகிச்சை, தடுப்பு, கட்டுப்பாடு என்று வெளிவந்த அறிக்கை உலக சுகாதார நிறுவனமும் வெப்ப மண்டல நோய்கள் மையமும் இணைந்து தயாரித்த அறிக்கை அது. அதை எடுத்துப் படிக்கவும்.அந்தப் புள்ளிவிவரத்தில் டெங்கு பாதிப்புக்கு அதிக வாய்ப்பு உள்ள நாடுகளில் இந்தியாவும் ஒன்று என்று எச்சரிக்கை செய்திருந்தது. அன்று சுகாதார நடவடிக்கை எடுத்திருக்க வேண்டும். நம் மன்மோகன் அரசுக்கு 2G கேஸில் இருந்து திமுக காப்பாற்றவே நேரம் இல்லை. அன்று விட்டுவிட்டு இன்று சுகாதாரம் விஷயத்தில் அதிகம் அக்கறை காட்டும் மோதிதான் எல்லா பிரச்னைகளுக்கும் காரணமாகிப் போனார் இந்தப் போராளிகளுக்கு.

NATIONAL VECTOR BORNE DISEASE CONTROL PROGRAMME (NVBDCP) கொடுக்கும் தகவல்களைக் கொஞ்சமாவது படித்து இந்தச் செய்தி நிறுவனங்கள் மக்களை நல்வழிப்படுத்த நினைத்தது உண்டா?

தினமும் விவாதம் நடத்துகிறேன் பேர்வழி என்று அதிமுக இணையுமா... அதிமுக ஆட்சி நீடிக்குமா... அதிமுக புதிய அணி உதயமா... இது தானே விவாதம்... நாடு எப்படி முன்னேறும்? மக்கள் பக்கம் திருத்தவேண்டிய விஷயங்கள் ஆயிரம் இருக்கின்றன. அதை என்றாவது ஒரு நாள் விவாதம் செய்வார்களா?

தூய்மை, நல்ல உணவுப் பழக்கவழக்கம் ஆகிய இரண்டையும் கொண்டுவர மக்களிடம் விழிப்புணர்வு செய்ய வேண்டியது நம் கடமை. இந்த இரண்டும் ஆக அவசரமான முக்கிய பிரச்னை. அரசு ஒருபக்கம் முயற்சி செய்ய நாமும் களத்தில் நிற்பது தான் உண்மையான மாற்றத்துக்கு வழி. எதற்கெடுத்தாலும் மோதி மோதி என்று கூப்பாடு போடும் அனைவருக்கும் நான் கேட்கிறேன் இந்த HUNGER INDEX 2017 முதலில் ஒழுங்காகப் படித்தீர்களா? கடந்த 20 வருடமாக இந்தியர்களின் உணவு பழக்கவழக்கமும் சத்துக்குறைவு பிரச்னையும் பற்றிய புள்ளிவிவரம் உங்களுக்குத் தெரியுமா?

எல்லாவற்றுக்கும் மோதி தான் காரணம் என்று எப்படியாவது பரப்பிவிட வேண்டும் என்று ஏன் துடிக்கிறீர்கள்? ஏன் அவ்வளவு மூடத்தனமான வெறுப்பு?

இப்படிப் பரப்பிவிடுபவர்கள் பெரும்பாலும் மதம் மாற்றும் கூட்டமாக இருக்கும்; அல்லது தமிழ் தனி தேசியம் என்று பிரிவினை பேசும் கூட்டமாக இருக்கும். மக்கள் மீதான அக்கறையைவிட மோதி வெறுப்புதான் இவர்கள் விதைக்க விரும்புவது. அவருடைய சொந்த வாழ்வில், குடும்பப் பின்னணியில் நிர்வாகத்திறனில் எந்தக் குற்றச்சாட்டும் சொல்ல முடியாது. கருணாநிதி, சசிகலா, சோனியா, மம்தா பானர்ஜி போன்றவர்கள் மோதியின் நேர்மைக்கும் நிர்வாகத்திறனுக்கும் கால் தூசிகூடப் பெறமாட்டார்கள்.

தூய்மை இந்தியா திட்டத்தை 2014-ல் மக்கள் ஆதரவு, பிரபலங்கள் ஆதரவு கேட்டுக்கொண்டு மோதி செயல்படுத்தத் தொடங்கினார். காரணம் சுத்தம் மிக முக்கியம். 600 மில்லியன் மக்கள், அதில் சுமார் பாதி அளவு பெண்கள் சுகாதாரமான கழிப்பறையைப் பயன் படுத்துவது இல்லை. இதில் இருந்தே தெரியவில்லையா நாட்டின் சுத்தத்தின் லட்சணம்?

88% மக்களுக்கு இன்னும் சுகாதாரமான குடிநீர் கிடைக்கவில்லை. ஆனால், இந்தக் குற்றம்சாட்டை முன்வைக்கும் முன்னர் தண்ணீர் எப்படி அசுத்தமாகிறது என்று தேடிப் படியுங்கள். இதே மக்கள்தான் அதற்கும் காரணம் என்று புரியும்.

குப்பையை, கழிவு நீரை என் வீட்டை விட்டு வெளியில் கொட்டி விட்டால் என் வீட்டைச் சுத்தம் செய்துவிட்டதாக அர்த்தம் என்று தான் பலரும் நினைக்கிறார்கள். அதை ஊருக்கு வெளியில் சென்று கொட்டிவிட்டால் ஊரைச் சுத்தம் செய்துவிட்டதாக நகராட்சிக்கு நினைக்கிறது. இதுக்கு பெயரா SANITATION SYSTEM? இதுக்குப் பெயரா சுகாதாரம்?

ஏறக்குறைய 60 வருடம் ஆட்சியில் இருந்த காங்கிரஸ், திராவிடக் கட்சிகளிடம் சுகாதாரம் - சத்தான உணவு பழக்கத்தை உருவாக்க ஏன் தவறினீர் என்று கேட்பதை விட்டு விட்டு- 70 வருடம் மக்கள் பழக்கத்தால் உருவாகி நிற்கும் இந்தச் சீர்கேட்டை மோதி தான் 3 வருடத்தில் உணவு தராமல் கெடுத்துவிட்டார் என்று பேசுவதில் என்ன அர்த்தம் உள்ளது? அப்படிப் பார்த்தால் நீங்கள் மோதியை குறை சொல்ல 2022-ல் வரும் GLOBAL HUNGER INDEX புள்ளிவிவரங்களை வைத்துத்தான் பேசவேண்டும். ஏன் என்றால் இப்போதைய ஆட்சியின் முயற்சியின் பலனை அந்தப் புள்ளி விவரத்தில்தான் பார்க்கமுடியும். இப்போது வெளியாகும் எல்லாப் புள்ளிவிவரமும் காங்கிரஸ் ஆட்சியின் பிரதிபலிப்புகள்.

தயவுகூர்ந்து அனைத்துக்கும் மோதி மோதி என்று கூப்பாடு போடாமல் எல்லாவற்றையும் அரசியல் ஆக்க நினைக்காமல் நல்லவிதமாக விவாதம் செய்யப் பழகுங்கள். குறைந்தபட்சம் இந்த சுகாதாரம் - உணவு இரண்டையும் அரசியல் ஆக்காமல் அதில் மக்கள் செய்யும் தவறையும் திருத்த முன்வாருங்கள். பி.ஜேபி.யை உங்களுக்குப் பிடிக்காமல் இருக்கலாம். ஆனால், தேசத்தை நேசியுங்கள்.

●

இணையம் துறைமுகத் திட்டம் அவசியமா? மக்கள் அதை எதிர்த்துப் போராடத் தொடங்கிவிட்டார்களே?

- கார்த்திக்

ஒரு சின்னத் திருத்தம் இது மக்கள் போராட்டம் அல்ல, கிறிஸ்தவ மதம் மாற்றும் அமைப்புகள் ஒன்றுகூடி முன்னெடுக்கும் போராட்டம் என்று சொல்லவும். இனிமே தான் இதை மக்கள் போராட்டமாக மாற்றுவார்கள். அதற்கான முயற்சிகள் ஆரம்பம். நம் செய்தி நிறுவனங்கள் இதற்குத் தக்க துணை நிற்கும்.

அதாவது நம்ம கூடங்குளம் அணு உலை எதிர்ப்புப் போராளி சுப.உதயகுமார் எப்படி நடத்தினாரோ அதுபோல. இந்தத் திருமுருகன் காந்தி என்ற டேனியல் - சீமான் என்ற செபாஸ்டீன் வரிசையில் இன்னொரு போராட்டம் உதயம் ஆகிறது.

சரி இது சரியா தவறா? கொஞ்சம் நாம் ocean economics, port geog raphy இரண்டையும் நன்கு அறிந்த அறிவியல் அறிஞர்களிடம் கேட்டுத் தெரிந்துகொண்டு இதை எதிர்ப்பதா ஆதரிப்பதா என்ற முடிவுக்கு வரவேண்டும்.

நானும் கண்ணை மூடிக்கொண்டு இவர்கள் கிறிஸ்தவர்கள் என்பதால் பிஜேபி கொண்டுவரும் அனைத்துத் திட்டங்களையும் எதிர்க்கிறார்கள் என்று கூற விரும்பவில்லை. ஆனால், பாருங்கள் அதுதான் உண்மை.

சரி விஷயத்துக்கு நேரடியாகச் செல்கிறேன். என்னால் முடிந்த வரை எளிமையாக விளக்குகிறேன், புள்ளிவிவரம் கொண்டு Technology, economics, port science என்று பேசச் சொன்னாலும் நான் தயார்.

என்ன தேவை இப்போ புதிய துறைமுகத்துக்கு?

இந்தியாவில் ஏற்றுமதி இறக்குமதி விஷயத்தில் வருடா வருடம் கையாளும் சரக்குகள் அதிகமாகிக்கொண்டே செல்கின்றன. அதாவது எப்படி வாகனப் போக்குவரத்து அதிகம் ஆக ஆக நாம் சாலைகளை, மேம்பாலங்களை அதிகம் கட்டுகிறோமோ அதே போல ஏற்றுமதி இறக்குமதி சரக்கு வந்து செல்வது அதிகம் ஆகும்போது நமக்கு அதிக எண்ணிக்கையிலும் பெரிய அளவிலும் துறைமுகங்கள் தேவைப்படுகின்றன.

சரக்குகள் கையாள்வதில் Liquid Bulk Handling Facilities, Container Handling Facilities, Storage Facilities, Cargo Handling என்று ஆயிரம் விஷயங்கள் இருக்கின்றன. கச்சா எண்ணெய், நிலக்கரி எடுத்து வரும் கப்பல்கள் - கார் இஞ்சின், ஆடைகள், கோதுமை என்று நம் நாட்டில் இருந்து ஏற்றுமதியாகும் பொருட்களை எடுத்துச் செல்ல வரும் கப்பல்கள் நிற்க, பழுது பார்க்க, அதில் வரும் சரக்கை எடுத்துக் கையாள, தேவையான சேமிப்புக் கிடங்குகள் என்று ஆயிரம் வகைகளில் தேவை அதிகம் ஆகிக்கொண்டே செல்கிறது.

Indian Ports Association தரும் தகவல்படி கொல்கத்தா துறைமுகம் Cargo Handled மட்டும் 1052.23 மில்லியன் டன். இதற்கு நம்மிடம் பெரிய துறைமுகங்களாக இருப்பது 12; குட்டி குட்டி துறைமுகங் களாக சுமார் 205 இருக்கின்றன. எவ்வளவு container என்ற விவரத்தை நீங்களே கொஞ்சம் அரசு தகவல் தளத்தில் தேடிப் பார்க்கவும். cargo traffic பொறுத்தவரை 2025குள் 2.5 மில்லியன் டன் கையாளும் வகையில் நம் ஒவ்வொரு துறைமுகங்களின் திறன் மேம்படவேண்டும். நம் நாட்டின் இந்த இறக்குமதி ஏற்றுமதி சார்ந்த வளர்ச்சி விகிதம் 10%வரை உள்ளது. இது மேக் இன் இந்தியா திட்டத்தின் பின் 18% வரைகூடக் கூடும் என்கிறார்கள் பொருளாதாரப் பார்வையாளர்கள். ஆக, நமக்குத் துறைமுகங் களின் தேவை அதிகரிக்கவேண்டியுள்ளது.

குறிப்பு : நாம் உள்நாட்டு உற்பத்தியை அதிகம் செய்தால் அது பிற நாடுகளுக்குக் கடல் வழியாக ஏற்றுமதி ஆகவேண்டும். அப்போது நமக்குக் கட்டாயம் துறைமுகங்களைப் பெரிதாக்க வேண்டுமல்லவா. இப்போது பல நாடுகளின் வர்த்தகச் சந்தை முழுக்க சீனாவிடம் உள்ளது.

அடுத்து மீனவர்கள் நலன். நம்மிடம் இருக்கும் பிரச்னை என்ன வென்றால் ஐரோப்பிய, அமெரிக்க மீனவர்களுடன் ஒப்பிடும் போது நம் மீனவர்கள் பெரிய அளவில் கடல் சார்ந்த அறிவு உடையவர்கள். ஆனால், ஏன் அவர்கள் வாழ்வு முன்னேற்றம்

அடையவில்லை என்றால் இந்திய மீனவர்கள் ஆழ்கடல் சென்று மீன் பிடிப்பதில்லை. கடற்கரையோரப் பகுதிகளிலோ மீன்வளம் குறைந்துவிட்டது.

அதாவது, இப்போது கூகுள் அல்லது உலக வரைபடத்தை எடுத்துக் கொள்ளுங்கள். அதில் தென் இந்தியாவில் நம் தமிழக கடல் பகுதிகளைப் பாருங்கள். கச்ச தீவு பிரச்னை எங்கே வருகிறது என்று பாருங்கள். அது ஏன் ராமேஸ்வரம் மீனவர்க்கு பிரச்னை ஆகிறது? இந்திய பெருங்கடல் பரந்து விரிந்து உள்ளது; அரபிக் கடல் பகுதி உள்ளது. அதில் சென்று தகுந்த இடம் தேடி மீன் பிடிக்காமல் நம் மீனவர்கள் ஏன் கச்ச தீவை நோக்கியே செல்கிறார்கள்? காரணம் அவர்களுக்கு ஆழ்கடல் சென்று மீன் பிடிக்கத் தகுந்த சூழல் இல்லை, துறைமுகங்கள் இல்லை. அதனால் அவர்களிடம் ஆழ்கடல் சென்று மீன் பிடிக்கும் கப்பல்களும் இல்லை. பெரிய துறைமுகங்கள் இருந்தால் தானே பெரிய கப்பல்களை இயக்க முடியும்.

மத்திய பிஜேபி அரசு மீனவர்கள் தனியாகவோ, கூட்டாகவோ சேர்ந்து ஆழ்கடல் சென்று மீன்பிடிக்கத் தேவையான கப்பல்களை வாங்க 40 லட்சம் வரை மானியம் தரவும் 30 லட்சம் வரை குறைந்த வட்டியில் கடன் தரவும் தயார் என்று கூறிவிட்டது. இது போதாது என்று தமிழக அரசும் தன் பங்குக்கு ஒரு தொகையை மானியமாகத் தரத் தயார் என்கிறது. அப்படி என்றால் ஒரு கோடி மதிப்புள்ள ஒரு மீன்பிடிக் கப்பலை வாங்க 10 லட்சம் மட்டும் கையில் இருந்தால் போதும். நீங்கள் ஆழ்கடல் சென்று தொழில் செய்யத் தேவையான வகையில் அனைத்தும் மானியமாகக் கிடைக்கும்.

இதை எந்த மீனவரும் மறுக்க முடியாது. மண்டபம் மீனவர்கள் ஒருவர் கூறினார்: 'இப்படி எல்லாம் உதவுனா தானே நாங்க பொழப்பு நடத்த முடியும்' என்று. அவர் ஒரு தீவிர ஹிந்து எதிர்ப்பாளர். ஆனால், அவராலேயே இந்த உதவியை மறுக்க முடியாது.

Seiners, fishing vessels என்று நவீன கால மீன்பிடி கப்பல்களை வாங்கப் பொருளுதவி மானியத்துடன் கொடுக்க முன்வருகிறது அரசு. அப்படி என்றால் இந்த வகை பெரிய கப்பல்கள் வந்து செல்லத் தகுந்த துறைமுகங்கள் தேவை அல்லவா. அதுதானே மீனவர்களின் வாழ்வை வளம் ஆக்கும்.

குறிப்பு : கப்பல்களுக்கு மத்திய மாநில அரசு தரும் இந்த 90% மானியம் போதாதாம். டீசல் யார் கொடுப்பார்கள்... அதற்கும் மானியம் கேளுங்கள் என்று கிளப்பிவிடுகின்றனர் போராளிகள், கம்யூனிஸ்ட்கள். மனசாட்சி உள்ள யாராவது இதை ஏற்கமுடியுமா. இத்தனைக்கும் இப்போது அரசு மானிய விலையில்தான் டீசல் தருகிறது. அதற்கு மேலேயும் வேண்டும் என்று கேட்பது என்ன நியாயம்? அரசு இது போக மீன்பிடித் தடைகாலத்தில் உதவித் தொகை வழங்குகிறது. இன்னும் என்ன தான் செய்ய வேண்டும் நினைக்கிறீர்கள்? மீன் பிடிக்காலத் தடை என்பது அரசுக்கு அல்ல உங்கள் வாழ்வாதாரம் சார்ந்து சொல்லப்படும் விஷயம்தான். குறிப்பிட்ட காலத்தில் மீன்கள் இனப்பெருக்கம் செய்யும். அப்போது மீன் பிடிக்கச் செல்லக்கூடாது. அப்போதுதான் மீன்வளம் பெருகும். இவ்வளவு செய்துகொடுத்தும் இந்தியாவுக்கு எதிராக இவர்களை எப்படித் தூண்டமுடிகிறது?

உங்களை நான் கேட்டுக்கொள்வது எல்லாம் தயவு கூர்ந்து உலக அளவில் இருக்கும் ship, vessels புரோக்கர்ஸ் யாரிடமாவது விசாரிக்கவும்.

இந்தியாவின் குளச்சல் பகுதி இருக்கும் இடத்தைத் தயவு கூர்ந்து நீங்கள் மீண்டும் வரைபடத்தை எடுத்துப் பாருங்கள். கச்சிதமாக ஆப்ரிக்கா நாடுகள், தெற்காசிய நாடுகள், வளைகுடா நாடுகள் ஆகியவற்றுடனான கடல்வழி வர்த்தகத்துக்கு ஏதுவான மிகச் சரியான புள்ளியாக இந்த இடம் இருக்கும். அங்கே துறைமுகம் அமைப்பது என்பது இந்தியாவுக்கு மட்டும் அல்ல உலக நாடுகளுக்குமே பலவகையில் நன்மை. இந்தியாவுக்கு இந்தத் துறைமுகம் வருங்காலங்களில் பெரிய அளவு வருமானம் தருவதாகவும் ராணுவத் தேவைகளுக்குப் பெரிய உதவியாகவும் இருக்கும்.

இவ்வளவு சிறந்த வசதியான இடத்தை விட்டு விட்டு ஏன் சென்னை, கொழும்பு, கொல்கத்தா ஆகியவற்றை மட்டும் அதிகம் துறைமுகத் தேவைக்கு இந்தியா பயன்படுத்துகிறது என்று விஷயம் தெரிந்தவர்கள் பல முறை குற்றஞ்சாட்டியிருக்கிறார்கள். ‘இதைவிட ஒரு வசதியான வருமானம் தரக்கூடிய துறைமுகம் அமைக்கும் இடம் தெற்கு ஆசியாவில் வேறு எதுவும் இருக்க முடியாது’ என்று பலர் கூறியும் நம் காங்கிரஸ், திமுக ஊழலுக்குப் பதில் சொல்லியே மன்மோகன் அரசின் காலம் சென்றது. அவரால் இயங்க முடியாத நிலையில் இந்தத் திட்டத்துக்கு 28,000 கோடி முதல்கட்ட முதலீட்டை ஒதுக்கி அறிவித்தார் மோதி.

இப்போது பிரச்னை மோதி தானே தவிர திட்டம் இல்லை என்று நமக்கு எளிமையாகப் புரிவதற்கு அவர்கள் முன்வைக்கும் வாதங்களைக் கொஞ்சம் பார்க்கலாம்.

இப்போது ஏன் எதிர்ப்பு வருகிறது?

காரணம் 10,000 மீனவர்கள் வரை தங்கள் வாழ்வாதாரம் பாதிப்பதாகக் கூறுவது எல்லாம் சுத்த பொய். இவர்கள் வேண்டும் என்றே விஷயத்தைத் திரிக்கிறார்கள். அப்படியானால் ஆழ்கடல் சென்று மீன்பிடிக்க அரசு தரும் கப்பல் மானியம் வேண்டாம் என்கிறார்களா? அதுவா அவர்களுடைய வாழ்வாதாரத்தைப் பாதிக்கும்?

ஆழ்கடல் சென்று மீன்பிடிக்க உதவி வேண்டும் என்றால் அதற்குத் தகுந்த துறைமுகமும் இங்குதானே அமையமுடியும். ஆனால், என்ன சொல்கிறார்கள் இவர்களுக்கு உரிமையாக இருக்கும் மீன் பிடி சார்ந்த இடங்கள் பறிபோகும் என்று கூறுகிறார்கள். ஆனால் ஆய்வாளர்கள் என்ன சொல்கிறார்கள் என்றால் அங்கெல்லாம் மீன்வளம் குறைந்துவிட்டன. எனவே ஆழ்கடலுக்குச் சென்று மீன் பிடியுங்கள் என்கிறார்கள். அதற்குச் சரி என்று கூறிவிட்டுக் கடன் மானியம் கேட்டுவிட்டு இப்போது மீண்டும் நான் இங்கேயேதான் மீன்பிடிப்பேன் என்பது என்ன சிறுபிள்ளைத்தனமான பேச்சு? இருந்தும் அரசு முழுமையாக அனைவரையும் தடுக்கப் போவதாகவும் கூறவில்லை. பின்னர் ஏன் போராட்டம்?

ஆக இவர்கள் கூறும் காரணம் மிக மிகத் தவறு. அப்போ உண்மையான காரணம்?

பிஜேபி, ஹிந்துத்துவா, மோதி எதிர்ப்புதான். எல்லாவகையிலும் மதவெறி பிடித்த கிறிஸ்தவ அமைப்புகளுக்கு வந்த நிதியை மொத்தமாக முடக்கிய மோதியை ஏதாவது சொல்லி எதிர்க்க வேண்டும். எனவே என் குற்றச்சாட்டு நம் கிறிஸ்தவ அமைப்புகள் மேல்தான். எப்படி சுப.உதயகுமார் கூடங்குளம் அணுஉலைக்கு எதிராக வேலை செய்தாரோ, அதே பாணியில் மக்களை ஒன்று திரட்டுகின்றன கிறிஸ்தவ அமைப்புகள். இவர்களுக்கு மதம்மாற்ற நன்கொடை வேண்டும். அதை வைத்துத் தங்கள் வாழ்க்கையை சொகுசாக்கிக் கொள்ளவேண்டும். அது தடைப்பட்டதும் மோதி அறிவிக்கும் அனைத்துத் திட்டங்களையும் அடிவயிற்றில் இருந்து கத்தியபடி எதிர்க்கிறார்கள்.

ஜெயலலிதா இறந்தபின் தமிழகத்தில் தூண்டிவிடப்படும் அனைத்துப் போராட்டங்களின் பின்னாலும் இப்படியான கிறிஸ்தவ,

கம்யூனிஸ, வஹாபியிஸ சதிகளே இருக்கின்றன. மக்கள் நலன் அல்ல; எளிய தமிழக மக்கள் பகடைக்காய்களாக ஆக்கப்பட்டு வருகிறார்கள்.

இந்தியாவை விமர்சிக்கவேண்டும், இந்தியாவில் பிரிவினையைத் தூண்டவேண்டும் என்று துடிக்கும் சீனாவின் எண்ணம் நிறைவேற அவன் தரும் காசை வாங்கிக்கொண்டு நாடு முழுவதும் நக்சல் அமைப்புகள் மக்களோடு மக்களாகப் போராட்டங்களைத் தூண்டுகின்றன. சொல்லவே வேண்டாம் நம்ம கிறிஸ்தவ மதம் மாற்றும் கூட்டத்தை. அவர்களுக்கு மதம் மாற்றத் தடையாக இருப்பதே இந்தியா என்ற ஒன்றுபட்ட நாடுதான்.

இந்தியாவாக இருக்கும் வரை மதம் மாற்றும் முயற்சி பெரிய அளவில் நடக்காது. ஹிந்து நாடாக இருப்பதால் தான் இந்த மொழி வேற்றுமை மறந்து ஒற்றுமையாக உள்ளனர். எப்படியாவது தமிழகத்தைப் பிரித்துவிட்டால் ஹிந்துக்கள் தேசம் உடைபடும் என்று திட்டமிட்டுக் களத்தில் குதித்திருக்கிறார்கள். இந்தப் போராட்டங்கள் எல்லாம் அதன் வெளிப்பாடே.

நான் மீண்டும் சொல்கிறேன். இந்தப் புத்தகத்தில் மீண்டும் மீண்டும் சொல்லவும் போகிறேன். யாரை வேண்டுமானாலும் நம்புங்கள். ஆனால், மதம் மாற்று கிறிஸ்தவ அமைப்புகளை 1% கூட நம்பிவிடாதீர்கள். உண்மையான நல்ல கிறிஸ்தவர்கள் பலர் உண்டு. ஆனால், காசுக்கு எவனடா மதம் மாற்றலாம் என்று திரியும் கூட்டம் தெருவுக்குத் தெரு அலைகிறது. அதை அடக்கி ஒடுக்கவில்லை என்றால் யாரும் எதிர்பார்க்கமுடியாத அளவு சேதத்தை நாட்டுக்கு உருவாக்குவார்கள். அமெரிக்கா, ஆப்ரிக்கா, ஆஸ்திரேலியாவில் கிறிஸ்தவர்கள் செய்த கொடுமைகளைப் படித்துப் பாருங்கள். நல்ல கிறிஸ்தவர்களைக் கண்டால்கூட ஏன் போயும் போயும் கிறிஸ்தவராக இருக்கிறீர்கள் என்று கேட்கத் தோன்றும்.

சீமான், சுப உதயகுமார், திருமுருகன் எல்லாம் தமது கிறிஸ்தவ அடையாளத்தை மறைத்துக்கொண்டு செய்யும் அநியாயங்கள் கொஞ்ச நஞ்சமல்ல. இவர்களே இவர்களுக்கு விளம்பரம் செய்து கொள்ளுவார்கள். அதுவும் வலைதளங்களில் முழுக்க இந்தக் கூட்டம்தான் பலப் பல பேர்களில் திரிகிறது. அலற விட்ட சீமான், அர்ணாப் கோசாமியை தெறிக்கவிட்ட திருமுருகன், ஐநா முதல் அமைந்தகரை வரை திருமுருகன் என்று இவர்களே சம்பளம் கொடுத்து முழுநேரம் வேலை செய்கிறார்கள். News7, சத்தியம்

போன்ற செய்தி நிறுவனங்கள் எல்லாம் முழுக்க முழுக்க கிறிஸ்தவ அமைப்புகளின் வேலையை மறைமுகமாகச் செய்பவை. செய்திகளை எப்படிக் கொடுத்தால் மக்களைத் தூண்டிவிடலாம் என்ற ஆராய்ச்சி குழுவே இவர்களிடம் உண்டு.

நான் சொல்லிக்கொள்ள விரும்புவது எல்லாம்

மோதி கொண்டுவரும் அனைத்துத் திட்டமும் தவறா? நாட்டில் இந்த அறிவியல் ஆய்வாளர்கள், பெரும் பொருளாதார நிபுணர்கள் என்ன சொல்கிறார்கள்? அது ஏன் இவர்கள் அனைவருமே குறையை மட்டுமே சொல்லி இந்தியாவை மோசமாக விமர்சிக்க முயல்கிறார்கள்? என்றாவது அரசின் நல்ல திட்டங்களை மக்களிடம் சென்று சேர்க்கும் வேலை இவர்கள் செய்தது உண்டா? ரொம்ப வேண்டாம் தூய்மை இந்தியா திட்டம் என்று பிரதமர் முன்னெடுத்தது என்ன தவறு? இது நல்ல திட்டம் எல்லாரும் இனி நம் நாட்டை நாமே சுத்தமாக வைக்க முன்வருவோம், வாருங்கள் கடல்பகுதி தொட்டு கிராமம் வரை சுத்தம் செய்வோம் - தூய்மை இந்தியாவை உருவாக்குவோம் என்று ஏன் குறைந்த பட்ச அக்கறையான வார்த்தைகூட வருவது இல்லை?

உலகின் மிகப் பெரிய சூரிய மின் உற்பத்தித் திட்டம் கமுதியில் மோதியால் ஆரம்பிக்கப்பட்டது. கம்யூனிஸ, தமிழ் தேசிய, கிறிஸ்தவ, இஸ்லாமிய 'போராளி'களில் யாரேனும் ஒருவராவது அதைப் பற்றி ஒரு வார்த்தையாவது சொன்னதுண்டா?

படித்த பட்டதாரிகள் எப்படி தொழில் தொடங்குவது? எப்படி முன்னேறுவது என்று ஆக்கபூர்வமான ஆலோசனை வழங்கும் சேவையை ஏன் செய்வது இல்லை? இவர்களால் 100 நாட்கள் 200 நாட்கள் என்று பெருந்திரளான மக்களைக் கூட்டி எப்படி போராட்டங்களை நடத்த முடிகிறது? இவர்களுக்கு எப்படி இவ்வளவு கூட்டங்கள் போடவும் பேசவும் காசு கிடைக்கிறது?

சரி திட்டம் தவறு என்றால் இவர்கள் பக்கம் நியாயம் இருக்கும் என்றால் ஏன் இவர்கள் யாரும் நீதிமன்றம் செல்வது இல்லை? நேரடியாக ஏன் மக்களை 24மணி நேரமும் எதையாவது சொல்லிப் போராடத் தூண்டிவிடவேண்டும்? அதுவும் இந்தியாவின் அரசு, பொதுத்துறை நிறுவனங்கள் சார்ந்த திட்டங்கள் என்றால் மட்டும் ஏன் முதல் வேலையாகப் போராட்டம் தூண்டப்படுகிறது?

பொறுமையாக யோசியுங்கள்.

தற்போதைய நிலையில் இந்தியா ஹிந்துக்களைப் பெரும் பான்மையாகக் கொண்ட நாடாக இருப்பது ஏனோ பலருக்குப் பிடிக்கவில்லை. இது வருந்தத்தக்க உண்மை.

'மதங்களை நேசி - ஆனால் ஒரு காலத்திலும் மதம் மற்றும் கூட்டத்தை நம்பாதே; அதிலும் கிறிஸ்தவ மதம் மாற்றும் அமைப்பு களை எந்தவிதத்திலும் நம்பிவிடாதே.

●

நாடாளுமன்றம் முடக்கப்படுவது தொடர்கதையாகிவிட்டது. குடியரசு தலைவர் கண்டிக்கும் அளவுக்கு இது முக்கியமான பிரச்னையா என்ன?

- ரம்யா.

பொதுவாக, நாடாளுமன்றக் கூட்டம் என்பது சட்டம் இயற்றவும் அவற்றை விவாதிக்கவும் கூடுகிறது. நடைமுறையில் இருக்கும் சட்ட பிரச்னைகளை விவாதிக்கவும் கூடுவார்கள் (மேலும் பல நடவடிக்கைகள் உண்டு).

ஒரு எடுத்துக்காட்டுக்கு :

வரதட்சணை விஷயத்தில் பெண்கள் பாதிக்கப்படுவதைத் தடுக்க, அரசு வரதட்சணை தடுப்பு சட்டத்தை இயற்றியது. அதன்படி இந்திய வரதட்சணை கொடுமை தடுப்புச் சட்டப் பிரிவு 498-ஏ வின் கீழ் குற்றம்சாட்டப்பட்டவர் ஜாமீன் இன்றி உடனடியாகக் கைது செய்யப்படலாம் என்பது குறிப்பிடத்தக்கது. ஆனால், இந்தியாவில் புள்ளிவிவரப்படி 80%க்கும் மேல் வரதட்சணை வழக்குகள் போலியானவை என்று ஓர் ஆய்வறிக்கை கூறியது. எனவே, இயற்றிய சட்டம் தவறாகப் பயன்படுத்தப்படுவதை உணர்ந்து விவாதம் செய்ய நாடாளுமன்றத்தில் கூடி விவாதிப்பார்கள்.

இந்தச் சட்டத்தால் ஆண்கள் அதிகம் பாதிக்கப்படுவதோடு குடும்ப அமைப்பு சிதைக்கப்படுகிறது என்கிறார் ஒருவர். எனவே உடனடியாகக் கைது செய்வதைத் தடுக்கவேண்டும் என்கிறார் ஒரு MP.

இன்னொரு MP 'அட இது இல்லைன்னா கிராமத்து படிக்காத பெண்கள் நிச்சயம் இந்த ஆண் ஆதிக்க சமூகத்தால் முழுவதும் அடிமையாக்கப்படுவாள்' என்று சொல்வார்.

இன்னொரு MP 'இந்த வரதட்சணை தான் பெண் குழந்தைகளை மக்கள் பாரமாகப் பார்க்கக் காரணம் ஆகிறது. எனவே, வரதட்சணை கொடுமை தடுப்புச் சட்டத்தை முழுவதும் மக்கள் திருந்தும்வரை அப்படியே வைக்கவேண்டும் என்பார்.

இன்னொரு MP, 'அட என்னப்பா. இந்தக் கிராமத்துப் பெண்கள் பயன்படுத்தினா நிச்சயம் வரவேற்கலாம். ஆனா, இதைப் பயன்படுத்தியவர் 99% படித்த நல்ல நிலையில் இருக்கும் பெண்கள் தான். எனவே, சட்டத்தின் உண்மையான நோக்கம் சிதறுகிறது' என்பார்.

இப்படி ஒரு சட்டத்தின் பல தரப்பு விளைவுகள் விவாதிக்கப்பட்டு சட்டத் திருத்தம் கொண்டுவரவேண்டுமா இருக்கும் சட்டமே தொடரலாமா அல்லது சட்டத்தின் பிடியை மேலும் இறுக்க வேண்டுமா என்றெல்லாம் விவாதிக்க நாடாளுமன்றம் கூட்டப் படுகிறது.

அப்படியாக MP-கள் ஒவ்வொருவரும் நாட்டின் முக்கிய பிரச்னை களை ஆளுக்கொன்றாக எழுப்பினால் தான் ஒரு நாடு சரியான சட்ட அமைப்பினைப் பெற்று முன்னேறும்.

நான் சும்மா ஓர் எடுத்துக்காட்டுக்கு மேல் இருப்பதைக் கூறினேன். இப்படி ஒவ்வொரு துறையும் இந்த முறை இந்த மசோதா நிறைவேறணும், இந்தச் சட்டம் இப்படி மாறணும், இந்தச் சட்டம் நீக்கணும் என்று ஆவலுடன் நாடாளுமன்றம் விவகாரங்களை முன்னெடுக்கச் சொல்வார்கள். ஆனால் இந்த மாதிரி எந்தவொரு ஆக்கபூர்வ விவாதமும் நடக்கவிடாமல் எதிர்கட்சியினர் ஆளுங்கட்சிக்கு நெருக்கடி கொடுக்கவேண்டும் என்று முடக்குவது நாட்டுக்கு நல்லது அல்ல.

ஒரு பென்ஷன் வாங்கும் முறையில் இருந்து, ஊழல், பெண் கல்வி, கிராமப்புற மேம்பாடு, இயற்கைக் காடுகள் அழிப்பு என்று அனைத்திலும் மாற்றங்கள் உருவாக்கித் தரப்போவது இந்த நாடாளுமன்றம் என்ற கோவில்தான். உண்மையில் சட்டப் புத்தகம் தான் நம் நாட்டுக்கு கீதைக்கு அடுத்ததாக வணங்கப்பட வேண்டிய நூல்.

இப்படி இருக்க நாடாளுமன்றத்தைக் கட்சிகள் தொடர்ந்து முடக்க என்ன காரணம்?

500, 1000 ரூபாய் நோட்டுகள் செல்லாது என்று அரசு அதிரடியாக அறிவித்தது. அதுதான் நாட்டில் நடக்கும் பெரும்பாலான பிரச்னைகளுக்குக் காரணம்.

விஷயம் என்னவென்றால், உண்மையில் அனைத்துக் கட்சிகளும் நன்கொடை பெறும். அவை பணமாகத்தான் அவர்கள் கையில் இருக்கும். இப்போது அவற்றை வங்கியில் செலுத்தித்தான் மாற்ற முடியும். அப்படிச் செலுத்தினால் கணக்கு காட்டவேண்டும் (மாவட்டச் செயலாளர் தொட்டு கட்சி MLA MP வரை அனைவரும் பணமாகத்தான் வைத்திருப்பர்). அந்தக் கறுப்புப் பணத்தை எப்படி வெள்ளையாக்க என்று அரசியல்வாதிகளும் பதுக்கல்காரர்களும் தவிக்கிறார்கள். அதுதான் முக்கியமாக எதிர்க் கட்சிகளுக்கு பிரச்னை. அதான் ஒற்றுமையாக எதிர்க்கிறார்கள்.

காங்கிரஸ், கம்யூனிஸ்ட், திர்ணாமுல் காங்கிரஸ் அனைத்தும் முதல் சில நாட்கள் நாடாளுமன்றத்தை முடக்கி பிரதமர் வந்து விளக்கம் தரவேண்டும் என்றனர்.

ஒரு கட்டத்தில் அவரும் வந்து விட, விளக்கம் கொடுக்க எழுந்தால் ‘மோசடிகாரர்‘ ‘ஏமாற்றுப் பேர்வழி’ என்று உடனே கோஷம் போட்டுப் பேசவிடாமல் தடுத்தனர்.

விளக்கம் கேட்டீர்கள். அவரும் விளக்கம் தர வந்துவிட்டார். அவர் பேசும் முன்னரே பேசவிடாமல் கூச்சல் போடுவது என்ன நாகரிகம்?

மீண்டும் எந்த விவாதமும் இல்லாமல் முடக்கி என்ன சாதனை செய்யப்போகிறது காங்கிரஸ், கம்யூனிஸ்ட்?

இது ஆட்சியைப் பிடித்து நாட்டை நடத்த உரிமை உள்ள ஒரு கட்சியை மிரட்டும் செயல் மட்டும் அல்ல; நாட்டையே முன்னேற விடாமல் செய்யும் செயல்.

இதனால் எத்தனை எத்தனை சட்டங்கள் சீர்திருத்தம் செய்யாமல், இயற்றப்படாமல் போகும் என்று அறிவார்ந்த அனைவருக்கும் தெரியும்.

தினமும் நாடாளுமன்றம் இயங்குவதை உன்னிப்பாகக் கவனிக்கும் அனைவருக்கும் இத்தகைய நடவடிக்கைகள் மிகவும் வருத்தம் தருகின்றன.

இதனால் தான் குடியரசு தலைவர் பிரணாப் முகர்ஜி அனைத்து எதிர்கட்சிகளையும் கண்டித்துள்ளார்.

நாடாளுமன்றம் என்றால் என்ன என்றே தெரியாதவர்கள் எல்லாம் உள்ளே போய்த் தன் தலைமை என்ன சொல்கிறதோ அதற்காகக் காட்டுக்கூச்சல் கத்திவிட்டு வருவதைப் பார்க்கும்போது என்ன சொல்வது என்றே தெரியவில்லை.

மோதி திடீர் என்று பணம் செல்லாது என்று அறிவித்தால் எப்படி? எல்லார்கிட்டயும் முன்னாடி கலந்து பேசி இருக்கணுமே என்கிறார்கள். இவ்வளவு ரகசியமாகச் செய்த பிறகும் பணம் அச்சிடும் இடத்தில் புதிய 2000 அச்சிடப்படும் விவரம் உடனே கசிந்துவிட்டது.

அப்படி 500 ரூபாய் புதிதாக அச்சிடப்படும் விவரம் தெரிய வந்தால் 4 வருடம் 5 வருடம் 1000 கோடி 2000 கோடி என்று பணமாகப் பதுக்கியவர்கள் எல்லாம் எளிதில் உஷாராகிப் பக்காவாகத் திட்டம் தீட்டி மாற்றியிருப்பார்கள்.

அதிரடியாக ஒரே நாளில் அறிவித்தது சரிதான். நாடாளுமன்றத்தை இப்படி முடக்குவது நாட்டை ஊனமாக்குவதற்குச் சமம். குடியரசு தலைவர் முன்வந்து கண்டிக்கும் அளவு நிச்சயம் முக்கியமானது தான்.

●

சாகர் மாலா திட்டம் நல்லதா கெட்டதா? இணையப் போராளிகள் போராட்டம் செய்ய அழைக்கிறார்கள்! நிறைய குற்றச்சாட்டுகளை முன்வைக்கிறார்கள். இதைக் கொஞ்சம் புரியும்படிக் கூறுங்கள் மாரிதாஸ்.

- பிரகாஷ், கார்த்தீசன் - இன்னும் சிலர்

சாகர் மாலா திட்டத்தைப் பற்றிப் பேசும் முன் நாட்டில் நடக்கும் சில விவகாரங்களை நீங்கள் அனைவரும் புரிந்துகொள்ள வேண்டும்.

இந்தியாவின் மின்சார உற்பத்தி : 1,400,800 GWh, சீனாவின் உற்பத்தி திறன் 6,142,490 GWh.

இதில் குறிப்பிடத் தகுந்த இன்னொரு முக்கியமான விஷயம் என்னவென்றால் பொதுவாக Energy costs இந்தியாவைவிட சீனாவில் குறைவு. அதாவது, ஒரு kilo watt மின்சாரம் உருவாக்க சீனாவுக்கு வெறும் 6.99 ரூபாய்தான் செலவு பிடிக்கும் - இந்தியாவில் 12.08 ருபாய் ஆகும். காரணம் என்ன?

நம் நாட்டைப் பொறுத்தவரையில் 69% நிலக்கரி கொண்டுதான் மின்சார உற்பத்தி செய்கிறோம்.

இந்தியாவின் நிலக்கரி உற்பத்தி 2014-15 ல் 507 million ton என்று இருந்து இன்று 780 million ton என்று உயர்ந்து நிற்கிறது. இது

2019-20-ல் ஏறக்குறைய 1,000 million tonnes (mt) என்று உயரும் என்று கணிக்கபடுகிறது. நன்கு புரிந்துகொள்ளுங்கள், இந்தியாவின் நிலக்கரிக் கையிருப்பில் 71% ஜார்கண்ட், ஒரிஸா, சட்டிஸ்கர் இந்த மூன்று மாநிலங்களில் இருந்துதான் கிடைக்கிறது. அத்துடன் மேற்கு வங்காளம், மத்திய பிரதேஷ், தெலுங்கானா மற்றும் மகாராஷ்ட்ரா இந்த மாநிலங்களில் மீதம் 28 சதவீதம் நிலக்கரி இருக்கிறது. மற்ற மாநிலங்களில் வெறும் 1% தான்.

இப்படிக் கிடைக்கும் நிலக்கரி வளத்தைவைத்து மின்சார உற்பத்தியை அனைத்து மாநிலங்களிலும் செய்கிறோம். இதில் பிரச்னை என்னவென்றால் நிலக்கரியை ஒரு இடத்தில் இருந்து இன்னொரு இடத்துக்குக் கொண்டு செல்ல நாம் ரயில்வே தடவாளங்களைப் பயன்படுத்துவதுதான்.

இதனால் செலவும் அதிகம் ஆகிறது. இன்னொரு பக்கம் நேர விரயமும் ஆகிறது. (இந்தியாவை பொறுத்தவரை இப்படி கண்டைய்னர் 12-17 நாட்கள் ஆகும் என்றால் - அதே கண்டைய்னர் சீனாவில் ஒரு இடத்தில் இருந்து இன்னொரு இடத்தை அடைய சுமார் 7 நாட்கள் தான் ஆகும்). இங்கே தான் இந்தியா பின் தங்குகிறது.

இதே போல் இன்னும் ஒரு விவரத்தையும் பார்த்தால் நாட்டின் logistics freight எப்படியான பிரச்னையைச் சந்திக்கின்றன என்பது புரியும்.

சுசீம் பானர்ஜி (Director - general of the Institute for Steel Development and Growth) கூறுகிறார் - இந்தியாவில் உள்நாட்டு சரக்கு கையாளும் செலவு சீனாவில் ஆகும் செலவை விட மூன்று நான்கு மடங்கு அதிகம். இது தான் உள்நாட்டு ஸ்டீல் உற்பத்தியாளர்கள் பாதிக்கப்படக் காரணம் என்கிறார்கள்.

நன்கு புரிந்துகொள்ளுங்கள் சீனாவில் இருந்து இறக்குமதி ஆகும் ஸ்டீலின் விலை உள்நாட்டில் உற்பத்தியாகும் ஸ்டீலை விடக் குறைவு என்றால் என்ன சொல்ல? (வரி போடலாமே என்று கூறவேண்டாம். பல பொருளுக்கும் அதிகபட்ச வரி விதிப்பு WTO மூலம் ஐநா நிர்ணயம் செய்யும்). எனவே தான் உள்நாட்டு உற்பத்தி யாளர்கள் பாதிப்படையவே வங்கிகள் கடன் வழங்கியுள்ளன. 1,48,290 கோடி வராக்கடன் பட்டியலில் முதல் ஐந்து இடத்தில் இந்த ஸ்டீல் உற்பத்தியாளர்களே இருக்கின்றனர். எதனால் என்று இப்போது காரணம் புரிகிறதா

உள்நாட்டு ஸ்டீல் உற்பத்தியாளர்களின் பிரச்னை புரிகிறதா? உற்பத்தி செய்து கடனைக் கட்டுவதில் அல்ல பிரச்னை. உள்நாட்டுச் சரக்கைக் கையாள்வதில்தான் பெரும் நேரமும் - பணமும் விரயம் ஆகிறது.

ஸ்டீல், நிலக்கரி ஆகியவை மட்டுமல்ல; சிமென்ட், பேப்பர், பிளாஸ்டிக், டெக்ஸ்டைல், கட்டுமான நிறுவனங்களுக்குத் தேவையான பொருட்கள், கெமிக்கல்ஸ் என்று அனைத்து உற்பத்தித் துறைகளுக்கும் தேவையான கச்சாப் பொருட்களை எடுத்துச் செல்ல ஆகும் செலவு அதிகம். இது அனைத்துத் துறைகளையும் பாதிக்கிறது.

மிக எளிதாகக் கூறினால் கச்சாப்பொருளை 2000 கிமீ தூரம் கொண்டுசெல்ல இந்தியாவில் 3800 ரூபாய் ஆகும் என்றால் - சீனாவில் அதே 2000 கிமீ தொலைவுக்கு 1144 ரூபாய் மட்டுமே ஆகும் என்று JSW Steel தனது கவலையைத் தெரிவித்துள்ளது.

ஒரு பிரதமராக நீங்கள் கொஞ்சம் உங்களைக் கற்பனை செய்து கொள்ளுங்கள். உள்நாட்டு உற்பத்தியாளர்களின் கவலையைப் போக்க என்ன செய்வீர்கள்? நிபுணர்களிடம் பொறுப்பை விடுவீர்கள் அல்லவா? மோதியும் அதைத்தான் செய்திருக்கிறார்.

உலக நாடுகளில் என்னவிதமான தீர்வுகள் உள்ளன என்று ஆராய்ந்து அதன் அடிப்படையில் sagar mala திட்ட விவரத்தை சுமார் 338 பக்க அறிக்கையாக மிகச் சிறந்த வல்லுனர்கள் குழு வெளியிட்டுள்ளது. தாராளமாக நீங்கள் அதை அனைவரும் படிக்கலாம். இப்படி வெளிப்படையாக வெளியிடுவது குடிமகனாகிய நாமெல்லோரும் தெரிந்துகொள்ளத்தான் (338 பக்கம் வெறும் கட்டுக்கதை அல்ல; ஆய்வு அறிக்கை. எதோ youtube, Facebook போராளிகள் போல் இதை எளிதாக உணர்வுகளைத் தூண்டி விளக்கவும் முடியாது. நீங்கள் விரும்பினால் தாராளமாகத் தேடிப் படிக்கலாம்)

ஸ்டீல் தொடங்கி பேப்பர் வரை அனைத்து சரக்குகளைக் கையாளச் செலவை குறைக்கவும் - விரைவு படுத்தவும் நாம் துறைமுகங்களை நம்புவதுதான் சாலச் சிறந்தது. சரக்கை கையாள்வதில் கப்பல், ரயில், லாரி, விமானம் இந்த நான்கில் சரக்குக்கு ஏற்ற வழித்தடம் நிச்சயம் அவசியம். அதில் கப்பல் போக்குவரத்து என்பது தொழிற் சாலைகளுக்கான கச்சாப் பொருட்களைக் கொண்டு செல்லச் சிறந்த வழிமுறை.

அரசு சாகர் மாலா திட்டம் மூலம் என்ன முன்வைக்கிறது என்றால் துறைமுக நவீனமயமாக்கம், துறைமுக இணைப்பு, துறைமுகம்

சார் வளர்ச்சி, கடலோர சமூக மேம்பாடு என்று நான்கு பெரும் பிரிவுகளாகப் பிரித்து இந்தத் திட்டத்தை நடைமுறைபடுத்த விரும்புகிறது மோதியின் அரசு.

1) துறைமுக நவீனமயமாக்கம், துறைமுக இணைப்பு:

துறைமுகங்களை நவீனமயமாக்கல், புதிய துறைமுகங்களை உருவாக்குதல் ஆகியவற்றுக்கு முக்கியத்துவம் தர அரசு விரும்புகிறது. நம் நாட்டின் கடற்கரை மொத்தம் 7,517 கிமீ. சுமார் 12 துறைமுகங்களை நவீனமயமாக்கவும் சுமார் 200 இரண்டாம் நிலை துறைமுகங்களை உருவாக்கவும் அரசு விரும்புகிறது. இந்த அனைத்துத் துறைமுகங்களையும் நாட்டின் அனைத்து நகரங்களுடன் இணைத்து புதிய வழித்தடங்கள் உருவாக்குவதன் மூலம் பொருட்கள் துறைமுகங்களைச் சென்று அடையும் நேரத்தைப் பெருமளவுக்குக் குறைக்க விரும்புகிறது அரசு. இதன் மூலம் நாடு முழுவதும் 80க்கும் மேற்பட்ட இணைப்புத் திட்டங்கள் மூலம் அனைத்து நகரங்களையும் துறைமுகங்களை இணைக்க விரும்புகிறது.

துறைமுகங்களை நவீனமயமாக்கல் என்பது கப்பல்கள் பழுது பார்க்கும் நிலையம் ஆரம்பித்தல், கப்பல்களில் வரும் பொருட் களைச் சேமிக்கத் தேவையான கிடங்குகள் வரை அனைத்தையும் எதிர்காலத் தேவைக்கு ஏற்ப நவீனமயமாக்குதல் ஆகும்.

2) துறைமுகம் சார் வளர்ச்சி:

சாகர் மாலா திட்டத்தில் இருக்கும் மிக மிக முக்கியமான அம்சம் இதுதான். நன்கு புரிந்து கொள்ளுங்கள் இந்தத் திட்டத்தின் ஒரு பகுதியாக 14 கடலோர சிறப்புப் பொருளாதார மண்டலங்களை உருவாக்க மோதியின் அரசு விரும்புகிறது.

இந்த விஷயத்தில் சீனாவை நாம் எடுத்துகாட்டாகக் கொள்வோம் (நீங்கள் எந்த வளர்ந்த நாட்டையும் இந்த விஷயத்தில் எடுத்து இந்தத் திட்டத்துடன் ஒப்பிடலாம்).

சீனா தன் அனைத்து சிறப்புப் பொருளாதார மண்டலங்கள், தொழில்நுட்ப மண்டலங்கள், பொருளாதார மண்டலம் என்று அனைத்தையும் 90% இந்த துறைமுகப் பகுதிகளில்தான் உருவாக்கி உள்ளன. 1980களில் ஆரம்பித்து சீனாவில் துறைமுகம் சார்ந்த வளர்ச்சி மிக மிக அதிகம்.

அது ஏன் என்றால் மிக எளிமையாகக் கூறுகிறேன் :

கப்பல் மூலம் வரும் கச்சாப் பொருட்கள் தொழில்சாலைகளை அடைய அதிக தூரம் பயணிக்கத் தேவையில்லை; அரசு சிறப்பு மண்டலங்கள் மூலம் தொழில்சாலைகளை துறைமுகங்கள் அருகே உருவாக்கிவிட உற்பத்தி வேகம் பிடிக்கும். கச்சாப் பொருட்களைக் கொண்டுவர ஆகும் செலவும் குறையும் என்பதால் அதிக உற்பத்தி நடந்து உற்பத்தி ஆன பொருட்கள் விரைவாக ஏற்றுமதியும் ஆகும். இது மிக மிக நல்ல விஷயம்.

எடுத்துக்காட்டுக்கு நான் நிலக்கரியை இறக்குமதி செய்து அதை நாட்டின் உள்ளே எடுத்து சென்று மின்சாரம் உற்பத்தி செய்வதை விட - இறக்குமதி ஆகும் துறைமுகங்கள் அருகேயே மின்சார நிலையங்களை உருவாக்கி கொண்டுவிட்டால் மின்சாரம் கொண்டு செல்ல மட்டும் வழிதடம் இருந்தால் போதுமே.

அதேபோல் தான் நான் மரச் சாமான்கள் தயாரிப்பவர் என்றால் என் தொழில்சாலைக்குத் தேவையான மரங்களை இந்தோனேசியாவில் இருந்து இறக்குமதி செய்கிறேன். பின் மரச்சாமான்களைச் செய்து மீண்டும் நான் வேறு ஒரு நாட்டுக்கு ஏற்றுமதி செய்யவோ, உள்நாட்டில் வேறு பகுதிக்கு அனுப்பவோ விரும்புகிறேன். எனக்கு துறைமுகம் அருகே உற்பத்தி தொழில்சாலைகளை அமைத்துக்கொள்ள அரசு அனுமதியும் உதவியும் கட்டமைப்பும் உருவாக்கிக் கொடுத்தால் பெரும் செலவு மிச்சம் தானே.

இதைத்தான் துறைமுகம் சார் வளர்ச்சி என்று அரசு முன்வைக்கிறது. உற்பத்தித் தொழில்சாலைகளில் செலவினத்தைக் குறைக்க இது நிச்சயம் பெரும் உதவி செய்யும்.

3) கடலோர சமூக மேம்பாடு:

இந்தியாவில் மொத்தம் ஏறக்குறைய 20 லட்சம் மக்கள் கடல் சார்ந்த பொருளாதாரம் கீழ் வருகிறார்கள். மீனவர்கள் ஆழ்கடல் சென்று மீன்பிடிக்கத் தொடங்கவேண்டும். கச்சத்தீவு சென்று ஏன் பிடிக்கிறார்கள்? காரணம் ஆழ்கடல் சென்று மீன் பிடிக்க வசதி இல்லை. நாடு முழுவதும் இருக்கும் மீனவர்கள் சமூகம் ஆழ்கடல் சென்று மீன் பிடிக்கத் தேவையான நவீன மீன்பிடி கப்பல்கள் இருக்கும் என்றால் நம் ராமேஸ்வரம் மீனவர்கள் ஜப்பான் வரை கூடச் சென்று மீன்பிடிக்க வழி பிறக்கும் (எனக்குத் தெரிந்து மோதிதான் மீனவர்கள் ஆழ்கடல் சென்று மீன்பிடிக்கத் தேவையான மீன்பிடிக் கப்பல்கள் வாங்க1 கோடி வரை கடனை மானியத்துடன் தருவதாக கூறியமுதல் பிரதமர் (12-15 லட்சம்

மானியம் கொடுத்து - அது போதாது என்று முத்ரா கடன் வசதித் திட்டம் மூலம் இதைக் கொடுக்கவும் ஏற்பாடுகள் செய்யபட்டன). மத்திய அரசின் 20% மானியம் போக மாநில அரசும் மானியம் தரத் தயார் என்றது. இதன் மூலம் சாதாரணமாக 12 முதல் 22.2 nautical miles வரை மட்டுமே சென்று மீன் பிடித்த மீனவர்கள் 200 முதல் 370.4 nautical miles வரை சென்று மீன் பிடிக்க முடியும். எந்தப் போராளியாவது இந்த அற்புதமான திட்டத்துக்குப் பாராட்டு தெரிவித்தார்களா? யாராவது இதற்கு மோதியின் அரசுக்கு தமிழகத்தில் நன்றி தெரிவித்தார்களா? கிடையாது. இங்கே வலுக்கட்டாயமாக மோதி மீதான எதிர்ப்பைத் திட்டமிட்டு உருவாக்குவதுதானே வேலை.

இந்த பிரிவின் கீழ் கடல் சாந்த மக்களின் பொருளாதாரம் சார்ந்த முன்னேற்றத்தை வெறும் மீன் பிடிப்பு என்ற மட்டத்தில் மட்டும் அல்லாமல் விரிவுபடுத்த விரும்புகிறது அரசு. சுற்றுலாத்துறை மூலம் கடல் பகுதிகளை அதற்கு தகுந்தாற்போல் சுற்றுலா மையங்களாக உருவாக்க முடியும். கடல்சார்ந்த விளையாட்டுத் துறைகளையும் இணைத்துக்கொண்டால் இது மிக எளிதில் சாத்தியம். அடுத்ததாகக் கப்பல் கட்டுதல், கடல் சார்ந்த உபகரணங் கள் செய்தல், பிடிக்கப்பட்ட மீன்களை சந்தைப்படுத்துதல் இவற்றின் மூலம் வேலை வாய்ப்புகளை உருவக்குவது, மீன் முதல் பாசிகள் வளர்ப்புவரை ஆரம்பித்து முடிந்த அளவு கடல் சார்ந்த பயன்களை அதிகரிப்பது என்று அனைத்து வழிகளிலும் வேலை வாய்ப்பைப் பெருக்கவும் கடலோர சமூக மேம்பாட்டுத் திட்டத்தின் மூலம் சிறப்பு கல்வி நிலையங்கள், பயிற்சிக் கூடங்களை உருவாக்கவும் மோதியின் அரசு விரும்புகிறது. இதன் மூலம் ஏறக்குறைய கடல் சார்ந்த 25 லட்சம் மக்கள் நேரடியாகப் பயன்பெறுவர்.

சீனா மட்டும் அல்ல ஐரோப்பா, சிங்கப்பூர் என பெரும்பாலான நாடுகளின் வளர்ச்சியில் இந்த கடல் சார் பொருளாதாரம் ஆற்றியிருக்கும் சாதனைக்கு மிக முக்கிய பங்கு உண்டு. அது அனைத்து நகரங்களையும் துறைமுகங்கள் நோக்கி இணைப்பதன் மூலம் சாத்தியம் ஆனது. இது 100% வெற்றி தந்த விஷயம்.

இந்தத் திட்டத்தை நிறைவேறவிடக்கூடாது என்பது இந்தியாவை எதிரியாக நினைக்கும் அனைத்து நாடுகளின் எண்ணம். குறிப்பாக சீனா. இன்றைய நிலையில் உலகத்தின் 67% கப்பல் கண்டைனர்கள் செல்வது சீனாவின் துறைமுகங்கள் வழியாகத்தான். ஒன்று துறைமுகம் சீனாவுக்குச் சொந்தமாக இருக்கும். அல்லது சீன

முதலீடு அந்தத் துறைமுகத்தில் பெருமளவுக்கு இருக்கும். இதனால் மொத்த உலகத்தில் மூன்றில் இரண்டு பங்கு சரக்குப் போக்குவரத்தை சீனா கட்டுப்படுத்துகிறது. உலகின் அனைத்து நாடுகளிலும் சில துறைமுகங்களையாவது தன் மறைமுக கட்டுப்பாட்டில் சீனா வைத்துள்ளது என்று financial times ஜனவரி 2017-ல் வெளியிட்ட ஆய்வு அறிக்கை மிகத் தெளிவாகக் கூறுகிறது.

ஆனால், இந்த சாகர் மாலா திட்டம் நிச்சயம் சீனாவுக்குப் பெரும் பின்னடைவை உருவாக்கும் என்பதால் இந்திய கம்யூனிஸ்ட் கட்சிகள் எஜமான விசுவாசத்துடன் இதை எதிர்க்கவே செய்வர். கேட்டால் கார்ப்பரேட் எதிர்ப்பு என்று கதைவிடுவார்கள்.

இந்தத் திட்டத்தை முன்வைத்து வந்த முக்கியமான குற்றசாட்டு களுக்கு இனி பதில் சொல்கிறேன்.

1. சாகர் மாலா திட்டம் அதானியின் நன்மைக்காகவே உருவாக்கப்பட்டது. அவர்தான் எல்லா காண்ட்ராக்டையும் எடுத்துவிட்டிருக்கிறார். இனி இந்தியாவின் உள்ளே வரும் மற்றும் வெளியே போகும் அத்தனையும் அவர் கட்டுப் பாடுக்குப் போய்விடும்.

இந்த குற்றச்சாட்டைக் கூறிய நபருக்கு அடிப்படை அறிவே கிடையாது என்று நினைக்கிறேன். இந்தியாவில் GMR group தான் பெரும்பாலான விமானநிலையங்களைக் கட்டுவதற்கான முதலீடு களைச் செய்துள்ளது. அதற்காக அவர்களா உங்களை விமான நிலையத்தில் customs checking செய்கிறார்கள்?

இந்தியாவில் சட்டத்துறை, எல்லைப் பாதுகாப்புத்துறை, மத்திய ரிசர்வ் காவல் படை, மத்திய தொழில் துறை காவல் படை என்று இருக்கும் இந்த அமைப்புகள் எல்லாம் என்ன என்று இந்த ஆளுக்குத் தெரியுமா? விமான நிலையம் கட்டுவதற்கு நீங்கள் முதலீடு செய்தால்நாட்டின் சட்ட ஒழுங்குக் கட்டுப்பாடு எப்படி அந்த நிறுவனங்கள் கைக்குப் போகும்? எனவே இது முட்டாள் தனமான கற்பனை.

அடுத்து எதோ அதானி மட்டும்தான் பலன் பெறுகிறார் என்று கூறுகிறார்கள். 8 லட்சம் கோடி செலவில் உருவாகும் இந்தத் திட்டத்தில் துறைமுகம் கட்டுவதில் ஆரம்பித்து நகரங்களைத் துறைமுகத்துடன் இணைக்கும் ரயில் சாலைகள்வரை அனைத்திலும் Essar, AP Moller, J M Baxi, Louis Berger, Aaecom India, CH2M Hill India என்று பல கட்டுமான நிறுவனங்கள் முதலீடு செய்கின்றன.

2. எளிய மக்களின் பணம் 8 லட்சம் கோடியை எடுத்து இந்தத் திட்டத்தில் முதலீடு செய்யப் போகிறார் மோதி?

இதுக்குத்தான் நான் பலமுறை கூறுகிறேன் ஷேர் மார்க்கெட் என்றால் என்ன, அதில் நிறுவனங்கள் எப்படி 20,000 கோடி - 30,000 கோடி என்று முதலீட்டைத் திரட்டுகின்றன. ரிலைன்ஸ் JIO நிறுவனம் ஆரம்பிக்க அம்பானி எப்படி 1லட்சம் கோடி முதலீட்டை மக்களிடம் இருந்து பெற்றார் என்று தயவுசெய்து தேடிப் படியுங்கள் என்று கூறுகிறேன். இவை எல்லாம் எளிய மக்களின் பணம் அல்ல. நம்ம நாட்டில் பொதுவாக புல்லட் ரயில், விமான நிலையங்கள், தேசிய நெடுஞ்சாலை ஆகியவற்றைத் தனியார் முதலில் தமது முதலீட்டில் கட்டிக் கொடுத்து பின் அதை பயன்படுத்தும் மக்களிடம் வசூல் செய்துவிட்டு குறிப்பிட்ட காலத்துக்குப் பின் நாட்டுக்கு ஒப்படைத்துவிடவேண்டும்.

தேசிய நெடுஞ்சாலை டோல் கேட் மூலம் அந்தச் சாலையைப் பயன்படுத்தும் நபர்களிடம் வசூல் செய்துகொள்வதுபோல்தான் அனைத்து திட்டங்களும் செயல்படுத்தப்படும். இதற்காக தான் Sagarmala Development Company Limited என்று முதலீட்டை வரவேற்க ஒரு நிறுவனத்தை உருவாகியுள்ளது மோதியின் அரசு.

இந்த கம்யூனிஸ்ட் பற்றி எல்லாம் நன்கு புரிந்துகொள்ள இவர்களைப் பொதுவுடைமைக் கொள்கை அடிப்படையில் ஒரே ஒரு தொழில்சாலை நடத்திக்காட்டச் சொல்லவேண்டும். அட 4 கோடி மக்களைப் படுகொலை செய்து உருவான சீனாவின் கம்யூனிஸ்ட் கட்சி ஆட்சி கூட இன்று 80% தனியார் நிறுவனங்களைத் தொழில் தொடங்க அனுமதித்துள்ளது. ஆசியாவில் பெரும் பணக்காரர்கள் எல்லமே சீனாவின் கம்யூனிஸ்ட் கட்சிக்காரர்கள் தான். வெட்கமே இல்லாமல் இங்கே எல்லாமே அரசுடமை என்று தனது தோல்வியடைந்த கொள்கையைப் பேசித் திரிகிறார்கள். கொஞ்சமாவது பொருளாதாரம் படியுங்கள். இல்லையென்றால் நாடு நம் அறிவுகெட்டதனத்தால் நாசம் ஆகும்.

3. மீனவர்கள் வாழ்வாதாரம் பாதிக்கும், இயற்கை வளம் பாதிக்கப்படும்:

இந்தியாவில் இயற்கை வளங்களுக்குப் பாதிப்பு ஏற்படும் என்று உங்களிடம் ஆதாரம் இருந்தால் தாராளமாக தேசிய பசுமைத் தீர்ப்பாயம் (National Green Tribunal, NGT) செல்லலாமே? அதை விட்டுவிட்டு எதற்காக மக்களைப் போராடத் தூண்டனும்?

கம்யூனிஸ்ட் எவரையாவது சீனாவில் போராட்டம் நடத்தச் சொல்லுங்கள். அங்கே போராடத் தடை. இங்கே வாய் கிழியப் பேசுவது. இதில் 25 கோடி மீனவர்களுக்குப் பாதிப்பாம். நாட்டின் மக்கள்தொகை மொத்தமே 130 கோடிதான். கடல்கரை இருப்பது எத்தனை மாவட்டம் என்று கூடத் தெரியாத எதோ ஒரு தற்குறியின் பேச்சு இது. மீன் பிடித்தல் மட்டும் அல்ல கடல் சார் பொருளாதாரம் என்றால் என்ன என்று தேடி முதலில் படியுங்கள். சாகர் மாலா திட்டத்தில் கடலோர மக்களை எப்படிப் பொருளாதார வளர்ச்சி பெற்ற சமூகமாக மாற்ற முடியும் என்ற திட்டம் உள்ளது.

(இந்த திட்டத்தின் ஓர் அங்கமான மிக முக்கியமான இணையம் துறைமுகம் திட்டத்தை எதிர்த்து போராட்டத்தை உதயகுமார் கூட்டம் சர்ச்சுகள் மூலம் ஆரம்பித்துவிட்டது. இந்தக் கூடங்குளம் உதய குமார் ஓர் மிக மோசமான பிரிவினைவாதி மட்டும் அல்ல மதவெறி பிடித்தவரும் கூட.

4. மிக முக்கியமான குற்றசாட்டு: தடையற்ற சர்வதேசப் பொருளாதார மண்டலம் மூலம் அந்நியர்கள் நம் நாட்டை ஆக்கிரமிப்பு செய்யப்போகிறார்கள் என்பது.

தடையற்ற பொருளாதார மண்டலம் என்பது குறித்து பயப்பட வேண்டாம். சர்வதேச நிறுவனங்கள் இந்தியாவில் வந்து வர்த்தகம் செய்ய முறையாக வரி செலுத்தி வியாபாரம் செய்ய வேண்டும். இதன் மூலம் துறைமுகங்கள் அருகே மண்டலங்கள் உருவாக்கபட்டு அங்கே அவர்கள் பொருளை இறக்குமதி செய்து உள்நாட்டு வியாபாரிகளுக்கு வர்த்தகம் செய்யலாம்.

நன்கு புரிந்து கொள்ளுங்கள் இது கச்சாப் பொருட்களுக்கு மட்டும்தான். அதாவது நீங்கள் விளையாட்டு பொருட்கள் செய்யும் நிறுவனம் நடத்துகிறீர்கள் என்று வைத்துக்கொள்வோம். உங்கள் நிறுவனத்துக்குத் தேவையான கச்சாப் பொருட்களை நீங்கள் வெளி நாட்டுக்கு ஆர்டர் கொடுத்து அது இறக்குமதி ஆகி உங்களை வந்து அடைய 40 நாள் ஆகுமென்றால் நாளை இந்தத் தடையற்ற பொருளாதார மண்டலம் உருவாகிவிட்டால் அந்த கச்சாப் பொருட்களை விற்கும் அயல் நாட்டு நிறுவனங்கள் தங்கள் பொருட்களை சேமிப்பு கிடங்கில் வைக்க இங்கே அனுமதி கிடைத்துவிடும். எனவே, நீங்கள் ஆர்டர் செய்த சில நாட்களிலேயே குறைந்த செலவில் கச்சாப் பொருட்கள் கிடைத்து விடும் (அதற்கு வரி உண்டு, ஆனால் குறைவாக இருக்கும்). இது உள்நாட்டு உற்பத்தி கூடுவதற்கு உதவும்.

இறுதியாக :

என் அம்மா அடிக்கடி இப்படி கூறுவார் 'ஒரு குடும்பத்தில் சம்பாதிக்க வேகமும் விவேகமும் உள்ள ஒரு கெட்டிக்கார பிள்ளை இருந்தால் போதும். மொத்தக் குடும்பமும் பணக் கஷ்டம் இல்லாமல் பிழைத்துக் கொள்ளும்'. அதாவது வளமான பொருளாதாரம் தான் ஒவ்வொரு குடும்பத்தின் முதல் தேவை. அதற்கு தான் நாம் மக்களுக்கு வழி வகை செய்ய வேண்டும். ஆனால் இங்கே என்ன நடக்கிறது? எந்தப் போராளியாவது இந்தத் திட்டம் நல்ல திட்டம். அரசுக்கு ஒத்துழைப்பை மக்கள் கொடுக்கவேண்டும் என்று கூறி இருப்பாரா?

படித்தவர்கள் எல்லாம் அரசு வேலை தேடுகிறார்கள். சாதாரண VAO வேலைக்கு சுமார் 9351 காலி பணியிடத்துக்கு இதுவரை 19.50 லட்சம் பேர் விண்ணப்பித்துள்ளனர் என்று செய்தி வருகிறது. மனசாட்சியோடு பதில் கூறுங்கள்... எத்தனை பேருக்கு அப்படி யான வேலை கிடைக்க முடியும்? என்ன படித்து என்ன பயன்? கொஞ்சமாவது சுயமாக வியாபாரம் செய்வோம், ஏதாவது உற்பத்தி செய்வோம். எங்கேயோ இருந்து வந்து lays chips விற்கிறான் அயல் நாட்டுக்காரன். அந்த சிப்ஸ் செய்யும் இயந்திரம் 10லட்சம் கூடப் பெறாது. அதை வாங்கி எப்படி உற்பத்தி செய்து மார்க்கெட் செய்து வருமானம் பார்க்கலாம். அதற்கு அரசு கொடுக்கும் நிதியை எப்படி வாங்குவது என்று யாரேனும் உங்களுக்குக் கற்றுத் தந்திருக்கிறார்களா..?

யாரையும் நம்பாதீர்கள் - என்னையும் சேர்த்துத்தான் சொல்கிறேன். தயவு கூர்ந்து கொஞ்சமாவது நாட்டின் பொருளாதாரச் செயல் பாடுகளைத் தேடி படியுங்கள். இன்று haiti என்ற தீவு மக்கள் நாசம் ஆனதற்குக் காரணமே எதற்கெடுத்தாலும் போராட்டம் என்று போனதுதான். கண்மூடித்தனமான, எந்த அறிவும் இல்லாத, உணர்சியை மட்டுமே தூண்டும் போராட்டங்களால் அந்த மொத்த நாடும் நாசம். கொஞ்சமாவது புரிந்து கொள்ளுங்கள். நான் கூறுவது இதுதான். நீங்கள் பிஜேபிக்கோ மோதிக்கோ ஆதரவாக நிற்க வேண்டாம். ஆனால் அரசின் திட்டங்களை முழுமையாகத் தெரிந்துகொண்டு பின் ஒரு முடிவை எடுங்கள்.

கொஞ்சமாவது பொருளாதாரம் தேடிப் படியுங்கள்... அதில் உங்களுக்கு நாட்டின் நிர்வாக விவரம் புரியும். பின்னர் தெளிவாக உங்களால் வலது இடதுசாரி பொருளாதாரம் பேச முடியும் என்றால் - பின்னர் அரசின் திட்டங்களைப் பேச முன்வாருங்கள். அதுவரை

மாணவர்கள் எந்த அரசியல்வாதியின் உணர்ச்சியை மலினமாகத் தூண்டிவிடும் பேச்சுக்கும் மயங்கிவிடாதீர்கள்.

ஒருகாலத்தில் வாஜ்பாய் தங்க நாற்கர சாலைத்திட்டம் கொண்டுவந்த போதும் இதே கூட்டம் போராட்டம் செய்தது. இன்று? நீங்கள் செல்லும் அனைத்து தேசிய நெடுஞ்சாலைகளும் அவர் காட்டிய வழிதான். இந்தப் பெரும் திட்டம் மூலம் நேரடியாகவும் மறைமுக மாகவும் சுமார் 1 கோடி வேலைவாய்ப்புகளும், சுமார் ஆண்டுக்கு 40,000 கோடி செலவும் குறைந்தது. தயவு கூர்ந்து எதையும் முழுமை யாகத் தெரிந்து கொள்ளாமல் கண்மூடித்தனமாக எதிர்க்காதீர்.

(மிக எளிமையாக கூறிவிட்டேன். உங்களுக்கு முழு விவரம் வேண்டும் என்றால் தாராளமாக முழுதிட்டமும் sagarmala இணையதளத்தில் அரசு வெளியிட்டு உள்ளது. தேடிப் படிக்கவும்.)

●

மீத்தேன் வாயுவைக் குப்பைகளில் இருந்து எடுக்கலாம். அதை விட்டு விட்டு அரசும் அரசியல்வாதிகளும் விவசாய நிலத்தைத் தோண்டி எடுக்க முயற்சி செய்வது தவறு தானே.

- சதீஷ்

மீத்தேன் வாயுவைக் குப்பைகளில் இருந்து எடுக்க முடியும் என்பது சரிதான். ஆனால் அது எவ்வளவு சாத்தியம் என்பதைப் பார்க்கும் முன் வேறு சில விவரங்களை நாம் புரிந்து கொள்ளவேண்டும்.

ஜி.சி.சதுர்வேதி ஐ.ஏ.எஸ். இவர் 34 ஆண்டுகள் மேல் நாட்டின் நிர்வாகத்தில் ஒரு IAS அதிகாரியாக திறனும், பெட்ரோலிய அமைச்சகத்தில் தலைமைச் செயலாளராகவும் பதவி வகித்தவர். இவருக்கென்று மிக பெரிய சாதனைப் பின்புலம் இருக்கிறது.

முனைவர் பல்தேவ் ராஜ் (Director, National Institute of Advanced Studies), *முனைவர் அஸ்வினி குமார்* (Managing Director, Solar Energy Corporation of India), *முனைவர் ஆனந்த குமார்* (Director, PETROTECH Society), *பேரா ஜுஸேர் எம் வாஸி* (Emeritus Fellow,IIT Bombay), *முனைவர் டி.ஆர்.ரானடே* (Former I/C Microbiology Dept. ARI.)

இவர்கள் ஒவ்வொருவருக்கும் மிகப் பெரிய சாதனைப் பட்டியல் உண்டு.

இவர்களை எதற்கு இப்போது சொல்கிறேன்?

இவர்கள்தான் நாட்டில் மீத்தேன் முதல் பெட்ரோலியம் வரை அனைத்தையும் எடுக்கும் அரசு நிறுவனமான ONGC (Oil and Natural Gas Corporation Limited) நிறுவனத்தின் ஆலோசகர்கள். இவர்களுடைய வழிகாட்டுதலில்தான் ONGC இயங்குகிறது.

இது மட்டும் அல்ல Hydrogen generation, Solar Energy, Biotechnology for Energy, Uranium போன்றவற்றில் மிக பெரிய அறிவியல் மேதைகள், ஆய்வு விஞ்ஞானிகள் போன்றோரும் இந்த நிறுவனத்தில் உண்டு. இதைத் தவிர சில ஆயிரம் மிக அனுபவமுள்ள இஞ்சினியர்கள் என்று ஒரு ராட்சதக் கட்டமைப்பைக் கொண்டது இந்த ONGC.

இதனை ஏன் கூறுகிறீர்கள்?

அதாவது, இத்தனை பெரும் ஆய்வாளர்கள், IAS நிர்வாகிகள், சில ஆயிரம் அனுபவம் உள்ள இன்ஜினியர்கள், விஞ்ஞானிகள் என்று இருக்கும் ஒரு அமைப்பின் பிரதிநிதிகள் யாருக்கும் மக்கள் மீது அக்கறை இல்லையா என்ன? திட்டத்தைக் கொண்டுவர விரும்பும் அரசியல்வாதிகளுக்கும் அக்கறை இல்லையா? அட நம் நாட்டு நீதிமன்றத்துக்குக்கூட அக்கறை இல்லை என்றா நினைக்கிறீர்கள்?

இன்னும் ஒருபடி மேலே சென்று கூறவேண்டும் என்றால் நாட்டில் இயற்கை வளங்களைப் பாதுகாக்கவும், அதன் மீது தொடரப்படும் சமூக நல வழக்குகளை விசாரணை செய்யவும் பசுமைத் தீர்ப்பாயம் (National Green Tribunal, NGT) இருக்கிறது. அதன் நீதிபதிகளுக்குக் கூட மீத்ஹ்டேன் வாயு எடுக்கப்படும் பகுதி மக்கள் மீது எந்த அக்கறையும் இல்லையா என்ன? போராட்டம் நடத்துபவர்களில் யாரேனும் ஒருவரை இங்கே வழக்கு போட்டு வாதாடச் சொல்லுங்கள் பார்க்கலாம்.

மேலே சொன்ன நிபுணர்களைவிட இந்த youtube, Facebookகளில் மீம்ஸ் போட்டுத் திரியும் போராளிகளுக்கு அறிவு இருப்பதாக நினைக்கிறீர்களா?

urban local bodies (ULBs) கொடுக்கும் புள்ளிவிவரப்படி நாள் ஒன்றுக்கு இந்தியாவில் சுமார் 1,00,000 metric tonnes குப்பை கிடைக்கிறது. இந்தியாவில் கிடைக்கும் அதை விட்டுவிட்டு ஏன் மீத்தேனுக்கு இத்தனை எதிர்ப்புகளைத் தாண்டி இவ்வளவு அறிவியல் மேதைகள் கஷ்டப்படணும்?

இப்படி உங்களை நீங்களே ஒருமுறையாவது கேட்டுப் பார்க்கலாமே!

யாரோ ஒருவன் பிரபலமாக ஆவதற்கோ சம்பாதிக்க வேறு வழி தெரியாததாலோ அறியா மக்களின் உணர்வுக்குத் தகுந்ததுபோல் பேசி youtube வீடியோ போட்டால் அது எல்லாம் உண்மையாக இருக்கவேண்டும் என்பது அர்த்தம் இல்லை. நான் எந்த ஒரு குறிப்பிட்ட நபரையும் குறை சொல்ல விரும்பவில்லை. அதே நேரம் மாணவர்கள் கொஞ்சமாவது அறிவியல் அறிவையும், நிர்வாகச் சிக்கலையும் தேடிப் புரிந்துகொண்டு யோசிக்க வேண்டும். எதற்கு எடுத்தாலும் சமூக அக்கறை என்ற பெயரில் மத்திய அரசை எதிர்ப்பது ஒரு வியாதி போல ஆகிவிட்டது. அதுவும் தமிழ் நாட்டில் கொஞ்சம் அதிகமாகவே இந்த நோய் மாணவர்களைத் தொற்றிகொண்டுள்ளது.

சரி அதெல்லாம் இருக்கட்டும். ஏன் அந்தக் குப்பையில் இருந்து மீத்தேன் எடுக்கக்கூடாதா? அது என்ன தவறா?

குப்பையில் இருந்து மீத்தேன் எடுக்கும் அந்த யோசனை தவறே இல்லை ஆனால் அது சிக்கலானது. அதற்கான செலவும் நடைமுறையில் நீங்கள் நினைப்பதை விட மிக மிக அதிகம். அதை விளக்கும் முன் ஒரு கேள்வி: எதனால் தங்கத்தைச் சுரங்கங்களில் வெட்டி எடுக்கவேண்டும்? அதை வேதியல் சோதனைச்சாலை களில் செய்ய முடியாதா?

முடியும்.... உலகத்தில் அதிகம் தேடல்கள் நடந்தது இந்த விவகாரத்தில்தான். சித்தர்கள் காலத்திலேயே அதற்கான முயற்சிகள் நடந்துள்ளன. இன்று வேதியல் சோதனைச்சாலைகளில் தங்கத்தை எளிதில் தயாரிக்க முடியும். இரும்பைக்கூடத் தங்கமாக மாற்ற முடியும். என்ன அதற்கான அணுக்களின் அமைப்பை மாற்றியமைத்தால் போதும். Lawrence Berkeley National Laboratory (LBNL) என்ற ஆய்வு நிறுவனம் இதனை செய்தே கூடக் காட்டியது. ஆனால் அதற்கு ஆகும் செலவு - சுரங்கம் வெட்டிக் கிடைக்கும் தங்கத்தின் மதிப்பை விட மிக மிக மிக அதிகம். அதுவும் எவ்வளவு தங்கம் கிடைக்கும் என்பதும்கூட உறுதி இல்லை.

எனவேதான் தங்கத்தை செயற்கையாக உருவாக்குவது இல்லை; சுரங்கங்களில் வெட்டி எடுக்கிறார்கள். இதன் நடைமுறை எதார்த்தம் புரிகிறதா?

அதேபோல்தான் குப்பையிலிருந்து மீத்தேன் எடுக்கமுடியும். ஆனால், செலவு மிக அதிகம் ஆகும். இது ஏதோ இன்று வந்த புதிய

ஐடியாவெல்லாம் கிடையாது 1970களில் How I Generate Power from Garbage என்ற ஆய்வு கட்டுரையில் வெளியானதுதான். என்றாலும் இன்று வரை அதை நாம் செயல்படுத்த முடியாத அளவு அது சிக்கலானது.

முதலாவதாக நமது குப்பையில் மக்கும் குப்பை, மக்காத குப்பை என்று இரண்டு இருப்பது உங்களுக்குத் தெரிந்திருக்கும். சாப்பிட்டு மிச்சம் ஆனவை, காய்கறி பழங்களின் தோல், ஓலை, வைக்கோல் இவைதான் மக்கும் குப்பை. இவற்றில் இருந்துதான் மீத்தேன் எடுக்கமுடியும். பிளாஸ்டிக், உடைந்த பாத்திரங்கள், ரப்பர்கள், பாலித்தீன் போன்ற மக்காத குப்பைகளை மறு சுழற்சி செய்து பயன்படுத்த வேண்டும். தனித்து அழிக்கப்படவேண்டிய குப்பை களான மருந்து பொருட்கள், வெடி மருந்துகள், மாத்திரைகள், மின்சாதனப் பொருட்கள், உடைந்த கணினிகள் என்று எடுத்தால் அது ஒரு 10% ஆகும். இந்த மூன்று குப்பைகளையும் தனித்தனியாகப் பிரித்துப் போடவேண்டும். இல்லையென்றால் இவற்றைப் பிரிப்பதற்கே பெருமளவு தொகை செலவிட வேண்டிவரும். குப்பை வாங்க வரும் நபரிடம் அதனை முறையே Organic waste, toxic e waste, recycling waste மற்றும் சாதாரண குப்பைகள் என்று கொடுக்கவேண்டும். இந்த எளிய ஒழுங்கு கூட நம் மக்களிடம் கிடையாது. எல்லா குப்பையையும் மொத்தமாக ஒரே பையில் கொட்டித்தான் கொடுப்போம். நிச்சயம் மக்கள் ஒத்துழைப்போடு என்று ஆரம்பிக்கும் திட்டங்கள் நாசமாவதற்குக் காரணம் மக்கள்தான். ஒன்று புரிந்து கொள்ளுங்கள் இன்னும் 48% பேர் வீட்டில் டாய்லட் கிடையாது. ஆனால் 99% பேரிடம் செல் போன் இருக்கு.

எனவே, இந்த அமைப்பைக் கொஞ்சம் சிந்தியுங்கள்: மக்கள் ஒவ்வொருவர் வீட்டிலும் 4 விதமான குப்பைகளை மக்கள் பிரித்துப் போடவேண்டும் - அப்படி கொடுக்கப்படும் குப்பைகளை வாங்கிச் செல்லத் தேவையான ஊழியர்கள் - வாங்கிய குப்பை களை எடுத்து உற்பத்தி ஆலையில் சேர்ப்பது... இவையெல்லாம் நீங்கள் நானும் நினைப்பதுபோல் எளிய விஷயம் அல்ல. சென்னை போன்ற மெட்ரோ நகரில் வாழும் சுமார் 80 லட்சம் மக்களை ஒழுங்காகக் குப்பையைப் பிரித்துக் கூடையில் கொடுங்கள் என்று கூறினாலே நடக்காது. நீங்கள் ஒரு project management analysis எடுத்தால் இந்த திட்டம் பெரும் தோல்வியை தழுவ ஆயிரம் காரணங்கள் கிடைக்குமே ஒழிய, வெற்றிக்கு சாத்தியமே கிடையாது.

இப்படி செய்யலாம். கிராமங்களில் குட்டி குட்டி கிடங்குகள் அமைத்து குப்பையில் இருந்து எரிவாயு எடுக்கும் திட்டங்கள் செய்யலாம். மொத்த குப்பையையும் வாங்கிப் பிரித்து மீத்தேன் எடுக்கும் வேலை எல்லாம் இங்கே அல்ல ஜப்பான் போன்ற மக்கள் ஒத்துழைப்பு உள்ள நாடுகளில் கூட நடப்பது மிகக் கடினம். அப்படி நடந்தாலும் அதற்கான செலவும் அதிலிருந்து கிடைக்கும் மீத்தேனும் பூமியில் இருந்து எடுப்பதைவிட அதிக நஷ்டம் தருவதாகவே இருக்கும்.

ஆனால், வெளிநாடுகளில் எடுக்கிறார்களே?

ஆம் எடுக்கிறார்கள் ஆனால் அதை ஒரு குறிப்பிட்ட அளவு சோதனை முயற்சியாகத்தான் செய்கிறார்கள். 100% படித்த மக்கள் வாழும் நகரத்தில் கூட குப்பைகளை மக்களை நம்பி சேகரிக்க முடியாது என்ற நிலைதான் அங்கும் இருக்கிறது. எதோ அங்கொன்றும் இங்கொன்றும் நடக்கும் விஷயத்தையெல்லாம் எல்லாம் எடுத்துப் பேசுவது முறையாகாது.

பின்பு ஏன் எதிர்ப்புகளைத் தூண்டிவிடுகிறார்கள்?

ONGC என்பது மிக அனுபவம் வாய்ந்த நிறுவனம். அந்த நிறுவனம் இந்தப் பணியை ஏதோ தமிழர்களை அழிக்க இங்கே தமிழ் நாட்டில் மட்டும் செய்வதுபோல பொருளாதார, அறிவியல் அறிவு இல்லாத சிலர் பேசி திரிவது வெட்கக்கேடு.

உண்மையில் வியட்நாமில் 2 projects, ரஷ்யாவில் 3 projects, சூடான் நாட்டில் 2 projects, தென் சூடான் 2 projects, ஈரான், இராக், லிபியா, சிரியா, பிரேசில், கம்போடியா, வெனிசுலா, கஜகஸ்தான், நியுஸிலாந்து என்று பல நாடுகளில் நமது ONGC நிறுவனம் இதே விதமான வேலைகளில் பல ஆண்டுகளாக இருக்கிறது. இந்தியாவில் இருக்கும் BSNL, Railway போன்ற பொதுத்துறை நிறுவனங்களில் இந்த ONGC தான் நல்ல லாபகரமாகவும் இருக்கிறது - அதே நேரம் இந்தியாவின் பெருமையாகவும் இருக்கிறது.

இந்தியாவில் 300க்கும் மேல் பொதுத்துறை நிறுவனங்களில் National Thermal Power Corporation(NTPC), Oil and Natural Gas Corporation(ONGC),Coal India Limited(CIL),Gas Authority of India Limited(GAIL) இவை தான் லாபகரமாக இயங்குகின்றன. (BSNL போன்றவை எல்லாம் நஷ்டம் நஷ்டம்.. ஆனால் அரசு ஊழியர் சம்பளம் மட்டும் குறையே செய்யாது.)

இப்படி லாபகரமாக நமது நாட்டுக்கு பெருமை சேர்க்கும்விதமாக இருக்கும் இஸ்ரோ முதல் NTPS, ONGC வரை உள்ள சில பத்து நிறுவனங்களை நாசம் செய்தால்தான் இந்தியாவை பொருளாதார நிலையில் முழுமையாக வீழ்த்தமுடியும் என்பது உலகம் அறிந்த ரகசியம். எனவே, போராளிகள் என்ற போர்வையில் உண்மையில் இந்தப் போராட்டங்களை முழுக்க முழுக்க நக்சல், மாவோஸ்ட் போன்ற கம்யூனிஸ்ட் தீவிரவாத இயக்கங்கள், அதன் ஆதரவாளர்கள்தான் தூண்டுகிறார்கள்.

தமிழகமே பாலைவனமாகிவிடும்... தமிழர்களை அழிக்கப் பார்க்கிறார்கள் என்று போராட்டங்கள் முழுக்க பயத்தை கிளப்பி விட்டு, உணர்வைத் தூண்டிவிட்டு இங்கே கட்டமைக்கப்படுகின்றன. தயவு கூர்ந்து அறிவியலையும், அப்துல் கலாம் போன்ற அறிஞர்களையும் நம்புங்கள். உதய குமார் முதல் திருமுருகன் காந்தி வரை எந்நேரமும் மக்களிடம் எதையாது தூண்டிவிட்டு நாட்டுக்கு எதிராகக் கலகம் செய்யத் துடிக்கும் கூட்டத்திடம் கொஞ்சம் மாணவர்கள் எச்சரிக்கையாக இருக்கவும்.

இறுதியாக :

ஒரு இன்ஜினியரிங் கல்லூரிக்கு சராசரியாக 100 மாணவர்கள் பைக்குகளில் வருவதாகக் கொள்வோம். தமிழ் நாட்டில் மட்டும் 700 இன்ஜினியரிங் கல்லூரிகள் - ஆக நாள் ஒன்றுக்கு ஒரு வாகனம் 1 லிட்டர் செலவு செய்கிறது என்றாலும் கூட தமிழ் நாட்டில் மட்டும் தினமும் 70,000 லிட்டர்.

ஆக நாடு முழுவதும் வெறும் இன்ஜினியரிங் கல்லூரிக்கு மட்டும் ஒரு நாளைய மாணவர்கள் பெட்ரோல் தேவை - சுமார் 10,39,600 லிட்டர்.

ஆக ஒரு ஆண்டுக்கு 37,94,54,000 லிட்டர் பெட்ரோலை வெறும் இன்ஜினியரிங் கல்லூரி மாணவர்கள் மட்டும் குடிப்பீர்கள் என்றால் - ஆர்ட்ஸ் காலேஜ், சட்டக் கல்லூரி, விவசாயம், ஆசிரியர் கல்வி, மருத்துவ கல்லூரிகள், Pharmacy, Nursing, polytechnic, Veterinary, Homeopathy என்று நாட்டில் மாணவர்கள் மட்டும் பயன்படுத்தும் பெட்ரோல் தேவையை கொஞ்சம் கால்குலேட்டர் எடுத்து கணக்குப் போடுங்களேன்.

தலை சுற்றும். அதற்கு நீங்கள் கல்லூரி வாகனங்கள் - அரசு பொது பயன்பாட்டு வாகனங்கள் என்று கொஞ்சம் adjust செய்து

வாழ்ந்தால் நமது நாட்டின் பெட்ரோல் தேவை ஆண்டுக்கு மாணவர்கள் மூலமே சுமார் 120கோடி லிட்டருக்கும் மேல் மிச்சம் ஆகும்.

நமது நாடு 4.83 million barrels தினமும் இறக்குமதி செய்கிறது. எங்கே இதற்கு ஒத்துழைப்பு கொடுங்க பார்க்கலாம்! நாளை முதல் கல்லூரிக்கு சைக்கிளில்தான் வருவேன் என்று எந்த மாணவராவது சொல்வாரா? அப்படி வழி நடத்த ஏதேனும் போராளி உண்டா?

நிலத்தடியில் இருந்து மீத்தேனை எடுத்தால் விவசாயம் அழிந்து விடுமே.

கடவுளே... நீங்கள் மொத்த இந்தியாவில் விவசாயம் நடக்கும் பரப்பளவு என்ன... இந்த மீத்தேன் எடுக்கும் திட்டத்துக்குத் தேவைக்கான பரப்பளவு என்ன என்று கொஞ்சம் ஒப்பிடுங்கள். ஒரு சதவிகிதத்துக்கும் குறைவான பரப்புதான் பயன்படப் போகிறது. இதனால் தமிழகம் பாலைவனம் ஆகும் என்பது எல்லாம் சுத்த முட்டாள்தனமான வதந்தி.

இந்திய விவசாயத்தைக் கொஞ்சம் பொறுமையாகத் தேடிப் படிக்கவும். குழப்பவேண்டாம். சீமான் போல சில முட்டாள்கள் சொல்வதை நம்பவேண்டாம். விவசாயம் சார்ந்த பொருளாதாரம் என்பது வேறு. இந்தத் திட்டத்தால் எந்தப் பாதிப்பும் கிடையாது. மக்கள் மாணவர்கள் புள்ளிவிவரங்கள் மூலம் திட்டத்தின் குணம் அறிய முயலுங்கள்.

ஏன் கூறுகிறேன் என்றால் நீங்கள் ஒரு நல்ல நிர்வாகியாக அறிவாளியாகவேண்டுமென்றால் தகவல்கள், புள்ளி விவரங்களுடனான உறவை மேம்படுத்துங்கள். உண்மையைத் தேடுங்கள். புள்ளிவிவர எண்கள் வெறும் எண்கள் அல்ல; அவை பெரும் உண்மையை உணர்த்தும் கடவுள் மொழிகள்.

போராளிகள் என்று திரிபவர் எவராவது மோடி அறிவித்த தூய்மை இந்தியா திட்டத்துக்கு மக்கள் ஒத்துழைக்க வேண்டும். சுத்தமான சுகாதாரம் இல்லாததால் தான் பல நோய்கள் வருகின்றன. அப்படி வரும் திடீர் மருத்துவ செலவு தான் நமது சேமிப்பை எடுத்துக் கொள்கிறது. அதனால் தான் பெரும் துயரம் மறைமுகமாக வருகிறது. எனவே, அனைவரும் தூய்மை இந்தியா திட்டத்துக்கு ஒத்துழைப்பு கொடுப்போம். அது நாட்டுக் குடிமகனாக நமது கடமை என்று கூறினாரா? நல்ல திட்டம் என்றால் ஆதரித்து மக்களை சரியா வழி நடத்துபவன்தானே உண்மையான சமூகப்

போராளி? எந்நேரம் பார்த்தாலும் மக்களை, மாணவர்களைப் போராட்டம் நடத்தத் தூண்டுபவனா போராளி?

•

Financial Resolution and Deposit Insurance (FRDI) திட்டத்தை பிஜேபி அறிவித்துவிட்டது - போச்சு எல்லாம் போச்சு மக்கள் பணம் எல்லாம் போச்சு என்று பரவும் செய்தி பற்றி கொஞ்சம் அனைவருக்கும் புரியும்படி விளக்கவும். பெரிய பொருளாதார நிபுணர்களின் கணக்குகள் எல்லாம் வேணாம் ப்ளீஸ்.

- ஸ்ரீநிவாஸ், முரளி, விக்னேஷ் இன்னும் சிலர்

பொதுவாகப் பலருக்குத் தனியார் வங்கி எப்படி ஆரம்பிக்கலாம் என்று தெரியாது. அதை முதலில் மேலோட்டமாகப் புரிந்து கொண்டுவிட்டு பின் விஷயத்தின் உள்ளே செல்லலாம். அதுதான் படிக்கும் மாணவர்களுக்கு நல்லது என்று நினைக்கிறேன். John nash equilibrium theory போட்டு எல்லாம் உங்களை குழப்ப மாட்டேன் - எளிமையாக முடிந்த அளவு கூற முயற்சி செய்கிறேன் ஓர் அளவுக்கு மேல் எளிமையாக கூற முடியாது அதையும் புரிந்து கொண்டு மேற்கொண்டு படிக்கவும்)

1. முதலில் ICICI போல யார் வேண்டுமானாலும் வங்கியை ஆரம்பிக்கலாம். தனியார் வங்கி நடத்த License விண்ணப்பிக்கச் சில தகுதி வேண்டும். வங்கி ஆரம்பிக்க உங்களுக்கு Lincense கிடைக்க உங்களிடம் 500 கோடி முதலீடு இருக்க வேண்டும். அதை நீங்கள் உங்க கம்பெனி share மூலமாக வசூல் செய்தாலும் சரி... அல்லது bonds பத்திரங்கள் மூலமாக Debenture மூலமாக எப்படி வேண்டுமானாலும் வசூலித்துக்கொள்ளலாம். ஆனால், எப்படியும் 500 கோடி உங்கள் கையில் இருக்கவேண்டும். ரிசர்வ் வங்கியினர் License தருவதற்கு ஒரு குறிப்பிட்ட காலம் எடுத்துக்கொள்வர் (2,3 வருடம் ஆகலாம். சில நேரம் அதற்கும் மேலே).

License கிடைத்ததும் வங்கி இயக்கம் பற்றிய தெளிவு வேண்டும். அதற்குப் பல வழி முறைகளை RBI காட்டும். பொதுவாக பணம் வரும் வழி, செல்லும் வழி இரண்டு தான்.

2. மக்கள் அக்கவுண்ட் ஆரம்பித்து அதில் பணத்தை போடுகிறார்கள், சிலர் Fixed deposit, சிலர் savings ac. நிறுவனங்கள் current account தொடங்குவார்கள். தவிர மத்திய

அரசின் நிதி. இது ஒரு பக்கம். அடுத்ததாக வங்கிக்கு வந்த பணத்தை வீட்டு கடன், personal loan, business loan என்று கொடுப்பது. இதனால் வந்த பணம் மீண்டும் புழக்கத்துக்குச் செல்லும். இங்கே வந்த பணத்தை எல்லாம் நீங்க கடனாகக் கொடுத்துட்டா வங்கியில் பணம் போட்டவர் பணம் எடுக்க வரும்போது இல்லைனு சொல்லமுடியாது. எனவே இது போல பிரச்சனை எழாமல் இருக்க NDTL, CRR, SLR, Repo Rate என்று சில அடிப்படை வழிமுறைகளை RBI காட்டுகிறது. எல்லா நாடுகளுமே இப்படியே இயங்கும் என்றாலும் கொஞ்சம் வித்தியாசப்படும். ஆனால் பொது விதி இதுவே.

(NDTL) Net Demand and Time Liabilities மிக முக்கியமான ஒன்று.

Demand Liabilities - என்றால் saving, current account வைத்திருப்பவர் கள் மூலமாக வந்து செல்லும் பணம். அவர்கள் தேவைப்படும் போது பணத்தை எடுத்து கொள்வர். Time Liabilities - என்பது Fixed deposit போன்றவை மூலம் வரும் பணம். இது குறிப்பிட்ட காலத்துக்கு வங்கியில் இருக்கும். தேவைப்படும் நேரம் எல்லாம் மக்கள் எடுத்துக்கொள்வது கிடையாது. ஆக இந்த இரண்டு வழிகளில் தான் மக்கள் பணம் வரப்போகிறது. இதன் மொத்த மதிப்பு NDTL என்று எண்ணிக் கொள்ளவும் (மேலும் சில ஆழமான கணக்குகள் உண்டு. அதைச் சொல்லி குழப்ப விரும்பவில்லை).

அடுத்து CRR - Cash Reserve Ratio, SLR - Statutory Liquidity Ratio இந்த இரண்டையும் கொண்டுதான் தனியார் வங்கிகளின் பணப்புழக்கத்தை ரிசர்வ் வங்கியினர் கட்டுப்படுத்துவர். ஒரு தனியார் வங்கி நிர்வாகரீதியாகத் தோல்வி அடைந்தாலும் மக்கள் பணத்தினைக் காப்பாற்ற வேண்டி இந்த முன்னேற்பாடு. இதன்படி NDTL மொத்த மதிப்பில் CRR *4%*, SLR *21.50%* அளவு தொகையை Reserveவாக RBIயிடம் கொடுத்துவிடவேண்டும். CRR I ஆர்.பி.ஐ. பணமாகப் பெற்றுக்கொள்வர். இதற்கு எந்த வட்டியும் கிடைக்காது. SLR *21.50%* இதை RBI கூறியுள்ளபடி Govt securities எதிலாவது முதலீடாக வைத்திருக்கவேண்டும். அரசின் தங்கப் பத்திரங்கள், Govt Bonds என்று எதாவது வகையில் பாதுகாக்கப்பட வேண்டும். இதற்கு வட்டி கிடைக்கும்.

இவைபோக மீதம் உள்ள பணத்தினைக் கொண்டு நீங்கள் வங்கி நடவடிக்கைகள், லோன் என்று கொடுக்க ஆரம்பிக்கலாம். அதற்கும் விதிமுறைகள் உண்டு.

மூன்றாவதும் முக்கியமானதுமான விஷயம் : லாபம். நியாயமான லாபமே அனைத்து தொழில்முனைவோரின் இலக்கு. அப்படி இருக்க private bank ஆரம்பிக்க விரும்பும் உங்களுக்கும் அதுவே பிரதான நோக்கமாக இருக்கவேண்டும். வங்கியைப் பொறுத்த வரை அது கொடுக்கும் கடன்கள் மூலம் கிடைக்கும் வட்டிதான் லாபம். அதேநேரம் Demand Liabilities மூலம் சேமித்த மக்களுக்கும் வட்டி கொடுக்க வேண்டும் அல்லவா... எனவே அதைக் கழித்துவிட்டுப் பார்த்தால் மீதம் இருப்பதுவே லாபம். இதை எப்படிக் கணக்கிடுவது? சரியாக நிர்ணயம் செய்வது எப்படி?

(அது ரொம்ப சிம்பிள் ICICI, AXIS, HDFC என்று தனியார் வங்கிகள் அனைத்தையும் பாருங்கள் logo மட்டும்தான் வேறு. செயல் படுவதும், அதன் system Structureம் எல்லாமே ஒன்றுதான். சேவை தரும் விதத்தில்தான் மாறுபடும். எனவே அப்படியே அவர் களுடைய வழிமுறைகளைப் பின்பற்றுங்கள். அதான் நல்லது. ஆரம்பிக்கும்போதே இந்தியா முழுவதும் கிளைகள் இருக்க வேண்டும் என்ற எந்த விதியும் இல்லை. 4-ல் ஒன்று பின்தங்கிய மாவட்டத்தில் இருக்க வேண்டும். எனவே தமிழ் நாட்டில் ஆரம்பித்து முக்கியமான 10 நகரங்களில் கிளைகள் தொடங்கி பின்னர் விரிவுபடுத்துவதே எளிது. - Debit credit card எல்லாம் தனியார் Visa, MasterCard போன்ற நிறுவனங்கள் மூலமாக வாங்கி கொள்ளலாம். mobile, website, online payment gateway போன்ற வேலைகள் எல்லாம் அனைத்து software கம்பெனிக்காரர்கள் கையில் தயாராக வைத்துள்ளனர். இப்போதெல்லாம் அதற்கு அதிகம் செலவும் ஆவது இல்லை.

சரி இப்போது தனியார் வங்கி எப்படித் தொடங்குவது என்பது புரிந்ததா? இது புரியாவிட்டால் உங்களுக்கு இந்த FRDI விவகாரம் எதுவுமே புரியாது.

மோதி ஆட்சிக்கு வரும்போது இந்திய வங்கித் துறையில் இருந்த பல பிரச்னைகளில் முக்கியமானது Non - performing asset (NPA). அதாவது வராக்கடனின் மதிப்பு மிகப் பெரிய சவாலாக உருவாகிய நேரம்தான் மோடி ஆட்சிக்கு வருகிறார். வராக் கடன் அப்டின்னா என்ன?

இப்போ நான் ஒரு வங்கி வைத்துள்ளேன், அதன் பெயர் GKV Bank. இப்போ எனது வங்கி மூலம் நான் எனக்கு தொடர்பில் உள்ள செல்வந்தர்கள், நிறுவனங்களுக்குச் சில நூறு கோடியைக் கடனாகக் கொடுக்கிறேன். தொழில் கடன் என்று கூறி அதில் நான்

வேண்டுமென்றே தவறான ஆவணங்களை உருவாக்கிக் கொடுத்து முறைகேடாகப் பணம் கொடுத்துவிடுகிறேன். பின்னாளில் அந்த நிறுவனம் நஷ்டம் ஆகிவிட்டதாகச் சொல்லி வசூலிக்க முடியாத கடன் என்று கூறி அரசிடம் சென்று பல்லை காட்டிக்கொண்டு நிற்கிறேன்,

நன்கு புரிந்து கொள்ளுங்கள் - இந்தியாவில் நீங்கள் ஒரு மெடிக்கல் காலேஜ் ஆரம்பிக்க 500 கோடி வேண்டும் என்றால் பத்து பைசா செலவு இல்லாமல் ஆரம்பிக்கக்கூட வழியுண்டு இந்த வங்கி அதிகாரிகள் அமைச்சர்கள் துணை இருந்தால்! வீடு வாங்க நீங்கள் கடன் வாங்குகிறீர்கள். கடனை முறையாகக் கட்டவில்லை யென்றால் உங்கள் வீட்டை ஜப்தி செய்து விற்று கடன் தொகையை வங்கி எடுத்துக்கொள்ளும். நீங்கள் வாங்கியது 1 கோடி கடன். ஆனால் உங்க வீட்டின் மதிப்பு 30 லட்சம் தான் என்றால்? 1000 கோடி கடனுக்கு நீங்கள் கொடுத்த சொத்தின் உண்மை மதிப்பு வெறும் 300 கோடி என்றால் என்ன பிரயோஜனம்? கொடுத்த கடன் வசூல் ஆகாது. எப்படி இப்படி அதிகக் கடன் கொடுத்தார்கள்? சட்டத்தில் உள்ள ஓட்டைகளைக்கொண்டு போலி ஆவணங்கள் உருவாக்கி அதிகப்படியான கடனைக் கொடுத்து அதற்கு தகுந்த லஞ்சம் வாங்கி கொள்வதுதான் காங்கிரஸ், திராவிடக் கட்சிகளின் ஆட்சியில் காலம் காலமாக நடக்கும் விஷயம்.

பலவகையில் வங்கிகள் கொடுத்த கடன்களின் அளவு வருடா வருடம் கூடிக்கொண்டே செல்கிறது. வசூல் செய்ய முடிய வில்லை என்பதைவிட - வசூல் செய்யப் பெரிய அளவில் அக்கறை காட்டுவது இல்லை வங்கிகள். முக்கியமாகப் பொதுத்துறை வங்கிகள். அதாவது அரசு வங்கிகள். இதை Non - Performing Assets (NPAs) என்கின்றனர். 2016-ல் மோடி அரசு வெளியிட்ட புள்ளிவிவரம் காங்கிரஸ் ஆட்சியின் லட்சணத்தைப் பட்டவர்த்தன மாகக் காட்டியது. அந்த விதம் பல வழிகளில் Bad Loans என்ற இந்திய நாட்டில் உள்ள வங்கிகள் காட்டும் மதிப்பு மட்டும் சுமார் 8,00,000 கோடி.

தனியார் வங்கிகளைவிட நம் அரசு வங்கிகளான SBI, IOB, BOI, UBI, PNB போன்றவைதான் பெரும் அட்டுழியம் செய்துள்ளன. Punjab National Bank *(Rs. 55,000 கோடி)* and Bank of India *(Rs. 44,000 கோடி)* என்று மிக மோசமாக கடன்களை அளித்துள்ளன. IDBI Bank எல்லாம் திருத்தவே முடியாது. இது முழுக்க முழுக்க அரசு வங்கி அதிகாரிகள் துணையுடன் நடந்துள்ள கொள்ளை. ஆனால் சட்டப்பூர்வமாக நடந்துள்ளது. இதை வசூல் செய்வது ஒருபுறம்

இருக்கட்டும். இந்த வங்கிகளை என்ன செய்வது? இனி இதுபோல நடக்காமல் காப்பாற்ற என்ன செய்வது? இது போலச் சென்றால் இந்த வங்கிகள் மட்டுமல்ல நாட்டின் மொத்தப் பொருளாதாரமே திவால் ஆகிவிடும்.

அதாவது நன்கு புரிந்துகொள்ளுங்கள் இந்த மோசமான கடன் கொடுக்கும் வேலையை அதிகம் செய்வது அரசு வங்கிகள்தான். தனியார் வங்கிகளிடம் இந்தப் பாச்சா, ஊழல்கள் பலிக்காது. தனியார் நிறுவனங்கள்கூட எல்லா சேவைகளுக்கும் பிற தனியார் நிறுவனங்களை நம்புவார்கள். ஆனால், கடன் என்று வந்து விட்டால் அரசு வங்கிக்கு ஓடி வந்துவிடுவார்கள். அங்குதானே திருப்பிக்கொடுக்க வேண்டிய அவசியம் இல்லை. தனியார் வங்கிகளின் NPA gross advances வெறும் *2.70%* மட்டுமே. ஆனால் அரசு வங்கிகள் NPA gross advances- *9.83%*. (IDBI Bank 24.11 %, Indian Overseas Bank 23.6%; ICICI Bank மற்றும் Axis Bank இரண்டையும் சேர்த்தால் கூட்ட வெறும் *7%* தான் NPA Ratio வரும். இந்த அரசு வங்கிகள் திவால் ஆகும் நிலையை எட்டிவிட்டன என்றுதான் கூறவேண்டும்.)

முக்கியமான விஷயம் :

உடனே இது *2014* மோடி ஆட்சிக்கு வந்ததனால்தான் இவ்வளவு கூடிவிட்டதுபோலக் கிளப்புகிறார் ஒரு இஸ்லாமியர். அந்த நபர் ஒன்றைத் தந்திரமாக மறைக்கிறார். இது வராக்கடன். அதாவது முன்பு கொடுத்த கடன் இனி வாங்க முடியாத அளவு சிக்கலில் நிற்கிறது என்று பொருள். அதாவது காங்கிரஸ், திமுக ஆட்சியில் கொடுத்த கூறுகெட்ட கடன் எல்லாம் இப்போது வசூல் செய்ய முடியாத நிலையை எட்டியுள்ளது. என்னவோ போன மாதம் மோதி கொடுத்துவிட்டு இந்த மாதம் அது வராக்கடன் என்று அறிவித்தது போலப் பேச வெட்கம் இல்லையா? அவ்வளவு மோதி மீது வெறுப்பு.

சரி இப்படியே போனால் என்ன ஆகும்?

கிரீஸ் நாடு போல் மொத்த நாடும் திவால் ஆகும். அப்படி ஆனால் மக்கள் சேமிப்பு முதல் எல்லாம் மதிப்பிழந்து போகும். மொத்த நாடும் பொருளாதாரச் சீரழிவைச் சந்திக்கும். ஏன் என்றால் கிரீஸில் எப்போது NPA Ratio *30%* தாண்டியதோ அன்றே நாடு திவால் ஆகப்போகிறது என்று தெரிந்துவிட்டது. இப்போது நம்ம நாட்டில் இந்தப் பிரச்னை கொடூரமாக வளர்ந்து வருகிறது. *2008*-ல் வெறும் *2.45%* என்று இருந்த இந்த NPA Ratio *10.21%* தாண்டிவிட்டது.

இந்தியாவில் 38 வங்கிகளில் வராகடன் மதிப்பு சுமார் 8,29,338 கோடி June 2017 வரை தகவல்படி. பொதுவான கணக்கு இந்த ரேஷியோ 30% நெருங்கிவிட்டால் அந்த வங்கி பெரும் ஆபத்தில் உள்ளது. என்று அர்த்தம். அதில் சேமித்த மக்களின் பணம் மிக பெரிய ஆபத்தில் உள்ளது என்று அர்த்தம். IOB எல்லாம் 25% வரை வந்துவிடார்கள். இன்னு 5%தான் மொத்தமா திவால் என்று அறிவிக்க வேண்டியதுதான் பாக்கி. அவ்வளவு கேவலமாக தொழில்சங்கங்களின் பிடியில் இருக்கும் அரசு ஊழியர்களின் வேலை நடக்கிறது.

எனவே, ஒரு பக்கம் வராக்கடனை வசூல் செய்வது முக்கியம் என்றால் - இன்னொரு பக்கம் இனி இதுபோல நடக்காத வண்ணம் பாதுகாப்பான ஏற்பாடு செய்தாக வேண்டும். இந்த நிலை ஏற்பட்ட போது வரலாற்றில் முன்பு இருந்த ஆட்சியாளர்கள் என்ன செய்தார்கள்?

2004-2005-ல் விவாதம் ஆக்கி 2008 வரையில் சரியான தீர்வு எட்டப்படவில்லை. ஆனால் 2009 முதல் கடந்த இரண்டு முறை திமுக - காங்கிரஸ் ஆட்சியில் வெறும் 70 ஆயிரம் கோடி என்று இருந்த இந்த வராக் கடன்களை சுமார் 7 லட்சம் கோடியாக ஏற்றி விட்டுச் சென்றனர். இந்த காங்கிரஸ் திமுக கூட்டம். நிலக்கரி முதல் 2G வரை ஊழல்களில் இருந்து தப்பிக்கவே நேரம் இல்லை. பாவம் மன்மோகன் சிங்குக்கு இந்த விவகாரங்களை விவாதிக்க எங்கே நேரமும் அதிகாரமும் இருந்தது.

நரேந்திர மோதி கடன் வசூல் வேலையை விரைவுபடுத்தியுள்ளார்.

"Enforcement of Security Interest and Recovery of Debts Laws and Miscellaneous Provisions (Amendment) Bill, 2016" இதனை அடுத்து மட்டும் SARFAESI Act மூலம் சுமார் 64,519 வகை சொத்துகள் முடக்கப்பட்டுள்ளன.

அத்துடன் இந்தவிதம் நடந்துகொண்ட வங்கிகளை முறைபடுத்த விரும்புகிறார். SBI வங்கியுடன் அவற்றை இணைக்கும் திட்டத்தை அறிவித்த உடன் அரசு ஊழியர்கள் போராடத் தொடங்கிவிட்டனர் (வங்கிக்கு உள்ளாக இருக்கும் இந்த தொழிற்சங்க முதலைகள்தான் புரளிகளைக் கிளப்பிவிடுகிறார்கள்). வங்கிகளை இணைக்கக் கூடாது என்று அதை எதிர்த்து நீதிமன்றம் செல்ல முடிகிறது. உண்மையில் இந்தியாவில் வங்கிகள் - பொருளாதார குற்றங்கள் சார்ந்த விஷயங்கள் தொடர்பாக சட்டங்களில் மிகப் பெரிய குழப்பங்கள் உள்ளன. அல்லது சட்டங்களை ஏமாற்றும் கலையில்

பலரும் கை தேர்ந்துவிட்டனர். அதையெல்லாம் சீர்படுத்தாத வரை இந்த வங்கிகளைக் கட்டுக்குள் கொண்டுவர இயலாது. இந்த குற்றங்களைத் தடுப்பதும் கடினம்.

Financial Resolution and Deposit Insurance(FRDI) எங்கே வருகிறது? என்ன தேவை?

மேற்சொன்ன காரணங்களில் வங்கிகள் அக்கறை இல்லாமல் செயல்படக் காரணம் என்னவென்றால் இந்த bail out. அதாவது ஒரு நிறுவனம் அல்லது வங்கி தொடர்ந்து இயங்க முடியாத அளவு பொருளாதாரச் சிக்கல் உருவானால் அரசு அதற்குத் தேவையான நிதியை வழங்கிக் காப்பாற்ற முன்வரும்.

அதாவது சத்தியம் நிறுவனம் மிக பெரிய அளவு முறைகேட்டில் ஈடுபட்டது. அதனை National Company Law Tribunal (NCLT) என்ற அரசு அமைப்பு கைப்பற்றி சத்தியம் கம்பெனி நிர்வாகிகளை நீக்கியது. மேற்கொண்டு அந்த நிறுவனம் இயங்குவதற்கு தேவையான நிதியை கொடுத்து இயக்கி பின்னர் அந்த நிறுவனத்தை டெக் மகேந்திராவுக்குக் கைமாற்றியது.

அரசு ஏன் இதைச் செய்யவேண்டும்? அந்த நிறுவனத்தில் பணிபுரிந்த 45000 ஊழியர்களை, நிறுவனத்தில் முதலீடு செய்த மக்களைக் காப்பாற்ற வேண்டி இதை அரசு செய்வது அதன் கடமை. ஆனால் அதுவே வரி கட்டும் மக்களின் பணத்தை வீணடிக்கும் வேலையாகப் போய்விட கூடாது. அதாவது நம்ம விஜய் மல்லையா கேஸ்போல.

இந்த IOB, BOI, UBI, PNB போன்றவையெல்லாம் தனியார் வங்கிகள் அல்லவே. அரசின் வங்கிகள் தானே. அதனால் தான் இந்த வங்கிகளைக் கலைத்து bail out செய்யவேண்டாம் என்று ஆணையம் பரிந்துரை செய்கிறது. bail in முறைக்குக் கொண்டு சீர்திருத்தம் செய்வதுதான் நாட்டுக்கும் நல்லது, மக்களுக்கும் நல்லது என்று பரிந்துரை செய்கிறது.

அது என்ன bail in?

எந்த நிதியும் வெளியில் இருந்து அளிக்கப்படாது. அதற்குப் பதிலாக அந்தந்த வங்கிகள், நிதி நிறுவனங்களின் சொத்துகளைக் கொண்டே அதை மீட்க வழிவகை செய்யப்படும். இதனால் அந்தந்த வங்கிகளுக்குக் கொஞ்சம் பொறுப்பு வரும். உண்மையில் இந்த முறையில் என்ன திட்டத்தை அரசு உருவாக்கியுள்ளது என்று

நமக்கு வரும் குளிர்காலக் கூட்டத்தொடரில் தான் தெரியவரும். நோக்கம் இதுதான் - வங்கி நடவடிக்கைகளைச் சீர்படுத்துவது.

இந்த bail in வழிமுறையை வைத்துத்தான் குழப்புகிறார்கள். உண்மையில் இதை நாம் தெளிவாக இப்போது விவாதம் செய்யவே முடியாது. இது ஒரு பொது விதி. ஆனால் இதை எப்படி நம் நாட்டுக்கு செயல்படுத்த போகிறார்கள் என்பது திட்டம் நாடாளுமன்றத்தில் விவாதம் வரும் போதுதான் தெளிவாகத் தெரியும்.

முறைகேடாக நடந்துகொண்ட வங்கிகளைச் சீர்படுத்தவேண்டித் தான் அரசு இந்தத் திட்டத்தை உருவாக்குகிறதே தவிர வேறு காரணம் இல்லை. மோதியும், வங்கிகளில் மக்களின் முதலீடு களுக்குக் கூடுதல் பாதுகாப்பு இதன் மூலம் நிச்சயம் கிடைக்கும் என்று சொல்லியிருக்கிறார்.

மக்கள் பணத்தினை எடுத்து தொழில்களில் ஷேர் மார்க்கெட்டில் முதலீடு செய்வது போல புரளிகள் எல்லாம் சுத்த முட்டாள்தனமான பேச்சு. உங்கள் அனுமதி இல்லாமல் எப்படி உங்கள் பணத்தை முதலீடு செய்ய முடியும்? அதைப் பார்த்துகொண்டு இருக்குமா நீதிமன்றம்?

சரி இதனால் வேறு என்ன லாபம் கிடைக்கும்?

எளிமையாகக் கூறவேண்டும் என்றால் கடன் கொடுப்பது வாங்குவதில் அரசுக்கும் மக்களுக்கும் இடையே ஒரு நேர்மை வேண்டும். கடன் வாங்கினேன் கட்டினேன் என்று ஒரு சீரான நடவடிக்கை இருந்தால்தான் மேற்கொண்டு கடன் எளிதாகக் கொடுக்கவும் வட்டியைக் குறைக்கவும் அரசுக்கு வழி கிடைக்கும்.

இப்போது அமெரிக்காவில் வீட்டுக் கடன் மீதான வட்டி எவ்வளவு தெரியுமா... வெறும் 4% மட்டுமே. இந்தியாவில் நிதி நிலைகளைச் சீர்செய்வதால்தான் இன்று சராசரியாக 8.5% அளவுக்கு வீட்டு கடன் கிடைக்கிறது. அது மட்டும் அல்ல சிறு குறு தொழில் செய்ய விரும்பும் பட்டதாரிகளுக்கு அதிகம் கடன் கொடுக்க முடிகிறது.

சும்மா கடன் வாங்குவேன் - ஆனால் கட்டமாட்டேன் என்றால் அது பெரும் நிறுவனமாக இருந்தாலும் சரி - விவசாயி பின்னால் ஒளிந்து கொண்டு கடன் தள்ளுபடி கேட்கும் ஊர் நாட்டாமைகள் என்றாலும் சரி நாட்டுக்கு நல்லது கிடையாது.

அப்போ ஏன் பெரும் விஷயமாக இது பரப்பப்படுகிறது?

நன்கு புரிந்துகொள்ளுங்கள் - இந்த சட்டம் சென்ற ஜூன் மாதம் கூடிய மக்களவை கூட்டத்திலேயே அங்கீகாரம் கொடுக்கப்பட்டு விட்டது. முழுவடிவம் கொடுக்கும் பணிதான் இப்போது நடைபெறுகிறது.

உண்மையில் தி இந்து போன்ற ஊடகங்கள் ஏன் இப்போது இதனை எடுத்து வெளியிட்டு மக்களை குழப்பவேண்டும்? அதுவும் சரியாக குஜராத் தேர்தல் ஓட்டுப் போடும் நாள் நெருங்கும்போது பெரிய விஷயமாக ஏன் செய்தியை தி இந்து வெளியிட வேண்டும்?

Finance Ministry, the Reserve Bank of India (RBI), the Securities and Exchange Board of India (SEBI), the Insurance Regulatory and Development Authority of India (IRDAI), and the Pension Fund Regulatory and Development Authority (PFRDA) என்று அனைத்து முக்கிய அமைப்புகளில் இருந்தும் பிரதிநிதிகள் தேர்வு செய்து இந்த கமிட்டி உருவாக்கப்பட்டு சட்டம் கொண்டுவர இறுதிக்கட்ட வேலை நடக்கிறது. அது நாடாளுமன்றத்துக்கு அனுப்பிவைக்கப் பட்டு அங்கே விவாதம் நடக்கும். இன்னும் நிறைய வேலை இருக்கு. பின்தானே நடைமுறைக்கு வரும். இந்த நிலையில் ஜூன், ஜூலை, ஆகஸ்ட், அக்டோபர், நவம்பர் மாதங்களில் எல்லாம் எதையுமே பேசாமல் குஜராத் தேர்தல் வரும் டிசம்பர் மாதம் மட்டும் சுமார் 10க்கும் மேல் கட்டுரைகளை ஏன் வெளியிடுகிறது?

பேசி இருந்தால் ஜூனில் பேசியிருக்க வேண்டும். அல்லது திட்டம் சார்ந்து முழுமையாக விவாதம் செய்யவேண்டும் என்றால் டிசம்பரில் திட்டம் நிறைவேற்றிய பின் அதில் உள்ள குறைகளைப் பேசலாம். ஆனால், அது என்ன குஜராத் தேர்தல் நேரத்தில் கிளப்புகிறார்கள். இதில் இருந்தே அவர்களின் நோக்கம் என்ன என்பது புரிகிறதல்லவா?

இறுதியாக :

இடதுசாரி ஊடகங்கள், தி இந்து, விகடன் தொட்டு Frontline வரை ஒரு பெரும் கூட்டம் இப்படி வேலை செய்கிறது. என்ன நேர்மை இருக்கிறது இவர்களிடம்? இடதுசாரிகள் ஊடகங்கள் செய்யும் தந்திரம் இது. இதில் நான் வேறு காரணம் சொல்லத் தேவை இல்லை. அதைவிட இந்த கிறிஸ்தவர், இஸ்லாம் மக்கள் கண்மூடித்தனமாக மோதியை வெறுப்பது. அவர் என்ன செய்தாலும் தவறு. சின்னச் செய்தி கூட அதுவும் உறுதிபடுத்த

படாத செய்தியைக்கூட மிகைப்படுத்திப் பரப்பி மக்கள் மனதில் வெறுப்பை விதைக்கிறார்கள்!

போராளிகளே... கட்சி, மதம், ஜாதி தாண்டி கொஞ்சம் நல்லது கெட்டது என்று சிந்திக்கப் பழகுங்கள். மனதில் வெறுப்பை சுமந்து கொண்டு நாட்டில் நல்லது நடக்க போராடுவது போல நடிக்காதீர்கள். மாணவர்களே... இங்கே அனைத்து போராட்டங்களும் மிகையாகப் போலியாகத் தூண்டப்படுகின்றன. கஷ்டப்பட்டு சம்பாதித்த காசு எல்லாம் இனி போச்சு என்று மக்களை பயமுறுத்துகிறார்கள். உண்மையைத் தெரிந்துகொள்ளுங்கள்.

நீங்கள் நேர்மையானவராக இருப்பீர்களென்றால் இப்படி சிந்தியுங்கள்:

எதற்கு இந்த வேலை மோதிக்கு? இதனால் அவருக்கு என்ன லாபம்? இப்போது இருப்பது போலவே எல்லாம் இருந்துவிட்டு போகட்டுமே. எதற்கு மாற்ற செய்ய வேண்டும்? எதற்குக் கெட்ட பெயர் சம்பாதிக்க வேண்டும்? இந்துத்துவர் என்று சொல்கிறீர்கள் அல்லவா... அவர் பாட்டுக்கு இந்துக்களுக்கும் இந்து மதத்துக்கும் நன்மை தரும் விஷயங்களை மட்டும் செய்துவிட்டுப் போகலாமே... ஏன் இந்தியா ஃபர்ஸ்ட் என்று சொல்கிறார். இந்திய நலனே தன்னுடைய நலன்... அதுவே அனைவருடைய நலனாக இருக்கவேண்டும் என்று ஏன் சொல்கிறார்?

உடனே கார்ப்பரேட் தாசர் என்று ஆரம்பித்துவிடாதீர்கள். கம்யூனிஸ்ட் ஆளும் சீனா கூட கார்ப்பரேட் எதிர்ப்பு என்ற முட்டாள் தனத்தை விட்டு aliexpress, Suning Commerce Group Co Ltd, Shandong Weiqiao Pioneering Group Co Ltd என்று ஆரம்பித்து இன்று Vivo, Xiaomi எல்லாம் அடுத்த நாட்டை பிடிக்க உதவும் அளவுக்கு மாறி விட்டன. சும்மா இங்கே உட்கார்ந்து மூடன் போல கம்யூனிஸம் பேசாதே. அப்படி ஒரு நாடே இன்று உலகில் இல்லை.

12 ஆண்டுகளுக்கு மேல் முதல்வராக இருந்த மோதி அப்போது சொத்துச் சேர்க்கத் தெரியாமல் குடும்பத்தை நடுத்தரக் குடும்பமாகவே இருக்க விட்டுவிட்டு - இன்று கார்ப்பரேட் முதலாளிகளுக்கு உதவி செய்து என்ன சம்பாதிக்கப் போகிறார்? இப்படி மொழி வெறி பேசித்தான் காமராஜரையும் தேசிய சிந்தனையையும் விரட்டிவிட்டு ஊழல் திராவிடத்தை ஆட்சியில் அமர்த்தினார்கள் முந்தைய தலைமுறை மாணவர்கள்/மக்கள். நீங்களும் அதே தவறைச் செய்யாதீர்கள்.

சிங்கப்பூர் போல் ஊடக சுதந்திரம் கட்டுப்படுத்தப்படவேண்டும். ஆட்சியாளருக்கு எதிராக, அவர்களுடைய திட்டங்களுக்கு எதிராக வேண்டுமானால் பேசு... தேசத்துக்கு எதிராகப் பேசாதே. ஜனநாயகத்தின் உச்சத்தில் இருக்கும் அமெரிக்காவில் கூட ஒபாமாவைக் கேலி செய்வார்கள்... டிரம்பை கேலி செய்வார்கள். அமெரிக்கா என்ற தேசத்தைப் பற்றி ஒரு வார்த்தைக்கூட அவமரியாதையாகப் பேசமாட்டார்கள். பேச முடியாது. கருத்து சுதந்தரம் என்பதற்கும் ஓர் எல்லை உண்டு. கண்ணியம் உண்டு. பொறுப்பு உண்டு. ஆக்கபூர்வமாக எவ்வளவு வேண்டுமானாலும் ஆவேசமாகப் பேசலாம். ஆனால், அவதூறாக அதுவும் தேசத்தைப் பற்றிப் பேசுவது தேசத்துக்கு மட்டுமல்ல... நாளை உனக்குமே அழிவையே கொண்டுவரும்.

என்னைப் பொறுத்தவரை நீங்கள் பி.ஜே.பிக்கு வோட்டு போடுங்கள் போடாமல் போங்கள். ஆனால் நாட்டின் நிர்வாகம், பொருளாதாரம், தொழில் வளர்ச்சி, மக்கள் நலன் என்றால் என்ன என்று தேடித் தெரிந்துகொள்ளுங்கள். அந்த அறிவு நீங்கள் பார்க்கும் மீம்ஸில் கிடைக்காது. ஒரு ரூபாய்க்கு ரெண்டு படி அரிசி என்று பொய்யான போலியான வாக்குறுதியைக் கொடுத்து காமராஜரைத் தோற்கடித்தார்கள். மிக்ஸி இலவசம், டி.வி. இலவசம் என்று சொல்லி மேலும் அழித்தார்கள். சாராய ஆறைப் பெருக்கெடுத்து ஓடச் செய்தார்கள். இலவச மின்சாரம் என்று 100 ஏக்கர் 200 ஏக்கர் வைத்திருக்கும் நாட்டாமைகளுக்கு உதவி செய்தார்கள். தமிழ் வழிக் கல்வியை அழித்தார்கள். இந்தக் கழகங்கள் அழிந்தால்தான் தமிழகம் உருப்படும். கழகங்களும் தமிழ் தேசியவாதிகளும் கம்யூனிஸ்ட்களும் ஒரு விஷயத்தை எதிர்க்கிறார்கள் என்றால் ஒரு நபரை எதிர்க்கிறார்கள் என்றால் கண்ணை மூடிக்கொண்டு அந்த நபரை அந்த விஷயத்தை ஆதரியுங்கள் என்று சொல்லும் அளவுக்கு இவர்கள் வெறுப்புடன் அலைகிறார்கள். இவர்கள் தமது வாழ்க்கையை வளப்படுத்திக் கொண்டுவிட்டிருக்கிறார்கள். இளைஞர்களே உங்கள் வாழ்க்கையைத்தான் பகடைக்காயாக உருட்டுகிறார்கள். உங்களைத்தான் பலியாடாக ஆக்குகிறார்கள். கவனம் தேவை!

தவறாகப் புரிந்துகொள்ளப்பட்டிருக்கும் இந்துத்துவா

பிஜேபி, இந்துத்துவா என்றால் இஸ்லாமியருக்கு எதிரி, கிறிஸ்தவர்களுக்கு விரோதி என மக்கள் மத்தியில் இருக்கும் கருத்து பற்றி உங்கள் பதில் என்ன?

- கார்த்திக்.

இந்தியா என்ற இந்த மண்ணை, இதன் புனிதத்தை, கலாசாரத்தைத் தனது உயிருக்கும் மேலாக நேசிக்கும் எவரும் இந்து தான். இந்த மண்ணின் புனிதம் உணர்ந்த எவரும் இந்துவே. கொடூரப் பிரிவினை நடந்து பாகிஸ்தான் எனத் தனி நாடு கொடுத்துவிட்ட பின்பும் இதுவே இந்து, இந்தியா என்பதற்கு அடையாளம்.

இந்துத்துவா என்றால் 'இஸ்லாமிய, கிறிஸ்தவர்களை அழிக்க நினைப்பவர்கள்' என்ற பொய்த் தோற்றத்தை கம்யூனிஸ்ட், திராவிடக் கழகங்கள், காங்கிரஸ் இவர்கள் நடத்தும் பத்திரிகைகள் திட்டமிட்டுப் பரப்புகின்றன. இது உண்மைக்கு முற்றிலும் மாறானது.

RSS என்பது இந்துத்துவவாதிகள்தான்.

கோட்சே காந்தியைக் கொலை செய்த பழியை அப்படியே இந்துத்துவாவின் மீது போட்டு மொத்தமாக அழுத்தி ஒடுக்கினார் நேரு. அவருக்கு அதில் அரசியல்ரீதியாக வெற்றி கிடைத்தது.

ஒருபக்கம் நேதாஜியின் ஆதரவாளர்களை ஒடுக்கினார். இன்னொருபக்கம் இந்துத்துவாவை ஒடுக்கினார். காங்கிரஸ் என்ற கட்சியைத் தன் குடும்பச் சொத்தாக மாற்றினார். இந்தியாவின் அனைத்து அதிகாரவர்க்கத்திலும் தனது ஆதரவாளர்களை அமர்த்தினார். பத்திரிகைகளும் நேரு புகழ்பாடத் தொடங்கின.

எனவே, அன்று முதல் இன்றுவரை மீடியாவை விட்டு முழுமை யாக விலகிவைக்கப்பட்டிருக்கிறார்கள் இந்துத்துவவாதிகள். இது ஒருபக்கமென்றால் ஆர்.எஸ்.எஸ். பிரமுகர்கள் அரசியல் இலக்குகள் கொண்டவர்கள் அல்ல. விளம்பரங்களில் விருப்பம் கொண்டவர்கள் அல்ல. அதனால், பத்திரிகைகள் முன் அவர்கள் அதிகம் வருவது இல்லை. தாம் ஒதுக்கப்படுவதை மாற்ற எந்த முயற்சியும் எடுக்காமல் தாமாகவேயும் எல்லா மீடியாக்களையும் விட்டு விலகியே நிற்கிறார்கள்.

பிஜேபி கட்சி வழியாகச் சிலர் இந்துத்துவாவுக்கு சார்பாகப் பேசுகிறார்கள். ஆனால், இந்துத்துவாவை முழுமையாக நேசிக்கும் பலர் பிஜேபியையேகூட அங்கிகரிக்க மாட்டார்கள். ஓர் இடைக்கால அரசியல் இயக்கமாக பிஜேபியை அங்கிகரிக் கிறார்கள் அவ்வளவே.

பிரதமர் மோதி எப்படிப்பட்டவர்?

சிறுபான்மையினர் நலத்துறை அமைச்சகம் (Union Minority Affairs Ministry) வெளிப்படையாகவே அனைத்துப் புள்ளிவிவரங்களை யும் வெளியிட்டுள்ளது. அதில் மோதி அரசு பதவிக்கு வந்த பின்னர் எப்படியாகத் திட்டங்களை நிறைவேற்றி வருகிறது என்று தகவல் கிடைக்கும். தாராளமாகத் தேடிப் படிக்கவும்.

காங்கிரஸ் அரசு 2012-13-ல் 3135 கோடி ஒதுக்கிய இந்தத் துறைக்கு மோதி அரசு 3,827.25கோடி ஒதுக்கீடு செய்கிறது. அதாவது மோதி இந்துத்துவவாதியாக இருந்தால் எதற்கு சிறுபான்மையினருக்கு நிதியை அதிகப்படுத்தவேண்டும்?

இந்த நிதி கொண்டு Maulana Azad Education Foundationக்கு தேவையான நிதி, National Minorities Development - Finance Corporation (NMDFC) மூலம் சிறுபான்மை மக்கள் தொழில் தொடங்க உதவித்தொகை, Azad National Fellowship மூலம் சிறுபான்மை யினருக்கு உதவித்தொகைகள், Interest Subsidy on Educational Loans for overseas studies என்று ஆரம்பித்து Pre-matric scholarship, Post-matric scholarship, Merit-Cum-means scholarship வரை சில நூறு

திட்டங்கள் கொண்டு சிறுபான்மையினர் கல்வி, வேலை வாய்ப்பு எல்லாவற்றிலும் முன்னேற்றம் கொண்டுவர உதவிகள் செய்யப் படுகின்றன.

மேலும் தகவல் வேண்டும் என்றால் தாராளமாகச் சிறுபான்மை அமைச்சகத்தைத் தொடர்பு கொள்ளுங்கள். அதன் வலைதளம் சென்று பாருங்கள்.

78.03% படிப்பறிவு பெற்றிருந்த குஜராத் மாநிலத்தில் இஸ்லாமியர்களின் படிப்பறிவு சதவீதம் மோதி ஆட்சிக்கு வந்த பின் 80% சதவீதமாக அதிகரித்திருக்கிறது. Sachar Committee Report ஐத் தேடிப் பாருங்கள். அது வெளியாகும்போது குஜராத் முதல்வராக இதே நரேந்திர மோதி தான் இருந்தார். 9.1% சதவீதம் மக்கள் தொகையுள்ள இஸ்லாமியர்கள் High Posts, Officer Posts என்று அரசு வேலைகளில் 8.5 % முதல் 9.9 % வரை பதவியில் இருந்தனர். அதாவது எந்த அளவு மக்கள் தொகை உள்ளார்களோ அதே அளவு அரசு வேலைவாய்ப்பிலும், பதவிகளிலும் இருந்தனர். ஆனால் சிறுபான்மையினர் ஓட்டுக்கு அலையும் இந்த கம்யூனிஸ்ட், காங்கிரஸ், திராவிடக் கட்சிகள் ஆளும் மாநிலங்களின் நிலை என்ன தெரியுமா? கேரள மாநிலம் 24.7 % இஸ்லாமியர் உள்ள மாநிலம். ஆனால் 9.5 % அளவுதான் அரசின் High Posts, Officer Posts என்று பதவியில் இருக்கிறார்கள்.

இஸ்லாமியர் எண்ணிக்கை 25.2 % என்று இருக்கும் மேற்கு வங்காளத்தில் வெறும் அரசுப் பதவிகளில் 10% கூடக் கிடையாது. இதை நான் கூறவில்லை Sachar Committee Report அறிக்கை தெரிவிக்கிறது.

சூஃபியிஸம் என்பது அமைதி, சக ஜீவிதம், கருணை, சமத்துவம் இவற்றின் குரல் என்று கூறியவர் யார் தெரியுமா இதே மோதிதான். March 17, 2016 சூஃபி இஸ்லாமிய மார்க்க அறிஞர்களின் மாநாட்டைத் தொடங்கி வைத்து வாழ்த்தியதும் இதே மோதிதான்.

நன்கு புரிந்துகொள்ளுங்கள் இந்தியாவில் சூஃபி இஸ்லாமிய மக்களுக்கும் இந்துத்துவவாதிகளுக்கும் எந்த உரசலும் கிடையாது. இதை வம்படியாக கம்யூனிஸ்ட், திராவிட, காங்கிரஸ் பத்திரிகைக் கூட்டம் மறைக்கிறது. சூஃபி இஸ்லாம்தான் இந்த நாட்டின் உண்மையான இஸ்லாம். ஆனால், இந்த சவுதி அரேபியா பரப்பும் வஹாபிசம் அபாயகரமானது. அது பாரசீகம் வழியாக இஸ்லாம்

இங்கே பரவியது. வாள் முனையில் பரவிய இஸ்லாமிய அந்த வரலாற்றை ஒதுக்கிவிட்டு சூஃபி ஞான மரபை இந்திய ஞான மரபில் ஒன்றாக ஏற்றுக்கொண்டோம்.

தெளிவாகப் புரிந்துகொள்ளுங்கள்... வாள்முனையில் பரவிய மொகலாய இஸ்லாமை எதிர்க்கும் இதே இந்துத்துவவாதிகள் சூஃபி ஞானிகள் வழி பரவிய அமைதியான இஸ்லாமிய ஞான மரபை எதிர்ப்பது இல்லை.

அதாவது சையது, மொஹம்மது அஸ்ரஃப், ரூமி அப்துல்கலாம், ஏ.ஆர்.ரஹ்மான், ஜாகீர் உசேன் என்று மிகச் சிறந்த தேசியவாதிகள் பலரை இஸ்லாமியர் என்று இந்துத்துவர்கள் யாரேனும் எதிர்க்கிறார்களா? கிடையாது. ஆனால் ஒவைஸி, ஜாகீர் நாயக் போன்ற வஹாபிச வன்முறையைப் பரப்பும் நபர்களைக் கடுமையாக எதிர்க்கிறார்கள். கடந்த 35 வருடத்தில் இந்தியாவில் வஹாபிசம் வேகமாகப் பரவுவது கண்கூடாகத் தெரிகிறது. இன்றைய தலைமுறை இஸ்லாமிய இளைஞர்கள் அதிகம் வஹாபிசம் தழுவுகிறார்கள் அவர்களுக்குத் தெரியாமலேயே. அதுதான் உண்மை.

தர்க்கா என்பது இஸ்லாமுக்கு எதிரானது; எனவே, அதை இடிக்க வேண்டும். இசை கேட்கக் கூடாது; இசை இஸ்லாமுக்கு எதிரானது; பெண்களின் ஆடை விஷயத்தில் இருக்கும் அதீதக் கட்டுப்பாடுகள். இந்த மூன்று அம்சங்களை எடுத்துக் கொஞ்சம் வரலாற்றோடு ஒப்பிட்டுப் பாருங்கள். அப்பட்டமாக, சவுதி அரேபியாவின் கலாசாரம் தெரியும். அதாவது இங்கே இந்திய ஞான மரபில் பரவி விரிந்த சூஃபி இஸ்லாம் இந்த மூன்றையும் எதிர்கொள்ளும்விதத்துக்கும் வஹாபியிஸம் எதிர்கொள்ளும் விதத்துக்கும் இடையில் பெரிய வேறுபாடு உண்டு. இந்த சூஃபி மரபு முழுமையாக அழிக்கப்பட்டு வஹாபிசம் வழியாக மதப் போர்வையில் அரேபியக் கலாசாரம் பரவுகிறது. இதனால்தான் ISIS போன்ற தீவிரவாதக் குழுக்களுக்கு அதிகம் ஆதரவு உருவாகிறது. இது இந்திய இஸ்லாமியர்களுக்கு நல்ல விஷயம் அல்ல. இஸ்லாமிய இளைஞர்கள் அதைப் புரிந்துகொள்ள வேண்டும்.

இதை நானோ, இந்துத்துவவாதிகளோ சொல்லவில்லை... சையது அக்பர் நிஸாமுதீன் ஹுசைனி போன்றவர்கள்தான் கூறுகிறார்கள்.

ஆன்மிக ஞானத்தைப் பரப்புவதற்கும் மதம் வழியாக ஒரு கலாசாரத்தைப் பரப்புவதற்கும் வித்தியாசம் உண்டு. இந்துத்துவர்கள்

அரேபியக் கலாசாரத்தைப் பரப்புவதை வன்மையாகக் கண்டிக்கிறார்கள். அதை இங்கே திட்டமிட்டுப் பூதாகரமாக்கி இந்துத்துவர்கள் என்றாலே ஒட்டுமொத்த இஸ்லாமியருக்கு எதிரானவர்கள் என்று இடதுசாரிகள் பரப்புகிறார்கள்.

சரி, உங்கள் அனைவரிடமும் கேட்கிறேன் சங்பரிவார் அமைப்பில் இருந்து வந்த மோதி அவர்கள் மிகச் சிறந்த இந்துத்துவவாதி. சரிதானே? அவர் என்றாவது மாற்றுமத உள்விவகாரங்களில் தலையிட்டுப் பேசியதுண்டா? RSS தலைவர் மோகன் பகவத் என்றாவது மாற்றுமத உள்விவகாரங்களில் தலையிட்டுப் பேசியது உண்டா? நீங்கள் சிலரைக் காட்டலாம். அவர்கள் மூன்றாம் தரப் பேச்சாளர்கள். அதே பேச்சாளர்கள் எல்லா இடங்களிலும் உண்டு. அவர்களில் சிலர் இஸ்லாமியர்களை அவதூறாகப் பேசுகிறார்களே என்று நீங்கள் கூறினால் அதே அளவு இந்துக் கடவுள்களை அவதூறாகப் பேசும் கூட்டமும் உண்டுதானே? எனவே, இவற்றைக் கணக்கில் எடுக்காதீர்கள்.

முத்தலாக் விவகாரத்தில்கூட மோதி என்ன கூறினார் என்று தேடிப் பாருங்கள். 'இஸ்லாமிய மதப் பெரியவர்கள் முன்வந்து இந்த விவகாரத்தைத் தீர்வு காணவேண்டும்' என்று தானே கேட்டுக் கொண்டார்? இதைவிடவா ஒருவர் நாகரிகமாக நடந்துகொள்ள முடியும்?

ஓர் உண்மையைச் சொல்லவேண்டுமென்றால் - இஸ்லாமியர்கள் அல்ல எதிரி; பிஜேபிக்கு உண்மையில் கம்யூனிஸ்ட்கள்தான் எதிரி. அவர்கள்தான் தந்திரமாக இதை மதப் பிரச்னை ஆக்கிவிட்டு வேடிக்கை பார்க்கிறார்கள்.

அதேநேரம் தீவிரவாதிகள், பிரிவினைவாதிகள் ஆகியோருக்கு எந்த இரக்கமும் காட்டக்கூடாது என்பதில் மோதி தெளிவாக இருக்கிறார். காஷ்மீர்ப் பிரிவினைவாதிகளுடன் காங்கிரஸ் உட்காந்து பேசியதுபோல் நிச்சயம் மோதி பேசமாட்டார். ஹிஸ்புல் முஜாகிதீன் போன்ற பிரிவினை தீவிரவாதிகளைக் கூண்டோடு அழித்து ஒழிக்கிறார். இதில் என்ன தவறு இருக்கிறது? இதில் மதச் சாயம் தேவை இல்லை.

இந்துத்துவர்கள் மாற்று மதங்களை அழிக்க நினைப்பவர்கள் என்றால் ஏன் பௌத்தம், சமணம், சீக்கியம் என்று எதனுடனும் பகை கொள்ளவில்லை? ஏன் கிறிஸ்தவம், இஸ்லாம் இவற்றை மட்டும் எதிர்க்கிறார்கள்?

உண்மையில் ஓர் உண்மையான இந்துத்துவவாதி மதங்களால், இறைவழிபாட்டால் ஒருவரை அடையாளப்படுத்தி எதிர்ப்பது இல்லை. அவர் இந்த நாட்டின் புனிதம் மீது தொடுக்கப்படும் மறைமுக/நேர்முகப் போரையும் வன்முறைகளையும் எதிர்க்கிறார். இங்கேயே இறைவனை வழிபடும் முறைகள் ஆயிரம் ஆயிரம் உண்டு. இமயமலையில் வாழும் சாதுக்கள் முதல் தென் கோடியில் இருந்த தமிழ்ச் சித்தர்கள்வரை, கங்கை நதிக்கரையில் இருக்கும் நாகாசாதுக்கள் முதல் வேதம் கொண்டு மக்களை வழி நடத்தும் குரு வரை எனப் பலரையும் ஏற்றுகொள்ளும் இந்துத்துவ வாதிகள் எப்படி இறைவழிபாட்டால் மாறுபடும் ஒருவரை வெறுப்பார்கள்?

இங்கே ஆன்மிகம் என்பது வெறித்தனமாகச் சொல்லிக் கொடுக்கப்படவில்லை. கட்டாயப்படுத்தப்படவும் இல்லை. நாத்திகத்தை மதத்தின் ஒரு பிரிவாக அங்கீகரித்து மதிக்கும் ஒரே மத கலாசாரம் இருக்கும் நாடு இந்த மண். சக மனித நேசத்துக்கு இறை நம்பிக்கை தேவையில்லை என்று மனசாட்சிக்கு நேர்மையாக வாழும் நாத்திகனையும் இயற்கைதான் கடவுள் மற்றவை இல்லை என்று ஒதுக்கிய யோகிகளையும் ஏற்றுக்கொண்ட தர்மம் இந்த மண்ணுக்குச் சொந்தமானது.

இந்த மண்ணில் உருவான மக்கள் அனைத்து வடிவிலும் ஆனந்தமாக இறைவனை வழிபடக்கூடியவர்கள். மதுரையில் பாண்டி கோவிலில் வந்து சாமி கும்பிடும் பல இஸ்லாமியர் உண்டு அல்லவா? தர்காவில் பிள்ளைகளைக் கொண்டு போய் மந்திரிக்கும் ஆயிரம் இந்துகள் உண்டு. வேளாங்கன்னி மாதா கோவிலில் முடி காணிக்கை செலுத்தும் இந்துக்கள் உண்டுதானே. சபரி மலைக்குச் செல்கையில் வாபர் மசூதிக்குச் சென்று வணங்கும் இந்துக்களும் சபரி மலைக்கு இருமுடிகட்டிச் செல்லும் இஸ்லாமிய, கிறிஸ்தவர்களும் உண்டுதானே. விநாயக சதுர்த்தியைக் கொண்டாடும் இஸ்லாமிய, கிறிஸ்தவர்கள் உண்டுதானே. இங்கே இருப்பது மத நல்லிணக்கம். இதுதான் இந்தியா... இதுதான் இந்த மக்களின் குணம்.

இந்து மதமே அனைத்தையும் தன்னுள் இழுத்துக்கொள்ளும் ஆன்மவியல் ஈர்ப்பு கொண்டது. வழிபடும் முறையால் மட்டும் பகையை உருவாக்கிக்கொள்ள இந்துத்துவவாதிகள் முட்டாள்கள் இல்லை. ஆனால், இந்த கலாசாரத்தை கெடுத்து இன்னொரு

நாட்டின் கலாசாரமே மேம்பட்டது என்று திணிக்க முற்படுவதைத் தடுக்கிறது இந்துத்துவா.

பின்னர் ஏன் வலுக்கட்டாயமாக மோதியை இஸ்லாமிய எதிரியாகவே உருவாக்குகிறார்கள்?

ICONOGRAPHY படித்தீர்களென்றால் இந்த மனித சமூகம் எப்படி ஒரு நம்பிக்கையை உருவாக்கிக் கொள்கிறது என்ற புரிதல் கிடைக்கும். மோதி என்ற பிம்பம் இஸ்லாமியர் எதிரி, ஹிந்து வெறியர் என்று உருவாக்க கம்யூனிஸ்ட் இந்த குஜராத் கலவரத்தை எடுத்துக் கையாண்ட விதத்தில் வெற்றி பெற்றனர். குஜராத் கலவரத்தில் இறந்த ஹிந்துகள் பற்றி எந்த மூச்சும் விடவில்லை. கலவரத்தை அடக்க உடனேயே துணை ராணுவப்படையை அழைத்ததைப் பற்றி எதுவும் பேசவில்லை கம்யூனிஸ்ட் பத்திரிகைகள். அதே குஜராத் கலவரத்தை வைத்துப் பக்கம் பக்கமாக வஹாபிச ஆதரவாளர்கள் தீவிரமாக மோதியை இஸ்லாமியருக்கு எதிரானவர் என்ற பிம்பத்தை உருவாக்க உதவி செய்யவே அதுவே உண்மைபோல் தோற்றம் பெற்றுவிட்டது.

நாட்டில் நடக்கும் அனைத்து நிகழ்வுகளையும் - செய்திகளையும் கம்யூனிஸ்ட் பத்திரிகையாளர்கள் மோதிக்கு எதிராகத் தூண்டி விடுகிறார்கள். ஏன் என்றால் மோதி இப்போது ஒரு இந்துத்துவ ICON. அவரை எதிர்ப்பதன் மூலம் இந்துத்துவா என்பது ஒரு மதவெறிக்கூட்டம் என்று நிறுவ முயற்சி செய்கிறார்கள். அதில் இந்த திராவிடக் கூட்டமும் சேர்ந்துகொண்டுவிடவே தமிழகத்தில் நிலைமை படு மோசமாகப் போய்க்கொண்டிருக்கிறது.

எந்த மோதியை இஸ்லாமிய எதிரியாகப் பிரசாரம் செய்து வருகிறார்களோ அதே மோதிதான் இஸ்லாமிய ஆஃப்கனிய அரசுடன் வலுவான உறவை உருவாக்குகிறார். அவர்கள் இஸ்லாமியர்கள் இல்லையா?

இந்துக்கள் மதம் மாற்றப்படுவதைத் தடுப்பது, இந்துகள் சிறு பான்மையினராக ஆக்கப்படுவதைத் தடுப்பது, இந்தப் பிரிவினை வாதிகளை அழித்தொழிப்பது, தீவிரவாதிகளைக் கூண்டோடு அழிப்பது என்ற அடிப்படையில் தெளிவான கொள்கையுடன்தான் மோதியின் பிஜேபி செயல்படுகிறது. சிறுபான்மையினர் நலன் என்று இந்துக்களின் நலனை விட்டுக்கொடுக்கவேண்டுமா என்ன? இந்தியாவின் எதிரியாக நாட்டுக்குள் திரியும் நரிகளை விட்டு வைக்கவேண்டுமா என்ன?

கிறிஸ்தவர்கள்?

கிறிஸ்தவர்கள் பிரச்னையே கிடையாது. மதம் மாற்றும் கிறிஸ்தவ அமைப்புகள்தான் பிரச்னை. மதம் அவரவர் விருப்பம். மாறுவது அவரவர் சுதந்தரம். ஆனால், திட்டமிட்டு மதம் மாற்றுவது? எனவே, கிறிஸ்தவர்களை பொறுத்தவரை அதுதான் பிரச்னை.

இரண்டும் மதங்களுமே ஆப்ரகாமிய வழி தோன்றல்களால் உருவான மதங்கள். இந்த மதங்களின் புனித பூமி இந்தியா அல்ல. காசாவும் ஜெருசலமும்தான் என்னும்போது மத ரீதியாகத் தங்களை அடையாளப்படுத்திக்கொண்டு தங்கள் தாய் மண்ணான இந்தியாவை இவர்கள் நேசிக்காமல் விலகிவிடக்கூடாது. அது பிற்காலத்தில் இந்த தேசத்தின் ஒற்றுமைக்கே பிரச்னையை உருவாக்கும் என்பதால் பிஜேபி நாட்டுப்பற்று என்ற விஷயத்தை அதிக அளவில் மக்களிடம் கொண்டு செல்ல விரும்புகிறது. பல மதங்கள் இருக்கலாம். ஆனால், தேசம் ஒன்றாகவே தேசியக் கலாசாரம் பொதுவானதாகவே இருக்கவேண்டும். முடியும். யோகா, வந்தே மாதரம், தேசியக் கொடிக்கும் தேசிய கீதத்துக்கும் மரியாதை என்று பி.ஜே.பி. சொல்லும்போது அவை அனைத்தை யும் எதிர்க்கிறார்கள். மத சுதந்தரம் வேண்டும் என்று சொன்னவர்கள் இப்போது தேச/ தேசிய கலாசாரத்தை அவமதிக்கும் சுதந்தரம் வேண்டும் என்கிறார்கள். இப்படியான அணுகுமுறையை இந்துத்துவர்களும் மோதியும் எதிர்க்கவே செய்வார்கள்.

சிறுபான்மையினரின் அடிப்படைவாத, பிரிவினைவாத, வன்முறை சார்ந்த விஷயங்களை அனுசரித்து அவர்களைத் திருப்திப்படுத்தி ஓட்டு வாங்கித்தான் அரசியல் செய்யவேண்டும் என்று எந்த எண்ணமும் பிஜேபிக்குக் கிடையாது. யாரையும் திருப்திப் படுத்தவும் முடியாது; ஆனால், நாட்டின் வளர்ச்சி என்பது அனைவரையும் உள்ளடக்கியதுதான் என்பதை மோதி நன்கு உணர்ந்தே செயல்படுகிறார்.

'ஆம், நான் இந்துகளுக்குத்தான் உழைக்கிறேன், இது இந்துகளுக்கு மட்டுமே சொந்தமான தேசம்' என்று உணர்வைத் தூண்டிவிட்டுப் பேச எவ்வளவு நேரம் ஆகும் அவருக்கு? என்றாவது அப்படிப் பேசியது உண்டா அவர்?

1. திமுக, காங்கிரஸின் நோக்கம் : மீண்டும் ஆட்சியைப் பிடிக்க வேண்டும். ஊழலைத் தொடர வேண்டும்.

2. கம்யூனிஸ்ட்களின் நோக்கம்: எப்படியாது நாட்டைப் பிளவுபடுத்த வேண்டும்.

3. பெரியார் இயக்கத்தினரின் நோக்கம்: இந்துவே இருக்கக் கூடாது.

4. மதம் மாற்றும் இயக்கங்களின் நோக்கம்: எப்படியாவது இந்துக்களை மதம் மாற்றிவிட வேண்டும் (நன்கொடைகள் வந்த வழியை அடைத்துவிட்டார் மோதி).

இந்த எல்லோருக்கும் பொது எதிரி? மோதியும் இந்துத்துவாவும் தான். அவர்களை அழிக்க இந்த நாசகாரக்கும்பல் உருவாக்கும் போலிச் சித்திரமே 'இந்துத்துவா என்றால் பிற மத எதிரிகள்' என்ற சித்திரம்.

இந்துத்துவா என்பது மதவெறி அல்ல.

அது இந்த தேசத்தின் ஆன்மாவை நேசிக்கும் உண்மை.

●

பிஜேபி ஒரு நாள் கூட வாய் திறந்து மதச்சார்பின்மை (secular) நாடு என்றோ, நாங்கள் மதச்சார்பில்லாத தன்மையுடன் தான் ஆட்சி செய்கிறோம் என்றோ சொன்னது இல்லையே? மோதி ஆகட்டும் சமீபத்தில் பதவி ஏற்ற ஜனாதிபதி ராம்நாத் ஆகட்டும் ஒருத்தரும் தங்கள் பதவியேற்பிலும் சரி நாட்டு மக்களுக்கு உரை நிகழ்த்தும் போதும் சரி மதச்சார்பின்மை, மதச்சார்பற்ற தேசம் என்ற வார்த்தை பயன்படுத்தி நான் கேட்டது இல்லை. ஏதோ ஒரு முறை என்றால் இது தவறுதலாக விடுபட்டிருக்கும் என்று கூற முடியும், ஆனால் இதை பிஜேபி வேண்டும் என்றே செய்வதாகத் தோன்றுகிறது. இப்படிச் செய்வது சரியா? இது போல் விஷயங்களை ஏன் பிஜேபி திருத்திக் கொள்ளக்கூடாது?

- இளங்கோ

மதச்சார்பின்மை (SECULARISM) என்ற வார்த்தைக்கும் மத நல்லிணக்கம் (RELIGIOUS HARMONY) என்பதற்கும் பெரிய வேறுபாடு உண்டு. வெறும் பொருள் மட்டும் அல்ல; மரபு ரீதியாகவும் வரலாற்று ரீதியாகவும் பெரிய வித்தியாசம் உண்டு.

SECULARISM - இதற்கான அர்த்தம் குழப்பமானது மட்டும் அல்ல விபரீதமானதும்கூட. SECULARISM என்ற இந்த வார்த்தை லத்தின்

SAECULUMமில் இருந்து வந்த வார்த்தை. இதற்கு வரலாற்று ஆய்வாளர்கள் சொல்லும் அர்த்தம் ''புனிதத்துக்கு எதிரான'' அல்லது ''மத நம்பிக்கைகளுக்கு எதிரான'' என்று கொள்ளலாம். இது பின்னாளில் மத நம்பிக்கையைப் புறக்கணிக்கும் கொள்கை என்று பொருள்பெறுகிறது. அதாவது, மத நம்பிக்கையைப் புறக்கணித்துவிட்டு மேற்கொள்ளும் சிந்தனை என்று வைத்து கொள்ளலாம். இதனால்தான் கம்யூனிஸ்ட்களுக்கு இந்த வார்த்தை அவ்வளவு பிடிக்கும்.

அம்பேத்கர் எழுதிய இந்திய அரசியல் சாசனத்தில் இது கிடையாது. மதங்களுக்கு எதிரான என்பதை அவர் விரும்பியிருக்கவில்லை. பல மதங்கள் இருக்கவேண்டும். அவற்றுக்கு இடையே சமத்துவமும் நல்லிணக்கமும் இருக்கவேண்டும் என்பதுதான் அவருடைய எதிர்பார்ப்பு. எனவே மதச்சார்பற்ற என்ற வார்த்தையை அவர் தன் தலைமையில் உருவான அரசியல் சாசனத்தில் இடம்பெறச் செய்யவில்லை. இதை காங்கிரஸ் 1976-களில் திட்டமிட்டு உள்ளே சேர்க்கிறது. நம் இந்தியாவுக்கு இது மிக சமீபத்திய வரவுதான்.

மேற்சொன்ன வார்த்தையின் வேர்ச்சொல் ஒருபுறம் இருக்கட்டும். இப்போது நமது மரபு என்ன என்று பார்க்கலாம்.

ரிக் வேதம் கூறுகிறது ''வழிபடும் முறைகள், இறை தேடல்கள் வேறுபடலாம். ஆனால் தேடி அடையும் விஷயம் ஒன்றே. எனவே மத வழிபாடுகளிடையே நல்லிணக்கம் தேவை''.

நன்கு கவனிக்கவும்: ''மத நல்லிணக்கம் தேவை'' என்றுதான் நம் 5000 வருடத்துக்கும் மேலான பழமையான பாரத மரபு கூறுகிறது.

இப்போது நம் முன்னோர்கள் சொன்ன 'மத நல்லிணக்கம்' தேவையா? மேற்கத்தியர்கள் கூறிய குழப்பமான விஷயமான 'மதச்சார்பின்மை' தேவையா என்று சிந்தியுங்கள். விவரம் புரியும்.

நமது பாரத மரபு என்பது ஏறக்குறைய 5000 வருடத்துக்கும் மேல் பழமையான வரலாறு கொண்டது. மேற்கத்திய ஐரோப்பிய, அமெரிக்கா நாடுகள் இன்று வல்லரசாக இருக்கலாம். ஆனால் இது கடந்த 800 வருடங்களில் உருவான மாற்றம்தான். 13-ம் நூற்றாண்டு வரை இந்தியா பொருளாதாரம், கலை, இசை, இலக்கியம், மத போதனைகள், தத்துவம், தர்க்கம், ஆன்மிகம் என அனைத்திலும் உச்சத்தில் இருந்த தேசம்.

இன்னும் ஒருபடி மேலே சென்று கூறினால் உலகத்துக்கு இங்கிருந்துதான் ஆன்மவியல் (soulology) கொடுக்கப்பட்டது.

அப்படி இருக்க இந்தியாவின் பெருமையாகவும் மரபாகவும் உள்ள ஆன்மவியலைப் புறக்கணிக்கும் வார்த்தையான மதச்சார்பின்மை நமக்குத் தேவையா? இந்த விஷயத்தில் கூடவா நாம் மேற்கத்தியக் குழப்பங்களை நாட்டில் அனுமதிக்க வேண்டும்?

நம் மரபு சொல்வது மத நல்லிணக்கம். நான் இந்த மதத்தவன் என்று கூறும்போதே நாம் மதசார்புடையவர் ஆகிறோம். எனவே எதற்கு இந்தப் போலி வேஷம். நான் மற்ற மதங்களை மதிக்கிறேன் என்பது நல்லிணக்கம். இது தானே சரி?

எந்த மதத்தையும் சாராதவன் என்பது என் மரபுவழி சிந்தனையே அல்ல. எதற்கு இந்தப் போலி குழப்பமான மதச்சார்பின்மை.

சரி இதுவரை நாம் வார்த்தை அளவில் பார்த்தது இருக்கட்டும். இப்போது இந்த நாட்டில் வாழ்க்கை எதார்த்தம் என்ன என்று பார்க்கலாம்.

எது மதச்சார்பின்மை இங்கே?

காங்கிரஸ், கம்யூனிஸ்ட், திர்ணாமுல் காங்கிரஸ், திராவிடக் கட்சிகள், லல்லு பிரசாத், முலாயம் சிங், வைகோ, திருமா என்று எல்லோரும் சொல்லும் மதச்சார்பின்மையின் அர்த்தம் என்ன தெரியுமா... 'ஏதேனும் ஒரு கிறிஸ்தவ, இஸ்லாமிய கட்சியைக் கூட்டணியில் சேர்த்துக்கொண்டால் அந்தக் கூட்டணி மதசார்பற்ற கூட்டணி' ஆகும். இந்து பண்டிகைக்கு வாழ்த்து சொல்லக்கூடாது. கிறிஸ்தவ, இஸ்லாமிய விழாக்களுக்கு வாழ்த்து சொல்ல வேண்டும். இதுவா மதச் சார்பின்மை. இது இந்துமத எதிர்ப்பு மட்டுமே. இஸ்லாமிய கிறிஸ்தவ சார்பு நிலைப்பாடே.

முஸ்லிம் லீக் கட்சி பரூக் அப்துல்லா மதச்சார்பின்மை தலைவரா? மனித நேய மக்கள் கட்சி தலைவர் ஜவகருல்லா மதச்சார்பின்மை கொண்டவரா? அப்படியானால் எல்லா மதத்தினருக்கும் ஒரே சட்டம் கொண்டுவர ஏன் எதிர்க்கிறார்கள்.

இது உங்களுக்கு வேடிக்கையாக இல்லையா?

எனவே, மதச்சார்பின்மைக்கு அரசியல்ரீதியாக என்ன அர்த்தம் என்றால் 'நான் 18% சிறுபான்மை ஓட்டு' வங்கிக்கு சலாம் போடப் போறேன்னு என்று அர்த்தம். வேற ஒன்றும் இல்லை.

இது இஸ்லாமியரையும் ஏமாற்றி இந்துவையும் முட்டாள் ஆக்கும் வேலை அல்லவா?

அடுத்து ஆட்சியில்?

ஆட்சிவகையில் மதச்சார்பின்மைக்கு என்ன அர்த்தம் என்று நானும் தேடினேன் அதிலும் அர்த்தம் கிடைக்கவில்லை.

இப்போது எந்த பிஜேபி முதல்வர் ஹிந்துக்களுக்கு மட்டும் ஆட்சி செய்கிறார்?

MINISTRY OF MINORITY AFFAIRS WEBSITE போங்க - திட்டங்களைப் பருங்கள்.

கொஞ்சம் புள்ளிவிவரங்கள் எடுத்துப் பாருங்கள். சிறுபான்மையினர் தொழில் தொடங்க அதிக உதவி தொகை ஒதுக்கிய அரசு இதே மோதி அரசு தான்!

தாராளமாக குஜராத் செல்லுங்கள். இப்போ அங்கே இஸ்லாமியர் யாரும் தொழில் நடத்தவில்லையா? அவர் ஆட்சி செய்த 13 வருடத்தில் எத்தனை இஸ்லாமியர் தொழில் வளர்ச்சி பெற்றார்கள் என்று ஸூஃபி இஸ்லாம் மக்களிடம் கேளுங்கள். உண்மை புரியும்.

அவர் அனைவருக்கும் முதல்வராக இருந்தார். இப்போது பிரதமராக இருக்கிறார். அவர் மீது தொடர்ந்து இந்த வஹாபி இஸ்லாமிய வெறியர்கள் எவ்வளவு கீழ்த்தரமாகப் பேசியது உண்டு.

அவர் என்றைக்காவது ''ஆமாண்டா நான் ஹிந்துக்களுக்கு தான் ஆட்சி செய்கிறேன்'' என்று சொல்ல அவருக்கு எவ்வளவு நேரம் ஆகும் கூறுங்கள். எனவே, கொஞ்சமாவது மனசாட்சியைத் தொட்டு நியாயம் பேசுங்கள்.

மீனவர்கள் ஆழ்கடல் சென்று மீன்பிடிக்க 80% உதவி தொகை கொடுத்து, அதில் 30% வரை மானியமாகக் கொடுப்பது பிஜேபி அரசுதான். அவர்களுக்குத் தெரியாதா மீனவர்களில் பெரும் பாலானோர் கிறிஸ்தவர்கள் என்று. எனவே அனைத்து மக்களுக்கும் தான் ஆட்சி நடத்துகிறார்கள். யாரும் பிஜேபி ஹிந்துக்களுக்கு மட்டும் ஆட்சி நடத்துகிறது என்று குறை சொல்ல முடியாது.

இப்போதும் அப்படிச் சொல்வார்கள் என்றால், என் பதில் 'எவனையும் திருப்திப்படுத்த வேண்டிய தேவை பிஜேபிக்கு இல்லை. ஏன் என்றால் எவனையும் திருப்திப்படுத்த முடியாது'.

இந்திய மரபு வழியிலும் சரி,

அரசியல் நிலைப்பாட்டிலும் சரி,

ஆட்சி முறையிலும் சரி பிஜேபி அல்ல இந்தியர்களே இந்த SECULARISM என்ற வார்த்தையை ஏற்றுக்கொள்ள முடியாது. ஏற்றுக் கொள்ளவில்லை.

இந்த நடுநிலை என்று கூறிக்கொள்ளும் கம்யூனிஸ்ட், திமுக போன்றவர்கள் தான் மக்களைக் குழப்புகிறார்கள்.

எனவே, மதச்சார்பின்மை என்பது காங்கிரஸ் கம்யூனிஸ்ட் பாசத்தில் 1976-ல் திட்டமிட்டு உள்ளே திணிக்கப்பட்ட விஷயம்.. பிஜேபி அதைத் தவிர்ப்பது ஒன்றும் தவறே அல்ல.

எனவே, என்னைக் கேட்டால் செகுலர் என்ற வார்த்தையை அப்படியே நம்ம அகராதியில் இருந்து நீக்கிவிடுவதுவே நல்லது.

இந்தியனாகப் பொறுமையாக, மனசாட்சியுடன் சிந்தியுங்கள். எது சரி என்பது புரியும்.

●

ஏன் நேருவை இந்துத்துவவாதிகள் வெறுக்கிறார்கள்? அதுவும் பிஜேபி ரொம்பவே வெறுக்கிறதே?

- போஸ்

பிரிட்டிஷ் ஆட்சி காலத்தில் இந்திய தேசம், அதாவது 5000 வருடம் மேலாக ஹிந்துகளுடைய சொந்த தேசமாக இருந்த இந்தியாவின் பரப்பளவு ஏறக்குறைய 42,30,928 km^2. இந்தியாவில் அப்போது 20% மக்கள் இஸ்லாமியர் வாழ்ந்தனர். அதாவது 5-ல் ஒரு பகுதி முஸ்லீம்கள்.

இதனால் முஸ்லீம் லீக் ஜின்னா முஸ்லீம்களுக்கு என்று தனி தேசம் கேட்டபோது 20% இடத்தைப் பிரித்துக் கொடுத்திருக்கவேண்டும். ஆனால் இந்தியாவிடம் இருந்து முஸ்லீம் லீக் பெற்ற நிலப்பரப்பின் அளவு ஏறக்குறைய 23%.

ஒன்றுபட்ட இந்தியாவைத்தான் காந்தி,நேரு இவர்களைக் கொண்ட காங்கிரஸ் வாங்கித் தரும் என்று நினைத்த ஹிந்துக்களுக்கு, முஸ்லீம்களுக்கு தனி தேசம் பிரித்துக் கொடுத்தது பெரும் துயரத்தைத் தந்தது. இது போதாது என்று ஒழுங்காகப் பிரிக்கவும் இல்லை. நேரு, காந்தியின் மீதும் ஒட்டுமொத்த காங்கிரஸ் மீதும் மிகுந்த நம்பிக்கையோடு இருந்த ஹிந்துகளுக்கு இது மரணவலி.

பாகிஸ்தான் 7,96,095 km² + கிழக்கு பாகிஸ்தான் (வங்காளதேசம்) 1,47,570 km² = 9,43,665 km²

இன்றைய இந்தியா - 32,87,263 km²

என இரண்டு தேசங்களாகப் பிரிக்கப்பட்டது.

ஹிந்து தலைவர்களின் நியாயமான கேள்விகள் இவையே.

சரி... இப்போது முஸ்லிம்களுக்குத் தனி நாடு கொடுத்தாகி விட்டது. ஜின்னா பாகிஸ்தானில் இருந்த அனைத்து இந்துக்களையும் பாகிஸ்தானை விட்டு வெளியேறக் கட்டாயப்படுத்தினார். அதுபோல முஸ்லீம்களை இங்கிருந்து பாகிஸ்தான் செல்ல வழிவகை செய்திருக்க வேண்டும்தானே? அது ஏன் செய்ய வில்லை? மொத்தம் 12% இஸ்லாமியர் இங்கேயே இருந்து விட்டனர். அப்படியானால் பிரிந்து சென்ற வெறும் 8% சதவிகித முஸ்லீம்களுக்கு 23% இடம். இது பெரும் துரோகம் அல்லவா?

இந்தியாவில் தங்கிவிட்ட இஸ்லாமியர்கள் பின்னாளில் அவர்களுக்கும் சம உரிமை கோரினால் என்ன செய்வது என்று கேள்விகள் பல எழுப்பினர்.

அல்லது இந்தியச் சட்டம் இயற்றும்போதே இதையாவது தெளிவுபடுத்தி இருக்கவேண்டும். அதாவது, 'இது ஹிந்துகளின் தேசம், இதில் இணைந்து வாழும் சீக்கியருக்கு தகுந்த சட்ட முக்கியத்துவம் கொடுக்கப்படும். மற்ற யாருக்கும், முக்கியமாக முஸ்லீம்களுக்கு இந்தச் சலுகைகளைத் தரமுடியாது. முஸ்லீம்கள் -ஹிந்து சீக்கியருடன் இணக்கமாக வாழ வழிவகை செய்யமுடியும். அவ்வளவுதான். அப்படி இஸ்லாமியச் சட்டங்களை நீங்கள் எதிர்பார்த்தால் பாகிஸ்தான் உங்களுக்காகப் பிரித்துக் கொடுத்தாகி விட்டது. அங்கே செல்லலாம்'. இப்படித் தெளிவான செய்தியைக் கொடுக்கவேண்டியது மிக அவசியம்தானே? அதை நேரு செய்யவில்லை.

நாட்டைப் பிரித்துக் கொடுத்துவிட்டு, பிரித்துக்கொடுத்த மக்களும் இங்கேயே இருந்துவிட்டனர் என்றால் என்ன அர்த்தம் பிரித்ததில்?

சரி இப்போது அங்கே இருந்து இங்கு வந்த ஹிந்துகள் என்ன செய்வர்? மிக முக்கியமான விஷயம் இது.

அதாவது 1947-ல் மேற்கு பாகிஸ்தானில் இருந்து புலம்பெயர்ந்து அகதிகளாக வந்த ஹிந்துகளுக்கு உரிய இடம் வசதிகள் கொடுத்து நாம் அவர்களை இங்கே அமர்த்தியிருக்க வேண்டும் சரிதானே?

அப்படி இடம்பெயர்ந்த போது 42,000க்கும் மேல் ஹிந்துகள் கொலை செய்யப்பட்டனர். மிக அருவருக்கத் தக்கவிதம் பாகிஸ்தானில் கொடுமைகள் அரங்கேறின.

(குறிப்பு: நன்கு புரிந்து கொள்ளுங்கள் இன்றுவரை அதாவது 2017 வரை காஷ்மீரில் வந்து குடியேறிய அந்த ஹிந்துகளுக்கு எந்த அங்கீகாரமும் தர காஷ்மீர் அரசு மறுத்துவிட்டது. காரணம் இஸ்லாமியர் பெரும்பான்மையாக இருக்கும் மாநிலம் என்பதால். இது என்ன நியாயம்? 1950களில் காஷ்மீர முஸ்லிம் மக்களை மொத்தமாகக் காலி செய்து பாகிஸ்தானுக்கு அனுப்பியிருந்தால் இந்த பிரச்னை வந்திருக்குமா? காஷ்மீர் விவகாரத்தை மிக மோசமாகக் கையாண்டார் நேரு. இதில் சிறப்பு அதிகாரம் வேறு. காந்தியைக் கொலை செய்யப் போதுமான காரணம் கோட்சேவிடம் இருந்தது. கொலை தவறுதான். ஆனால் துரோகம் அதைவிடத் தவறு. நான் பொறுத்துக்கொள்வேன்; எல்லாரும் பொறுத்துக் கொள்ள வேண்டும் என்று கேட்டுக்கொள்வேன்; ஆனால், எதிர்பார்க்கமுடியாது.)

திபெத் நாட்டை சீனா ஆக்கிரமித்தபோது இந்தியாவின் உதவியை நாடிய திபெத் மக்களை நேரு வஞ்சித்துவிட்டார். அதாவது ஹிந்துக்களுடன் மிக நெருங்கிய வரலாறு கொண்ட திபெத்தியருக்கு நேரு உதவவில்லை. அன்று திபெத் மக்களுக்காக இந்திய ராணுவம் ஆதரவாக நின்றிருந்தால் இன்று சீனாவுக்கும் நமக்கும் எல்லையே இருந்திருக்காது. இந்தத் தவறான முடிவால் சீனாவின் ராணுவத்தை நேரு இந்திய எல்லைக்கு அருகில் கொண்டுவந்து நிறுத்திவிட்டார். காரணம் அவருக்கு இடதுசாரி கம்யூனிஸ்ட் நாடுகள் மீது இருந்த காதல்.

சீனாவையும் இந்தியாவில் இருந்த கம்யூனிஸ்ட் துரோகிகளையும் அவர் நம்பினார்.

இந்த நேருவின் கம்யூனிஸ்ட் காதலால் வஞ்சிக்கப்பட்டது திபெத் மட்டும் அல்ல மறைமுகமாக ஹிந்துகளும் தான். ஏன்? அட ஹிந்துகளின் முக்கியமான புனிததலமான 'கைலாஷ் மானசரோவர் 'திபெத்தில் உள்ளது. இனி இது சீனாவின் கைக்குச் சென்று விட்டால் ஹிந்துகளின் புனிதத்தலம் அவர்கள் கையைவிட்டுப் போய்விடும். இதற்கும் முக்கிய காரணகர்த்தா நேரு.

இது தவிர 1000 குற்றசாட்டுகளை நேருவின் மீது அடுக்கலாம். நேரு ஹிந்துகளின் உணர்வை மதிக்காமல் தான்தோன்றித்தனமாக தன் விருப்பமே ஹிந்துகளின் காங்கிரஸின் விருப்பம் என்று திமிராக

எடுத்த முடிவால் வந்த வினை கொஞ்ச நஞ்சம் அல்ல. இவருடன் இருந்த திரு.கிருஷ்ணமேனன் ஒரு தீவிர கம்யூனிஸ்ட். இவர்தான் எல்லாவற்றுக்கும் காரணம்.

நேரு எனக்குத் தெரிந்து செய்த விஷயம் ஆட்சிக்கு வந்ததும் தனது உறவினர், தனக்கு அடிமையாக இருக்கும் சிலரை எல்லாப் பொறுப்பிலும் கொண்டுவந்து மொத்த காங்கிரஸையும் தன் குடும்பச் சொத்தாக மாற்றினார். தனக்குத் தானே பாரத ரத்னா விருது கொடுத்துக்கொண்டார். தன் மகளுக்குக் கட்சியை உயில் எழுதிக் கொடுத்தார். அந்த வாரிசு உரிமை இன்று ராகுல்வரை தொடர்கிறது. உலகின் ஆகப் பெரிய ஜனநாயக நாட்டின் முக்கியமான தேசியக் கட்சியில் ஜனநாயகம் கிடையாது. வாரிசு உரிமைப்படி தலைவர் நியமனம். கேவலமாக இல்லையா இது?

இறுதியாக ஹிந்துகள் எதிர்பார்த்த முக்கியமான கோரிக்கை

'அயோத்தியாவில் முஸ்லீம் மன்னர்களால் அழிக்கப்பட்ட ராமர் கோவில் அதே இடத்தில் மீண்டும் எழுப்பப்படவேண்டும்.'

கிறிஸ்தவருக்கு, இஸ்லாமியருக்கு, யூத மக்களுக்கு என்று அவர்களுக்கென்று இன்றும் ஒரு புனிதத்தலம் இருக்க ஹிந்துகளின் தேசத்தில் அதற்கு வழி இல்லை என்று ஆக்கிவிட்டார் நேரு. அவர் தனது கம்யூனிஸ்ட் காதலால் அனுமதித்து உருவான சட்டம் ஹிந்துகளுக்கு எந்தவிதத்திலும் நன்மை தரப்போவது இல்லை. ஹிந்துக்களுக்கு அழிவைத்தான் தர நினைக்கிறார் நேரு' என்று நம்பும்படியாகப் பெரும் பகை உணர்வு ஹிந்து தலைவர்கள் மத்தியில் உருவானது.

அப்போதும்கூட 45,000-க்கு மேல் மசூதிகளை காஷ்மீர் முதல் கன்னியாகுமரிவரை எங்கே எல்லாம் ஹிந்து கோவில்களை முஸ்லீம்கள் இடித்து மசூதிகளை எழுப்பினரோ அங்கே எல்லாம் அந்த மசூதிகளை இடித்துவிட்டு மீண்டும் அங்கே கோவில்கள் கட்டுவோம் என்று எந்த ஹிந்துத் தலைவரும் கோரிக்கை வைக்கவில்லை. ஆனால், 3 முக்கியமான கோவில்களை மீண்டும் எழுப்பவேண்டும் என்றனர். அந்தக் கோரிக்கையின் உண்மை புரிந்தால் யாரும் மறுப்பு தெரிவிக்க முடியாது.

நாட்டில் 23% பகுதியை 20% மக்களுக்காக இழந்தோம். சரி மிச்சம் இருக்கும் இடத்திலாவது தங்கள் உரிமையை நிலைநாட்டலாம் என்று ஹிந்துகள் விரும்பினர். அவர்களுக்குக் கெட்ட காலம் காங்கிரஸ் நேரு குடும்பச் சொத்தாக மாறியது. ராமர் கோவிலுக்கு

1949-ல் பூட்டுப் போட்டார். இந்துக்களின் தெய்வத்தை இந்துக்களின் பூமியில் சிறைக்குள் தள்ளினார்.

இதுதான் எனக்குத் தெரிந்து ஹிந்து தலைவர்கள் நேருவை வெறுக்க முக்கியகாரணம். மற்றபடி அதிகமான காரணங்கள் உண்டு எல்லாம் எழுத இந்தப் புத்தகம் போதாது.

என்னிடம் ஒரு முக்கியமான இஸ்லாமிய கட்சி பிரமுகர் பேசிக் கொண்டிருக்கும்போது ஒரு வலுவான வாதத்தை முன்வைத்தார்.

'சீக்கியருக்கு தாடி வைத்துக் கொள்ள அனுமதி அளிக்கும் இந்திய ராணுவம், ஏன் முஸ்லீம்களைக் குல்லா அணிந்துகொள்ள அனுமதிப்பது இல்லை? '

நான் கூறினேன்:

'மன்னித்துக் கொள்ளவும், அப்படிக் கேட்கும் தார்மிக உரிமை உங்களுக்கு இங்கே இல்லை. உங்களுக்கு கொடுக்கப்பட்டுள்ள உரிமைகள் ஹிந்து மக்களின் பெருந்தன்மையால் கிடைத்தவையே. நீங்கள் வரலாற்றை ஒழுங்காகப் படித்தாலே புரியும். நீங்கள் ஹிந்துகளுக்கு இணையான உரிமைகளை எதிர்பார்ப்பது தவறு. ஹிந்துகளுக்கு பாகிஸ்தானில் சரி சமமாக உரிமை கொடுக்கப் படுகிறதா என்ன?' என்றேன்.

அதாவது இஸ்லாமியரைக் காயப்படுத்தவேண்டும் என்பது என் எண்ணம் இல்லை. ஆனால் உண்மைக்கும் நியாயத்துக்கும் மாற்று வேறு எதுவும் இல்லை தானே. அதனால் அப்படிக் கூறினேன். எனவே, இங்கே ஹிந்து, சீக்கியரோடு சம உரிமை உங்களால் கோர முடியாது. இதனால்தான் பொது சிவில் சட்டம் கொண்டு வருவதற்கான அடிப்படை. திமுக, மம்தா, காங்கிரஸ் ஓட்டு வங்கிக்காக வேண்டுமானால் இதை எதிர்க்கலாம்.

இன்று இந்துக்கள் கூற விரும்புவது வரலாற்றை விட்டுவிடுவோம். இனியாவது ஒற்றுமையாக இருப்போம். எதார்த்தத்தைப் புரிந்து கொள்ளுங்கள்.

'மாரிதாஸ் உன் நிலத்தில் எனக்குக் கொஞ்சம் இடம் தேவை. அங்கே தொழுவதற்கு மசூதி கட்டிகொள்ளப்போகிறேன் என்று நீங்கள் என்னிடம் கேட்டால் மறுக்கமாட்டேன். அது என் இடம். அதில் நான் ஒருவன்தான் முடிவெடுக்கவேண்டும். ஆனால் ஒட்டு மொத்த இந்தியாவின் உரிமை என்று வரும்போது ஹிந்துகளின்,

சீக்கியர்களின் மனசாட்சியாக நான் பேசவேண்டும் அது தான் தர்மம் என்கிறேன். இதில் என் சொந்தக் கருத்தாக எதுவும் கூறக்கூடாது. கூட்டு மனசாட்சியாகவே நான் பேசவேண்டும்.

இத்தனை காலம் சென்று நீங்கள் பாகிஸ்தான் போகவேண்டும் என்று கூற மாட்டேன். அதே நேரம் ஹிந்துத்துவா கூறும் உண்மையைத் தயவுகூர்ந்து புரிந்து கொள்ளுங்கள். அது இஸ்லாமியரை அழித்துவிட்டு இந்தியாவை உருவாக்கவேண்டும் என்று கூறுவது இல்லை; மிச்சம் இருக்கும் இந்தியாவின் ஆன்மாவைக் காப்பாற்றவேண்டும் என்பதுதான்.

ஹிந்து என்ற இந்த நாட்டின் கலாசாரம் பாதுகாக்கப்பட வேண்டும். கலாசாரம் பாதுகாக்கப்படவேண்டும்.

இதனைப் புரிந்துகொண்டதால்தான் இஸ்லாமிய அமைப்புகளும் அயோத்தியாவில் ராமர் கோவில் கட்ட ஆதரவு தருகின்றனர். உண்மையை உணர்ந்தால் யாரும் அயோத்தியாவில் ராமர் கோவில் கட்டப்படுவதைத் தவறு என்று கூறமாட்டார்கள்.

சகோதரர்களாக வாழ்வதில் எனக்கு முழுக்க ஆசை உண்டு. ஆனால், என்னால் யாரையும் திருப்திப்படுத்த முடியாது. அதாவது யாரையும் யாரும் திருப்திப்படுத்தவே முடியாது. வாங்க இணக்கமாக வாழ்வோம், அதில் நீங்களும் உண்மையைப் புரிந்து கொண்டு சுமூகமாக வாழ முன்வரவேண்டும். அதுவே சமூகத்துக்கு நல்லது.

'இணக்கமாக வாழ்வது என்பது வேறு; திருப்திப்படுத்துவது (அப்பீஸ்மெண்ட்) என்பது வேறு'. நேரு திருப்திப்படுத்துவதில் குறியாக இருந்தார். இந்துத்துவம் இணக்கமாக வாழச் சொல்கிறது. எதிர்ப்பு வரத்தானே செய்யும்.

●

அம்பேத்கர் தலித் மக்கள் மதம் மாறிவிட வேண்டும் கூறினார். அப்படி இருக்க BJP மதமாற்றத்துக்கு எதிராக இருப்பது சரியா? அது அம்பேத்கருக்கும் தலித் மக்களுக்கும் எதிரானது இல்லையா?

- டேவிட் மற்றும் பலர்.

நீங்கள் அம்பேத்கரைப் புரிந்துகொள்ள வேறு யார் எழுதிய புத்தகத்தையும் படிக்காதீர்கள்; ஏறக்குறைய 50 புத்தகங்கள் மேல் அவரே எழுதியிருக்கிறார். அதைப் படியுங்கள். அவற்றில் முதலில் யார் இந்த அம்பேத்கர்? அவருடைய சிந்தனைகள் என்ன? அவர் எந்த மாதிரியான கருத்தாக்கம் உள்ளவர் என்று தேடிப் படியுங்கள்.

இப்படி ஒரு வரியை மட்டும் வைத்துக்கொண்டு ‘அம்பேத்கரே சொல்லிட்டார்; எல்லாரும் மதம் மாறுங்கள்’ என்று மேலோட்டமாகப் பேசுவதை முதலில் நிறுத்துங்கள்.

மதம் மாற்றுவதற்கு எந்தப் பொய் வேண்டுமானாலும் கூறலாம்; எந்த உண்மையை வேண்டுமானாலும் குழப்பலாம் என்று கிளம்பி விட்டார்கள் போலிருக்கிறது. அம்பேத்கரின் புத்தகங்களில் இருந்து நாம் உணரவேண்டிய உண்மைகள் சில இதோ:

‘ஆப்ரகாமிய மதங்களான (Abrahamic religions) யூதம், கிறிஸ்தவம், இஸ்லாம் இது தவிர சில குட்டி மதங்கள் அனைத்தும் பாலஸ்தீனத்தையும் அதனைச் சுற்றியுள்ள பகுதிகளையும் மையமாகக் கொண்டு உருவானவை.

இந்த மதங்கள் எதுவும் இந்திய கலாசாரத்தையோ பண்பாட்டையோ வரலாற்றையோ மக்கள் வாழ்க்கையையோ பிரதிபலிப்பவை அல்ல. இதன் புராணங்களும் வரலாறுகளும் 1% இந்திய மக்கள் வாழ்வைக்கூட எதிரொலிக்கப் போவது இல்லை.

அவர்கள் மத உணர்வு அவர்களை இந்தியாவுக்கு வெளியில் இயற்கையாக எடுத்துச் செல்லும். அது இந்த நாட்டுக்கு நல்லது அல்ல என அஞ்சினார்.

அதேநேரம் பாரத தேசத்தை மையமாகக்கொண்டு உருவான புத்தர் (பௌத்தம்), மகாவீரர் (சமணம்), குருநானக் (சீக்கியம்) போன்ற மதங்களுக்கு மாறுவது இந்திய நாட்டை விட்டுப் பிரித்துவிடாது. ஏனென்றால், இந்த மதங்கள் பாரத மண்ணில் தோன்றியவை. அவற்றின் வழிபாட்டு முறையில் சிறிய மாறுதல்கள் இருக்கலாமே தவிர அடிப்படைக்குணமாகப் பார்த்தால் ஒரே தத்துவத்துடன் இயங்குபவையே.

எனவே, பௌத்த மதத்துக்குச் சென்றார் அம்பேத்கர்.

அது ஹிந்து மதத்தின் ஒரு கிளைபோன்றதே.

இதை நீங்கள் உணரவேண்டும் என்றால் அவருடைய 58 புத்தகங்களில் குறைந்தது 15 புத்தகத்தையாவது படித்துப் பார்க்க வேண்டும். எனவே அம்பேத்கர் மதம் மாறச் சொன்னது உண்மை தான். ஆனால், அவர் ஒரு போதும் ஆப்ரகாமிய மதத்துக்கு மாறுவதை விரும்பியதே கிடையாது.

மேலே தெரிவித்த கருத்துகள் அம்பேத்கர் சொன்னவை. ஆனால் கிறிஸ்தவர்கள், இஸ்லாமியர் நாட்டுப்பற்றோடு இருக்க

மாட்டார்கள் என்று கூறமாட்டேன். அந்தவகையில் நான் அம்பேத்கருடன் 10% அளவுக்குக் கருத்து முரண்பாடு உடையவனே. ஆனால் 90% அம்பேத்கரின் கருத்துகளை மதித்து ஏற்பவன்.

ஆனால் கிறிஸ்தவ, இஸ்லாமிய மதம் மாற்றும் இயக்கங்கள் அம்பேத்கர் சொன்ன முக்கியமான பகுதியை மறைத்துவிட்டுப் பொய் கூறி மதம் மாற்றுவது சரியா? அப்படி மதம் மாற்றி என்னதான் சாதிக்க போகிறீர்கள்? எனக்கு அதுதான் புரியவில்லை.

சோமாலியா என்ற நாடு அனைவரும் அறிவர். 99.9% மக்கள் இஸ்லாம். சதவீத அடிப்படையில் வேறு எந்த நாட்டையும் விட அதிகம் இஸ்லாமியர் வாழும் நாடு. ஆனால் அந்த நாட்டின் நிலை?

கார்டியன் புள்ளிவிவரப்படி இந்த நாட்டில் வருடத்துக்கு சுமார் 5,00,000 மக்கள் உணவு கிடைக்காமல் இறக்கிறார்கள். 2011ல் ஆரம்பித்து இன்றுவரை மிகப் பெரிய அளவு வறட்சி காரணமாக முழுவதும் மக்கள் பசியால் வாடி வதங்கி ஏங்கி இறந்து போகும் நிலையில் இந்த நாடு இருக்கிறது.

சவுதி அரேபியா மிக அருகில் உள்ள நாடு. அந்த நாட்டு மன்னர்கள் வாழும் சுகபோக வாழ்க்கையில் செலவு செய்யும் செல்வத்தில் 10% அளவு தொகையைக் கொடுத்தால்கூட இந்த நாடு பிழைத்துக் கொள்ளும். ஆனால் உதவவில்லை? இரண்டுமே இஸ்லாமிய நாடுதான். ஒன்று பூர்வ இஸ்லாமிய நாடு. இன்னொன்று இஸ்லாமுக்கு மதம் மாற்றப்பட்டவர்களின் நாடு. மதம் மாறிய பிறகும் இப்படிச் சாகவிடுவார்கள் என்றால் எதற்காக மதம் மாற்றினார்கள்?

உலகம் முழுவதும் சவுதி அரேபியா மதம் மாற்றும் வேலைக்கும் வஹாபிசம் பரப்பவும் பல லட்சம் கோடிகளை அள்ளி எறிகிறது. அந்தப் பணத்தை இந்த 99.9% இஸ்லாம் மக்கள் வாழும் இந்த சோமாலியாவைக் காப்பாற்ற ஏன் கொடுக்கக்கூடாது? சவுதி அரேபியப் பெருமை பேசும் இதே மதபோதகர்கள் ஏன் சோமாலியா பற்றி வாய்திறப்பது இல்லை?

எனவே, மதம் மாற்றுவதில் அர்த்தம் வேண்டும். அது அமைதியைத் தேடிய மதம் மாறுதலாக இருக்கவேண்டும். ஆன்மிகம் தேடியதாக இருந்தால் சரி. அதை விட்டுவிட்டுக் கூட்டம் சேர்ப்பதற்கு மதம் மாற்றம் செய்வது ஏய்த்துப் பிழைக்கும் வேலையே.

அதற்கு அம்பேத்கரைத் துணைக்கு இழுப்பதுபோல் கீழ்த்தரமான, மானங்கெட்ட இழிவு வேலை வேறு எதுவும் இல்லை.

ஆனால், அம்பேத்கர் ஹிந்து மதத்தினை வெறுத்துத் தானே மதம் மாறினார்?

அப்படியும் கிடையாது. ஏன் என்றால் அம்பேத்கர் ஹிந்து மத வேதத்தையும் உபநிடதங்களையும் வெறுக்கவில்லை. அவர் முன்வைக்கும் வினா 'இந்த அளவு தத்துவார்த்த ரீதியாக இருக்கும் மதத்தால் ஏன் வர்ணாஸ்ரமம், ஜாதியக் கட்டமைப்பு ஆகியவற்றை உடைக்கமுடியவில்லை? அது முரண் தானே... பிழைதானே' என்று கேள்விகளை எழுப்புகிறார்.

அதாவது தத்துவார்த்த ரீதியாக, கொள்கை ரீதியாக ஹிந்து மதம் சரியே. ஜாதியக் கட்டமைப்புடன் இருக்கும் இந்து அமைப்பு தான் அழிக்கப்படவேண்டும் என்கிறார். இது புரிகிறதா? அந்த முயற்சியில் காயப்பட்ட போதும் - தேச நலன் கருதி பௌத்தம் ஏற்கிறார்.

இதனால் தான் விவேகானந்தர் கூறுவார் 'வேதம் தவிர்த்து உருவான அத்தனை சமாசாரங்களையும் ஹிந்து மதத்தில் இருந்து அகற்றவேண்டும் ' என்று. அதாவது வேதம் சொன்னது மட்டுமே சரி மற்றவை முழுமையாக அழித்து ஒழிக்கப்படவேண்டும்.

இன்னும் சொல்லப்போனால் அம்பேத்கர் எந்த மதத்தினையும் வெறுத்தவர் அல்ல. அவரது நோக்கம் 'தலித் மக்களின் விடுதலை'. அதில் நாட்டுபற்று, இந்தியன் என்ற உணர்வு முக்கியம். இந்த மண்ணின் கலாசாரம், வரலாறு, புனிதம் பாதுகாக்கப்படவேண்டும் என்பதிலும் அக்கறையாக இருந்தவர். உண்மையில் அண்ணல் என்ற பெயருக்கு ஏற்றவர். நன்கு படித்தவர்.

ஹிந்து மதம் அழிக்கப்படவேண்டும் என்று கூச்சல் போடும் அனைவரும் அம்பேத்கரைத் துணைக்கு இழுக்கிறார்கள். ஆனால் அவர் ஹிந்து மதம் திருத்தப்படவேண்டும் என்று போராடியவர். இரண்டுக்கும் மிகப் பெரிய வேறுபாடு உண்டு.

மதம் மாறுவதால் பணம் கிடைக்கும் என்றால் அம்பேத்கர் கிறிஸ்தவம், இஸ்லாம் இரண்டில் ஏதாவது ஒன்றுக்குச் சென்று இருப்பார். ஆனால், அவர் தேசம் காக்கப்படவேண்டும் என்பதால் பௌத்தம் சென்றார்.

தயவு கூர்ந்து உண்மையை மறைத்துப் பொய் கூறி மதம் மாற்று வதை நிறுத்துங்கள். மதம் மாறுவது அவரவர் விருப்பம்; திட்ட மிட்டுப் பணத்துக்கு மதம் மாற்றும் கூட்டம் ஒழிக்கப்பட வேண்டியவையே.

இந்தியாவில் தோன்றிய எந்த மதமும் மதம் மாற்ற நாடு நாடாகச் சென்று வேலை செய்யாது. அது சீக்கியம் என்றாலும் சரி, சமணம் என்றாலும் சரி, ஹிந்து என்றாலும் சரி. அவை அனைத்துமே குணத்தால் ஒன்று. பௌத்தம் மதம் மாற்றச் சென்றது உண்மையே. ஆனால், அது ஒரு சொட்டு ரத்தம் சிந்தாமல், அந்த நாட்டு தத்துவ அமைப்புகளுடன் வாதிட்டு அஹிம்சை வழியில் பரவியது. மலின தந்திரங்களையோ வன்முறையையோ ஒருபோதும் பின்பற்றிய தில்லை. எனவே, பொய் சொல்லி மதம் மாற்றுவதை- முக்கியமாக கிறிஸ்தவ மதம் மாற்றும் இயக்கங்கள் நிறுத்தவேண்டும்.

●

பன்றிக்குப் பூணூல் போட்டுக் காட்டுவது மத எதிர்ப்பா... பகுத்தறிவின் வெளிப்பாடா?

- கதிர்

ஹிந்து மதம் இரண்டு அடுக்குகளைக் கொண்டது. தத்துவார்த்த ரீதியான பகுதி ஒன்று. அதைத் தழுவிய சாஸ்திர சம்பிரதாயங்கள் சடங்குகள் இன்னொன்று.

அதாவது, 'ஏற்றத் தாழ்வு பார்ப்பது தவறு; அனைத்து உயிர்க்கும் உன் போல் உணர்வும் வலியும் உண்டு' இப்படியாகக் கூறுவது தத்துவார்த்தப் பகுதி. இது 100% சமூகத்தில் மனிதன் நிம்மதியாக வாழவும், அடுத்தவனை வாழவிடவும் வழிவகை செய்கிறது.

அடுத்தது இரண்டாவது பகுதி சம்பிரதாயங்கள், சாஸ்திரங்கள். இவை காலத்துக்கு ஏற்ப மாறி மாறி வந்தன.

நீ, நான் பூணூல் போட்டுத் தான் சனாதன தர்மத்தைக் காட்ட வேண்டும் என்பது கட்டாயமும் இல்லை, பூணூல் போட்டவர் எல்லாம் சனாதன தர்மத்தின் படி வாழ்வதாகக் கூறவும் முடியாது.

பூணூல் போட்டவர் எல்லாம் மற்ற உயிரின் வலி உணர்ந்தவர் என்று கூறிவிடமுடியுமா? அதே நேரம் பூணூல் போடாத அனைவரும் மற்ற உயிரை அதன் வாழ்வை, அதன் வலியை உணராதவர் என்று அர்த்தமாகிவிடுமா?

ஐயப்பன், முருகனுக்கு மாலை போடுவது- அம்மனுக்கு வேண்டிக் காப்பு கட்டுவது-கையில் இந்தக் கயிறு கட்டிக்கோ, அடுத்த 45 நாள் விரதம் இருந்துக்கோ என்று சொல்வதுபோல் ஆயிரம் சாஸ்திர வடிவம் இந்தியா முழுவதும் உண்டு. சில நூல்களில் எழுதப் பட்டவை; சில எழுதப்படாதவை. ஆனால் அனைத்துக்கும் மதிப்பு ஒன்றுதான். இவை எதனால்?

பூணூல் அணிவதென்பது ஒரு சத்தியப் பிரமாணம்போல் உடம்பில் எப்போதும் இருந்து, தர்மத்தை நினைவுபடுத்தி நம்மை வழிநடத்தும் என்ற ஒரு புத்திசாலித்தனமான யோசனை. அவ்வளவு தான். அதில் புனிதம் இல்லை, அதனால் மட்டுமே உயர்வு வந்துவிடும் என்று கூறுவதும் இல்லை. ஆனால் ஒரு கட்டுப்பாடு கிடைக்கும். இது அறிவார்ந்த விஷயம்தானே!

இதுபோல் சாஸ்திரங்கள் கொண்டு ஹிந்து மதம் இதுதான் என்று அடையாளப்படுத்த முடியாது. அதே போல் உயிர்கள் மீது அன்புடன் இருக்க விரும்புகிறேன் என்று நினைத்து யார் வேண்டுமானாலும் பூணூல் போட்டுக்கொள்ளுங்கள். அதை யாரும் தவறு என்று கூறவும்மாட்டார். எனவே, இதைப் போய் ஒரு பெரிய பிரச்னையாக ஆக்குவது பகுத்தறிவு ஆகாது.

RATIONALITY என்பது எதுவாக இருக்கவேண்டும் என்றால் இப்படியான சாஸ்திரம் எல்லாம் காலத்துக்கு மாறும். ஆனால் தத்துவங்கள் மாறாது என்று புரிந்து நடந்து கொள்வதில் உள்ளது.

ஞாயிறுதோறும் சர்ச் போவது, தினமும் 5 முறை தொழுவது, தினமும் சாமிக்குச் சூடம், விளக்கு ஏற்றித் திருநீறு பூசி வணங்குவது எல்லாமே வழிபாட்டு சம்பிரதாயங்கள் தான்.

இது செய்துவிட்டால் அவன் நல்லவன் ஆகிவிட மாட்டான். செய்யாதவன் எல்லாம் கெட்டவன் ஆகிவிடவும்மாட்டான்.

‘பிற உயிரின் மீது அன்பு காட்டு’ என்று அனைத்து மதமும் கூறுகின்றன. அதன்படி நடக்கச் சொல்லுங்கள் இந்த மனிதர்களை. மாட்டார்கள். ஏன் என்றால் மதம் எனக்குத் தெரிந்து தத்துவார்த்த உட்பொருளை இழந்து சடங்கு சம்பிரதாய வடிவமாக மட்டும் மிஞ்சிவிட்டது. இது அனைத்து மதத்தினர் மீதான என் பொதுவான குற்றச்சாட்டு.

நான் பகுத்தறிவாளன் என்றால் ‘சடங்கு சம்பிரதாயங்களைத் தள்ளிவைத்துவிட்டு அது சொல்லும் வாழ்க்கை வாழ்ந்து காட்டுங்கள்’ என்பேன்.

அதை விடுத்து நீ மத நம்பிக்கை உள்ளவனா. இதோ நான் மத நம்பிக்கை இல்லாதவன் 'நீ என்ன செய்தாலும் அதற்கு ஏட்டிக்குப் போட்டியாக எதாவது செய்வேன் என்பது பகுத்தறிவா? நீ பூனை குறுக்கே போனால் அபசகுனம் என்று நினைக்கிறாயா... நான் பூனையைக் குறுக்கே ஓடவிட்டு ஒரு வேலைத் தொடங்குவேன் என்று சொல்வது முட்டாள்த்தனம். ஒரு மூட நம்பிக்கைக்கு இன்னொரு மூட நம்பிக்கை தீர்வு அல்ல. மூட நம்பிக்கைக்கு அறிவார்ந்த செயலே பதிலாக இருக்க முடியும்.

சுருக்கமாகச் சொன்னால் பகுத்தறிவு என்பது வேறு... பெரியாரிஸம் என்பது வேறு. ஒருவகையில் இரண்டும் ஒன்றுக் கொன்று எதிரானவை.

பிராமணர்கள் பிற ஜாதியினருக்குப் பூணூல் போடமாட்டேனென்று சொன்னால் என்ன செய்யவேண்டும்... நீங்களே போட்டுக்கொள்ள வேண்டும். பாரதியார் போல் தாழ்த்தப்பட்ட ஜாதியைச் சேர்ந்தவர் களுக்குப் போட்டுவிடும் போராட்டம் நடத்தலாம். ஆரிய சமாஜத்தினர் அனைவருக்கும் பூணூல் போட்டுவிடுகிறார்கள். அதுபோல் செய்யலாம். அவர்கள் இந்து சமூகத்தினர் அனைவரை யும் தமது சகோதரர்களாகக் கருதுகிறார்கள். அம்பேத்கர்கூட இப்படிப் பிற ஜாதியினருக்கு பூணூல் அணிவிக்கப்பட்ட சடங்குக்குத் தலைமை தாங்கியிருக்கிறார். இவையெல்லாம் ஆக்கபூர்வமான பகுத்தறிவு சார்ந்த எதிர்வினைகள். பெரியாரிஸ்ட்களுக்கு பகுத்தறிவு கிடையாதென்பதாலோ தமது சகோதரர்களுக்கு தாம்தான் அணிவிக்கவேண்டும் என்று நினைத்ததினாலோ அப்படிச் செய்திருக்கிறார்கள்.

●

சாதிய ஏற்றதாழ்வுகள் எப்படி உருவானது? முதலில் ஜாதி எப்படி உருவானது? இந்த பிரச்னையைத் தீர்க்கவே முடியாதா?

- வினோத், மதன்

ரிக் வேதம் கூறுகிறது: 'ஒரு உயிர் இன்னொரு உயிரின் மீது அதிகாரம் செலுத்துவதாக வாழ்வு அமைக்கக்கூடாது'. எனவே உயிர்களுக்குள்ளேயே அதிகாரம் செலுத்தக்கூடாது என்னும் போது, மனிதனை மனிதனைத் தாழ்த்தி நடத்துவதை வேதம் எப்படி ஏற்றுக்கொள்ளும்?

எது சரி என்பதை எனக்குத் தெரிந்ததைக் கூறுகிறேன். மிக முக்கியம் நான் ஆன்மிகவாதி அல்ல; வேதம் சார்ந்து கொஞ்சம் தெரியும். அதை வைத்தும் பெரியவர்களிடம் எனக்குக் கிடைத்த அறிவை வைத்தும் பதில் தருகிறேன்.

சாதிய உயர்வு தாழ்வு தவறு என்பதைத் தாண்டி ஜாதியே தவறு என்பதுதான் எனக்குத் தெரிந்த அறிவு. இதில் உயர்வு தாழ்வு என்று பேசுவது உண்மையில் ஹிந்து மதத்தை அவமானம் செய்யும் செயலே.

பெரியார், கம்யூனிஸ்ட் ஆட்களுக்குப் புரிய விருப்பம் இல்லை, அவர்களுக்குப் புரியவைக்க எனக்கும் விருப்பம் இல்லை. ஹிந்துகள் தவறைத் தெளிவுபடுத்திக்கொள்ளவேண்டியே எழுதுகிறேன்.

சரி, இப்போது கொஞ்சம் பின்னோக்கிச் செல்வோம் - வேத காலங்களின் ஆரம்பத்தில் நாம் இருப்பதாக எண்ணிக்கொள்ளவும்.

இந்த சமூகத்தில் அன்றைய வழக்கப்படி சிறுவர்களை நாம் குருகுலக் கல்விக்கு அனுப்புகிறோம். அங்கே வேதம் போதிக்கப் படுகிறது. 12 ஆண்டுகள் முடிவில் ஒரு பகுதி மாணவர்கள் நன்கு படிக்கக்கூடிய, சாதுவான, அமைதியான பிள்ளைகள் ஒருபுறம். இன்னொரு பக்கம் வீரம் வேகம் கொண்ட பிள்ளைகள். இன்னொரு பக்கம் பொருளாதாரம், பொருள் தேடும் திறன் உள்ளவர்கள்; அடுத்து நான்காவதாக இந்த எதிலும் இல்லாமல், சொன்னதைச் செய்யக் கூடிய குணம் உள்ள மாணவர்கள் என்று நான்குவிதமாகப் பிரிக்கிறார்கள். பின்னர் 12 ஆண்டுகள் குருகுலக் கல்வி முடிவில் சமூகத்தில் அவர் அவர் குணங்களுக்கு ஏற்ற பொறுப்பு தரப்படுகிறது (இந்த நான்குதான் பிராமணர், சத்திரியர், வைசியர், சூத்திரர்.)

ஆரம்பத்தில் இந்த முறையில் இருந்த ஒரு வசதி என்னவென்றால் நீங்கள் முதலில் வைசியராகத் தேர்வாகிப் பின்னர் பிராமணராக மாறிக்கொள்ளவும் முடியும். அதற்காக ஒவ்வொரு 4 வருடத்துக்கு ஒருமுறை இந்த ஆய்வைச் சமயப் பெரியவர்கள் செய்வர். ஆக, அன்றே குலம் மாறுவதும் இருந்தது. எனவே பிறப்பால் குலம் அமைவது இல்லை; செயலால், குணத்தால் என்று வேதம் தெளிவாகச் சொன்னபடியே ஆரம்பத்தில் இயங்கின.

நன்கு கவனிக்க வேண்டும். இதில் முக்கியம் குருகுலத்தில் மாணவர்களது பெற்றோர் யார், பிறப்புத் தகுதி என்ன என்பதை

யெல்லாம் பார்ப்பது இல்லை (பின்னாளில் சில குருகுலங்கள் பிறப்பு என்னவென்று அறிந்து சேர்க்கத் தொடங்கினர். இப்போதும் அது நடக்கத்தானே செய்கிறது.நன்கு படிக்கும் மாணவர்களை மட்டும் சேர்த்துக்கொள்வோம் என்று பெரிய பள்ளிகூடங்கள் சொல்வது இல்லையா. அது போல் ஒரு தகுதி பார்த்துச் சேர்ப்பது நடக்கத் தொடங்கியது. ஆனால் ஆரம்ப காலத்தில் அது கிடையாது).

குறிப்பு:-சாந்தோக்ய உபநிஷத்தில் - தாதி (அந்தப்புரத்தில் இருக்கும் அரசியின் தோழி, விலைமகள்) பாலா என்பவளின் மகன் சத்யகாமன். இவன் தந்தை யார் என்பது பாலாவுக்கும் தெரியாது. சத்யகாமன் கௌதமருடைய குருகுலத்தில் கல்வி கற்கச் சென்றார். உன் தந்தை யார் என்ற கேள்விக்கு 'தெரியாது' என்று பதில் சொன்னான் சத்யகாமன். உண்மையைத் துணிந்து சொன்னதால் நீ இங்கு சேர்ந்து கல்வி பெறத் தகுதியுடையவனே என்று சொல்லிச் சேர்த்துக் கொண்டார். ஜபாலி ரிஷி இவர்தான். இந்த ஜபாலி ரிஷியின் மகளைத் தான் பின்னாளில் மகாபாரதம் இயற்றிய வேதவியாசர் மணமுடிப்பார் என்று கூறுவர் உண்டு. பிறப்பால் ஒரு விலைமகளின் மகன் என்றாலும் சத்யகாமன் குருகுலம் சென்று படிப்பதில் பிரச்னை எழவில்லை.

வேதவியாசர் கருத்த நிறமாக, கங்கை அருகே மீனவக் குலத்தில் பிறந்த இவர்தான் வாழ்வில் மக்கள் 'அறம்' சார்ந்து எப்படி வாழவேண்டும் என்பதை எளிமையாகப் புரியும் வண்ணம் மகாபாரதத்தை இயற்றினார். இவருடைய அம்மா சத்யவதி ஒரு மீனவர். அதாவது சூத்திரர். சத்யவதி யாரை மணமுடித்தார் தெரியுமா... ஒரு சத்ரியரை!

இடையில் மாற்றம் வந்து குலம் மாறுவதற்கு எடுத்துக்காட்டு வால்மிகி. அவர் ஒரு வேடர். அதாவது பட்டியல் இனத்தவர். இவர் தான் பின்னாளில் இராமாயணம் தருகிறார்.

வேதம் நன்கு தெரிந்த நல்ல மனிதர்கள் நிச்சயம் இது போல் ஏராளமான ஆதாரங்களைத் தருவர்.

குறிப்பிட்ட காலம் சென்ற பின்னரே ஒருமுறை மட்டுமே குலம் மாற முடியும் என்ற நிலைக்கு வந்தது (எல்லோரும் குலம் மாறும் முயற்சி என்பது சீரான சமூகத்தை உருவாக்காது என்பதால் 12 ஆண்டு குருகுலக் கல்வி முடித்த மாணவர்கள் மீண்டும் ஒரே ஒரு முறை மாறிக் கொள்ள அனுமதி அளிக்கப்பட்டது.)

இதுவும் குறிப்பிட்ட காலத்தில் மாறிக் குலம் மாறுவது நிறுத்தப் பட்டது. 12 ஆண்டு கல்வியின் முடிவில் எந்தக் குலமாகத் தீர்மானிக்கப்பட்டதோ அதுவே இறுதிவரை என்று ஆனது.

இது வரையிலுமே மிக முக்கியம். வேதம் சொல்வதுபோல் பிராமணர், சத்திரியர், வைசியர், சூத்திரர் இந்த நான்கும் குணமே அன்றி பிறப்பால் வருவது கிடையாது.

அதற்குத்தான் வேத பாடசாலைகளை முன்னோர்கள் வைத்திருந்தனர். இந்தக் குருகுலக் கல்வியில் மாணவர்கள் திறனை மதிப்பிட்டு அவர்களை மேற்கூறியபடிப் பிரித்தனர். இது தான் 'வர்ணாஸ்ரமம்'. எனவே இதில் என்ன குறை உள்ளது? ஆக வேதம் சொல்வதில் குறை இல்லை.

அடுத்து மனு ஸ்மிருதி.

கம்யூனிஸ்ட், பெரியார் இயக்கங்கள் ஹிந்து மதத்தை இழிவு படுத்தத் தூக்கிப்பிடிப்பது 'மனுஸ்மிருதி'.

கௌடில்யர் எழுதிய அர்த்த சாஸ்திரத்தில் வரி, ஆட்சி முறை என்று பல விதிமுறைகள் கூறியுள்ளார்.

பெண்களுக்கு சொத்தில் உரிமை இல்லாமல் இருந்தது. விலைமகள்களுக்கு தனியாகச் சட்டதிட்டங்கள் இருந்தன. 15% வரை விவசாய வரி இருந்தது. இப்படி ஆயிரம் விஷயம் சொல்லி இருப்பார் அர்த்தசாஸ்திரத்தில். இப்போது நாம் என்ன அதே வரி விதிப்பையும் ஆட்சிமுறையையுமா வைத்திருக்கிறோம்? அல்லது அதே ஆட்சிமுறையைக் கொண்டுவர வேண்டும் என்று ஹிந்துத்துவா பெரியவர்கள் கூறுகிறார்களா?

எல்லா மதத்திலும் இதுபோல் ஆயிரம் விஷயங்கள் சொல்லப் பட்டுத் தவறு என்று திருத்தப்பட்டு மாற்றங்கள் நடந்தே வந்துள்ளன. அதாவது சட்டதிட்டங்கள் என்பவை காலத்துக்கு ஏற்ப மாறுபவையே. ஆனால் வேதம் போதித்த அடிப்படை தர்மம் மாறாது.

எனவே, யாராவது சாஸ்திர நூல்களை, குறிப்பாக மனு ஸ்மிருதியை மேற்கோள்காட்டிப் பேசினால் அவர்கள் எண்ணம் எப்படியாவது இந்து சமயத்தை அவமானம் செய்ய வேண்டும் என்பதாகவே இருக்கும் தவிர உண்மையை உணர்ந்ததாக இருக்காது.

முதல் எடுத்துக்காட்டு பெரியார் என்று அழைக்கப்பட்ட ஈ.வெ.ரா. இவர் 24 மணி நேரமும் மனு ஸ்மிருதியில் இருந்தவற்றைத் தேடிக் குறை கண்டுபிடித்து ஏசினாரே தவிர ஒருநாளும் இந்து சமயப் பெரியவர்களிடம் மனு ஸ்மிருதியின் இடம் பற்றி எந்த விளக்கமும் கேட்டிருக்கவில்லை.

ஏன் என்றால் பிராமணர்களைத் திட்டவேண்டும். அதற்கு ஒரு பிடி கிடைத்துவிட்டது. அதைப் பிடித்துக்கொண்டார். இஸ்லாமியர் களுக்கு குர்ரான் போல்... கிறிஸ்தவர்களுக்கு பைபிள் போல் இந்துக்களுக்கு மனு ஸ்மிருதி என்று அவராக நினைத்துக்கொண்டு வாழ்நாள் முழுவதும் பேசிவிட்டுப் போய்விட்டார்.

வேதங்களின் சாரத்தை வடித்துக் கொடுக்கும் பகவத் கீதையில் பகவான் ஸ்ரீ கிருஷ்ணர் அர்ஜுனனுக்கு குலம் சார்ந்த விவரத்தை எப்படி போதிக்கிறார் என்று எடுத்து ஒருமுறையாவது படிக்கவும். சதுர் வர்ணம் மய ச்ருஷ்டாம்... குண கர்ம விபாசக. அதாவது நான்கு வர்ணங்களை நானே படைத்தேன்... மக்களின் குணங்கள், செயல்கள் ஆகியவற்றுக்கு ஏற்ப என்கிறார். அவர் ஒரு முறைகூடக் குலம் என்பது பிறப்பால் வருவது என்று கூறவில்லை குணத்தால் வருவதாகவே போதிக்கிறார்.

ஜாதியும் - வர்ணாஸ்ரமும் வேறு வேறு. இந்த அடிப்படையை ஒருவர் புரிந்துகொண்டாகவேண்டும்.

சரி... அப்படியானால் பிறப்பை அடிப்படையாகக்கொள்ளாத வர்ண சமூகம் மறைந்து ஜாதி சமூகம் எப்படி முன்னுக்கு வந்தது? ஜாதிய அமைப்பு உருவாகக் காரணம் 'அரசன் தன் பிள்ளையை அரசனாக்க விரும்பினார். ஒரு வணிகர் தன் பிள்ளையை வணிகனாக்க விரும்பினார். இப்படியே நடந்து நடந்து அதுவே நிலைபெற்றுத் தனித்தனிப் பிரிவுகளாகிவிட்டது. அதுவும் ஆரம்பகாலத்தில்கூட இல்லை. சராசரியாக 1500 முதல் 2000 ஆண்டுகள் உள்ளாகப் பெரிய அளவு இது வளர்ந்துவிட்டது (அப்போதும்கூட ஜாதி அடுக்கில் கீழே இருந்தவர்கள் மேலே சென்றதுண்டு. மேலே இருந்தவர்கள் கீழே வந்ததுண்டு).

இது வேதம் சொன்ன அறம் அல்ல. அது பாவம். சமூகம் செய்த பெரும் குற்றம். இதைச் சரி செய்யவும் சமயப் பெரியவர்கள் பெரிய அளவில் முயற்சி செய்தனர். ஆனால் இடையில் 600 வருடம் மாற்று மத ஆளுமையில் இந்தியா தொடர்ந்து இருந்துவந்ததால் ஜாதி அமைப்பை அழிக்கக் காலதாமதம் ஆகிறது என்பதுதான்

உண்மையே தவிர ஜாதிதான் ஹிந்து மதம் என்று சொல்வது சரி அல்ல.

திராவிடன், ஆரியன் கதையெல்லாம் சுத்த பொய். 2009 ஆண்டு DNA ஆய்வு அறிக்கையில் GENETICS AND ARCHAEOGENETICS இருக்க வேண்டிய BIODIVERSITY விவரத்தில் தெளிவாகக் கூறிவிட்டது: இந்தியாவில் வசிப்பவர்கள் எல்லாம் ஒரே நிலப்பரப்பில் பிறந்து வளர்ந்த ஒரே மூதாதையைக் கொண்ட ஒரே இனத்தினர்தான்' என்று. எனவே, இந்தியாவைத் துண்டாக்க விரும்பும் சிலர் உருவாக்கிய கட்டுக்கதைதான் ஆரிய திராவிடப் பிரச்னை.

ஹிந்து ஒற்றுமையைக் குலைக்கக் கங்கணம் கட்டிக்கொண்டு பல இயக்கங்கள் இயங்குகின்றன. அதில் ஒன்று கம்யூனிஸ்ட். 2. தி.க.

சிலர் இன்றும் ஜாதி அமைப்புகள் சரி என்று கூறுகிறார்களே? அவர்களை ஹிந்து கோவில்களுக்குள் அனுமதிக்காதீர். அவர்களைக் கண்டு கொள்ளாதீர். இப்படி நாலு பழமைவாதிகள் எல்லா மதத்திலும் இருப்பார்கள்.

பாரதி கூறினான் :

சாதிகள் இல்லையடி பாப்பா; - குலத்
தாழ்ச்சி உயர்ச்சி சொல்லல் பாவம்;
நீதி, உயர்ந்தமதி, கல்வி - அன்பு
நிறைய உடையவர்கள் மேலோர்.

எனவே, விஷயம் தெரிந்தவர்கள் சொல்வதைக் கேளுங்கள். பிரிவினை பேசித் திரியும் நபர்களை நம்பி ஒரே ஹிந்து மத சகோதரர்கள் சண்டை கொள்வதும், தாழ்த்தி உயர்த்திச் சொல்வதும் அநாகரிகமானது. ஒன்றுபட்ட ஏற்றத் தாழ்வு இல்லாத ஹிந்து சமூகத்தைக் கொண்டுவருவதே உயர்வான சிந்தனை.

●

ஹிந்து மதம் என்பது ஒரு மதமே இல்லை என்று சிலர் கேலி பேசி வருகிறார்களே?

- ரமணி, சதீஷ்

ஒன்று, அவர்களுக்குச் சரியாக வரலாறு தெரியாது. மதங்கள் பற்றிய அறிவு கிடையாது; அல்லது ஹிந்து வெறுப்பு இரண்டில்

ஒன்றுதான் அவர்கள் அப்படிப் பேசக் காரணம். இதற்குச் சில உண்மைகளைத் தெளிவுபடுத்துகிறேன்.

- இந்துக்கள் என்பது ஒரு குறிப்பிட்டுக் காட்டிவிடக் கூடிய மதம் அல்ல. இன்று நாம் குறிப்பிட்டுக் காட்டும் இந்து மதக் கட்டமைப்பை உருவாக்கியவர்கள் என்று யாரையும் குறிப்பிட்டுக் கூறவும் முடியாது. சில நூறு ரிஷிகள், சித்தர்கள், முனிவர்கள், சமயப் பெரியவர்களால் உருவாக்கப்பட்ட மதம் என்றுதான் கூறமுடியும்.

இதைச் சுருக்கமாகக் கூறினால் பல்லுருவ வழிபாடு கொண்டவர்கள் ஹிந்துகள்.

(குறிப்பு : ரோம், எகிப்து, அரேபியர்கள் என்று எல்லோரும் ஆதியில் பல்லுருவ வழிபாடுதான் கொண்டிருந்தனர். மேற்கத்திய நாடுகளில் கிறிஸ்து வந்து சென்று 300 ஆண்டுகள் கழித்து ஏதோ ஒரு காரணத்தால் பெண் கடவுள்களை வணங்குவதற்குப் பெரிய அளவில் எதிர்ப்பு உருவாகி அது சாத்தானை வணங்கும் கூட்டமாகக் காட்டப்பட்டு முற்றிலும் அழிக்கப்பட்டனர். ஏறக்குறைய 30 லட்சம் மக்கள் இறந்தனர் என்பது வரலாறு. இதே போல் அரபு தேசம் முழுவதும் இருந்த பல்லுருவ வழிபாடுகளை இஸ்லாம் அழித்து ஒழித்தது).

ஏறக்குறைய 3000 வருடங்களுக்கு முன்னர் தெற்காசியா முழுவதும் பரவி இருந்த இந்த மக்கள் ஒரு பக்கம் காளி அம்மன், துர்க்கை அம்மன் என்று பெண் கடவுள்களை வழிபட்டனர். இதற்குப் பெயர் 'சாக்தம்', இன்னொரு பக்கம் சிவனையே ஆதியும் அந்தமுமாக முழுமுதற் கடவுளாகக் கொண்டு ஒரு வழிபாடு இருந்தது. இது 'சைவம்'. இன்னொரு பக்கம் விஷ்ணுவை மையமாகக்கொண்டு உருவான வழிபாட்டுமுறைகள். இது 'வைணவம்'. இன்னொரு பக்கம் முருகனை முதல்கடவுளாகக் கொண்ட 'கௌமாரம்'. இடையில் அனைத்துக்கும் மூலக்கடவுளாக கணபதியை முன்னிறுத்தி ஒரு சமயம் பிறந்தது. அது 'கணாபத்தியம்'. இந்தப் பூமியில் உயிர்கள் பிழைத்து வாழ சூரியனே அனைத்துக்கும் காரணகர்த்தா என்றொரு மதம் உருவானது. அதுவே சூரிய வழிபாடு 'சௌரம்'.

இப்படி ஆறு பெரும் பிரிவாக இந்த தேசத்தில் நின்றது இந்த மத வழிபாடுகள் (சைவம், வைணவம், சாக்தம், கௌமாரம், சௌரம், கணாபத்தியம்.)

இது தவிர அய்யனார், கறுப்பு, இசக்கி, சுடலை, முனி, பேச்சியாத்தா என்று சில நூறு தேவதைகள், வாழ்ந்து இறந்த நல்ல மனிதர்களைப் போற்றும் வழிபாடுகள். அது போதாது என்று எல்லை சாமி, காவல் சாமி, சித்தர்கள், ரிஷிகள் வழிபாடு என்று மிகப் பெரிய பிரிவுகளாக இருந்த பல்லுருவ வழிபாட்டுச் சமூகமாக விளங்கியது. மேற்கூறிய அனைத்தும் தனித் தனியே சடங்குகள், வழிபடும் முறைகள் என்று தனித்துவம் பெறவே பிரச்னை உருவானது.

ஒவ்வொரு பிரிவும் தாங்கள் வழிபடும் முறைதான் சிறந்தது என்று சுமார் ஏறக்குறைய 2000 வருடங்களுக்கு மோத ஆரம்பித்தன. இதுதான் இந்த பாரத சமயங்கள் சந்தித்த முதல் பெரிய பிரச்னை.

இப்போது இவற்றை ஒன்றுபடுத்த நான்கு வேதங்களில் தெளிவு பெற்ற ஆன்மிகப் பெரியவர்கள் களம்காண்கிறார்கள். அதாவது முதலில் இந்த ஆறு பெரிய மதப் பிரிவுகளை ஒன்றிணைக்கப் பலவழிமுறைகளைத் தேடி ஒன்றிணைத்து ஒற்றுமையைக் கொண்டுவருகிறார்கள். தொடர்ந்து மோதல்கள் இருந்தே வந்தன என்றாலும் அனைத்து இடத்திலும் இந்த புத்திசாலித்தனமான இணைப்பு அப்பட்டமாகவே தெரியும்.

இந்த மிகப் பெரிய வேலையை முடிக்கவே 1000 வருடம் போராட வேண்டியதாகிட்டது இந்து சமயப் பெரியவர்களுக்கு. ஆதிசங்கரர், ராமானுஜர், அவ்வையார், காரைக்கால் அம்மையார், மங்கையர்கரசியர், ஆழ்வார்கள், நாயன்மார்கள் என்று அறத்தை முன்னிறுத்தி சமூகத்தை ஒன்றுபடுத்தினர். யாரும் பகை அல்லது பிரிவினையை ஆதரித்துப் பேசவில்லை.

இந்த ஆறு பெரும் பிரிவுகளை எப்படி ஒரே இந்து சமயம் என்று சொல்லமுடியும். அதுவே தவறு என்று சிலர் கூறுவர்.

இதற்கு இரண்டு விஷயங்களைக் கவனத்தில் கொள்வோம்.

1. ஆட்சிமுறை

2. அறம் சார்ந்து போதிக்கப்பட்ட பொது தத்துவம்.

இந்த தேசம் முழுவதும் சமயப் பெரியவர்கள் பயணம் செய்தனர்; அப்படிச் செல்லும் இடங்களில் அந்தந்த வட்டார மொழிகளைக் கற்று அதன் மூலமே வேதத்தை வாய்வழியாகப் போதித்தனர். அதாவது வாழ்வின் அறம் எது என்பதைப் போதித்தனர். காரணம் ஒற்றுமையாக, அறத்துடன் வாழ்வு வாழவேண்டும் என்ற உயரிய

நோக்கில் அனைத்தையும் தொகுத்து ஒரு குடையின்கீழ் கொண்டுவந்தனர். சிவ விஷ்ணு ஒற்றுமை, சிவ முருக இணைப்பு, சிவ கணபதி இணைப்பு, சிறு தெய்வங்களை சிவ கணங்களாக உள்வாங்குதல், சிறு பெண் தெய்வங்களை சாக்த வழிபாட்டில் இணைத்தல் என ஒரு காந்தமானது சிதறிக் கிடக்கும் இரும்புத் துண்டுகளையெல்லாம் ஒன்றாகச் சேர்த்து இழுப்பதுபோல் வேத இந்து மதம் அனைத்தையும் இணைத்து உள்ளிழுத்தது. அதுவே இன்றைய இந்து மதம். அது பிராமண மதம் அல்ல.

'திருவள்ளுவர் தொட்டு வள்ளலார் வரை எல்லோருமே மாமிச உணவை முழுமையாக எதிர்த்தனர். இந்தியா முழுவதுமாக இந்தப் பிரதிபலிப்பை எளிதில் காணலாம். இவர்கள் எல்லோரும் என்ன ஹிந்துத்துவவாதிகளா?

இந்தியாவைப் பல மன்னர்கள் ஆட்சிபுரிந்தது உண்மைதான். ஆனால், நன்கு கவனித்தால் பொருளாதார விதி ஒரே போல் இருக்கும். அதாவது வரிவசூலில் ஆரம்பித்து, நாட்டை நடத்திச் செல்வதுவரை அனைவரும் பொதுவாகக் கொண்ட விதி அர்த்தசாஸ்திரம் கூறியுள்ள வழிமுறையைச் சார்ந்ததாகவே இருக்கும்.

(குறிப்பு: அர்த்தசாஸ்திரம் கட்டாயம் அனைவரும் ஒருமுறை யாவது படிக்கவும். ஏன் என்றால் நாம் மேற்கத்திய நாடுகள்தான் நமக்குப் பொருளாதாரம் கற்றுத் தந்ததாகச் சொல்வார்கள். ஆனால், அர்த்தசாஸ்திரம் தான் உலகத்துக்கு ஆட்சி நிர்வாகம், வரிவசூல், ஏற்றுமதி இறக்குமதி என்று அனைத்தையும் எப்படி கையாளவேண்டும் என்று தெளிவுபடுத்திய முதல் நூல். அந்த அனைத்து வழிமுறைகளும் நம் மூதாதையர் கொடுத்துச் சென்ற அறிவு. அதை எழுத்தாக எழுதித் தெளிவுபடுத்தியவர்தான் கௌடில்யர் என்ற சாணக்கியர். ஆகவே இந்தியாவுக்கு ஆங்கிலேயர் வந்து ஆட்சி நிர்வாகம், வரி, சட்ட விவரம் ஆகியவற்றைக் கற்றுக் கொடுக்கவில்லை. அதற்கு முன்னரே உலகத்துக்கு நாம்தான் கற்றுக்கொடுத்திருக்கிறோம்).

இறுதியாக மிகப் பெரிய பிரச்னை முடிவுக்கு வந்தது. அது ஆறு சமயப் பிரிவின் ஒற்றுமை. இன்று நாம் காணும் இந்து மத வடிவம் பெற்றது இப்படியே. அப்போது இரண்டாவது பிரச்னை முளைத்தது.

அது ஹிந்து மதத்துக்கு இன்றுவரை களங்கம் ஏற்படுத்தி வரும் ஜாதிய ஏற்றதாழ்வுகள். அடுத்த 1000 ஆண்டுகளாக இதனுடன்

போராட்டத்தைத் தொடங்கி வைத்தார்கள் ஸ்ரீ ராமானுஜர் போன்ற மகான்கள்.

இந்து சமயப் பெரியவர்கள் கூறும் விளக்கம் இதுவே. ஆரம்பகால கட்டத்தில் இந்து சமயத்தில் இருக்கும் ஜாதிய உயர்வு தாழ்வு பிரச்னை எழவில்லை. பொ.யு.800 களில்தான் இந்தப் பிரச்னை உருவாகிறது.

வர்ண சாஸ்திரம் சொல்லும் பிராமணர், சத்திரியர், வைசியர், சூத்திரர் என்பது பிறப்பால் வருவது கிடையாது. வாழ்க்கை முறையால் வருவது. அந்தத் தெளிவு இருந்ததால்தான் ஒரு வேடர் வால்மீகி ராமாயணம் எழுத முடிந்தது. மகாபாரதம் எழுத முடிந்தது. ஆக இந்துக்களின் இரண்டு மிகப் பெரிய இதிகாசங்களும் பிறப்பால் பிராமணர் அல்லாது வாழ்க்கை முறையால் பிராமணரானவராக உயர்ந்தவரால் எழுதப்பட்டது. ஏன் உயர்ந்தவர்? காரணம் அறிவு. பிறப்பு அல்ல; குணமே முக்கியம். பிராமணருக்குப் பிறந்தால் பிராமணர் என்பது தவறு. ஆனால், வாழ்வுமுறையில் அவர் அப்படி ஆவார் என்றால் ஏற்புடையது.

இதுதான் ஆரம்பகட்ட இந்து சமுதாயம். இது பின்னால் எப்படி பிரச்னை ஆகிவிட்டது என்றால்- அரசன் தன் மகனை அரசன் ஆக்க, கணக்குப்பிள்ளை தன் மகனையே கணக்குப்பிள்ளை ஆக்க அப்படியே ஜாதியாக உருவாகியது. அது மனிதனை மனிதன் மதிக்கும் பக்குவம் போய் அறம் தாழ்ந்த நிலை உருவானது. ஒரு குறிப்பிட்ட சமூகத்தினர் ஒடுக்கப்பட்டனர். அது முழுக்க சமூகத்தின் தவறுதானே ஒழிய ஹிந்து மதத்தின் தவறு அல்ல. அதைத் திருத்த முன்வந்தனர் பெரியவர்கள். அதில் முதலானவர் ராமானுஜர். விஷ்ணுவைக் கும்பிடுபவர்கள் அனைவரையும் வைஷ்ணவர்கள் என்று அவர் சொன்னார். கர்நாடகாவில் சிவனை வணங்குபவர்கள் அனைவரும் லிங்காயத்துகளே என்று பசவண்ணர் சொன்னார். இப்படியாகப் பிறப்பால் வரும் ஜாதி அடையாளத்தை விலக்கி ஒற்றை இறையின் கீழ் சமத்துவத்தைக் கொண்டுவந்தனர்.

ஏன் வள்ளுவன், ஔவை, புத்தர் போன்ற மகா பெரியவர்கள் கூட ஜாதிய பிரச்னையைத் தவறு என்று கண்டிக்கவில்லை? காரணம் அப்போது அந்தப் பிரச்னை இல்லை. இதுதான் இரண்டாவது பிரச்னை. இதைத்தான் தீர்க்கும் காலத்தில் நாம் இருக்கிறோம்.

மூன்றாவது பிரச்னை இடையில் வந்துவிட்டது: 'மதம் மாற்றும் கூட்டம்'.

நீங்கள் தமிழகத்தைத் தாண்டாத நபர் என்றால் இதன் கொடுமை புரிவது கடினம். ஆந்திராவைத் தாண்டிவிட்டால் மதுரை மீனாட்சி அம்மன் கோவில் போல் ஒரு ஒரு பழமையான கோவிலை உங்களால் பார்க்கமுடியாது. அனைத்தும் இடிக்கப்பட்டு அதில் இருந்த செல்வம் கொள்ளை அடிக்கப்பட்டுவிட்டன. இந்துமதம் முழுமையாக பொ.யு.1000களில் பாரசீக இஸ்லாமிய மன்னர்களின் கொடூரப் படையெடுப்பால் தாக்குதலுக்கு உள்ளானது.

('குறிப்பு : கஜினி 17 முறை படையெடுத்து, ஒவ்வொரு முறையும் வெற்றிகரமாகக் கொள்ளை அடித்துவிட்டுச் சென்றான் என்பது தான் உண்மை. ஆனால், அவன் நாடுபிடிக்க வரவில்லை; கொள்ளையடிக்க வந்தான். அந்த அளவு செல்வம் கொட்டிக் கிடந்தது ஹிந்து கோவில்களில். கம்யூனிஸ்ட்கள் எழுதிய நம் வரலாற்றுப் புத்தகம் வேண்டுமானால் அவனை விடா முயற்சியின் எடுத்துக்காட்டாகவும் வீராதி வீரனாகவும் காட்டலாம். ஆனால், அவன் ஊர் ஊராகச் சென்று சூறையாடிய கொள்ளையன் என்பது தான் நிஜம். சோமநாதர் ஆலயத்தில் இருந்து மட்டும் ஒரு முறை 300 டன் தங்கத்தை எடுத்து சென்றதாக வரலாற்று குறிப்புகள் கூறுகின்றன. அப்படியானால் 17முறை எவ்வளவு கோவில்களைச் சூறையாடியிருப்பான்? மன்னர் பிருத்வி ராஜிடம் தோல்வி கண்ட கோரி முகமதுக்கு மன்னிப்பு வழங்கியதால் வந்த வினை இது. அதற்கு முன்னர் கஜினி முகமது ஒரு முக்கியமான மன்னரை நேரடியாகச் சந்திக்காமல் அவர் எல்லையைத் தொடாமல் தவிர்த்ததால் பிழைத்தான். அவன் மட்டும் தென்னகத்துக்கு வந்து இந்தத் தாக்குதலை நடத்தியிருந்தால் இன்று வரலாற்றில் இருந்து இருக்கவே முடியாது. ஏன் என்றால் அந்த ஹிந்து மன்னர் படையும் அவர் வீரமும் உலகம் அறிந்தது. அவர் முதலாம் ராஜ ராஜ சோழன்.

ராஜ ராஜ சோழன் படை பலமும் கஜினி படைபலமும் கொஞ்சம் ஒப்பிட்டுப் பார்க்கவும். ராஜ ராஜ சோழன் படையில் உள்ள யானைகளை மட்டும் அனுப்பிவைத்தாலே கஜினி முகமதுவின் மொத்தப் படையும் காலி.

15-ம் நூற்றாண்டில் முழுமையாக ஆரம்பித்த மாற்று மத ஆதிக்க சோதனை ஏறக்குறைய 600 வருடங்கள் நீடித்தது (முகலாயர், ஆங்கிலேயர்).

ஹிந்துகள் வரலாற்றில் முன்னரே ஆறு கடவுள்களை ஏற்றுக் கொண்டிருந்தனர். அதுபோக சில நூறு தேவதைகள், நாட்டார் தெய்வங்கள். இப்போது அல்லா, ஏசு என்று வணங்குவதில்

அவர்களுக்குப் பிரச்னை இல்லை. ஆனால், முற்றிலும் எல்லா கடவுள்களையும் விட்டுவிட்டு என் கடவுளை மட்டுமே வணங்கு என்று சொன்னால்தான் பிரச்னை. அந்தக் கடவுள்களும் இந்து கலாசாரத்தில் ஒன்று இணைவதில் இந்துக்களுக்கு பிரச்னை இல்லை, அவர்களுக்குத்தான் பிரச்னை.

பலர் மதம் மாற்றம் செய்யப்பட்டாலும் தொடர்ந்து ஹிந்து கலாசாரத்திலேயே இருந்து வந்தனர். அதாவது பெயர் இஸ்லாமியராக, வழிபடும் முறை இஸ்லாமியராக, குரான் ஓதுவது என்று இருந்தாலும் ஹிந்து மத கடவுள்களையும் வணங்கியே வந்தனர். ஏன் என்றால் அது தானே 3000 வருட கலாசாரம்.

இதனால் தான் முன்னால் நீதிபதி M.C.Chagla (Muhammed Ali Currim Chagla) கூறினார் 'நான் மதத்தால் முஸ்லீமாக இருக்கலாம். ஆனால் கலாசாரத்தால் நான் ஒரு ஹிந்து'.

பெரும் இழப்பைச் சந்தித்தும் நீடித்து நின்றது ஹிந்து மதம். இந்து மதத்தின் அரவணைத்துச் செல்லும் போக்கும் நெகிழ்ந்து கொடுக்கும் தன்மையும்தான் காரணம்.

இப்போது 2018. 100% ஹிந்துகள் இருந்து பாரதம் 1947-ல் 84% ஹிந்துக்கள் மட்டுமே இருக்கும் தேசமாகச் சுருங்கியது. இது இன்று 79% ஆகக் குறைந்தும்விட்டிருக்கிறது. இதனால் சமயப் பெரியவர்கள் இரு முக்கிய விஷயங்களைச் செய்ய விரும்பினர்.

- மதம் மாற்றுவதைத் தடுப்பது
- ஜாதியை ஒழித்து இந்துகளாக மீண்டும் ஒன்றுபடுத்துவது.

அதுவே இனி இந்த தேசத்தின் பெருமையைக் கட்டிக்காக்கும் வழி என்று எண்ணினர். வரலாறும் சமய அறிவும் கொண்ட பெரியவர்கள். இதில் என்ன தவறு?

தன்னிச்சையாக ஒருவர் மதம் மாறுவதை யாரும் தடுக்கவில்லை. அது தனி நபர் விருப்பம். கணக்குப் போட்டுக் காரியமாக மதம் மாற்றும் கூட்டத்தைத் தடுக்கத்தான் வேண்டும்.

●

ஹிந்து - ஹிந்துதுவா எது நல்லது?

- ரமேஷ், கணேசன்

கர்த்தரா இயேசு கிறிஸ்துவா... அல்லாவா முகமது நபியா யார் சிறந்தவர் என்று கேட்பதைப் போன்றது இது. கர்த்தரின் பெருமையைப் பரப்ப வந்தவர் இயேசு. அல்லாவின் மகிமையைப் பரப்ப வந்தவர் நபி. இந்து மதத்தின் பெருமையைக் கட்டிக்காக்க வந்தது இந்துத்துவா. 'ஹிந்து என்பது நம் நாட்டு கலாசாரம்; ஹிந்துதுவா என்பது அந்த கலாசாரத்தைப் பாதுகாக்க வேண்டிச் சமயப் பெரியவர்களால் பலகாலமாக எடுத்துவைக்கப்பட்ட சமூக முயற்சி.

இந்துக்களை ஒன்றுபடுத்த ஹிந்துத்துவர்கள் முயற்சி எடுக்கும் போது அதை முறியடிக்கும் வகையில் இங்கே மொழிப் பெருமிதம் முன்னிறுத்தப்படுகிறது. அது பெரியார் ஆரம்பித்து வைத்த பிரிவினை. அவர் திராவிடப் பிரிவினை பேசினார்; இன்று மொழிப் பிரிவினை தூண்டப்படுகிறது.

இந்து மதம் ஒன்றுபடக்கூடாது என்றால் ஜாதிப் பிரச்னையைப் பெரிதாக்கவேண்டும். இந்தியா ஒன்றுபடக்கூடாதென்றால் மொழியையும் சேர்த்து வைத்துப் பிரிவினை செய்யவேண்டும். இதுதான் எதிரிகளின் போர் வியூகம். வேறு ஒன்றும் சொல்ல இல்லை. திருவள்ளுவனும் அவ்வையும் சொல்லியிராத மொழிப் பிரிவினையைத் திட்டமிட்டுச் சிலர் தூக்கிப்பிடிப்பதன் ஒரே காரணம் இந்து மதமும் அதனால் இந்த தேசமும் வலுப்பெற்று விடக்கூடாது என்பதுதான்.

'யாதும் ஊரே யாவரும் கேளிர்; தீதும் நன்றும் பிறர்தர வாரா' அர்த்தம் நன்கு உணர்ந்தால் இது புரியும். பிரிவினை பேசும் கூட்டத்தினர் அதிகம் வரலாறு பேச மறுப்பர். ஏனென்றால் அது அவர்களை ஹிந்துகளாகக் கொண்டுபோய் நிறுத்தும் என்ற பயம்.

பின் ஏன் செய்தித்தாள்கள் ஹிந்துத்துவாவைத் தவறாகச் சித்திரிக்கின்றன?

என் பத்திரிகை நண்பர் ஒருவரை டெல்லி நேரு யுனிவர்சிட்டி வளாகத்தில் சந்தித்தேன். அவர் பேசிக்கொண்டிருக்கும்போது ஒன்றைத் தெளிவாகக் கூறினார்.

'தமிழகத்தில் திரு.திருமாவளவன் கட்சி, கம்யூனிஸ்ட் கட்சி இரண்டின் செயல்திட்டம் இதுவே:

1. பத்திரிகைத் துறை 2. சினிமா/டிவித் துறை 3. நீதித்துறை இந்த மூன்றில் கட்சி ஆட்களைச் சேர்ப்பது; அதை வைத்துக்கொண்டு

தங்களுக்குச் சாதகமான செய்திகளை மட்டுமே வரும்படிப் பார்த்துக்கொள்வது.

இதில் நான் ஒன்றும் கூறுவதற்கு இல்லை.

'கஜினி முகமது 17 முறை படையெடுத்து 17ஆவது முறை வெற்றி கொடி நாட்டினான் என்று வரலாறு எழுதிய அந்த ஆளை நான் தேடிக்கொண்டிருக்கிறேன்.

●

காந்தி சுதந்தரம் வாங்கிக் கொடுத்ததாக ஒருபக்கம் சொல்றாங்க; அவர் வாங்கிக் கொடுக்கலைனு ஒருபக்கம் சொல்றாங்க? உண்மை எது? நீங்க எந்தப் பக்கம்?

- தினேஷ்

காந்தி எப்படிப் பார்த்தாலும் நவீன காலத்தில் அகிம்சையைப் போதித்த வகையில் முக்கியமானவர். அவர் நிச்சயம் முக்கியமான தலைவர். ஆனால், அவர்தான் சுதந்தரத்துக்கு காரணம் என்பது நம்மை நாமே ஏமாற்றிக்கொள்ளும் அல்லது ஏமாற்ற உருவகம் செய்யப்படும் வரலாற்றுப் பிழை.

காந்தி மிகப் பிரபலம் ஆகக் காரணம் ஒத்துழையாமை இயக்கப் போராட்டம் (1920-22). இதுதான் காந்தியை அதிகம் பிரபலம் ஆக்கியது. அடுத்து தண்டி யாத்திரை, வெள்ளையனே வெளியேறு இயக்கம். இந்த மூன்றும்தான் இவர் பிரபலம் ஆகக்காரணம். இது பள்ளிக்கூட வரலாற்றுப் புத்தகங்களால் பிரபலமாக்கப்பட்டது என்றும் கூறலாம். இதில் அஹிம்சா வழி என்பது அனைவராலும் பாராட்டப்பட்டது.

ஆனால், 1919-ல் முதல் உலகப் போரில் பிரிட்டன் ராணுவத்துக்கு ஆள் எடுக்கும் பணியில் காந்தி ஏன் ஈடுபட்டார் என்று சரியான விளக்கம் கிடையாது. அஹிம்சாவாதி என்றால் போர்களை விரும்பக் கூடாது அல்லவா... உயிர்கள் கொல்லப்படக்கூடாது என்றுதானே இருந்திருக்கவேண்டும் என்று பலர் எதிர்ப்புத் தெரிவித்தனர். ஆனால் 1919-ல் நடந்த கூட்டத்தில் பிரிட்டிஷ் இந்திய ராணுவத்துக்கு ஆதரவு அளித்தார்.

ஆனால், இரண்டாம் உலகப்போரில் இந்தியாவில் இருந்து ஆள்கள் எடுக்க அதே காந்தி சம்மதிக்கவில்லை. ஏன்?

போஸ் அந்த நேரம் ஹிட்லருக்கு ஆதரவாக இந்திய ராணுவத்தை (INA) உருவாக்கி இருந்தார். அதற்கு இந்தியா முழுவதும் நல்ல வரவேற்பு இருந்தது. அதனால் தான் காந்தி ராணுவமே தவறு என்பதுபோல் ஒதுங்கினார். மேலும் பிரிட்டிஷ் அரசு இந்தியாவின் விடுதலை பற்றி எதுவும் கூறவில்லை என்று கூறி புறக்கணித்ததாகப் பின்னாளில் செய்திகள் வந்தன. ஆனால், உண்மையில் காந்தி அப்படி ஆதரித்தால் மக்கள் விருப்பமான INA வில்தான் சேர்வர் என்ற சூழ்நிலை நிலவியது. அதனால் மொத்தமாக விலகி நின்றுகொண்டார்.

உண்மையில் தொடர் குழப்பங்களால், கொள்கையில் தெளிவின்மை யால் 1930களில் உண்மையில் காந்தியின் செல்வாக்கு சரிந்து போனது. அப்படித்தான் அப்போது வந்த நாளேடுகள், வரலாற்றுக் குறிப்புகள் கூறுகின்றன. சுபாஷ் சந்திரபோஸும் காந்தியின் கொள்கைத் தெளிவின்மையை விமர்சித்தே, காங்கிரஸ் விட்டு விலகி இந்திய ராணுவத்தை உருவாக்கினார். ஜின்னாவின் இஸ்லாமிய அடிப்படைவாதத்தை அவரால் கட்டுப்படுத்த முடியவில்லை. அம்பேத்கர் வேறு காந்தியிடமிருந்து வெகுவாக அந்நியப் பட்டிருந்தார். இந்து ஒற்றுமையையும் இஸ்லாமிய அச்சுறுத்தலையும் சரியாக முன்னெடுக்க விரும்பிய இந்து சக்திகளை அவர் கொஞ்சம் கொஞ்சமாக ஓரங்கட்டியிருந்தார்.

காந்தி தொடங்கிய வெள்ளையனே வெளியேறு இயக்கம்தான் சுதந்தரம் கிடைக்க முக்கிய காரணம் என்று கூறுவது உண்மையை மறைக்கும் செயல். இதில் 'செய் அல்லது செத்துமடி' என்ற கோஷத்தை காந்தி கூறியபோது பெரிய அளவு விவாதம் ஆனது. இதைத்தான் போஸ் 1939-ல், அதாவது மூன்று வருடங்களுக்கு முன்னர் கூறினார். இந்த இயக்கம்தான் சுதந்தரம் வாங்கிக் கொடுத்தது என்று வரலாறு தெரிந்த எவரும் நம்பமாட்டார்கள். அது நடந்து முடிந்து ஐந்து ஆண்டுகளுக்குப் பிறகே சுதந்தரம் கிடைத்தது. உண்மையில் அந்த ஐந்தாண்டு காலத்தில்தான், அதாவது காந்தியும் இன்னபிற காங்கிரஸாரும் சிறையில் இருந்த காலகட்டத்தில்தான், அதற்கு முன் நடந்த தேர்தலில் படு தோல்வியடைந்திருந்த முஸ்லீம் லீக் பிரிட்டிஷ் ஆதரவுடன் தன் கோரப் பிடியை வலுவாக்கிக்கொண்டது. உண்மையில் வெள்ளையனே வெளியேறு இயக்கம் பிரிட்டிஷாரை விரட்டியது என்று சொல்வதைவிட இந்தியாவைத் துண்டாடும் சக்திகளுக்கு அஸ்திவாரம் அமைத்துக் கொடுத்தது என்பதுதான் உண்மை. காந்தியையும் காங்கிரஸையும் இதற்காகப் பழிக்க முடியாதுதான்.

என்றாலும் தேசத்தில் நடந்துவந்த அபாயத்தை அவர்கள் யூகிக்கவும் தடுக்கவும் தவறிவிட்டார்கள்.

காந்தி மேற்கொண்ட உண்ணாவிரதப் போராட்டங்கள் ஏறக்குறைய அனைத்தும் அவர் எதற்காகப் போராட்டத்தைத் தொடங்கினாரோ அது வெற்றி அடையாமலேயே முடித்துக்கொண்டார் என்ற குற்றச் சாட்டுகள் உண்மைதான் என்பதே எனக்குத் தெரிந்த வரலாறு.

'காந்தி, ஸ்டாலின் இரண்டு பேருக்கும் இடையில் பெரிய வேறுபாடு இல்லை. ஸ்டாலின் தன்னிச்சையாக ஒரு முடிவை எடுக்கிறார். அவர் சொல்வதைக் கேட்டு பொலிட்பீரோ நடக்கிறது. இங்கே காந்தியும் அதேபோல காங்கிரஸ் கூட்டங் களை நடத்துகிறார். அவர் சொல்வதுதான் இறுதித் தீர்ப்பு.

சரி இந்திய சுதந்தரத்துக்கு எது முக்கிய காரணம்?

இரண்டு மிகப் பெரிய காரணங்கள்

1. ஹிட்லர். 2. பிரிட்டிஷ் பொருளாதார வீழ்ச்சி.

ஹிட்லர் என்ற ஒருவர் உருவாகி, ஜெர்மனியைத் தூக்கி நிறுத்தி தனது நாட்டுக்கும் காலனி நாடுகளை உருவாக்க முற்பட்டதுதான் முக்கியக் காரணம். அந்தக் காலகட்டத்தில் ஹிட்லர் செய்தது எல்லா வளர்ந்த நாடுகளும் செய்ததுதான். கிழக்காசியா முழுவதும் பிரிட்டிஷார் வைத்திருந்தது என்ன? காலனி ஆதிக்கம்தானே. எனவே, இரண்டாம் உலகப் போர் மூண்டது. ஹிட்லரிடம் பெரிய அளவு அடிவாங்கினர் உலகையே கட்டி ஆண்ட பிரிட்டிஷார். அது கொடுத்த தாக்கம் மிகப் பெரியது.

அதோடு உலக நாடுகளில் பல ஹிட்லரையும் காலனி ஆதிக்கத்தை யும் எதிர்த்துக் களமிறங்கின. யார் காலனி நாடுகளை வைக்க விரும்பினாலும் தவறு என்பதாக உலகம் முடிவெடுத்தது. காலனி நாடுகள் வைத்துக்கொள்வது சரி என்றால் ஹிட்லரின் முயற்சியும் சரி என்று ஆகிப்போகும். ஹிட்லர் எதிர்க்கப்படவேண்டியவர் என்றால் வின்ஸ்டன் சர்ச்சிலும் (பிரிட்டனும்) எதிர்க்கப்பட வேண்டியவரே. எனவே, காலனி நாடுகளை விடுவிப்பதுதான் இரண்டாம் உலகப் போரின் இலக்காகவும் முடிவாகவும் இருந்தது. அது உலக அளவில் பெரும் விவாதத்தைக் கிளப்பியது. பிரிட்டனுக்கு அதைச் சமாளிக்க முடியாமல் போனது.

இரண்டாவது காரணம் 1945-ல் ஐரோப்பியா முழுவதுமான பொருளாதார வீழ்ச்சி. பிரிட்டனில் கடும் நிர்வாகச் சீர்கேடு நிலவியது. இதற்கும் இரண்டாம் உலகப் போர் தான் காரணம்.

பெரிய அளவு பொருட்சேதம், உயிர்சேதம், தொழில் முடக்கம் என அத்தனையும் இரண்டாம் உலகப் போர் கொடுத்தது.

இதனால் பிரிட்டிஷாரால் கிழக்காசியாவில் மேற்கொண்டு கட்டுப் பாட்டுடன் ஆட்சியைத் தொடர முடியாமல் போனது. அதோடு இந்திய கடல்படை வேறு கிளர்ச்சியில் இறங்கியது.

அதனால் ஏறக்குறைய 50 நாடுகள். ஸ்ரீலங்கா, பங்களாதேஷ், நேபாளம், மியான்மர், மலேசியா என்று 1945களில் ஆரம்பித்து 1960கள் வரை ஒவ்வொன்றாக விடுதலை கொடுக்கப்பட்டது.

உண்மையில் அப்போது பொருளாதாரம் சரியாக இருந்திருந்தால் அடுத்த 40 வருடங்கள்கூட பிரிட்டிஷ் ஆட்சிதான் இருந்திருக்கும். அப்படி இருந்திருந்தால், காந்தி போய் இன்னொரு தலைவர் சுதந்தரம் வாங்கிக் கொடுக்க வந்திருப்பார்.

சரி நமக்கு 1947-லிலேயே கொடுக்கக் காரணம்?

போஸ் உருவாக்கிய இந்திய ராணுவத்தின் (INA) உயர் பதவியில் இருந்த ஹிந்து, முஸ்லீம், சீக்கியர் தலைவர்களைத் தண்டிக்க பிரிட்டிஷ் முடிவெடுத்தது. இது மிகப் பெரிய தவறான முடிவு. இது இந்தியா முழுவதும் மிகப் பெரிய எதிர்ப்பைச் சம்பாதித்தது. ஏனென்றால் போஸுக்கும் அவர் உருவாக்கிய ராணுவத்துக்கும் இளைஞர்கள் ஆதரவு அதிகம் இருந்தது.

ரஷீத் கான் என்ற INA வீரரைத் தண்டிக்கப்போய் அதை எதிர்த்துக் கொஞ்சம் கொஞ்சமாக கல்கத்தாவில் தொடங்கி திருவனந்தபுரம் வரை இந்தியா முழுவதும் போராட்டம் பரவியது. மதம் மறந்து இந்தியர் அனைவரும் ஒன்றுபட்டனர். இதைக் கட்டுப்படுத்த பிரிட்டிஷ் பலமாக இல்லை. கிடைமட்ட அரசு ஊழியர்கள், சிவில் சர்வீஸ் அனைத்திலும் இந்தியர் அதிகம் வேலைக்கு அமர்த்தப் பட்டிருந்ததும் போராட்டத்தை அடக்கமுடியாமல் போனதுக்குக் காரணம் .

ஹிட்லருடைய ராணுவம் உருவாக்கிய சேதத்தால் முன் போல் பலம் இல்லாத பிரிட்டிஷ் வேறு வழி இல்லாமல் இந்தியாவை இதுக்கு மேல் கட்டுப்பாட்டில் வைக்க முடியாமல் கிளம்பினர். சுதந்தரம் கிடைத்தது (அப்போது வரை ஹிட்லர் மீண்டும் வருவார் என்ற பயமும் உலாவியது. ஏன் என்றால் ஹிட்லர் தப்பிவிட்டார் என்று பெரும்பாலான ஆய்வு அறிக்கைகள் தெரிவித்தன.) இறுதியில், இந்தியா என்றால் காங்கிரஸ் என்று ஆனது. காங்கிரஸ் என்றால் நேரு என்று ஆனது. சுதந்தரம் என்றால் காந்தி என்று

ஆனது. மொத்தப் பள்ளி வரலாறும் காங்கிரஸ்காரர்கள் எழுதிய கட்டுக்கதையும், பொய்யும், உண்மை மறைப்பும் ஆனது.

நான் காந்திக்கு எதிரானவன் அல்ல; நம் பள்ளிக்கூட வரலாற்றுப் புத்தகங்களுக்கு எதிரானவன்.

●

'மெர்சல்' படத்துக்கு ஏன் எதிர்ப்பு? விஜயை ஏன் கிறிஸ்தவர் என்று சொல்லி விமர்சிக்கவேண்டும்?

- சூர்யா

கோவில்கள் கட்டுவதற்குப் பதிலாக மருத்துவமனைகள் கட்டலாம் என்று ஒரு வசனம் மெர்சல் படத்தில் இருக்கிறது.

அயோத்தியில் ராமர் கோவில் கட்டும் விவகாரம்தான் இந்தியாவில் இருக்கும் மிக மிக உணர்வுபூர்வமான பிரச்னை. அதைத்தான் ஜோசஃப் விஜய், அட்லீ போன்ற கிறிஸ்தவர்கள் கிறிஸ்தவ மிஷனரிகளின் குரலாக ஒலிக்கிறார்கள் என்ற குற்றச்சாட்டில் எனக்கு உடன்பாடு இல்லை. விஜய்க்கு இந்து இளைஞர்களும் ரசிகர்களாக இருக்கிறார்கள். எனவே, அப்படிச் செய்யமாட்டார் என்று நம்புகிறேன்.

இதை ஏன் இந்துக்கள் எதிர்க்கிறார்கள்? விஜய் ரசிகர்கள் சில உண்மைகளைப் புரிந்துகொள்ள வேண்டும்.

முகலாயர் காலத்தில் நாடு முழுவதும் ஏறக்குறைய 50,000 இந்துக் கோவில்கள் இடிக்கப்பட்டு அந்த இடங்களில் இருந்த செல்வங்கள் கொள்ளையடிக்கப்பட்டு மசூதிகள் கட்டப்பட்டுள்ளன என்பது வரலாற்று உண்மை. இதை அனைத்து வரலாற்று ஆசிரியர்களும் ஏற்பர். உடனே இஸ்லாமியர் மீது வெறுப்பை உருவாக்கிக் கொள்ளவேண்டாம். இது வரலாறு. இதில் இருந்து பாடம்தான் கற்றுக்கொள்ளவேண்டும். பழிவாங்கப் புறப்படக்கூடாது. அதுதான் நமக்கும் சமூகத்துக்கும் நல்லது.

இப்போது இந்த அனைத்துக் கோவில்களையும் இந்துகள் கட்டித் தரச் சொல்லிக்கேட்கவில்லை. இவர்கள் கேட்பது மூன்றே மூன்று கோவில்கள். அது

1. அயோத்தி - ராமர் கோவில்
2. காசி - விஸ்வநாத் - சிவன் கோவில்
3. மதுரா - கிருஷ்ணன் கோவில்.

அது ஏன் என்றால் இஸ்லாமியருக்கு புனித நகரமாக மெக்கா மதினா போல், கிறிஸ்தவர்களுக்கு ஜெருசலம் போல், யூதர்களுக்கு பாலஸ்தீனம், காசா போல் இந்துகளுக்கு இந்தியாவில் சில புனிதமான இடங்கள் உண்டு. சிவனடியார்களுக்கு திபெத்தில் உள்ள கைலாஷ் மானசரோவர் தான் புனித பூமி. ஆனால் அதைப் பெற்றுத் தருவதில் நேரு அக்கறை காட்டவில்லை. அத்துடன் திபெத் இன்று சீன ஆக்கிரமிப்பில் உள்ளது. அடுத்து சீதா பிறந்த இடமும் இந்தியாவில் இல்லை. அயோத்தியில் ராமர் கோவில் இடிக்கப்பட்டுவிட்டது. காசியில் இடிக்கப்பட்ட விஸ்வநாதர் கோவில் கட்டப்படவில்லை. மதுராவில் கிருஷ்ணன் கோவில் இல்லை. இப்படி இடிக்கப்பட்ட முக்கியமான புனிதஸ்தலங் களை, அதில் அவர்களின் கோவில்களை மீண்டும் இந்துகள் கேட்பதில் எந்தத் தவறும் இல்லை.

நீங்கள் இதன் வலியை உணரவேண்டும். மதுரையில் மீனாட்சி அம்மன் கோவில் இடிக்கப்படுவதாக நினைத்துக்கொள்ளுங்கள் -அது எந்த அளவு வலியை இந்துக்களுக்குத் தரும்? அதை முதலில் உணரவேண்டும்.

இடிக்கப்பட்ட 50,000 கோவில்களை மீண்டும் கட்டச் சொல்லிக் கேட்கவில்லை. ஆனால், 3 கோவில்கள் இந்துகளுக்கு மீண்டும் வேண்டும் என்று கேட்பதில் உண்மையில் நியாயம் இருக்கிறது. இஸ்லாமியருக்கு தனி தேசமாக ஜின்னா கேட்ட பாகிஸ்தானைப் பிரித்துக்கொடுத்துவிட்டு இந்தியாவில் கோவிலும் கிடையாது என்றால் என்ன சார்? (20% மக்களுக்கு இந்துக்களின் 23% நிலப்பரப்பை வாங்கிக்கொண்டார் ஜின்னா. அத்துடன் இஸ்லாமியர் இங்கேயே இருப்பதை இந்துகள் எதிர்க்கவும் இல்லை. ஆனால் பாகிஸ்தானில் இருந்து ஒட்டு மொத்த இந்துக்கள் இந்தியாவுக்கு வந்த வரலாறு எல்லாம் மிகக் கொடூரமானது. இவ்வளவு ஏமாற்றம் கண்ட மக்களின் உணர்வைப் புரிந்து மதிக்க வேண்டும்).

இவ்வளவு முக்கியமான விவகாரத்தைக் கொச்சைப்படுத்தும் விதமாக 'கோவில் கட்டுவதற்குப் பதில் மருத்துவமனைகள் கட்டுங்கள்' என்று வசனம் வருவது எப்படிச் சரி? அதை ஒரு கிறிஸ்தவர் இயக்கத்தில், நடிக்கும் இன்னொரு கிறிஸ்தவர் பேசுவது என்றால் மக்களுக்கு வரும் கோபத்தைத் தடுக்க முடியாது.

இதைத் தவிர்த்திருக்கலாம் திரு.விஜய்.

இன்னொரு முக்கியமான விஷயம்... தமிழகத்தில் அதிகம் வருமானம் தரும் அனைத்து கோவில்களின் வருமானமும்

அரசுக்குத்தான் செல்கிறது. எந்த மசூதியின் வருமானமும், சர்ச்சின் வருமானமும் அரசுக்குச் செல்வது இல்லை. இந்துக் கோவில் களுக்கு சொந்தமான பலலட்சம் கோடி சொத்துகள் மூலம் வரும் வருமானமும் அரசுக்குத்தான் செல்கிறது. எந்த கிறிஸ்தவ ஆலயத்தின் வருமானமும் ஒரு ரூபாய்கூட அரசுக்குச் செல்வது இல்லை.

இந்து கோவில்களில் இருந்து கிடக்கும் பணத்தை வைத்துத்தான் அரசின் மருத்துவமனைகள் நடக்கின்றன. எனவே, இது பொய்யான வசனம். வேதனை தரும் வசனம். எனவே மிக மிகக் கண்டிக்கப்பட வேண்டிய வசனம். கோவில் பணத்தில்தான் அரசு மருத்துவமனை கள் நடக்கின்றன. சர்ச்சும் மசூதியும் எதுக்கு என்றோ சர்ச்சும், மசூதியும் தன் வருமானத்தை அரசுக்குக் கொடுக்கவேண்டியது தானே என்றோதான் வசனம் வைக்கவேண்டும்.

அது சரி... எதற்காக விஜயின் மதத்தினை இழுக்கவேண்டும்?

கீழ் வரும் விவரங்களைத் தயவுகூர்ந்து புரிந்துகொள்ளுங்கள் :

2015 FCRA (FOREIGN CONTRIBUTION REGULATION ACT) வெளியிட்ட தகவல் என்ன கூறுவது என்னவென்றால்

1994 முதல் 2012ஆம் ஆண்டுக்கு மட்டும் 1,16,073 கோடி ரூபாய் இந்தியாவுக்குள் வெளிநாடுகளில் இருந்து நன்கொடை என்ற பெயரில் NGOகளுக்கு வந்துள்ளது. மீண்டும் கூறுகிறேன் தொகை 1,16,073 கோடி. (1,16,073,00,00,000 ரூபாய்)

அந்தத் தொகையில் பெரும் பங்கு மதம் மாற்றும் கிறிஸ்தவ மிஷினரிகளுக்குதான் வருகிறது என்பது அசைக்க முடியாத உண்மை. ஆண்டுக்கு சுமார் 10,000கோடி ரூபாய் மதம் மாற்ற கிறிஸ்தவ மிஷினரிகள் இந்தியாவில் செலவிடுகிறார்கள். இது சரியா?

-41,844 NGO களில் 55% மேல் முறையாகக் கணக்குக் காட்டவில்லை. இந்த முறையாகக் கணக்குக் காட்டாத அனைத்து அமைப்புகளின் நிதி ஆதாரம் வரும் வழிகளை மோதி ஆட்சிக்கு வந்த உடன் முடக்கிவிட்டார். இன்று இந்த மிஷினரிகள் முழு அளவு கணக்குக்காட்டவேண்டி இருப்பதால் அது மதம் மாற்றும் வேலைக்குப் பெரும் இடையூறாக இருக்கிறது.

மதம் மாற்றுவதற்கு தலைக்கு 3 லட்சம் தரத் தயார். மதம் மாற்றிப் பெயரை மாற்றத் தேவையான AFFIDAVIT OF RELIGION CONVERSION அனைத்து வேலைகளையும் செய்து கொடுக்க இங்கேயே ஆயிரம்

கிறிஸ்தவ இயக்கங்கள் வேலை செய்கின்றன. அவர்கள் கைகள் இப்போது மிகப் பெரிய அளவில் கட்டப்பட்டுவிட்டன.

இந்த நிலையில் ஒவ்வொரு சர்ச்களும் வரிந்துகட்டிகொண்டு மோதிக்கு எதிராக பிரச்னைகளை அடுத்தடுத்துத் தூண்டி விடுகிறார்கள். சென்னையில் உள்ள கிறிஸ்தவ கல்லூரிகளில் மாணவர்களைத் தூண்டிவிட்டுப் போராட்டங்களை நடத்திக் கொண்டிருக்கிறார்கள்.

அப்படி வரும் 10,000 கோடியை மருத்துவமனைகளாகக் கட்டினால் மாவட்டத்துக்கு 3 MULTI SPECIALLITY HOSPITAL கட்டலாமே என்று ஏன் விஜய் பேசக்கூடாது? ஏன் அப்படி ஒரு உண்மை நிலையை வசனமாக அட்லீ எழுதக்கூடாது?

அதை விட்டுவிட்டு இந்துகளின் பல ஆண்டு காயத்தில் ஏன் இந்த இயக்குனர் உப்பைப் பூசவேண்டும் என்று இந்துகள் கோபம் கொள்வதில் நியாயம் இருக்கிறதா இல்லையா?

நடிகர் விஜய் ஒரு கிறிஸ்தவர். அவர் கிறிஸ்தவராக இருப்பதில் தவறு ஒன்றும் இல்லை. அவருக்குப் பிடித்த மதத்தில் அவர் இருக்கிறார். நடிகர் விஜய் UK குடியுரிமை பெற்ற கிறிஸ்தவர் என்று நினைக்கிறேன். அவர் மகன் JASON ஞானஸ்தானம் எடுத்தது ஐரோப்பிய தேசத்தில். இவர் கிறிஸ்தவர் இல்லை கூறுவது சும்மா அரசியல். இந்தப் படத்தை எடுத்த இயக்குனர் அட்லீ தனது எல்லாப் படத்திலும் கிறிஸ்தவத்தைத் தூக்கிப்பிடிக்கும் காட்சிகளை வைப்பதாகக் கூறுவதிலும் உண்மை உண்டு.

இப்படியான கூட்டணி, கோவில்கள் கட்டுவதை வைத்துப் பேசுவது மாற்று மத உள்விவகாரத்தில் தலையிடுவது எல்லாம் பிரச்னை உருவாக்கும் வேலை தானே? அல்லது சத்யராஜ் - சீமான் என்ற செபாஸ்டீன் கூட்டணி வேலையாக இருக்கலாம். எது எப்படியோ கிறிஸ்தவர்கள் - இந்து மக்களின் மத உள் விவகாரத்தில் தலையிடுவது ஏற்புடையது அல்ல. இதனால்தான் விஜயின் மதம் இழுக்கப்படுகிறது.

இந்துவாக வாழும் ரஜினி என்றாவது இப்படி மாற்று மத விவகாரங்களைக் காயப்படுத்தியது உண்டா? எனவே, பெரிய நடிகர்கள் கவனமாக வசனங்களைத் தேர்வு செய்யவேண்டும்.

படத்தில் வரும் இன்னொரு பிரச்னைக்குரிய விஷயம் : இந்தியா - சிங்கப்பூர் ஒப்பீடு:

நான் அடிக்கடி கூறுவது இதுவே - இந்தியாவுடன் சிங்கப்பூரை ஒப்பிடுவது ஒரு யானையை எலிக்குட்டியுடன் ஒப்பிடுவதற்குச் சமம்.

சிங்கப்பூர் மக்கள் தொகை வெறும் 58லட்சம்.

நம் சென்னை நகரத்தின் மக்கள் தொகை மட்டுமே 88 லட்சத்துக்கும் மேல். 2011 கணக்கெடுப்பின் புள்ளிவிவரம் பார்த்தால்கூட சென்னை மக்கள்தொகை 70லட்சம் மேல். வேலை தேடப் போய் செட்டில் ஆனவர்களை எல்லாம் சேர்த்தால் அது சுமார் 1.2 கோடியைத் தொடும்.

சென்னையில் பாதிகூடக் கிடையாது சிங்கப்பூர்.

ஆக, ஒரு திட்டத்தைச் செயல்படுத்த என்ன கஷ்டம் வந்துவிடும்? பாடத்திட்டத்தில் ஒரு சின்னத் தவறு என்றால் மொத்தப் புத்தகத்தையும் மாற்றி அச்சிட்டுக் கொடுக்க சுமார் ஒரு வாரம் போதும். ஆனால் இங்கே இந்தியாவில்? சுமார் 100கோடி மக்கள் வாழும் தேசம். இந்தியாவின் அரசியல் சாசன வரைவை முழுமையாகப் படித்து முடிக்க உங்களுக்கு 2 வருடம் ஆகும். அந்த அளவு அனைத்துத் தரப்பு மக்களின் உணர்வைப் பாதிக்காமல் உருவாக்கப்பட்டுள்ளது.

ரோடு போடுவது முதல் வரி நிர்வாகம் வரை எல்லாமே சிறிய நாட்டில் எளிதில் செய்துவிட முடியும். சிங்கப்பூர் சுதந்தரம் வாங்கிய போது அங்கே படித்த மக்கள் சதவீதம் 68%.ஆனால் இந்தியாவில் 1947-ல் 7% தான். அதுவும் ஒரு பெரிய பிரச்னை.

பொது சிவில் சட்டம் கொண்டுவரக்கூடாது என்று கூப்பாடு போடும் இந்த கம்யூனிஸ்ட்கள் சீனாவில் ரஷ்யாவில் சட்டம் அனைவருக்கும் சமம் என்று பெருமையாகப் பேசித் திரிவார்கள். இந்தியா சிதற வேண்டும் என்று வெளிப்படையாக கம்யூனிஸ்ட்கள் பேசுவார்கள். அதுபோல சிங்கப்பூரில் பேச முடியுமா? சிங்கப்பூர் போல் கட்டுப்பாட்டைக் கொண்டுவரச் சம்மதிப்பார்களா?

சிங்கப்பூரில் தூய்மை திட்டம் என்று கூறினால் அனைவரும் அதற்கு எப்படி ஒத்துழைக்க வேண்டும் என்று மீடியாக்கள் வழி நடத்தும். எனவே மக்களுக்கும் அரசுக்கும் ஒரு நல்ல தொடர்பை மீடியாக்கள் கொடுக்கும். ஆனால் இங்கே? அரசுக்கும் மக்களுக்கு எப்படி சண்டை இழுத்துவிடலாம், எப்படி மக்களை அரசு எடுக்கும் முயற்சிக்கு ஒத்துழைக்காமல் செய்யலாம் என்று தானே அச்சு

ஊடகங்களும் கட்சி ஊடகங்களும் வேலை செய்கிறார்கள். யாராவது மக்களுக்கு அரசு கூறும் நல்ல விஷயங்களைக் கொண்டு சேர்த்தார்களா?

இந்தப் படத்தில் பேசியதுபோல் அங்கே பேசினால் நீங்கள் தூக்கில்தான் தொங்கணும். ஏன் என்றால் அங்கே ஊடக சுதந்தரமும் கிடையாது; பேச்சுரிமையும் கிடையாது. பேச்சுரிமையில் சிங்கப்பூர் 153-வது இடம். அது தெரியுமா? தாய் நாட்டை அவமானம் செய்து பேசினால் அங்கே அவன் காலி.

இந்த THE HINDU, விகடன், NDTV இதுபோல சீனாவுக்கு ஆதரவாகச் செயல்படும் ஊடகங்கள்போல் சிங்கப்பூரில் தேசத்துக்கு விரோதமாகச் செயல்படமுடியாது.

அதில் GST 28% என்று பேசியது வடிகட்டிய முட்டாள்தனமான பேச்சு. இந்தப் பேச்சுதான் எனக்கு விஜய்யின் நோக்கத்தின் மீது சந்தேகம் வரக்காரணம் ஆகிறது. இது வேண்டும் என்றே பரப்பப் பட்ட பொய், அதை இவ்வளவு பிரபலமானவர் ஏன் பேசவேண்டும்? என்ன காரணம்? இது முழுக்க முழுக்க நயவஞ்சகமான வசனம்.

வரி ஏய்ப்பு செய்வது, ஹவாலா பணம் வெள்ளை ஆக்கும் வேலை எல்லாவற்றையுமே சினிமாத் துறைதான் செய்கிறது. அப்படி சிங்கப்பூரில் இல்லையே! சிங்கப்பூர் போல் அந்தத் தவறுகளுக்குத் தூக்கில் போடுங்கள் என்றால் இங்கே 90% நடிகை நடிகர்கள் தூக்கில்தான் தொங்கவேண்டிவரும். எனவே நிர்வாக, பரப்பளவு ஒப்பீட்டு அளவிலும் சரி, மக்கள் சுதந்தரம் விஷயத்திலும் சரி இந்தியாவை சிங்கப்பூருடன் ஒப்பிடுவது மிகப் பெரிய முட்டாள்தனம்.

இறுதியாக :

விஜய் வைத்துள்ள கார்கள், அவர் வாங்கும் சம்பளம், அவர் குடும்பத்தின் UK குடியுரிமை, மதம் என்று எல்லாம் இன்று விவாதம் ஆகக் காரணம் அவர் பேசிய பிழையான, வெந்த புண்ணில் வேல் பாய்ச்சும் அரசியல் வசனங்கள், திரைக்கதையை உருவாக்கிய கிறிஸ்தவ கூட்டணி இவைதான் காரணமே தவிர வேறு எதுவும் அல்ல.

யாரை வேண்டுமானாலும் நம்புங்கள். ஆனால் மதம் மாற்றும் கிறிஸ்தவ அமைப்புகளை ஒரு துளிகூட நம்பிவிட வேண்டாம். மதம் மாற்றும் கிறிஸ்தவ அமைப்புகளைக் கண்டிக்காமல்,

புத்திசாலித்தனமாக நல்லவன்போல் இந்துகளின் மத உள்விவகாரத்தைப் பேசித் திரியும் திரு.சீமான், திரு.அட்லீ போன்றவர்களை நம்பிவிடவேண்டாம். ஏன் என்றால் இவர்கள் விஷப் பாம்புகள்.

விஜய்யின் படம் வெற்றி பெற வாழ்த்துகள்.

அரசின் திட்டங்கள் தவறு என்றால் எதிர்த்துக் குரல் கொடுங்கள் - உங்களுக்கு உரிமை உண்டு. அதற்கு முன் தகவல் சரியா என்று உறுதி செய்துகொள்ளவும். அதைவிட முக்கியம் இந்துகளின் மத உள் விவகாரத்தில் வரவேண்டாம்.

●

பிரிட்டிஷ் அரசு வரவில்லை என்றால் நீங்கலாம் படிச்சிருக்க முடியாது. ரயில், மருத்துவம், கல்வி கிடைத்திருக்க அவர்கள்தான் காரணம்? இப்படிப் பொதுவாக கிறிஸ்தவ மதம் மாற்றும் பாதிரியார்கள், ஈ.வெ.ரா கூட்டங்கள் பேசுவதில் நியாயம் இருக்கிறதா?

-கார்த்திக்

1912-ல் பிரிட்டிஷ் நாடாளுமன்றத்தில் ஒரு சட்டம் போடப்பட்டது. அது என்னவென்றால் 'இந்திய நிறுவனங்கள் எதுவும் ரயில் இன்ஜின் சார்ந்த எந்த உற்பத்தியும் செய்யக்கூடாது, முழுமையாகத் தடை செய்கிறோம்'. எதற்கு இந்திய நிறுவனங்கள் தயாரிக்கக் கூடாது?

1843-ல் பிரிட்டிஷார் இந்தியாவில் ரயில்வேயை அனுமதித்த போது என்ன காரணம் என்று அவர்களே வெளியிட்டு உள்ளனர். அதைப் பின்னர் விளக்குகிறேன். பின்னர் மெல்ல 1860-களில் ரயில் இந்தியாவில் ஓடத் தொடங்கின. இந்த நேரம் அந்த ரயில் இன்ஜின்களைப் பழுதுபார்க்கும் வேலை சில நேரம் இந்தியர்களிடம் கொடுக்கப்பட்டது. நன்கு புரிந்துகொள்ளுங்கள் 1900-களைத் தாண்டியும்கூட 90% கடைநிலை ரயில் ஊழியர்கள் இந்தியர்கள் தான். ரயிலை ஓட்டுவது, ஸ்டேஷன் மாஸ்டர் என்று அனைத்து முக்கிய, பெரிய பொறுப்பிலும் ஆங்கிலேயர் இருந்தனர். இந்தியர்களுக்கு எந்த ஊதிய உயர்வும் கிடையாது, எந்தப் பதவி உயர்வும் கிடையாது - சம்பளம் மிக மிக மிகக் குறைவு.

இந்த நிலையிலும் பழுதுபார்க்கும் வேலையை 1862-ல் இந்தியர்கள் செய்ய அனுமதி அளித்த அடுத்த 10 வருடத்தில் இந்தியர்கள் தாங்களே ரயில் இன்ஜின் தயாரிக்கும் அளவுக்குத்

திறமை பெற்று உற்பத்தி செய்ய ஆரம்பித்துவிட்டனர். அதாவது கற்றுக்கொள்வதில் கொஞ்சம் அதிகம் ஆர்வம் உள்ள ஆட்கள் நம்மவர்கள். எனவே 1878-களில் இந்திய ரயில் பெட்டிகள், இன்ஜின்கள் உற்பத்தி அதிகம் ஆகத் தொடங்கவே உடனே தடை செய்தார்கள் பிரிட்டிஷ். இத்தனைக்கும் மிக மிகக் குறைந்த செலவில் செய்த போதும் தடை விதிக்கப்பட்டது.

காரணம் அவர்கள் தொழில்நுட்பம் இந்தியர்கள் கைக்குச் செல்லக் கூடாது. ஆனால், இந்தியர்கள் உழைப்பில் கிடைக்கும் வருமானம் மட்டும் இவர்களுக்குத் தேவை. இது அனைத்துத் துறைகளிலும் நடந்த உண்மை. அதாவது, இவர்கள் எந்தத் தொழில் நுட்பத்தை யும் இந்தியர்களுக்குக் கொடுத்துவிட்டுப் போகவில்லை.

ரயில்வே துறையில் கிடைத்த வருமானம் முழுக்க பிரிட்டிஷ் அரசுக்குச் சென்றது. அதை என்ன இந்தியாவிலா முதலீடு செய்தனர்? அல்லது கிடைத்த லாபத்தில் இந்தியர்களுக்கு சம்பள உயர்வு கொடுத்தனரா?

எடுத்துக்காட்டுக்கு 90,000 இந்திய மக்களின் வருமானமும் அன்று ஒரு பிரிட்டிஷ் ஸ்டேட் செகரட்டரியின் ஒரு மாதச் சம்பளமும் சமமாக இருக்கும். பிரிட்டிஷ் இன்ஜின் டிரைவர்கள் குடித்துவிட்டு சிக்னலை ஒழுங்காகப் பார்க்காமல் வண்டியை ஓட்டி விபத்து செய்தால் இந்திய கடைநிலைப் பணியாளர்கள் மீதுதான் பழிபோடப் படும். பிற்காலத்தில் ஒரு சில இந்தியர்கள் ஸ்டேஷன் மாஸ்டர்களாக ஆக்கப்பட்டபோது பழி அவர்கள் மேல் போடப்பட்டது.

ரயில்வேயில் இந்தியர்கள் நாயைவிடக் கேவலமாக வேலை பார்த்தது பற்றி என்னால் இன்னும் அதிகம் பேச முடியும். இன்று இந்தியாவிடம் இருக்கும் அத்தனை தொழில்நுட்பமும் இந்தியா தானே உருவாக்கிக்கொண்ட விஷயம். இந்தியர்கள் முட்டாள்கள் இல்லை; வாய்ப்புகள் கொடுக்காமல் மறுக்கப்பட்டு ஒடுக்கப் பட்டால் என்ன செய்ய முடியும் இந்தியர்களால்.

அடுத்து ஆடை உற்பத்திக்குச் செல்வோம்.

பிரிட்டிஷ் விட்டுச் செல்லும்போது இந்தியப் பெண்களிடம் ஒன்றிரண்டு சேலை மட்டுமே இருந்திருக்கும். அந்த அளவுக்கு ஆடை என்பதே ஆடம்பரம் என்ற நிலையில் மிகக் கொடூரமான ஒரு பெரும் அழிவை இந்தியர்களின் ஆடை உற்பத்தித் தொழிலில் உருவாக்கி இருந்தனர்.

இந்தியர்கள்தான் உலகத்தில் பருத்தி விளைச்சல், அதை எடுத்து நூல் செய்து, அந்த நூலைக்கொண்டு ஆடை நெய்யும் கலையைக்

கற்றுத் தேர்ந்தவர்கள். இதைப் பெரும்பாலான கிரேக்க வரலாற்று ஆய்வாளர்கள் கூறியுள்ளனர். ஏறக்குறைய 3000 வருடம் மேலாக இந்த நாட்டில் நல்ல பருத்தி ஆடைகளை இவர்கள் உடுத்தினர்; அது சார்ந்த தொழில் நுட்பம் இவர்களுக்குப் பரம்பரை பரம்பரை யாக இருந்துவந்தது. அலெக்ஸாண்டர் வரலாற்றில் இதன் குறிப்புகள் உண்டு.

வங்காளம், ஆந்திரா, தமிழகம், குஜராத் என்று எல்லா இடங்களிலும் 17-ம் நூற்றாண்டு இறுதி வரை கூட மற்ற நாடுகளுக்கு ஏற்றுமதி நடந்தது. இதற்குத் தெளிவான ஆதாரங்கள் இந்தியாவிடம் உண்டு. துருக்கி, ஜாவா, சீனா, ஜப்பான் என்று ஏற்றுமதியான வரலாறு உண்டு.

சரி எப்படி அவை அடியோடு அழிந்து போயின?

வேறு என்ன காரணம் பிரிட்டிஷ் கொடுங்கோல் ஆட்சிதான். இவர்களுடைய காலனிநாடுகளில் எல்லாவற்றிலும் இந்திய ஆடை இறக்குமதிக்கு 70%முதல் 80%வரை வரி விதித்தனர். ஏனென்றால் பிரிட்டிஷ் உற்பத்தியாளர்கள் தயாரிக்கும் ஆடை விலை மிக மிக அதிகம்; அதே ஆடையை இந்தியர்கள் மிகக் குறைந்த செலவில் ஏற்றுமதி செய்ய உலகமே இந்தியப் பொருட் களை விரும்பியது. அதை எப்படித் தடுப்பது? போடுடா வரியை. உலகில் யாருமே இந்தியர்களின் ஆடையை வாங்கக்கூடாது, வாங்க முடியாது. அந்த அளவுக்கு விலை ஏறியது.

நேர்மையான தொழில் போட்டிக்குத் திராணி இல்லாத பிரிட்டிஷார் அதிகாரம் கொண்டு இந்தியத் தொழில்சாலைகளை ஒடுக்கினர்.

வங்காளப் பகுதியில் இருந்து மட்டும் ஆண்டுக்கு 16,000,000 அதாவது இன்றைய மதிப்பில் சுமார் லட்சம் கோடி வருமானம் ஈட்டப்பட்டது (17-ம் நூற்றாண்டு). தங்கம் விலை குறைவாகக் கிடைத்த காலம். அதாவது சுமார் 1கிராம் தங்கம் 1.7 ரூபாயாக இருந்தால் அந்தப் பணத்தை வைத்து எவ்வளவு தங்கம் வாங்கலாம் என்று கொஞ்சம் கற்பனை செய்யவும்.

15 -ம் நூற்றாண்டுக்கு முன்னர் வரைகூட இந்தியா முழுவதும் தங்கம் அதிகம் கிடைக்கக் காரணமே இந்தியர்களின் வியாபாரத் திறமையும் தொழில் திறமையும்தான். பிரிட்டிஷார், 'மேட் இன் இந்தியா' என்று போலி முத்திரை குத்தி தமது பொருட்களை விற்ற காலம் அது. வாஸ்கோடகாமா போன்றவர்கள் இந்தியாவைத் தேடிக் கடல் பயணம் மேற்கொண்டதில் இருந்தே இந்தியாவின்

செல்வச் செழிப்பைப்பற்றி அறிந்துகொள்ளலாம். பின்னர் இந்த தேசத்தைக் கொள்ளையடிக்க ஆரம்பித்தனர் அனைவரும். ஆக இறுதியில் உடுக்க ஆடை இல்லாமல் நின்றான் இந்தியன். இதை இப்படி எடுத்துக்கொள்ளுங்கள். 17-ம் நூற்றாண்டுவரை உலகத்தில் நான்கில் ஒருவர் இந்தியாவில் உற்பத்தியான ஆடையை அணிந்தனர் அது தான் உண்மை. 18-ம் நூற்றாண்டு தொடக்கத்தில் - அப்படி இருந்த நாடு இந்த முறைகேடான, முட்டாள்த்தனமான பிரிட்டிஷ் வியாபார உக்திகளால். தொழில் வளர்ச்சி நாசம் ஆகி நடுத்தெருவுக்கு வந்தது.

ஏன் முட்டாள்த்தனம் என்கிறேன்? இங்கே காலனி நாடுகளில் உற்பத்தி பெருகினால்தானே அதிக வரி வசூல் செய்து பிரிட்டிஷ் ஆட்சியரும் செழிக்க முடியும். காலனிப்படுத்தும் நாட்டு மக்களும் வளமாக வாழமுடியும். ஆனால், தாங்கள் மட்டுமே வியாபாரம் செய்ய வேண்டும், தாங்கள் மட்டுமே உற்பத்தி செய்ய வேண்டும் - இந்தியர்கள் அடிமைகளாக மட்டுமே இருக்கவேண்டும் என்ற முட்டாள்த்தனமான அதிகார புத்தியால் நம் தொழில்களையும் பொருளாதாரத்தையும் நாசமாக்கினர்.

ஒரு சுவாரசியமான தகவல் என்னவென்றால்:

1865-களில் அமெரிக்க உள்நாட்டுப் போர் ஆரம்பித்த நேரத்தில், முதல் உலகப் போர் ஆரம்பமான காலத்தில் என இந்த இரண்டு காலத்திலும் ஏற்றுமதிக் கட்டுப்பாடுகளைத் தளர்த்தியது பிரிட்டிஷ். அந்த இரண்டு நேரத்திலும் இந்தியர்கள் எழுந்து மீண்டும் உலகச் சந்தையைப் பிடித்தனர். அதாவது 1865-ல் தளர்த்திய உடன் மீண்டும் இந்திய ஆடை உற்பத்திக்குப் பெரிய அளவில் தேவை உருவாக 1896-ல் மொத்த உலக உற்பத்தியால் இந்தியர்கள் 8-9% பங்களிப்பை வழங்கினர். ஆனால், பிரிட்டிஷார் மீண்டும் முடக்கிவிட்டனர். அடுத்து முதல் உலகப்போர் முடிவில் உலக ஆடைகள் உற்பத்தியில் இந்தியர்களின் பங்கு என்ன தெரியுமா? 68%. அதாவது உலகத்தில் 10-ல் 7பேர் இந்திய ஆடையை அணியும் அளவுக்குப் பெரும் வளர்ச்சி பெற, இறக்குமதிக்கு மீண்டும் வரி போட்டு நசுக்கி நாசம் செய்தனர் பிரிட்டிஷார்.

நவீன ஆயுதங்களைத் தயாரிப்பதில் வெற்றிபெற்ற ஒரே காரணம் தான் பிரிட்டிஷாரின் கீழ் இந்தியா வரக்காரணம். வேறு எதுவும் இல்லை. உற்பத்தித் தொழில்கள், வியாபாரம், பொருளாதாரம், இயற்கை வளம் என எல்லாவற்றிலும் இந்தியர்கள் பலமடங்கு அவர்களைவிட முன்னேறிய சமூகமாக இருந்தனர். இதுதான் அசைக்க முடியாத உண்மை.

கல்வி

பிரிட்டிஷார்தான் பள்ளி கட்டினார்கள், கல்லூரி கட்டினார்கள் என்று சொல்பவர்கள் 200 வருடம் ஆட்சியில் இருந்துவிட்டுப் போனபோது இந்தியர்களில் எத்தனை பேருக்குக் கல்வி கொடுத்திருந்தார்கள் என்ற புள்ளிவிவரத்தை எடுத்துப் பாருங்கள்: 1947-ல் இந்தியா சுதந்தரம் வாங்கும்போது இந்தியர்களில் 12% தான் படித்தவர்கள் (இதுகூடச் சரியான கணிப்பு அல்ல, உண்மையில் அது 7%க்கும் கீழ்).

அதாவது 200 வருடங்கள் இந்த பிரிட்டிஷ் ஆட்சியில் 7% படித்து முன்னேறி இருந்தோம். 1947-க்கு பின் இந்தியர்கள் தங்களைத் தாங்களே ஆட்சி செய்த இந்தக் கடந்த 60 வருடத்தில் ஏறக்குறைய 80% படித்தவர்கள் என்ற நிலையை எட்டிவிட்டோம். இந்த விஷயத்தில் யார் சிறந்தவர்கள்?

இந்தக் கல்வி முறையே அவர்கள் கொடுத்த பிச்சை என்று பேசும் இந்தப் பாதிரியார்களுக்கு நான் கூற விரும்புவது இதுதான்: கொஞ்சம் 12-ம் நூற்றாண்டுவரை கொரியா, சீனா, இந்தோனேசியா என்று ஆசியா முழுவதும் மற்றும் சில ஐரோப்பிய தேசத்துத் தலைசிறந்த வரலாற்று ஆசிரியர்கள் எல்லோரும் எங்கே படித்தவர்கள் என்று கொஞ்சம் விவரம் தேடிப் படிக்கவும்.

நாளந்தா, விக்ரமசிலா, ஓடந்தபுரி, மகாவிஹரா என்று இந்தியப் பல்கலைக்கழகங்களில்தான் படித்தார்கள். உலகில் எந்தப் பகுதியில் இருந்தாலும் உயர் கல்விக்கு இந்தியாவுக்கு வரும் அளவுக்கு இந்தியப் பல்கலைக்கழகங்கள் சிறந்து விளங்கின.

2,000 ஆசிரியர்கள், 10,000க்கும் மேற்பட்ட மாணவர்கள் தங்கிப் படித்தது உலகத்தில் நாளந்தா கல்விக்கூடத்தில்தான். அது ஏதோ இன்று நேற்று அல்ல - 1200 பொ.யு. வரை நன்றாகவே இயங்கியது. இதுபோல பல்கலைக்கழகம் சென்று கல்வி பயின்ற ஆசிரியர்கள் பின்னர் அங்கிருந்து பிரிந்து குருகுலம் நடத்தி அடிப்படைக் கல்வியை அனைவருக்கும் கொடுத்ததுதான் இந்த இந்தியாவின் கலாசாரம்.

ராஜா ராம்மோகன் ராய் 19-ம் நூற்றாண்டில் கிராமங்களில் பள்ளிகள் தொடங்கிக் கல்வி கற்பிக்கும் முறையை அறிமுகம் செய்திருக்கிறார். இதுபோலப் பல மனிதர்கள் பல முயற்சிகள் கிராமங்களில் செய்தனர். அதாவது எல்லோரும் காசி, நாளந்தா என்று சென்று படித்துவிட்டுப் பின்னர் சொந்த ஊர் திரும்பி

மக்களுக்குக் கல்வி கொடுப்பது என்று சுமார் 2000 வருட பழைய குருகுலக் கல்விமுறை இந்த இந்தியாவில் இருந்தது. உலகம் முழுவதும் 12 ஆம் வகுப்பு வரை படிப்பதற்கான மூல காரணம் என்ன தெரியுமா..? இந்தியாவில் குருகுலக் கல்வி 12 ஆண்டுகள் சொல்லிக் கொடுத்த தாக்கம்தான் ஒழிய வேறு இல்லை.

ஜாதி கொண்டு கல்வி மறுக்கும் கீழ்த்தரமான புத்தி என்னவோ இந்தியார்களுக்கு 800 பொ.யு.க்கு பின் தான் வந்திருக்க வேண்டும். ஏன் என்றால் அதுவரை அனைவருமே கல்விக்கூடங்களுக்குச் சென்று படித்த வரலாறு உண்டு. குலம் என்பது பிறப்பால் அல்ல என்ற விஷயம் மறந்து - பிறப்பால் ஜாதிய அடையாளம் என்ற கட்டமைப்பு என்று உருவானதோ அன்று நாசமாகத் தொடங்கியது இந்த மண். அதற்காக பிரிட்டிஷ் நல்லவர்கள் ஒன்றும் கிடையாது. அங்கேயும் அடிமைக் கலாசாரம் இருந்தது.

சரி பிரிட்டிஷார் எந்தவிதமான கல்விமுறையை இங்கே கொண்டுவந்தனர்?

1820களில் மிகப் பெரிய அளவில் பிரிட்டிஷ் ஆட்சியின் கீழ் உள்ள அனைத்து நாடுகளிலும் மதம் மாற்றும் வேலைக்கு ஆள் அனுப்பினார்கள். அவர்கள் இவான்ஜலிஸ்ட்கள். அவர்களுடைய வேலை மதம் மாற்றுவது. போகும் நாடுகளில் இருக்கும் சமூகங்களில் இருக்கும் இயல்பான சிறிய இடைவெளிகளைப் பெரிதாக்கிப் பிரிவினைகளை உருவாக்கி அதன் மூலம் மதம் மாற்ற வேண்டும். இங்கே மட்டும் அல்ல அனைத்து காலனி நாடுகளிலும் இந்தக் கூட்டம் சென்று வேகமாக வேலை செய்தது. மருத்துவமனைகள், கல்விக்கூடங்களைத் திறந்து உதவுவதுபோல் நடிப்பது அந்தச் செயல்திட்டத்தின் ஓர் அங்கம். அந்தப் பள்ளிகளில் ஆங்கிலம் கட்டாயம் ஆக்கப்பட்டது. அதுவரையில் இந்தியாவில் அனைத்து மொழியினரும் தாய்மொழியில்தான் கல்வி பெற்று வந்தனர் (இன்று தமிழ் தேசியம் என்றும் தாய் மொழிக் கல்வி என்றும் பேசுபவர்கள் சமஸ்கிருதத்தையோ ஹிந்தியையோ துணை மொழியாகப் படிக்கச் சொன்னாலே பெரும் கூச்சல் போடுகிறார் கள். ஆனால், கிறிஸ்தவப் பள்ளிகளில் பயிற்று மொழியாகவே ஆங்கிலம் இருப்பதை எதிர்த்து ஒரு வார்த்தைகூடச் சொல்வதில்லை. செபாஸ்டியன்களும் தந்தை செல்வாக்களும் (சாமுவேல் ஜேம்ஸ்) முன்னெடுக்கும் தமிழ் தேசியம் பின்னர் எப்படி இருக்கும்?) அதோடு அவர்கள் எழுதும் வரலாறு தான் உண்மையான வரலாறு என்ற நிலை உருவானது.

இன்றுவரை வாஸ்கோட காமா முதல் முதலில் இந்தியா வந்தார் என்றுதான் படிக்கிறோம். என்ன செய்ய? அவர் வருவதற்கு முன்பே இந்தியர்களின் வர்த்தகம் உலகம் முழுவதும் நடந்து கொண்டிருந்தது என்பதற்கு ஏராளமான ஆதாரங்கள் உண்டு. இன்னும் சொல்வதானால் வாஸ்கோடகாமா வரும் போது இங்கே இந்திய மன்னர்கள் அரபு வணிகர்கள், இந்தோனேசிய வணிகர்கள் எல்லோரும் இருந்ததாகவே கூறியுள்ளார். ஆனாலும் அவர் தான் முதலில் வந்தார்! யாருக்கு? ஐரோப்பியர்களுக்கு ஒரு ஐரோப்பியர் வந்ததுதான் முதல் வரலாறு. எங்களுக்கு அல்ல. ஆனாலும் நாங்கள் இந்த வரலாற்றைப் படித்தாகவேண்டியதாக உள்ளது. அதற்குக் காரணம் நேரு.

இன்னொரு சுவாரசியமான விஷயம் :

எகிப்து மன்னன் இரண்டாம் ராம்செஸின் பதப்படுத்தப்பட்ட உடல் தற்போது கெய்ரோ அருங்காட்சியகத்தில் உள்ளது. அந்த உடலை ஆய்வு செய்து பார்த்தபோது அதைப் பதப்படுத்த 'இந்திய மிளகு' பயன்படுத்தப்பட்டுள்ளது தெரியவந்தது. அதாவது கிரேக்கம், ரோமன் என்று எந்தப் பழைய நாகரிகமும் இந்திய நாகரிகத்துடன் வணிகம் செய்து வந்ததற்கு ஏராளமான ஆதாரங்கள் உண்டு. எனவே, பாரத தேசம் எவ்வளவு பழமையானது என்று தெரிந்து கொள்ளுங்கள்.

மதம் மாற்றவேண்டும், தாங்கள் எழுதும் வரலாறுதான் உலக வரலாறாகப் படிக்கவேண்டும், தாங்கள் சொல்வதுதான் இந்திய வரலாறு என்று இருக்க வேண்டும் என்ற கெடுமதியாளர்களின் சதியால் நாம் ஆங்கிலேயர்களின் நகல் ஆகிப் போனோம். ஆங்கிலேயரே உயர்ந்தவர் என்ற எண்ணம் இந்தியர்களின் மனதில் ஏற்பட்டுவிடவே மதம் மாற்றுவது எளிதாகிப்போனது. அதனால் தான் நம் பாரம்பரிய கல்வி முறை அழிந்தது.

பிஜேபி வரலாற்றை மாற்றி எழுதுவதாக வெளிநாட்டு ஊடகங்கள் ஏன் கதறுகிறார்கள்? ஏனென்றால் பிஜேபி உண்மையான வரலாற்றை எழுத விரும்புகிறது. வெறுமனே பிரிட்டிஷார் என்றால் ரயில், மருத்துவம், கல்வி என்று பிரிட்டிஷாரின் ஒருமுகத்தைச் சொல்லிக் கொடுப்பதுதான் இங்கே நடக்கும் பெரிய தவறு என்று முழு உண்மையை எழுத விரும்புகிறார்கள். அதைத்தான் பிரிட்டிஷார் முதல் கொண்டு அனைவரும் தடுக்க நினைக்கிறார்கள்.

1782, 1792, 1803, 1804, 1820 தொட்டு இரண்டாண்டுகளுக்கு ஒருமுறை வறட்சியும் வறுமையும் மக்களை வாட்டி வதைக்கக் காரணம் என்ன? 1838 வரை நம்மிடம் தெளிவான தகவல்கள் இருக்கின்றன. அதில் இருந்து என்ன தெரிகிறது என்றால் கூட்டம் கூட்டமாக இந்திய மக்கள் இறந்தபோது அதை எந்தவிதத்திலும் தடுக்காமல் வரியை மட்டும் கறாராக வசூலித்தனர் பிரிட்டிஷார்.

1866-ல் ஒரிஸாவில் மிகப் பெரிய வறட்சி, மக்கள் உணவுக்கு ஏங்கும் நிலையில் பிரிட்டன் அந்தப் பகுதியில் விளைந்த ஒரு லட்சம் கிலோ அரிசியை பிரிட்டனுக்கு ஏற்றுமதி செய்தது.

சென்னை ஒரிஸா பிகார் பம்பாய் என்று இந்தியா முழுவதும் வறுமையில் அதாவது உணவு இன்றி இறந்தவர்கள் 1700-1900-குள்ளாக மட்டும் சுமார் 2.5கோடி மக்கள். இந்த மாதிரி ஒரு கேவலமாக ஆட்சியை உலகத்தில் யாரும் இதற்கு முன்னர் கொடுத்திருக்க மாட்டார்கள். 1900-1947-குள்ளாக 1.5 கோடி மக்கள் வறுமை காரணமாக இறந்தனர். மன்னர்கள் காலத்தில் இப்படி இறந்ததாக வரலாறு கிடையாது. அம்மை, மலேரியா போன்ற கொள்ளை நோய்கள் பரவியது உண்டு. ஆனால் வறுமை இப்படி இருந்தது இல்லை. ஹிட்லரின் கொடுமையைவிடக் கொடூரமானது பிரிட்டிஷாரின் இந்திய அழித்தொழிப்பு.

இந்தியாவில் தொடர்ந்து வறட்சி, வறுமை, நோய் தாக்குதல் ஒவ்வொரு ஆண்டும் பரவக் காரணமே இந்த முட்டாள் பிரிட்டிஷ் அரசுதான். ஆம், இந்தியர்கள் உழைப்பின் மூலம் பிரிட்டிஷ் அரசுக்கு 1922களில் வந்த வருமானம் மொத்த வருமானத்தில் 64%. அதாவது பிரிட்டிஷ் உலகம் முழுவதும் காலனி ஆட்சி செய்திருக்கலாம். ஆனால் வருமானம் கொட்டியது இந்தியாவில் தான். அவர்களுக்குக் கிடைத்த 100 ரூபாயில் 64 ரூபாய் இந்திய மக்களை அட்டைபோல உறிஞ்சிதான் வாழ்ந்தனர்.

அப்படி வருமானம் கிடைக்கும்போது இந்திய மக்கள் கொஞ்சமாவது நன்றாக இருந்தால்தானே இன்னும் வருமானம் அதிகம் ஆகும்? உழைப்பவன் நாசம் ஆகிவிட எங்கிருந்து வருமானம் கிடைக்கும்? இந்த அறிவு இல்லாமல் காலரா, அம்மை, வறட்சி என்று பரவவிட்டால் என்ன ஆகும்?

1519-1939 வரை சுமார் 53,00,000 அடிமைகள் காலனி நாடுகளில் அடிப்படை கட்டுமான வேலைகள், விவசாயம் என்று அனைத்துப் பார்த்தனர். அடிமைகள் என்றால் எல்லோருக்கும் ஆப்ரிக்க

அடிமைகள் மட்டும்தான் நினைவுக்கு வரும். ஆனால் ஆப்ரிக்க மக்கள் 58% என்றால் இந்தியர்கள் 32% அடிமைகளாக உழைத்தார்கள். யார் குரல் கொடுத்தார்கள் இவர்களுக்கு?

பின்னர் இது பெரிய அளவு இந்தியாவில் உற்பத்தி பாதிப்பினை உருவாக்க - நேரடியாக பிரிட்டிஷ் வருமானம் வீழ்ச்சி கண்டது. அதன் பிறகே மக்களுக்கு மருத்துவம் கொடுக்க முடிவு செய்தனர். எப்படி? அப்போதும் இந்தியர்களிடம் இருந்த பழைய மருத்துவ முறைகளை முற்றிலும் அழிக்கும் வேலையையும் நல்ல தரமான மருத்துவக் குறிப்புகளை இந்தியர்களிடம் இருந்து திருடும் வேலையும்தான் செய்தனர்.

பிரிட்டிஷார் நம் நாட்டில் கட்டடங்கள், மருத்துவமனைகள் கட்டினார் என்றால் நம்மிடம் இருந்து எவ்வளவு பணத்தைச் சுரண்டினார்கள்... எவ்வளவு நமக்காகச் செலவிட்டார்கள் என்று பார்க்கவேண்டுமா இல்லையா? பிரிட்டிஷார் நம்மிடம் இருந்து எடுத்துச் சென்றதில் நமக்காகத் திருப்பிச் செலவு செய்தது வெறும் 0.2% கூடக் கிடையாது. அந்த முதலீட்டில்தான் இந்த மருத்துவமனை, கல்வி நிலையங்கள் எல்லாம் வந்தன. அப்படியானால் பிரிட்டிஷ் அரசுக்கு எவ்வளவு கிடைத்திருக்கும் என்று கொஞ்சம் சிந்திக்கவும். சுய அறிவு இருக்கும் எந்த மனிதனுக்கும் இதன் நியாயம் புரியும். மதப் பற்றால் இந்த நாட்டை விட்டுவிட்டு காசாவையும், ஜெருசலம், பாலஸ்தீனம் என்று இன்னொரு நாட்டின் மண்ணைப் புனிதம் என்று கருதும் யாருக்கும் இது புரியாது.

இந்தியர்களை வேறு என்னவெல்லாம் செய்தனர்? இந்தியர்களை அடிமைகளாக பிஜி, தென் ஆப்ரிக்கா, மலேசியா, சிங்கப்பூர் என்று உலகம் முழுவதும் எடுத்துச் சென்று ஒரு கழுதையைவிட மோசமாக வேலை வாங்கிய வரலாறு தெரியுமா? அங்கே விவசாயம் செய்ய என்று அழைத்துச் சென்று வழியில் காய்ச்சல் வந்தவர்களை அப்படியே இறக்கவிட்டுப் போன கதை தெரியுமா? உயிர் பிழைத்துக் குற்றுயிரும் குலையுயிருமாகத் தென் ஆப்ரிக்கா போன்ற காலனிகளுக்குச் சென்று சேர்ந்தவர்கள் சாட்டை அடிபட்டும் காலில் சங்கிலி மாட்டப்பட்டும் கரும்புத் தோட்டத்தில் பட்ட கஷ்டம் ஒருவராவது இங்கே அறிவார்களா?

அதாவது எந்த நாட்டில் இருந்தும் அடிமைகள் இங்கே வரவில்லை; இந்த மக்கள்தான் பிரிட்டிஷ் காலனி நாடுகளுக்குச் சென்று அடிமைகளாக விவசாயம் முதல் தொழில்துறை வரை அனைத்தையும் செய்தனர். ஏனென்றால் இயற்கையாக இந்தியர்கள் விவசாயம் முதல் வியாபாரம் வரை அனைத்தையும்

திறம்படச் செய்தனர். காளை மாடுகளுக்கு அதன் வலிமையே வினையாகிப் போனதுபோல் இந்தியர்களுக்கு அவர்களுடைய திறமையே வினையானது.

ராஜராஜ சோழன் காலத்துக்கு முன்பிருந்தே கப்பல் கட்டும் தொழில் நுட்பம் இங்கே இந்தியருக்குக் கைவந்த கலை. மராட்டிய சிவாஜியிடம் 500க்கும் மேற்பட்ட கப்பல்கள் இருந்தன. கல்கத்தா கப்பல் கட்டும் தொழிலுக்கு மிகப் பிரசித்திபெற்ற இடம். இப்படி வணிகரீதியாக உயர்ந்த அளவில் இருந்த மக்களைத் தொடர்ந்து கடல் வர்த்தகத்தில் ஈடுபடவும் கப்பல் கட்டும் தொழிலில் ஈடுபடவும் அனுமதித்ததா பிரிட்டிஷ் அரசு? வ.உ.சிதம்பரம் பிள்ளை போன்றவர்கள் எடுத்த முயற்சியைக்கூட நாசம் செய்ததோடு சிறையிலிட்டுச் செக்கிழுக்க அல்லவா செய்தனர்.

தொழில் போட்டி மட்டும் அல்ல; எந்தப் போட்டிஎன்றாலும் சமமான களம் வேண்டும். இந்தியர்களின் பொருட்கள் மீது கொடுமையாக வரிகள் விதிப்பது- பிரிட்டிஷ் பொருட்கள் மக்களைக் குறைந்த விலையில் சென்று சேர ஏற்ற சூழலை இப்படி உருவாக்குவது இவற்றின் மூலம் இந்தியர்களின் வணிகத் திறமையை வீழ்த்துவது எப்படிச் சரியாகும்? இந்த பிரிட்டிஷ் அரசை இன்று தூக்கிக் கொண்டாடுகிறார்கள் கிறிஸ்தவர்களில் சிலர். அதற்குக் காரணம் என்ன? மதம் பிடித்த மதம்தான். அந்த கிறிஸ்தவ மதம் அவர்களை இந்த பூமியைப் புனிதம் என்று மதிக்கப் பழக்கவில்லை.

உலகப் போரில் இந்தியர்கள் இல்லை என்றால் இந்த பிரிட்டிஷும் அதன் நேச நாடுகளும் ஒன்றும் இல்லாமல் ஹிட்லரிடம் அடிவாங்கி அழிந்து போயிருக்குமே... அந்த உண்மையை ஏன் மறைக்கிறார்கள் பிரிட்டிஷார்? கொஞ்சமாவது இந்தியர்களின் உழைப்புக்கு அங்கீகாரம் தந்தார்களா?

ஜெர்மனி ஏன் தோற்றது? காரணம் அவர்களிடம் போருக்குத் தேவையான ஆயுதங்கள், ஆடைகள் என்று அனைத்தையும் உற்பத்தி செய்து வீரர்களுக்கு அனுப்பப் பெரிய அளவு பணியாட்கள் இல்லை. ஆனால் பிரிட்டிஷ் அரசுக்கு 1,40,00,000 இந்தியர்கள் வேலை செய்தோம். அது மட்டுமா 25 லட்சம் வீரர்கள் பிரிட்டிஷ் அரசுக்காகப் போரில் இறங்கினர். இது தவிர கப்பல், விமானப்படை என்று எல்லாவற்றிலும் கடைமட்ட ஊழியர்கள் இந்தியர்கள்தான். சுமார் 2கோடிக்கும் மேல். அதாவது ஜெர்மனி வேறு 3.5 லட்சம் ஊழியர்களைக் கொண்டு தன் படைக்குத் தேவையான

உற்பத்தியைச் செய்ய, பிரிட்டிஷ் படைக்கு 1.5 கோடி ஊழியர்கள் இந்தியாவில் வேலை செய்தனர்.

மீண்டும் கூறுகிறேன், வேறு எந்த நாட்டினரும் இந்த வேலையில் இல்லை. முழுக்க முழுக்க பிரிட்டிஷாருக்குப் போருக்குத் தேவையான அனைத்தையும் செய்துகொடுத்தது இந்தியர்கள்தான். ஆனால் நமக்கு அங்கீகாரம் தராதவர்களின் வரலாற்றையே நம் பள்ளிகளில் படிக்கிறோம்.

அந்தப் புண்ணியம் நம் நேரு மாமாவையும் அன்னாரது குடும்பத்தையுமே சாரும். தமிழ் நாட்டில் அதையும்விடக் கேவலமான திராவிடக் கட்சிகளின் வரலாறைத்தானே படிக்கிறோம். வைக்கம் வீரர் ஈ.வெ. ராமசாமி என்று இன்றுவரை கொஞ்சம் கூடக் கூச்சம் இல்லாமல் வரலாறு நடத்தி மக்களை முட்டாள் ஆக்கும் கூட்டம் திராவிடக் கட்சிகள். இப்படி இருந்தால் நாடு எப்படி வளரும். நேதாஜி போன்ற மாமனிதர்கள் நாட்டை ஆளாமல் போனதால் அதற்கான விலையை இன்றும் கொடுத்து வருகிறோம்.

இறுதியாக :

1947-ல் விடுதலை. அதன் பின் நம் ஆட்சியர் செய்த தவறுகள், ஊழல்கள் எல்லாம் விடுங்கள். மக்கள் சுதந்தரம் கிடைத்ததும் மீண்டும் எழுந்து உழைத்தனர்.

இன்று உலகத்தின் 4வது மிகப் பெரிய ராணுவம் இந்தியர்களுடையது;

உலகத்தின் வேகமாக வளர்ந்து வரும் நாடுகளில், மிகப் பெரிய பொருளாதார நாடுகளில் இந்தியா ஆறாவது இடத்தில். ஆடை ஏற்றுமதியில் இந்தியர்கள் உலகிலேயே மூன்றாவது இடத்தைப் பிடித்துவிட்டோம்.

விண்வெளி ஆராய்ச்சி என்று பார்த்தால் இந்தியா ஐந்தாவது இடத்தில் உள்ளது. கல்வி... 7% பேர் மட்டுமே கல்வி பெற்றிருந்த நிலையை இந்த 70 ஆண்டுகளில் 80% ஆக்கிவிட்டோம். பிரிட்டிஷாரின் விளையாட்டான கிரிக்கெட் விளையாட்டில் இரண்டு முறை உலகக் கோப்பையை வாங்கிவிட்டோம். இன்று ஐந்து நாள் போட்டி, ஒருநாள் போட்டி அனைத்திலும் முதல் இடத்தில் இருக்கிறோம்.

இன்னும் ஆயிரம் சாதனைகளைச் சொல்லிக்கொண்டே செல்லலாம். மிக மிக முக்கியம் இந்தியர்களிடம் இன்று இருக்கும்

சாதனைகளில் 99.9% பிரிட்டிஷ் அரசுக்கு எந்தப் பங்கும் கிடையாது; ரயில்வே முதல் மருத்துவம் வரை. அது 1947க்கு பின்னர் இந்தியர்கள் நாமாக உருவாக்கிக் கொண்டதுதானே தவிர யாருடைய தயவிலும் அல்ல. தெற்காசியாவில் நம் தயவு இல்லாமல் எந்த அணுவும் நகராது. உலகத்தில் இந்தியாவைத் தவிர்க்கமுடியாத சக்தியாக உருவாக்கியுள்ளோம்.

இந்த மண்ணின் அருமை, தியாகம், புகழ் என்று இவ்வளவு இருந்தும் எதுவும் தெரியாமல் ஏன் இந்த கிறிஸ்தவ மதம் மாற்றும் கூட்டத்துக்கு பிரிட்டன் பெரிதாகத் தெரிகிறது?

காரணம் மதம் என்றால் இவர்களைவிடக் கேவலமான ஒரு ஈனப்பிறவி இந்த மனித குலத்தில் வேறு கிடையாது. இப்படித் தாய்நாட்டை நாசம் செய்த பிரிட்டிஷாரை உயர்வாகப் பேசித் திரியும் யாரையும் 'தூக்கில் போடுங்கள் அல்லது சுட்டுத் தள்ளுங்கள்' என்று கூறுவேன்.

எதற்கு இவ்வளவு வெறி, கோபம்? பிரிட்டிஷ் வரி வசூல் செய்யும் அதிகாரிகள் ஒருமுறை வரி கட்டாத காரணத்தால் கல்கத்தாவில் ஒரு வியாபாரியின் மனைவியை நடு தெருவில் ஆடையைக் கழற்றி, நிர்வாணம் ஆக்கி அவருடைய மார்புக் காம்பை இடுக்கியால் நசுக்கி வெட்டி எறிந்திருக்கிறார்கள். தன் தாயை இந்த அளவு கொடூரமாக ஒருவர் நடத்தியிருந்தால் ஒரு மகனுக்கு என்ன கோபம்வருமோ அதுவே எனக்கும் வருகிறது. இப்படி நடந்துகொண்ட பிரிட்டிஷ் கொள்ளைக்கூட்டத்தை, மதம் மாறிய ஒரே காரணத்தால் ஒருவன் ஆதரித்துப் பேசுவான் என்றால் அவன் ஏன் உயிருடன் இங்கே இருக்கவேண்டும்?

அதாவது நன்கு புரிந்துகொள்ளுங்கள். எனக்குக் கோபம் இன்றைய பிரிட்டிஷ் மக்கள் மீது கிடையாது. அது வரலாறு, அவர்களுடைய முன்னோர் செய்த குற்றம். எனவே இன்று இருப்பவர்களிடம் நான் அந்தக் கோபத்தைக் காட்டுவது ஏற்புடையது அல்ல. ஆனால் அதைச் சரி என்று வக்காலத்து வாங்கும் இங்கே இருக்கும் இந்த மதம் மாற்றும் கூட்டத்தை, பெரியார் என்ற ஈ.வெ.ராமசாமியின் கூட்டத்தை வெறுக்கிறேன். இவர்கள் அழித்தொழிக்கப்பட வேண்டும் என்பேன்.

வரலாற்றைப் படித்துவிட்டு மனசாட்சியுடன் பேசுங்கள் - இந்தக் கோபத்தின் நியாயம் புரியும். பிஜேபி நாடுமுழுவதும் பள்ளிகளில் உண்மை வரலாற்றை எழுதும் முயற்சியை முழுமையாக வரவேற்கிறேன்.

தமிழகத்தைச் சீரழித்த திராவிட அரசியல்

இது பெரியார் மண் தானே?

- ஹரி, நர்மதா

ஒரு சமூக மக்களுக்கு யார் பிரதிநிதியாக இருக்கமுடியும் என்று நான் உங்களைக் கேட்டால் என்ன சொல்வீர்கள்? அந்த மக்களின் கலாசாரம், மொழி, வாழ்வு, நாகரிகம் மற்றும் சமூகச் சீர்திருத்தம் இவற்றில் சிறந்த பங்களிப்பு கொடுத்தவர்தான் அந்த மக்களின் அந்த மண்ணின் பிரதிநிதி என்று நாம் பெருமையாகச் சொல்லிக் கொள்ளமுடியும். இது சரி தானே!

அப்படிப் பார்த்தால்

1. தமிழ் நாடு என்ற மாநிலம் உருவாகக் காரணம்.
2. தமிழ் மொழி சிறப்படைய அதன் புகழ் உலகம் எட்டக் காரணம்.
3. இந்த மக்கள் கலாசாரம், கல்வி அறிவு மேம்படக் காரணம்.
4. ஒடுக்கப்பட்ட மக்கள் உரிமையை மீட்டுக்கொடுத்தல்.

இந்த நான்குவிதமாக நாம் பிரித்து இதில் யார் பங்களிப்பு வரலாற்றில் அதிகம் என்று நாம் ஓர் ஆதாரத் தேடலை மேற்கொள்ள வேண்டும். மிக முக்கியம் ஆதாரம் இல்லாமல்

எதையும் நம்ப வேண்டாம். ஆரியர்கள் திராவிடர்கள் இருவேறு இனத்தினர் என்பதில் ஆரம்பித்து வைக்கம் வீரர் ஈ.வெ.ரா. என்பது வரை உலகிலேயே அதிகம் பொய்யான வரலாறு பள்ளிகளில் நடத்தப்படுவது இங்கே இந்த நாட்டில்தான். எனவே அசைக்க முடியாத ஆதாரங்களை உண்மைகளை நாம் வரலாற்றில் தேட வேண்டும். இதில் அனைவருக்கும் உடன்பாடு உண்டு என்று நம்புகிறேன்.

1. *தமிழ் நாடு என்ற மாநிலம் உருவாக யார் காரணம்?*

1952-ல் பொட்டு ஸ்ரீ ராமலு தெலுங்கு பேசும் மக்களுக்குத் தனி மாநிலமாக ஆந்திர பிரதேசம் உருவாக்க வேண்டி முதல் போராட்டத்தை முன்வைத்தார். மொழிகொண்டு மாநிலங்களைப் பிரிக்க இவர்தான் காரணம். 1930-களில் தொட்டு இந்த ஈ.வெ.ரா. கூட்டம் திராவிட நாடு என்று கத்தி வந்த கோஷம் 1950-களில் மக்கள் மத்தியில் வரவேற்பில்லாமல் இருந்தது. அந்த கோஷத்துக்குத் திராவிடர் கழகத்தில் இருந்த சொற்ப மூடர்களைத் தவிர வேறு யாரிடமும் ஆதரவு என்றுமே இல்லை. 1956-ல் state Reorgnasiation Act கொண்டு வரும் காலகட்டத்தில் சென்னை, திருத்தணி ஆந்திராவுடனும் கன்னியாகுமரி கேரளாவுடனும் என்று திசைக்கு ஒரு பக்கம் பிரச்னைகள் நடந்தன. அதை வெற்றிகரமாக முறியடித்து இன்றைய தமிழ்நாடு என்ற மாநில நிலபரப்பு இருக்கக் காரணம் ம.பொ.சிவஞானம், கவிமணி தேசிக விநாயகம் பிள்ளை, தாணுலிங்க நாடார், டி.வி.ராமசுப்பய்யர் போன்றவர்கள் தானே தவிர எந்தத் திராவிடக் கழகத்தவரும் கிடையாது.

மொழிவாரிப் பிரிவினைக்கு அம்பேத்கர் ஆதரவு தரவில்லை. இது இந்த தேசத்தைப் பிரித்துவிடும் என்று கவலை கொண்டார்.

இந்த திராவிடக்கழகம் கேட்டது திராவிட நாடு பிரிவினை. ஆனால் அந்தத் திராவிட சித்தாந்தத்தைப் பிற திராவிட மொழி பேசும் மக்களும் தலைவர்களும் ஏற்றுக்கொள்ளவில்லை. கால்டுவெல் பாதிரியார் சொன்ன திராவிடப் பிரிவைப் பிடித்துக்கொண்டு கத்திக் கொண்டிருந்தனர். தமிழகம் என்ற இந்த மாநிலத்தை மீட்டெடுத்த வகையில் ஈ.வெ.ராமசாமியின் பங்கு என்று எதுவுமே கிடையாது.

2. *தமிழ் மொழி சிறப்படைய அதன் புகழ் உலகம் எட்ட யார் காரணம்?*

தமிழ் தாத்தா உ.வெ.சாமிநாதய்யர் மட்டும் வரவில்லை என்றால் தமிழ் என்ற மொழிக்கு இன்று கிடைக்கும் இந்தப் பெருமை,

வரலாற்று முக்கியத்துவம், இலக்கியப் பெருமை என்று எதுவுமே கிடைத்திருக்காது. இது எவராலும் மறுக்கமுடியாத உண்மை.

இந்த மனிதர்தான் தன்னுடைய வறுமைக் காலத்திலும் 500 வருடம் மேலாக அமுத்தப்பட்ட தமிழ் மொழியை அழிவின் முடிவைத் தொட்டுவிட்ட தமிழை மீட்டவர். இன்று இருக்கும் பெரும்பாலான இலக்கியங்கள், காப்பியங்கள், புராணங்கள் பெரும்பாலும் இவர் மீட்டுக் கொடுத்தவையே. அதை யாரிடமும் நன்கொடை வாங்கிச் செய்யவில்லை. இதை ஏன் கூறுகிறேன் என்றால் திராவிடர் கழகமே காசு பணம் துட்டு மணி என்று திரிந்த கழகம்.

அதாவது எந்தவிதப் பலனும் எதிர்பார்க்காமல் தமிழ் மொழிக்கு உயிரைக் கொடுத்து வேலை செய்தவர் உ.வெ.சா. இந்த ஈ.வெ. ராமசாமி என்ன செய்தார் தமிழ் மொழிக்கு?

'தமிழ் ஒரு காட்டுமிராண்டி மொழி' என்று 40 வருடமாகச் சொல்லிக்கொண்டேதான் இருந்தார். 'தமிழ் புலவர்களுக்கு ஆங்கிலம் தெரியாது என்பதால் அவர்களுக்குப் பகுத்தறிவு ஏற்பட வில்லை' என்ற அரிய 'அறிவியல்பூர்வமான' கருத்தைக் கூறியதும் இந்த ஈ.வெ.ராமசாமிதான்.

'திருவள்ளுவர், கம்பன், தொல்காப்பியன் எல்லோருமே ஆரியக்கைக்கூலிகள் - பார்ப்பன முட்டாள்கள்' என்ற கருத்தை யெல்லாம் இவரேதான் கூறினார். திருவள்ளுவரை இவர் அவமானமாகப் பேசிய பேச்சுகள் கொஞ்சம் நஞ்சம் அல்ல.

'தமிழ் ஒரு nuisance' என்று ஈ.வெ.ராமசாமி கூறினார் அப்படி என்றால் என்ன அர்த்தம் நீங்களே பொருள் தேடிக் கொள்ளவும்.

'தமிழ் மொழியை விட்டுவிட்டால் உனக்கென்ன நட்டம் ?' என்று பகுத்தறிவு போதனை சொன்னவர் இதே ஈ.வெ.ராமசாமி தான்.

ஒரு பேச்சுக்கு:

இன்று பிஜேபிகாரர் யாராவது இதே வார்த்தைகளைச் சொல்லி விட்டால் என்ன நடக்கும்? ஒரு பேச்சுக்கு நான் கேட்கிறேன் மோதி இப்படிச் சொன்னால் என்ன செய்வார்கள் இந்தக் கழகக் கண்மணிகள்? 'பெரியார் வழியில் தமிழ் தேசியம் அமைப்போம்' என்று இந்தப் பெரியார் இயக்கங்கள் கூறுவதுபோல நகைப்புக் குரிய விஷயம் வேறு ஒன்று இல்லை. வரலாறு தெரியாது என்றால் யாரையும் ஏமாற்றலாம் அல்லவா.

தமிழ் மொழிப் பெருமைக்கு திருவள்ளுவன், கம்பன், தொல்காப்பியன் என்று கூறினால், இன்று தமிழ் இலக்கியங்களை மீட்டு எடுத்த வகையில் தமிழ் தாத்தா உ.வெ.சாமிநாதய்யர் தான் காரணம்.

3. தமிழ் மக்கள் கலாசாரம்-கல்வி மேம்பட யார் காரணம்?

கலாசாரம்:

'ஆண் இரண்டு பெண்களுடன் உறவு கொள்ளும்போது பெண்கள் மூன்று ஆசை நாயகர்களை வைத்துக் கொள்ள முற்பட வேண்டும்' என்று உயர்வான கருத்துகளுக்கு சொந்தக்காரர் ஈ.வெ.ரா. இதுவா கலாசாரம்? அட ஆண்களை அப்படிச் செய்யக் கூடாது என்று ஒழுக்கம் கற்பிக்கவேண்டிய ஒருவர் அவன் போனா நீயும் போ என்று தூண்டிவிடுவதா பகுத்தறிவு? இதுவா இந்த மண்ணின் பெருமை?

பெரியாருக்கு இருந்தது ஒருவித மன நோய் போலிருக்கிறது. எல்லாவற்றிலும் குறை மட்டுமே தேடும் ஒருவித நோய் - அது BPD, psychopath ஏதோ ஒரு குறை இருந்துள்ளது என்று எனக்குத் தோன்றும். அனைத்திலுமே அவருக்கு ஒருவிதக் குறை தேடும் எண்ணமே மேலோங்கி இருந்திருக்கிறது. அதுவும் இந்த சமூகத்தின் வரலாறு, தொன்மை இவற்றை அவர் வெறுப்புடனே பார்த்தார், பேசி வந்தார். அது இன்றுவரைத் தெரிகிறது. எந்த ஒரு பெரியார் பக்தனிடம் நீங்கள் பேசினாலும் குறைகள், குறைகள், குறைகள் மட்டுமே பேசுவர். அல்லது psychopath போல, தான் செய்யும் தவறு அனைத்தையும் நியாயம் என்று பேசுவர். அருவருப்பான விஷயங்களைத் தேடிப் பேசுவதில் ஆர்வமாக இருப்பார்.

பெரியார் மணியம்மை கல்யாணம் ஊர் அறிந்த கேவலம். அதற்கு அவர் கொடுத்த விளக்கம் - அதனைத் தொடர்ந்து அண்ணா, சொல்லின் செல்வன் சம்பத் பிரிவு, பிரிந்த பின் இருவரும் ஒருவரை ஒருவர் பேசிக்கொண்டது அனைத்தையும் தேடிப் படியுங்கள். அதில் பகுத்தறிவு பல்லைக் காட்டும்.

சொத்துக்காக வயது வித்தியாசம் கொண்டு ஒரு வயதானவனை ஒரு இளம் பெண் கல்யாணம் செய்யலாம் என்ற கீழ்த்தரமான காரியத்தை இன்றும் இந்தக் கூட்டம் நியாயப்படுத்தும்.

மகள் என்று இவர் கூற, அப்பா என்ற அவர் அழைக்க இறுதியில் கல்யாணம் என்றால் என்ன அநியாயம் இது. இந்த லட்சணத்தில்

ஊருக்கு உபதேசம் 'பெண் குழந்தைகள் வயதானவர்கள் சொத்தை காரணம் காட்டிக் கல்யாணம் செய்வது தவறு' என்று. அப்படி யானால் இந்த ஈ.வெ.ராமசாமி செய்தது?

நான் எழுத முடியாத அளவு நாகரிகம் இல்லாத அனைத்தையும் ஈ.வெ.ராமசாமி முற்போக்கு என்ற பெயரில் செய்தவர்.

'தன்னுடைய மனைவிக்கு இந்தப் பெரியார் ஆதரவாளர்கள் அதே சுதந்தரம் கொடுக்கலாமே. அதாவது இன்னொருவனுடன் உறவு கொண்டால் காதல் போய்விடாது என்ற உயர்ந்த கருத்தை ஏற்கும், கல்யாணம் முடித்த ஒருவரை நான் திராவிடக் கழகத்தில் இதுவரை பார்த்ததில்லை'. வீராப்புப் பேச்சுக்கும் வாழ்க்கைக்கும் இடையில் அப்படி ஒரு முரண்பாடு.

இந்தவிதம் 'உயர்வான' கருத்துகள் கொண்ட ஒரு 'ஒழுக்கமான' மனிதரை நாம் நிச்சயம் இந்த மண்ணின் புதல்வனாகப் பெருமை யாகச் சொல்லிக்கொள்ளும் முன்னர் நம் வீட்டில் பெண்களிடம், பெரியவர்களிடம் ஒருமுறை கேட்டுவிடுவது நல்லது.

அடுத்து மக்களின் கல்வி: எது எப்படியோ மக்களுக்குக் கல்வியறிவு கிடைத்துவிட்டால் அவர்கள் பிழைத்துக்கொள்வர். அந்த வகையில் பார்த்தால் அனைவருக்கும் கல்வி கிடைக்க முதலில் காமராஜரும் அடுத்து அவினாசிலிங்கம் போன்றவருமே காரணம். ஆனால் மேடையில் பாருங்கள் நீங்கள் எல்லாம் படிக்கக் காரணமே 'பெரியார்டா' என்று பேசித் திரிவார்கள். காமராஜரை நமக்கு நன்கு தெரியும். ஆனால், திருப்பூர் சுப்ரமணிய அவினாசிலிங்கச் செட்டியாரை நாம் அதிகம் பேசுவது இல்லை. அவர் 1946-49வரை கல்வி அமைச்சராக இருந்தவர். இந்த மனிதர்தான் பெண்கள் கல்வி, முதியவர்கள் கல்வி என்று அனைவருக்கும் வயது வித்தியாசம் இல்லாமல் கட்டாயம் கல்வி சென்று சேரவேண்டும் என்று முயற்சி எடுத்த மனிதர்.

4. இறுதியாக ஒடுக்கப்பட்ட மக்களுக்கு உழைத்தவர்கள்

இதுதான் மிக மிக முக்கியமான விஷயம். ஏன் என்றால் - இந்த ஈ.வெ.ராமசாமியை தலித் மீட்பர்போல இங்கே நடந்த 60 வருட திராவிட ஆட்சியில் ஒரு மிகப் பெரிய பொய்யை மீண்டும் மீண்டும் பள்ளிக்கூடங்களில் சொல்லிக் கொடுத்து உண்மைபோல் ஆக்கிவிட்டனர். ஒரு Brand name போல இந்தப் பெரியார் என்ற வார்த்தை ஜாதி ஒழிப்புக்குப் பயன்படுகிறது. ஆனால், இது இந்த நூற்றாண்டின் மிகப் பெரிய பொய். திட்டமிட்டு திராவிடக் கழக

ஆட்சியர்களால் இது தமிழக மக்கள் மத்தியில் பரப்பப் பட்டிருக்கிறது. தமிழ், தலித் விடுதலை இரண்டுக்கும் அதிகம் பாடுபட்டதாக இந்தப் பெரியார் கூட்டம் கொண்டாடுவது சமீபத்தில் அதிகரித்துவிட்டது. இது ஒரு பச்சைப் பொய்.

வைக்கம் வீரரா பெரியார்?

வைக்கம் போராட்டம்தான் தீண்டாமை ஒழிப்புக்கு மிக மிக முக்கியமானதாக இந்திய அளவில் பேசப்படும் போராட்டம்.

1924-ல் ஆரம்பம் ஆகி 1925-ல் முடிந்த இந்த மொத்த போராட்டத்தில் ஆரம்பம் முதல் முடிவு வரை நடந்தவற்றை நீங்கள் இந்திய அளவில் - கேரளாவின் PSC பள்ளி பாடத்திட்டத்தில் தேடுங்கள், அன்று வெளிவந்த அனைத்து பத்திரிகைகள் வரலாறுகள் என்று தேடிப் படிக்கவும், இந்திய அளவில் சிவில் சர்வீஸ் தேர்வுக்குத் தயாராகும் மாணவர்களிடம் சென்று 'வைக்கம் சத்தியாகிரகம்' பற்றிக் கேளுங்கள், இந்திய அளவில் NCERT பாடத்திட்டத்தில் தேடுங்கள்... எதிலுமே ஈ.வெ.ரா.வின் பெயரே இருக்காது.

கேரளாவில் வைக்கம் சென்று - அங்கே வைக்கம் வீரர் ஈ.வெ.ராமசாமி என்று சொன்னால் சிரிப்பார்கள். ஏன் என்றால் இந்த வைக்கம் வீரர் தந்தை பெரியார் என்ற கதையைப் படிக்கும் ஒரே மாநிலம் தமிழ்நாடு தான். மாநிலப் பாடத்திட்டம் தங்கள் கையில் இருப்பதால் திராவிட ஆட்சியில் இந்தப் பொய்யான வரலாறு பள்ளிகளில் சேர்க்கப்பட்டு, மாணவர்களுக்கு தேர்வில் வருடம் வருடம் கேட்கப்படும் முக்கியமான கேள்வியாகக் கேட்கப்பட்டு வம்படியாகத் திணிக்கப்பட்ட ஒரு பொய்.

வைக்கத்தில் அந்தப் போராட்டத்தை வடிவமைத்தவர் TK மாதவன், ஓ.வேலப்பன். காங்கிரஸ்காரரான TK மாதவன் அந்தப் போராட்டத்துக்காகக் குறைந்தது 3 வருடத்துக்கும் மேலாக அனைவரையும் ஒன்றிணைத்தார்.

தீண்டாமை ஒழிப்புக்கு உருவாக்கப்பட்டது இந்த வைக்கம் போராட்டம். அதில் பாடுபட்டவர்கள் நீலகண்ட நம்பூதிரி, கிருஷ்ணசாமி அய்யர், கே.வேலாயுதமேனன். இவர்கள்தான் முதலில் ஒடுக்கப்பட்ட மக்கள் நுழையக்கூடாது என்று கூறும் அனைத்து இடங்களிலும் நுழைவோம் என்றும் அனைத்துக் கட்டுப்பாடுகளையும் மீறுவோம் என்று அறிவித்தவர்கள்.

இந்த வைக்கம் போராட்டத்தில் தினமும் அந்தக் கோவில் சாலையில் ஒரு போராட்டக்குழு நுழைவது - கைதாவது என்று அமைதியான வழியில் போராட்டம் ஆரம்பமானது. ஏறக்குறைய ஒரு வருடம் தொடர்ந்து விடாப்பிடியாக நடந்த போராட்டம் இது.

1924, மார்ச் மாதம் குஞ்சாப்பி (Kunjappy), பாகுலேயன் (Bahuleyan), கோவிந்தப்பணிக்கர் (Govinda Panicker) இந்த மூவரும் முதலில் கைதானவர்கள். இதில் கோவிந்தப் பணிக்கருக்கு அந்த சாலையில் செல்ல எந்தத் தடையும் இல்லை. ஆனால் இவர் மற்றவர்களைக் கூட்டிக்கொண்டு செல்வேன் என்றதால் கைது செய்யப்பட்டார்.

இப்படித் தினமும் கூட்டம் கூட்டமாக காங்கிரஸ் தொண்டர்கள் கலந்துகொண்டு கைதானார்கள். அந்தப் போராட்டத்துக்கு தேசம் முழுவதிலும் இருந்தும் ஆதரவு தேடினர். அதில் பின்னாளில் ஒரு துணை நடிகராகக் கலந்துகொண்டவர்தான் ஈ.வெ.ராமசாமி. இவருடைய பங்களிப்பு என்று பெரிதாக எதுவும் கிடையாது. கைதாகும் குழுவில் இவரும் இருந்தார்.

மிக முக்கியம் ஈ.வெ.ராமசாமி இந்த போராட்டத்தில் காங்கிரஸ் காரராகத்தான் கலந்துகொண்டார், காங்கிரஸ் அழைப்பின் பேரில். அந்த நேரத்தில் இவர் பிரபலமானவரும் அல்ல. ஏன் கூறுகிறேன் என்றால் இதைத் தங்கள் போராட்டம் போல வாய்கிழிய மேடைகளில் பேசிப் பொய் பரப்பும் இந்த பெரியார் இயக்கம். அதாவது திராவிடக் கழகம் வந்தது *1944*ல்.

வைக்கம் போராட்டம் வெற்றிபெற நாராயண குரு அவர்களின் இயக்கமும் - TK மாதவன், ஓ வேலப்பன் ஆகியோரின் போராட்டமும் - காந்தி அவர்களின் முயற்சியும் தான் முழுக்க முழுக்கக் காரணமே தவிர வேறு யாரும் இல்லை. போராட்டத்தில் கலந்துகொண்ட அனைத்து காங்கிரஸ்காரர்களுக்கும் இது பெருமை தரும் விஷயமே. மாற்றுக் கருத்து இல்லை. ஆனால், அவர்களில் யாராவது நான் தான் காரணம் நான் தான் காரணம் என்று கூறினரா? இல்லை. ஆனால், இந்தக் கேடு கேட்ட பெரியார் இயக்கம் மட்டும் வெட்கமே இல்லாமல் நாங்கதான் நடத்தினோம் என்று குதிக்கிறார்கள். இன்னொருவர் நடத்தி வெற்றி பெற்ற போராட்டத்தில் தங்கள் Label ஒட்டும் வேலையைச் செய்வதற்கு இவர்களுக்கு வெட்கம் வேண்டாமா?

ஆனால், தமிழ் நாட்டில் முக்கியமாக state board படிக்கும் மாணவர்களுக்கு என்ன சொல்லிக் கொடுக்கப்படுகிறது? வைக்கம்

போராட்டத்தை நடத்தியதே ஈ.வெ.ரா.தான் என்று கட்டுக்கதையைச் சொல்லித் தருகிறார்கள். இப்படித் தவறான வரலாற்றை உருவாக்கி - மாணவர்களைப் படிக்க வைத்து - ஊர் ஊருக்கு பெரியார் பஸ் நிலையம் என்று பெயர் வைத்து, சிலையை நட்டு வைத்துத்தான் இந்த பெரியார் தலித் மக்கள் பிரதிநிதி போல உருவகம் செய்யப்பட்டாரே தவிர அதில் துளிகூட உண்மை கிடையாது.

இந்த விஷயங்களையெல்லாம் நீங்கள் சொன்ன பிறகும் திககாரர் யாரேனும் ஈ.வெ.ரா. வைக்கம் வீரர்தான் என்று முழங்கினால் அவரிடம் ஒரே ஒரு கேள்வியைக் கேளுங்கள்: தமிழகத்தில் எங்கெல்லாம் ஆலயப் பிரவேசம் நடத்தினார். எங்கெல்லாம் இரட்டை குவளை முறையை எதிர்த்துப் போராடினார். எங்கெல்லாம் தலித்களைத் தேர் இழுக்க வழி செய்தார் என்று கேளுங்கள். தலை தெறிக்க ஓடிவிடுவார்கள்.

இலவச மதிய உணவு கொடுத்து, மாணவர்களைக் கல்வி நிலையங்களுக்கு வரவைத்து, படிக்க வைத்து, ஒன்றாக உட்கார வைத்து ஜாதியை ஒழித்து சமபந்தி நடத்திக் காட்டி- புத்திசாலித்தனமாக மக்களை இணைத்தவர் காமராஜர் தானே தவிர இந்த திராவிடக் கூட்டம் அல்ல. அம்பேத்கர் அமைத்துக் கொடுத்த சட்டம்தான் ஜாதிய ஏற்றத் தாழ்வு மறைந்து தலித் மக்கள் வாழ்வு மேம்பட முழுக்க முழுக்க காரணம் . இடஒதுக்கீட்டை எதிர்க்காமல் ஏற்றுக் கொண்ட இந்திய மக்கள் அனைவரும் கட்டாயம் பாராட்டப்பட வேண்டியவர்களே. அமெரிக்க நிறவெறி ஒழிய உள்நாட்டுப்போர் தேவைப்பட்டதுபோல் ஜாதிய ஏற்றத் தாழ்வு மறைய நமக்குப் பெரிய போர் எல்லாம் தேவைப்பட்டிருக்கவில்லை. மெள்ள மெள்ள மக்கள் அந்த உணர்வுகளில் இருந்து வெளியேறிவிட்டார்கள்.

1924-ல் TK மாதவன், வேலப்பன், கிருஷ்ணய்யர், நாராயண குரு என்று முன்வைத்த வைக்கம் போராட்டம்;

1927-ல் அம்பேத்கர் முன்வைத்த சவ்தார் குளத்தில் தலித் மக்கள் தண்ணீர் எடுக்கும் போராட்டம் இது போல ஒன்றை இங்கே பெரியார் என்ற ஈ.வெ.ராமசாமி நாட்டை மிரட்டும் அளவுக்கு நடத்தினார் என்று சொல்லுங்கள்? எனக்குத் தெரிந்து தாலி அறுப்பது, அப்பாவி பிராமணனைப் பிடித்து அடிப்பது, பூணூல் அறுப்பது, பிள்ளையார் சிலையை உடைப்பது, சரஸ்வதி சிலையை வைத்து வக்கிரமாகப் பேசுவது இது தான் இவர்களின் சீர்திருத்தப் பகுத்தறிவு போராட்டங்கள்!

இன்னும் சொல்லப் போனால் 1995-ல்கூட அதாவது திராவிட ஆட்சியர்கள் 30 வருடம் ஆட்சி செய்த பிறகும் கூட இங்கே இரட்டைக்குவளை, செருப்புக் காலுடன் மேல் ஜாதித் தெருவில் நடக்கக்கூடாது, இறந்தவர் உடலைக் கொண்டு செல்லக்கூடாது என தீண்டாமை இருந்தது. இல்லை என்று யாராவது மறுக்க முடியுமா?

எனவே, இப்படித் தமிழ் மொழிக்கோ, தமிழ் மக்களின் வாழ்க்கை தரத்துக்கோ, தலித் மக்கள் வாழ்வுக்கோ எந்தப் பங்களிப்பும் செய்யாத ஈ.வெ.ராமசாமியை வைத்து 'இது பெரியார் மண்தானே என்று கேட்டால்'உங்களுக்கு அறிவிருக்கிறதா என்று தான் கேட்பேன். நீதிக்கட்சி ஜமீன்தார்களின் சொத்து ஒரு லட்சம் கோடிக்குமேல் இருக்கும். அதை வைத்துக்கொண்டு என்ன செய்ய என்று தெரியாமல் எதையாவது கத்திக்கொண்டு திரிகிறார்கள் அவ்வளவுதான்.

தமிழகம் பெரியார் மண் என்று கற்பித்தவன் காட்டுமிராண்டி;

தமிழகம் பெரியார் மண் என்று நம்புபவன் முட்டாள்;

தமிழகம் பெரியார் மண் என்று பரப்புபவன் அயோக்கியன்.

●

திராவிட நம்பிக்கை, கொள்கைகள் என்பதை ஒரு இன அடையாளமாக எடுத்துக் கொள்ளவேண்டுமா அல்லது வெறும் கலாச்சாரப் பிரிவு என்று ஏற்றுக்கொள்ள வேண்டுமா? எனக்கு இந்த 'திராவிடம்' ஒரே குழப்பமாக இருக்கு.

- கார்த்திக்

இங்கே கடந்த 300 வருட ஆட்சி, மக்கள் வாழ்வு, சமூக நகர்வு ஆகியவற்றை நீங்கள் பொறுமையாக எந்தச் சார்பும் இல்லாமல் தேடிப் படிக்கவேண்டும். அப்போதான் உங்களால் அரசியல் எப்படி நடந்தது எப்படி மாறி நிற்கிறது என்று தெளிவாக உணர முடியும். நாம் எல்லாம் வரலாற்றின் நீட்சிகள்தான். அவற்றை ஒதுக்கிவிட்டுப் புதிதாகத் திடீர் என்று ஒன்றை உருவாக்கிவிட முடியாது. அதே நேரம் நல்ல நேர்மையான மாற்றங்களை நாம் கட்டாயம் காலம் கருதி உருவாக்க வேண்டும். அதில் மிக முக்கியமானது அரசியல் மாற்றம். அதற்குத் தமிழகத்தைப் பொறுத்தவரை நாம் தெளிவு பெற வேண்டிய கேள்விகள் மூன்று:

நீதிக்கட்சி எதனால் உருவானது?

நீதிக்கட்சியாக இருந்து எதற்கு திராவிடக் கழகம் என்று மாறவேண்டும்?

திமுக செய்யும் அரசியல் தந்திரம் என்ன?

இந்த மூன்று விவரங்களை நாம் புரிந்து கொண்டாலே திமுக, திக இரண்டின் நோக்கம், செயல்பாடுகள் புரியும். இது தமிழக அரசியல் பற்றிய புரிதலில் ஆக முக்கியமான விஷயம். இதனை நான் பிஜேபி ஆதரவாளனாக இருப்பதால் எழுதவில்லை. அரசியல் என்பதைத் தாண்டி 'எத்தனை காலம் தான் ஏமாற்றுவார் இந்த நாட்டிலே' என்ற ஆதங்கம் மட்டுமே.

சரி விஷயத்துக்குள் செல்வோம். உண்மை வரலாறைத் தெரிந்து கொள்ளும் ஆர்வத்துடன் ஜாதி, மதம், அரசியல் எல்லாவற்றையும் கொஞ்சம் ஓரமாக வைத்துவிட்டு சாதாரண மனிதனாகப் படிக்கவும்.

நீதிக்கட்சி (Justice Party) பிறந்தது எதனால்?

South Indian Liberal Federation (S.I.L.F.) என்ற நீதிக்கட்சி 1916ம் ஆண்டு டாக்டர் டி.எம்.நாயர், தியாகராய செட்டி ஆகியோரால் நிறுவப்பட்டது. இது பிராமணர் அல்லாத சமூகத்தினர் உருவாக்கிய அரசியல் கட்சி என்று தமது கொள்கைகளை முன்வைக்கிறார்கள். இதுதான் பின்னாளில் பெயர் மாற்றம் அடைந்து திராவிடக் கழகமாகப் பரிணாமம் பெற்றது.

இப்போது எந்த மாதிரியான காலகட்டத்தில் என்ன தேவையின் காரணமாக இந்த நீதிக்கட்சி உருவானது என்று இந்தத் திரு.வீரமணி, திரு.சுப.வீரபாண்டியன் சொல்வதை எல்லாம் கேட்காமல் நீங்களே படித்துப் பாருங்கள். இந்தக் காலகட்டத்துக்கு முன்னர் தமிழகம் எப்படி இருந்தது என்று தேடுங்கள். அன்று நடந்த நிகழ்வுகளில், நகர்வுகளில் உங்களால் என்ன புரிந்து கொள்ள முடிகிறது என்று பாருங்கள்.

நீங்கள் நம்பும் ஒரு நம்பிக்கை உண்மையாக இருக்கவேண்டியது இல்லை. நம்பிக்கைக்கும் உண்மைக்கும் உள்ள வித்தியாசம் இதுவே. திராவிடம் என்பது என்னைக் கேட்டால் வெறும் ஒரு நம்பிக்கையே. அது முழுவதும் படிக்க உங்களுக்கும் புரியும் என நம்புகிறேன்.

திரு.தியாகராய செட்டியார், திரு.பிடி.ராஜன், திரு.வெங்கடரத்தினம் நாயுடு, திரு.திவான்பகதூர் குமாரசாமி ரெட்டியார், திரு.சவுந்திர பாண்டிய நாடார், திரு.தளவாய் திருமலையப்ப முதலியார், திரு.பனகல் அரசர், திரு.முனுசாமி நாயுடு, திரு.வெங்கடகிரி, திரு.சிங்கம்பட்டி ஜமீன்தார் என்று நீதிக் கட்சி அமைப்பில் இருந்த அனைவருமே யார் என்று ஜாதிய அடையாளம் விட்டுவிட்டுப் பார்த்தால் உங்களுக்கு எளிமையாகத் தெரிவது 'இவர்கள் அனைவரும் பெரும் வணிகர்கள், வியாபாரிகள், பெரும் நிலச்சுவான்தார்கள், பிரபுக்கள், குட்டி ராஜாக்கள்'. இதுதான் உண்மை. தாராளமாக நீங்கள் இந்த நீதி கட்சி தலைவர்களின் பின்புலத்தைத் தேடிப்பாருங்கள். இவர்களிடம் தான் மாநிலப் பொருளாதாரப் பிடி இருந்தது / இருக்கிறது (இவர்கள் பெயரில் ஜாதி வருவதால் குறிப்பிட வேண்டி உள்ளது. மற்றபடி நான் ஜாதிய நம்பிக்கை இல்லாதவன்).

இன்னொருபக்கம் பிரிட்டிஷ் இந்தியாவில் வரி வசூல் முதல் சட்ட நிர்வாகம் தொட்டு நீதிமன்றம் வரை அனைத்து அரசு பணி இடங்களிலும் பிராமணர்கள் ஆதிக்கம் இருந்தது. அதாவது அரசுப் பணிகளில் அவர்களுடைய எண்ணிக்கை அதிகமாக இருந்தது. அந்தவகையில் அதிகாரம் என்பது பிராமணர்களிடம் மறைமுக மாக இருந்தது. இந்த உண்மையையும் நாம் ஏற்றுக் கொள்ள வேண்டும்.

பொருளாதார பலம் உள்ள ஜமீன்தார்கள், நிலச்சுவான்தார்கள் இருக்கும் வர்க்கமும் வரி, சட்டம் அமல்படுத்தும் ஆட்சியர் வர்க்கமும் எப்போதுமே முறுக்கிக் கொண்டுதான் இருக்கும்.. அதிகாரப் பிரச்னை இவர்களுக்குள் எழுவது இன்று நேற்று அல்ல; உலகம் தோன்றிய காலத்தில் இருந்து இருக்கும் எதார்த்தமான உண்மை.

அந்தவகையில் பெரும் வணிகர்கள், வியாபாரிகள் செல்வந்தர்கள் குழுவுக்கும் சட்டம் கொண்டு அதிகாரம் செய்யும் ஆட்சியர்களுக்கு வேலை செய்யும் குழுவுக்கும் இடையே ஏற்பட்ட கசப்பின் வெளிப்பாடே இந்த நீதிக்கட்சி. இதை நாம் சீர்திருத்தக் கட்சி என்று எடுத்துக்கொள்ளமுடியாது. சமத்துவம், சமூக நீதி கிடைக்க இவர்கள் போராடினார்கள் என்பது எல்லாம் நம்மை நாமே ஏமாற்றிக் கொள்ளும் செயல். பிராமணர்களின் ஆட்சி நிர்வாக அதிகாரத்தை உடைக்கவேண்டும்... அதேநேரம் தமது பொருளாதார மேலாதிக்கத்தை அப்படியே தக்கவைக்கவேண்டும் என்ற ஆசைதான் காரணமே தவிர இந்தக் கட்சி ஜாதிய ஒழிப்பை

விரும்பிய கட்சியோ அனைத்து ஜாதியினருக்கும் சம உரிமை கிடைக்கப் போராடிய கட்சியோ அல்ல.

இப்போது நன்கு நினைவில் வைத்துக்கொள்ளுங்கள்: இது ஏதோ முதலியார், செட்டியார், நாயுடு என்ற ஜாதிய அமைப்புக்கும்- பிராமணர் என்ற ஜாதிய அமைப்புக்கும் இடையே நடந்த அதிகாரப் பிரச்னையாகவும் இதை நாம் பார்க்கக்கூடாது. தயவுகூர்ந்து இதை அப்படிப் புரிந்து கொள்வதைத் தவிர்க்கவும்.

இந்தப் போட்டா போட்டி என்பது தமிழகத்தில் இருந்த ஏறக்குறைய மேட்டுக்குடி வர்க்கத்தில் இருந்த 2000 முக்கியமான குடும்பங் களுக்கு இடையே நடந்த அதிகாரப் போட்டிபோல என்றுதான் பார்க்கவேண்டும். இதனால் ஏழை பிராமணனுக்கும், ஏழை செட்டியாருக்கும், ஏழை தலித், ஏழை தேவர், வன்னியர் பிற ஏழை ஜாதி மக்களுக்கும் எந்தப் பலனும் இல்லை. இது முழுக்க அதிகார மேட்டுக்குடி வர்க்கத்தினர் இடையே உருவான போட்டி மட்டுமே.

எது நம்பிக்கை?

'பிராமணர் அல்லாத மற்ற சமூகத்தினர் ஒன்று சேர்ந்து - பிராமணர்களை எதிர்ப்பதாக அரசியல் கொள்கையாக உருவாக்கி நின்ற நீதிக்கட்சி என்பது நம்பிக்கை'.

எது உண்மை:

பணபலமுடைய வசதியான கூட்டத்துக்கும்- சட்டதிட்டத்தை அமுல் படுத்தும் இடத்தில் இருந்த வர்க்கத்துக்கும் இடையே நடந்த சண்டை என்பது உண்மை.

இங்கேதான் பிராமண எதிர்ப்பு தொடங்கியது. ஆனால் மற்ற இந்த ஜமீன்தார்கள் எல்லாம் அனைத்து ஜாதியினரையும் அரவணைத்து வாழ்ந்ததுபோல ஒரு பொய்யான தோற்றம் இங்கே தான் உருவானது. இன்றுவரை இது நீடிக்கிறது.

என்னிடம் சரியான தகவல் இல்லை; ஆனால் இந்த இயக்கத்தின் சொத்து மதிப்பு குறைந்தது இன்றைய மதிப்பில் 1,00,000 கோடி இருக்கும் என்ற கணிக்கிறேன் (திரு.வீரமணியைத் தான் கேட்க வேண்டும். அதை அனுபவிக்கும் கூட்டத்தின் பாஸ் அவர்தானே).

1930 களில் நீதிக்கட்சி கூட்டத்தின் உண்மை முகம் தெரிய வர மக்கள் ஆதரவு இல்லாமல் போகிறது - 1937-ல் நடந்த தேர்தலில் காங்கிரஸ் கட்சியிடம் தோல்வி.

இந்த இடத்தில் இரண்டு விவரங்களைக் குறிப்பிட்டுக் காட்டுகிறேன்:

- விவசாயக் கடன் என்று எளிய விவசாயிகளுக்கு அரசு ஒதுக்கும் நிதி அனைத்தையும் கூட்டுறவு வங்கி மூலம் கூறு போட்டுக்கொள்வது திராவிடக் கழகங்களின் ஆசி பெற்ற சில கோடீஸ்வர நாட்டாமைகள்தான். லட்சக்கணக்கில் கடன் வாங்கிவிட்டுக் கடைசியில் தள்ளுபடி என்று கூறி ஒட்டச் சுரண்டிவிட்டு ஏழை எளிய விவசாயிகளின் வயிற்றில் அடித்த கூட்டம் இவர்களே. பழியோ அரசுகளின் மீது! எந்த ஏழை விவசாயிக்கும் வங்கியில் கடன் வாங்க அல்ல; வங்கிக் கணக்கு கூட இல்லாத நிலையில் பல ஆண்டுகளாக வாங்கித் தின்று ஏப்பம் விட்டது இந்த நீதிக்கட்சி ஜமீன்தார்கள் நாட்டாமைகள் தான். கஜானாவைத் தன் வசம் வைத்துக் கொண்டு தங்களுக்குத் தேவையான பினாமிகளுக்குப் பிரித்து விட்டு ஏழைகளுக்குக் கொடுத்ததாகக் கணக்குக் காட்டும் மகா மட்டமான பழக்கம் தொடக்கம் ஆவது இந்த நீதிக்கட்சியில் இருந்துதான்.
- இன்று MLAக்களுக்கு 80 லட்சம் மாத சம்பளம் என்று ஒதுக்கினால் என்ன நினைப்பீர். அதுவும் பெரும் வறட்சி நிலவிய 1930 களில். இந்த ஜமீன்தார் கட்சியாகிய நீதிக்கட்சி செய்த கூத்து இது. பாவம் ஏழைகள் அல்லவா இந்தக் கட்சி ஆட்கள்... அதான் மாத சம்பளம் ரூ. 4,333.60 (இன்றைய மதிப்பில் பல லட்சங்கள்).

இவர்கள் செய்ததாகச் சொல்லும் சாதனைகளை எடுத்துப் பாருங்கள். கட்டாயம் சிரிக்கலாம். 20 வருடம் தொடர்ந்து ஆட்சியில் இருந்த கட்சி செய்த சாதனை என்றால் 2 தலித் சமூகத்தைச் சார்ந்தவர்களை போலீஸ் ஆக்கினோம், வேலைக்கு 300 பேர் எடுத்தோம் என்று கதை அளப்பார்கள். உண்மையில் பிராமண எதிர்ப்பு என்ற போர்வையில் மக்களை ஒரு பக்கம் திசை திருப்பிவிட்டு, இவர்கள் மொத்த கஜானாவையும் கைப்பற்றினார்கள். ஆட்சி அதிகாரங்களில் இவர்களும் நுழைவது தான் இவர்கள் நோக்கம். கணக்குக் காட்ட அங்கொன்று இங்கொன்றுமாகச் சில தலித்களுக்கு பிய்த்துக் கொடுத்தார்கள். இவர்களிடம் இருக்கும் பணத்தைக் கொண்டு நினைத்திருந்தால் அனைத்து தலித் மக்களையும் படிக்க வைத்திருக்க முடியும். ஆனால், அதைச் செய்யவில்லை. ஏனென்றால் நோக்கம் தலித் நலனோ சமூக முன்னேற்றமோ

அல்ல. சுய முன்னேற்றமே. நமக்கு நாமே என்ற திட்டம் அன்றே தொடங்கிவிட்டது.

ரஷ்ய பயணத்தை முடித்துவிட்டு வந்த நம்ம ஈ.வெ.ராமசாமி இந்த நீதிக்கட்சியை - திராவிடக் கழகமாகப் பெயர் மாற்றம் செய்து இனி தேர்தலில் போட்டியிடப் போவது இல்லை என்று அறிவித்தார். நீதிக்கட்சியைத் தேர்தலில் மக்கள் புறக்கணித்த நிலையில் இந்த வேலையைச் செய்கிறார்.

திராவிடக் கழகம் என்று பெயர் மாற்றம் செய்து உருவாக்கிய ஈ.வெ.ராமசாமி உருவாகிய திராவிடக் கொள்கை:

- பிராமணர் அல்லாதவர்கள் அனைவரும் சேர்ந்து பிராமணர்களை எதிர்க்கவேண்டும் (பழைய ஜமீன்தார் நீதிக்கட்சிக் கொள்கை)
- ஹிந்து மதம் அழிய வேண்டும் (புதிய கொள்கை)
- இந்தியா என்ற நாடு சிதற வேண்டும் (புதிய கொள்கை)

அது சரி. எதற்குப் பெயர் மாற்றம்?

இதை நீதிக்கட்சியாகவே செய்துவிட்டுப் போகவேண்டியது தானே? இந்தக் கேள்விக்குத்தான் நாம் தெளிவான பதிலைத் தேட வேண்டியுள்ளது. எப்படி இந்தத் திடீர் என்று 'திராவிட ஞானம்'? புதிய இரண்டு கொள்கைகள் எங்கிருந்து வந்தது இவருக்கு?

1930களில் தொடங்கி இரண்டாம் உலகப் போர் முடிவுக்குப் பின்னர் (இந்தியா போன்ற) மூன்றாம் உலக நாடுகளில் மார்க்ஸியப் புரட்சியைத் தோற்றுவித்தல் என்ற சிந்தனையை சோவியத் யூனியன் முன்வைத்த காலகட்டம் இது. இதன் நோக்கம்

- கம்யூனிஸ்ட் நாடுகள் இல்லாத மற்ற நாடுகளில் கம்யூனிஸ்ட் புரட்சியை ஏற்படுத்துவது - அதற்கான நிதி ஆதாரங்களைக் கொடுத்து உதவுவது.
- மற்ற நாடுகளை சோவியத் யூனியனுடன் இணைப்பது.

இதற்கு ஒவ்வொரு நாட்டுக்கும் தனித்தனிக் கொள்கைகளை உருவாக்கினர் உலக அளவில் உருவான கம்யூனிஸ்ட் இயக்கங்கள். அதன்படி இந்தியா, பர்மா, மலேசியா, பாகிஸ்தான், இந்தோனேசியா, ஃபிலிப்பைன்ஸ், நேபாளம் என்று அனைத்து ஆசிய நாடுகளுக்கும் சேர்த்துக் கூட்டங்கள் நடைபெற்றன.

Malayan Communist Party (MCP) - மலேசியாவில் உருவாகக் காரணம் சோவியத் யூனியன்; புரட்சியாளர் Musso இயக்கம் PKI (Partai Komunis Indonesia) மூலம் இந்தோனேசியாவில் கம்யூனிஸ்ட் 1926 முதல் நடந்த அனைத்துச் செயல்பாடுகளின் பின்னால் சோவியத் யூனியன் இருந்தது;

Partido Komunista ng Pilipinas - பிலிப்பைன்ஸ் நாட்டில் Hukbalahap மிகத் தீவிரமாக போர்கள் நடத்திப் புரட்சியை ஏற்படுத்திய வரலாற்றில் சோவியத் யூனியனே அனைத்துவிதமான ஆயுதங்களையும் அள்ளி வழங்கியது.

இதுபோல அனைத்து கிழக்காசிய நாடுகளிலும் Comintern என்ற Communist International கூட்டமைப்பு மூலம் கம்யூனிஸ்ட்கள் ஏற்படுத்திய புரட்சிகளில் இருந்து உலகம் முழுவதுமான நாட்டுத் தலைவர்களைக் கொண்டு புரட்சியை வெடிக்கவைக்க வேண்டும் என்று நமக்கு எந்த அளவு தீவிரமாக கம்யூனிஸ்ட்கள் விரும்பினர் என்பதை அறியலாம்.

இரண்டாம் உலகப் போருக்குப் பின் இந்த வேலை மிக வேகமாக நடந்தது (1948-ல் மேற்கு வங்காளத்தில்கூட ஒரு கூட்டம் நடந்தது).

இரண்டாம் உலகப் போருக்குப் பின் ஆசிய கம்யூனிஸ்ட் இயக்கங்கள் ஒன்றுகூடி எடுத்துக்கொண்ட முடிவு:

1. எந்த ஆசிய நாடும் மேற்கத்திய ஐரோப்பிய அமெரிக்க நாடுகளுடன் கைகோர்க்காமல் பார்த்துக்கொள்ளவேண்டும்.

2. எந்த ஒரு பெரும் நாடும் உருவாகிவிடக்கூடாது.

3. அனைத்து நாடுகளிலும் புரட்சி- அரசுக்கு எதிரான போராட்டங்களை உருவாக்க வேண்டும்.

இந்தத் திட்டத்தில் இந்தியா முக்கியமான நாடு; கிழக்காசிய நாடுகளில் இந்தியாதான் மிகப் பெரிய நாடு; மேலும் இந்தியப் பெருங்கடல் இந்த நாட்டின் எல்லையாக இருக்கிறது. இந்தியாவில் இன்று இருக்கும் தேச விரோத பிரச்னைகள் அனைத்துமே உருவாக விதை போடப்பட்ட காலகட்டம் இதுவே.

ஒருபக்கம் இந்தியா சோவியத் யூனியனுடன் இணைவதைத் தான் நேரு விரும்பினார் என்றாலும் அது நடக்காத காரியம் என்பது அவருக்குத் தெரிந்திருந்தது. ஏனென்றால் ஒரு பக்கம் அப்போது தான் பெரிய சுதந்தரப் போராட்டம் நடந்து பிரிட்டனிடம் இருந்து

சுதந்தர இந்தியாவைப் பெற்றிருந்தோம். இன்னொரு பக்கம் ஹிந்துத்துவா அமைப்புகள் கம்யூனிஸத்தைத் தீவிரமாக எதிர்த்தனர்.

இதையெல்லாம் ஏன் கூறுகிறேனென்றால், இந்தக் காலகட்டத்தில் தான் ஈ.வெ.ராமசாமி ரஷ்யாவுக்குப் பயணம் செல்கிறார். ஒவ்வொரு நாட்டுக்கும் அதற்கு தகுந்தாற்போல அரசியல் அதிர்வுகளை உருவாக்குவதுதான் சோவியத்தின் எண்ணம். அனைத்து நாடுகளில் இருந்தும் இரண்டாம் கட்டத் தலைவர்கள் அழைக்கப்பட்டனர். அவர்களுக்கு அனைத்து உதவிகளும் செய்ய சோவியத் யூனியன் முன்வந்தது.

இந்தக் காலகட்டத்தில் அனைத்து ஆசிய நாடுகளிலும் கம்யூனிஸ்ட் இயக்கங்கள் பெரும் வேகம் காட்டின; அனைத்து ஆசிய நாடுகளும் இந்தத் தாக்குதலை உணர்ந்தன.

இந்தியாவில் இந்தத் திட்டத்தில் வெற்றி அடையத் தடையாக இருக்கப்போவது ஒரே ஒரு காரணம்தான் அது: 'ஹிந்துகள்'.

இந்த விஷயம் மட்டுமே இந்த மக்களை ஒன்றாக ஒற்றை தேசமாகப் பிடித்து வைத்துள்ளது. ஆக இந்த உணர்வை விட்டு வெளியேறாதவரை இந்த மக்களையும் தேசத்தையும் பிரிக்க முடியாது. இதை நன்கு புரிந்து பிரிட்டிஷ் பாதிரியார் கால்டுவெல் முன்வைத்த நம்பிக்கையான 'திராவிடம்' என்பதைத் தூசிதட்டிக் கையில் எடுத்தனர். இதன் மூலம் இவர்கள் முதல் கட்டமாகத் தென் இந்தியாவைப் பிரிக்கவேண்டும் என்று முடிவுசெய்தனர். தங்கள் வசதிக்குத் தோதாக, திராவிடர்கள் தனி என்ற மூடநம்பிக்கையை உண்மைபோல உருவகம் செய்து பரப்பினர். ஆக நீதிக்கட்சி - திராவிடக் கழகமாக மாறியதன் பின்னால் இருக்கும் உண்மை இதுவே.

இதைத் தொடர்ந்துதான் ராமர் சிலை உடைப்பு - பூணூல் அறுப்பு - இந்தியா ஒழிக- திராவிடப் பிரிவினை - தமிழ் ஒழிக - கம்பன் திருவள்ளுவன் எல்லாம் ஆரிய அடிமைகள் என்று அருமையான நாகரிகமான தமிழுக்கு 'பெருமை சேர்க்கும்' எல்லா வேலை களையும் இந்த திக செய்யத் தொடங்கியது. நீதிக்கட்சி ஜமீன்தார் கள் இந்த 'புரட்சி'க்கு சம்மதிக்கவில்லை. எனவே, அவர்களை ஓரங்கட்டிவிட்டு ஸ்டாலினைப்போல் (மு.க. ஸ்டாலின் அல்ல... அவர் பச்சப்புள்ள) ஈ.வெ.ரா. சர்வாதிகாரியாகத் தன்னை மையமாக வைத்து தி.க.வை ஆரம்பித்தார்.

ஏற்கெனவே அரசியல் இயக்கமாக கம்யூனிஸ்ட்கள் இந்தியாவில் காங்கிரஸ் நேருவுடன் மிக அதிக நெருக்கத்தில் இருந்தனர். அதிகாரவர்க்கத்தில் கம்யூனிஸ்ட்களைப் புகுத்தும் பணியை நேரு செய்யத் தொடங்கியிருந்தார். இன்னொரு பக்கம் நாட்டைப் பிளவுபடுத்தும் வேலை ஈ.வெ.ராமசாமியை நம்பி ஒப்படைக்கப் பட்டது. ஆக இந்த முயற்சிக்குப் பிரச்னை வராமல் இருக்க 'பேச்சுரிமை... ஜனநாயகம்' என்ற பெயரில் இந்தத் திராவிடச் சிந்தனையை விதைக்க முழுமை அனுமதி தரப்பட்டது (பாகிஸ்தானில் இந்தத் தந்திரம் பலிக்கவில்லை. பொதுவாகவே இஸ்லாமிய தேசங்கள் இந்த விஷயத்தில் புத்திசாலிகள். கம்யூனிஸ்ட்களுமே தமது கையில் ஆட்சி வந்ததும் இந்த ஜனநாயகத்தை வெட்டிக் கறி சமைத்துவிடுவார்கள். அதுவரை அந்த பலியாட்டைக் கட்டிப் பிடித்துக் கொஞ்சிக் குலாவுவார்கள்)

அப்படியாக கம்யூனிஸ ஆசியுடன் பாதிரிவர்க்க மொழியியல் அடிப்படையில் இந்திய ஜனநாயகத்தின் ஆதரவுடன் பிறந்தது புதிய குழந்தை 'அடைந்தால் திராவிட நாடு... இல்லையேல் சுடுகாடு' என்ற கொள்கை முழக்கம்.

ஆக, இந்த உண்மைகள் மூலம் நமக்குத் தெரியவருவது திக உருவானதே தேசத்தைத் துண்டாடத்தான். இப்போது கூறுகிறேன்: இந்த தி.க. என்ற பெரியாரிய கூட்டம் அனைத்துப் பிரிவினை வாதிகளுக்கும் வக்காலத்து வாங்கும் ஒரு தேசவிரோத கூட்டம். இதை முழுவதும் ஒழித்துக்கட்டுவது காலத்தின் கட்டாயம்.

திராவிடம் என்பது உண்மை என்றுதானே கமல் போன்றவர்கள் முன்வைக்கிறார்கள்?

ஒரு விஷயம் எப்போது உண்மையாகும் என்றால் அறிவியல் தேடல், ஆய்வுக் கட்டுரை ஆதாரங்கள், வரலாற்று ஆதாரங்கள், அகழ்வாராய்ச்சித் தடயங்கள் இவற்றைக் கொண்டு நிரூபிக்க முடிந்ததாக இருக்கும். அதிலும் இனம் சார்ந்த தீர்மானங்கள் என்றால் மரபணு சார்ந்த ஆய்வுகள்கூட அதை உறுதிப்படுத்த வேண்டும். திராவிடம் பேசி ஆட்சியைப் பிடித்தவர்கள் 60 வருடங்கள் ஆட்சி அதிகாரத்தில் இருந்தபோது ஆய்வுகள், அறிவியல், மரபணுவியல், அகழ்வாராய்ச்சி ஆராய்ச்சிகள் ஆகியவற்றின் மூலம் இந்த ஆரிய திராவிட இனங்கள் உண்மை என்று நிரூபிக்க ஏதேனும் ஒரு முயற்சியாவது மேற்கொண்டனரா? பகுத்தறிவுக் கூட்டம் அறிவியல் ஆய்வுகளை நம்பாமல்

கால்டுவெல் என்ற ஐரீஸ் கிறித்துவ பாதிரியார் சொன்னதை வேதவாக்காக ஏன் நம்பவேண்டும்?

பகுத்தறிவாதி என்றால் என்ன செய்ய வேண்டும்? DNA ஆய்வுகள் நடத்துங்கள் - ஆரிய திராவிட கலப்புக்கான Bio-Diversity இருக்கிறதா என்று அறிவியல் பூர்வமாகத் தேடிப்பார்க்கவேண்டும் அல்லவா. வெறும் நம்பிக்கை என்பது எப்படி உண்மையாகும்?

CENTRE FOR CELLULAR AND MOLECULAR BIOLOGY (CCMB) 2009 தனது ஆய்வு அறிக்கையை வெளியிட்டது. அதில் THIS PAPER REWRITES HISTORY. THERE IS NO NORTH-SOUTH DIVIDE' என்று தெளிவாகக் கூறியுள்ளார்கள்.

13 மாநிலங்களில் 500,000 நபர்களின் ரத்த, மரபணு மாதிரிகள் இந்தியா முழுவதும் 25 பிரிவு மக்களைத் தேர்வு செய்து - நடத்திய இந்த ஆய்வின் முடிவு கூறும் உண்மை ஆரிய திராவிடப் பிரிவினை என்பது வெறும் மூடநம்பிக்கையே. அதாவது 'நீங்கள் (நாம்) எல்லாமே ஒரே இனத்தைச் சேர்ந்தவர்களே' என்று வந்தது.

ஆன்மிக வழியில் இருப்பவர்கள் நம்பிக்கை சார்ந்து இயங்கலாம்; ஆனால் பகுத்தறிவாதிகள் அறிவியல் சார்ந்து அல்லவா இயங்க வேண்டும்? கமல் போன்று தன்னைப் பகுத்தறிவுவாதி என்று சொல்லிக் கொள்பவர்கள் அறிவியல் ஆதாரங்களை எப்படி மறுக்க முடியும்? (நமக்கு இருக்கும் கெட்ட பழக்கம் என்னவென்றால், எதை யாரிடம் கேட்டுத் தெரிந்துகொள்ளவேண்டும் என்ற அறிவு துளியும் இல்லை. யாராவது ஒரு இன்ஜினியரிடம் போய் உடம்பைக் காட்டி சிகிச்சை சொல்லச் சொல்வார்களா... ஒரு மருத்துவரிடம் கட்டடம் கட்டித் தரச் சொல்வார்களா..? 'நீட் தேர்வுக்கு நீங்கள் MCI போர்ட் தலைவரைக் கூப்பிட்டுப் பேசலாம், அதை விட்டுவிட்டு ஏன் நடிகர் சூர்யாவிடம் நீட் பற்றி விளக்கம் தேடுகிறோம்? இந்த விஷயத்தில் தமிழ் நாட்டைத் திருத்துவது கஷ்டம்).

இதனால்தான் நான் பகுத்தறிவு என்பது வேறு பெரியாரிஸம் என்பது வேறு என்கிறேன். திராவிடம் என்பது நிலப்பரப்பைக் குறிக்கும் சொல்; இந்தப் பகுதி மக்களின் சிற்பக் கலையைக் குறிக்கும் ஒரு சொல் என்றுதான் எடுத்துக்கொள்ளவேண்டும் தவிர திராவிடர் என்பது தனி இனம் என்று சொல்வது சுத்த முட்டாள்த்தனம்.

மக்கள் திராவிடக் கட்சிகளை ஆதரிக்கக் காரணம் சினிமா மோகம் தானே ஒழியக் கொள்கை, கோட்பாடு எல்லாம் இல்லை. ஒருவிதக்

கவர்ச்சி அரசியல் மூலம் வளர்ந்ததுதான் இந்த திராவிட அரசியல். உண்மையில் திராவிடக்கழகத்தின் லட்சணம் மிக மிகக் கீழ்த்தரமானது.

அப்படியானால் திராவிடக் கட்சியினர் திராவிடப் பாரம்பரியம் என்று கூறுவது எல்லாம் ஒன்றுமே இல்லையா?

திராவிடப் பாரம்பரியம் என்றால் என்ன..? திராவிடர்களின் தெய்வம் சிவன். திகவினர் சிவனை ஏற்கமாட்டார்கள் (ராவணனைத் தங்கள் தலைவன் என்பார்கள்... ராவணன் வணங்கிய சிவனை வணங்கமாட்டார்கள்!). திராவிடர்களின் இலக்கியங்கள் கம்பராமாயணம், வில்லிபுத்தூரார் பாரதம் போன்றவை. இவர்கள் அதை படிக்கவேமாட்டார்கள். திராவிடக் கலைகளின் உச்சம் அதன் கோவில்கள். திகவினர் அதற்குள் நுழையவே மாட்டார்கள். திராவிடர்களின் சின்னம் விபூதி குங்குமம், திருமண்... அதை இவர்கள் தரிக்கவே மாட்டார்கள். தீ மிதித்தல், காவடி எடுத்தல், முளைப்பாரி எடுத்தல், பால் குடம் எடுத்தல், வேப்பிலை கட்டி அம்மன்களை வணங்குதல், பொங்கல் வைத்தல் திராவிடர்களின் வழிபாட்டு முறைகள். இந்த திராவிடத் திருட்டுக் கூட்டம் இதில் எந்த ஒன்றையும் செய்யாது. தாலி திராவிடர்களின் மங்கல அணி. திராவிடர் கூட்டம் அதை அறுத்துப் போடச் சொல்லும். ஆரியர்களென்று இவர்கள் சொல்பவர்களில் ஒருவராவது தாலியை அறு என்று சொல்லியிருக்கிறார்களா..? இந்த திராவிடக் கூட்டம் திராவிடத்தைக் காக்க வந்த கூட்டம் அல்ல. அழிக்க வந்த கூட்டம்.

இவர்களின் பாரம்பரியம் என்ன தெரியுமா... ஆரிய திராவிடப் பிரிவினை கிடையாது என்று அறிவியல்பூர்வமாக யாராவது பேசினால் அவர்களை அசிங்க அசிங்கமாகத் திட்டுவார்கள்; பேசியவரின் குடும்பத்தைக் கீழ்த்தரமாக விமர்சிப்பார்கள். நீங்கள் மாற்றுக் கட்சி என்று ஆரம்பித்தால் உங்களை எப்படி வளரவிடாமல் செய்யணும் என்று அனைத்துக் கீழறுப்பு வேலைகளையும் செய்வார்கள்; தேசியக் கட்சி என்றால் அனைத்து பிரச்னைக்கும் நீங்க தான் காரணம் என்று கூறி ஹிந்து தமிழ் என்று கூறிப் பிரிப்பார்கள்; ஆட்சிக்கு வந்து உட்கார்ந்ததும் ஹிந்து கோவில் களுக்குச் சொந்தமான சொத்துகளைத் திருடுவார்கள்; அனைத்துத் திட்டங்களிலும் கமிஷன் வாங்குவார்கள்; புதுப்புதுக் கட்சியை உருவாக்கி நடுநிலையாக இருக்கும் ஒட்டுகளைப் பிரிப்பார்கள்; ஊழல் செய்து மக்களிடம் மாட்டிக் கொண்டால் திசை திருப்ப

மக்களின் உணர்வுகளை மலினமாகத் தூண்டிவிட்டுப் போராட்டங்களை நடத்துவார்கள். அடுக்குத் தமிழில் அர்த்தமற்றுப் பேசுவார்கள். இது போன்ற அயோக்கியத்தனங்கள்தான் திராவிடக் கட்சிகளின் பாரம்பரியம். வரலாறு முழுவதும் இதைத்தான் இந்தக் கழகங்கள் செய்தார்கள், செய்து வருகிறார்கள் இனியும் அதையே செய்வார்கள்.

1969-ல் புதிய வீராணம் திட்டம், பூச்சிக் கொல்லி மருந்து ஊழலில் ஆரம்பித்த திமுக - திரு.கருணாநிதி அவர்களின் சாதனை 2G ஏறக்குறைய 1.5 லட்சம் கோடி இழப்புடன் ஒரு பெரிய ஊழல் பட்டியலுடன் அனைத்துவிதமாகவும் கோடிகளைக் குவித்தனர். நீதிக்கட்சியாகத் தொடங்கிய காலத்தில் இருந்து இந்தக் கொள்ளையடிக்கும் வேலையை ஆரம்பித்தவர்கள் இன்றுவரை நிறுத்தவே இல்லை. திரு.கருணாநிதியின் கூட்டம் எப்போது ஆட்சிக்கு வந்தாலும் விடைபெறும்போது பெரும் ஊழல் பட்டியலுடனே அகற்றப்படும்.

அப்படியானால் தமிழுக்கு எந்தத் தொண்டுமே செய்யவில்லையா திராவிடக் கழகங்கள்?

என்ன தொண்டு செய்தார்கள்? தமிழ் தாத்தா உ.வெ.சாமிநாதய்யர் செய்த தொண்டில் 1% செய்திருப்பார்களா இந்த 60 வருட ஆட்சியில். இன்று நாம் பார்க்கும் தமிழைக் காப்பாற்றிக் கொடுத்த அந்த மனிதருக்கு எத்தனை சிலைகள் பாராட்டுகள் விழாக்கள் கொண்டாடினார்கள்? அதே நேரம் தமிழைக் காட்டுமிராண்டி மொழி என்று திட்டித் தீர்த்த, அவமானம் செய்த திரு.ஈ.வெ.ராமசாமிக்கு ஊரெல்லாம் சிலைகள் (தூய்மை இந்தியா திட்டத்தின் கீழ் மனிதர்களுக்கு டாய்லெட் கட்டிக் கொடுப்பது போல் ஊருக்கு ஊர் காக்காய்களுக்கான கழிப்பிடம் கட்டியதுதான் இவர்களுடைய ஒரே சாதனை). அதுதான் திராவிடக் கட்சிகள்.

தமிழ் நாடு இன்று இருக்கக் காரணமே திராவிடக் கட்சிகள்தான் என்று பேசுவது எல்லாம் எந்த அளவுக்கு சரி..?

மொழிவாரி மாநிலங்களைப் பிரிக்கும் போது திராவிட நாடு திராவிடனுக்கே என்று இவர்கள் பேசினார்கள். ஆனால், அந்தத் திராவிட மொழிகளில் ஒன்றாகச் சொல்லப்பட்ட தெலுங்கு மக்கள் அங்கே ஆந்திராவை உருவாக்கிக்கொண்டிருந்தனர். இடுக்கி, குமரி, மாவட்டத்தை இழுத்துப் பிடித்து மலையாள தேசம் உருவாக்கிக் கொண்டிருந்தனர் மலையாளிகள். ஓசூரை இழுத்துக்

கொண்டு ஒரு பக்கம் கர்நாடகா உருவாகிக்கொண்டிருந்தது. அன்று எல்லைக்குச் சென்று இந்தப் பகுதிகளையெல்லாம் தமிழகத்துக்கு மீட்ட யாரும் திராவிடக் கழகத்தைச் சார்ந்தவர்கள் கிடையாது. ஆனால் தமிழ் நாடு என்று பெயரை மாற்றிவிட்டு எல்லா சாதனையையும் இவர்கள் செய்ததுபோல வரலாற்றைத் திரித்தனர். அப்போ எங்கே போச்சு உங்க கொள்கைகள்? திராவிட நாடு என்று பெயர் வைக்க வேண்டியதுதானே. அப்போ மட்டும் என்ன தமிழ் நாடு? சரி தமிழ் நாடு என்று பெயர் வைத்தீர்கள் அல்லவா... பின் ஏன் கட்சிக்கு மட்டும் திராவிட முன்னேற்றக் கழகம் என்று பெயர்? தமிழர் முன்னேற்றக் கழகம் என்று மாற்றிக்கொண்டிருக்க வேண்டியதுதானே? ஏன் என்றால் இந்த மாநிலம் இன்று இப்படி உருவாகப் போராடியவர்கள் எல்லோருமே தமிழ் இயக்கங்களைச் சார்ந்தவர்கள். அதை மறைக்க திராவிடர்கள் செய்த தில்லு முல்லுதான் எல்லாம்.

ம.பொ.சி, ராமசுப்பய்யர், நேசமணி இவர்கள் எல்லாம் யார் என்று போய் கேளுங்க... தலையைச் சொறிவார்கள் இந்தத் திராவிட பொய்யர்கள். கொஞ்சம் காலம் போனால் அவர்களையும் இவர்கள் இயக்கத்தில் வேலை பார்த்தவர்கள் என்று கூறினாலும் கூறுவார்கள்.

உண்மையில் ஜமீன்தார்களின் கட்சியாகத் தொடங்கிய நீதிக்கட்சி- திராவிடக் கழகமாக கம்யூனிஸத் தூண்டுதலில் இந்திய தேசத்தையும் இந்து மதத்தையும் அழிக்கப் புதிய வடிவம் எடுத்து - பின்னர் திராவிடமுன்னேற்றக்கழகம் என்ற பெயரில் நாட்டைக் கொள்ளை அடிக்கும் கூட்டமாக மாறி இறுதியில் திருக்குவளை கருணாநிதி குடும்ப முன்னேற்றக் கழகமாகிப் போனதுதான் அதன் பரிணாம வரலாறு. இந்த வரலாற்று உண்மைகளை மறைத்து விட்டுப் பேசும் திராவிட அறிவாளிகள்போல ஒரு கேடுகெட்ட மூடர் கூட்டத்தை உங்களால் இந்தியாவில் அல்ல உலகில் கூட எங்குமே பார்க்க முடியாது.

பொய்யிலே பிறந்து பொய்யிலே தவழ்ந்து பொய்யிலே நடந்து பொய்யிலே படுத்துறங்கி பொய்யின் புரட்டின் மனித உருவங்களாகத் திரியும் நாசகாரக் கும்பல் இது.

திமுக, திக இரண்டும் இந்திய தேசத்தின் அவமானங்கள்; தமிழகத்தின் சாபங்கள்.

●

பெரியார் மத, ஜாதிய ஒழிப்புக்கு முன்வைத்த சிந்தனைகளில் எதை நீங்கள் தவறு என்று கூறுவீர்கள்? இந்துத்துவவாதிகள் ஏன் முழுமையாக பெரியாரை நிராகரிக்கிறீர்கள்?

- மணிமாறன், குணவதி

முதலில் சில விவரங்கள் புரிந்துகொள்ளுங்கள் :

பகுத்தறிவு என்பதே எது சரி எது தவறு என்று தீர விசாரித்து உண்மைத் தேடலில் கிடைக்கும் தெளிவுதானே தவிர ஈ.வெ.ராமசாமி சொன்னது மட்டும் தான் பகுத்தறிவு என்று நீங்கள் நினைத்தால் அது உங்கள் தவறு மணிமாறன், குணவதி.

ஹிந்து மதம் சார்ந்த அவருடைய பார்வை 100% தவறு. அவர் அந்தத் தவறைச் சரிசெய்து கொள்ள எந்த ஒரு ஹிந்து மதப் பெரியவர்களிடமும் கலந்து ஆலோசிக்கவில்லை. இது அவரிடம் இருக்கும் மிகப் பெரிய குறை. அப்படி அவர் கூறிய கருத்துகளை அப்படியே நம்புவது உங்களைப் போன்றவர்களின் குறை.

அதாவது நான் ஒன்றைப் படிக்கிறேன். அதை நான் புரிந்து கொண்டதுவிதம் சரியா என்று நான் அந்தத் துறையில் வல்லவர்களாக இருப்பவரிடம் சென்று தெளிவுபடுத்திக் கொண்ட பின் தான் அதைப்பற்றி நான் பேச முடியும், கருத்துக் கூறமுடியும். ஆனால் ஈ.வெ..ராமசாமி ஹிந்து மத விஷயத்தில் தான்தோன்றித் தனமான கருத்துகளை அவர் இஷ்டத்துக்கு முன்வைத்தார். தன் கருத்து சரி என்று குருட்டுத்தனமாக நம்பினார். சூத்திரர்கள் எல்லாம் வேசிக்குப் பிறந்தவர்கள் என்று சொல்லப்பட்டதாகச் சொன்னார். அதற்கான ஆதாரத்தைக் கேட்டால் எந்தவொரு தி.க.காரராலும் இதுவரை காட்டமுடியவில்லை.

எந்த உயிரையும் காயப்படுத்தும்விதமாக எண்ணமும் வாழ்வும் அமைதல் கூடாது; அனைத்து உயிர்களுக்கும் வலி உண்டு; அனைத்து உயிர்களும் உன்னில் உயர்ந்தவையும் இல்லை தாழ்ந்தவையும் இல்லை என்று சொன்ன வேதம் மனிதர்களிடம் அந்தக் கொடூரமான ஏற்றத்தாழ்வு குணத்தைப் புகட்டுமா என்று அவர் சிந்திக்கவில்லை. ஒருவகையில் கூறினால் அவர் அப்படிச் சிந்திக்க விரும்பவில்லை.

ஈ.வெ.ராமசாமி ஹிந்து மதப் புரிதலில் எங்கே தவறு செய்தார் என்று நீங்கள் கேட்டால், தயவு கூர்ந்து முதலில் நீங்கள் ஹிந்து மத அடிப்படையைப் புரிந்துகொள்ளுங்கள் என்பேன்.

ஹிந்துகளின் ஆன்மிக மரபு என்பதை இரண்டுவிதமாகப் பிரிக்க வேண்டும்

*1.*ஸ்ருதி (Sruthi)

2.ஸ்மிருதி (Smruthi)

ஸ்ருதிகள் நான்கு. வேதங்கள், உபநிடதங்கள், வேதாந்தங்கள், பிரம்மசூத்திரங்கள் என்று அடிப்படையில் எடுத்துக் கொள்ளவும். இவையெல்லாம் என்ன?

இவை மனிதனுக்கு வாழ்வின் அர்த்தம், ஆன்மிகத் தேடல் ஆகியவற்றைத் தெளிவுபடுத்தும் நூல்கள். இவைதான் ஆதார அடிப்படையில் ஹிந்துகளை வழி நடத்தும் நூல்கள். இவை கூறும் கர்மா மாறுவது இல்லை; இவை எடுத்து வைக்கும் தர்மம் மாறாது. இதில் பல ரிஷிகள் தங்கள் அனுபவத்தின் மூலமாக வாழ்க்கைத் தத்துவத்தை முன்வைப்பார்கள்.

ஹிந்து மத ஆன்மிகவாதிகளை நன்கு கவனிக்கவும்: சிலர் யோகா மூலம் தேடலை முன்னெடுப்பார்கள்; சிலர் பூஜைகள் வேள்விகள் செய்கிறார்கள்; சிலர் சராசரி மனிதருக்குப் புரியாத வண்ணம் கங்கையின் கரைகளில் காவி உடையில் சடை முடியுடன் வாழ்கிறார்கள்; இன்னும் சில மானசரோவர் இமய மலை குன்றுகளில் இயற்கையோடு இயற்கையாகச் சென்று தவம், தியானம் என்று வாழ்கிறார்கள்.

இவர்கள் அனைவருமே ஆன்மிகத் தேடலில் தான் இருக்கிறார்கள். அவை அனைத்துமே வேதம் சொல்லும் வழிமுறைகளே. இவர்கள் அனைவரும் மேற்கொள்ளும் ஆன்மிகத் தேடலின் வழிமுறை கண்டிப்பாக ஏதோ ஒருவிதத்தில் இந்த ஸ்ருதியில் சொன்ன வழிமுறையில் ஏதோ ஒன்றைக் கற்று அதனைப் பிடித்துச் செல்வதாகவே இருக்கும் (போலி சாமியார்கள் இந்தப் பட்டியலில் இல்லை).

அடுத்தது ஸ்மிருதி; மக்கள் வாழ்க்கை முறை எப்படி இருக்க வேண்டும் என்று கூறும் நூல்கள் இவை. காலம் தோறும் மாற்றி மாற்றி எழுதி வரப்பட்டவை. சட்டதிட்டங்கள் என்று எடுத்துக் கொள்ளவும். இவை அடிப்படையில் ஸ்ருதிகளைப் பின்பற்றி அமைக்கப்பட்டிருக்கும். ஆனால், நெகிழ்வுக்கும் விலகலுக்கும் இடம் உண்டு.

மிக மிக முக்கியமான விஷயம் : ஸ்மிருதிகளுக்கும் ஸ்ருதிகளுக்கும் ஏதாவது முரண்பாடு இருக்கும் என்றால் - அங்கே வேதங்களையே ஸ்ருதிகளையே அடிப்படையாகக் கொள்ள வேண்டும். இதுவே இந்து மதத்தின் ஆதார அடிப்படை.

ஆனால், பெரியாரியம் மட்டும் அல்ல ஹிந்துகளை விமர்சனம் செய்யும் அனைவருமே கையில் எடுப்பது இந்த ஸ்மிருதிகளை தான். 1500வருடம் முன்னர் இருந்த ஒரு சட்டம் இன்று தேவைப் படாது என்பதுபோலவே, பழங்கால ஸ்மிருதிகளும் தேவை கிடையாது. உங்களுக்குத் தோன்றியவண்ணம் ஸ்மிருதிகளை உருவாக்கிக் கொள்ளுங்கள். தனிப்பட்ட எந்தக் குழுவுக்கும் வேதம் சொந்தம் அல்ல. அது ஹிந்துகளின் இந்த நாட்டின் சொத்து.

இப்போது மிகத் தீவிரமாக ஹிந்து சமூகத்தில் விமர்சனத்துக்குக் காரணமான ஜாதிய அமைப்புக்குள் செல்வோம்.

மேற்கொண்டு படிக்கும் முன்னர் உங்கள் மனதில் ஜாதிய எண்ணம் இருக்கும் என்றால் கொஞ்சம் அதை விட்டுவிலகி - ஒரு சாதாரண மனிதராகப் படிக்கவும்.

ஸ்ருதிகளின் (வேதங்களின்) கூற்றுப்படி நான்கு வர்ணமாக இந்த உலகம் இருக்கும் - பிராமண, சத்திரிய, வைசிய, சூத்திரன் என்று. இது குலம்.

- இது பிறப்பால் வருவது கிடையாது.
- இது வெறும் சமூகப் பிரிவைக் காட்டுமே தவிர இவர்கள் உயர்வானவர்கள், இவர்கள் தாழ்வானவர்கள் என்று கூறுவது கிடையாது.

வேத காலத்தில் குருகுலக் கல்வியில் அனைத்து மக்களுமே சென்று படித்து வந்தனர். யாருக்கும் படிப்பு மறுக்கப்படவில்லை. உலகத்துக்கே படிப்பறிவு வழங்கியது இங்கே இருந்து தான். தவிர யாரிடமிருந்தும் இந்திய வேதம் எதையும் பெறவில்லை. பின்னர் கடந்த 2000 வருடங்களில் மெல்ல அது மறைந்து ஏற்றதாழ்வுகள் வளர்ந்து தீண்டாமைவரை சென்று மொத்த சமூகத்தையும் சீரழித்தது.

ஆரம்பத்தில் நான்கு வர்ணங்கள் மட்டுமே இருந்தன.

பிராமணன்- மேம்பட்ட அறிவு கொண்டவர். ஆசிரியர்கள், நாட்டை வழிநடத்துபவர்கள்.

சத்திரியன் - நாட்டைக் காக்கும் வீரர்கள், ஆட்சி செய்பவர்கள்.

வைசியர்கள் - தொழில் நடத்துபவர்கள்.

சூத்திரர்கள் - தொழிலாளிகள்.

இந்த வகையில்தான் இன்றும் உலகம் இருக்கிறது. அன்றும் இப்படித்தான் பிரிக்கப்பட்டது. இன்று சேவைத்துறையில் இருக்கும் Infosys நிறுவனத்தில் வேலை செய்யும் ஒருவர் சூத்திரர்தான். அவர் பிறப்பால் பிராமணனாகவோ சத்திரியனாகவோ இருக்கலாம். ஆனால் செய்யும் தொழிலால் சூத்திரன் ஆகிறார். ஆட்சியாளர்கள் பலர் பிறப்பால் சூத்திரனாக இருக்கலாம். ஆனால் ஆட்சி அதிகாரத்தைக் கைப்பற்றி நாட்டை ஆட்சி செய்யும் போது அவர்கள் சத்திரிய வாழ்வை அதற்கான தர்மத்தை மேற்கொள்கிறார்கள்.

இன்று எந்த வேலைக்கும் பிறப்பால் யாரையும் எதுவும் தடுப்பது இல்லையே சரிதானே.. அதேபோல் தான் அன்றும் இருந்தது. வால்மீகி, வேதவியாசர், ஜபாலி ரிஷி என்று பலர் உதாரணம் உண்டு. அவர்களெல்லாம் குலத்தால் சூத்திரனாகப் பிறந்து பிராமண நிலையை அடைந்தவர்கள். எனவே, வர்ணம் (குலம்) பிறப்பால் வருவது கிடையாது. குலத்தில் தாழ்ந்தது உயர்ந்தது என்று எதுவும் இல்லை - அதனால்தான் பாரதி ஜாதிகள் இல்லையடி பாப்பா என்றானே தவிர - குலங்கள் இல்லையடி என்று கூறவில்லை. குலத் தாழ்ச்சி உயர்ச்சி சொல்லல் பாவம் என்றான். எனவே, வேதம் தவறு இல்லை - சமூக வாழ்வு முறையால் உருவான தவறுதான் இந்த ஜாதிப்பாகுபாடுகள்.

இவர்கள்தான் இந்த வேலையைச் செய்யவேண்டும், இன்னாருக்குப் பிறந்தவர் இப்படித்தான் வாழவேண்டும் என்று ஸ்ருதிகள் கூறுவது கிடையாது. இது குருகுலக் கல்வி முடிவில் மாணவர்களைப் பிரித்து சமூகத்தில் அவரவர் திறமைக்கும் விருப்பத்துக்கும் ஏற்ப வேலை கொடுக்க உருவாக்கப்பட்ட முறையன்றி வேறு ஒன்றும் இல்லை.

பிராமணனுக்குப் பிறந்தால், பூணூல் போட்டுவிட்டால் அவன் பிராமணன் ஆக முடியாது. அது நம் இன்றைய அரசு கொடுக்கும் சான்றிதழ். அது முழுக்கத் தவறு. அது ஜாதிச் சான்றிதழ்; குலச் சான்றிதழ் கிடையாது. அதுவே ஹிந்து அடிப்படைக்கு எதிரானது.

வேதம் சொல்வதன் படிப் பார்த்தால் - எவன் பிராமணம் என்ற வாழ்வை ஏற்கும் தகுதியுடையவன் ஆகிறானோ அவனே

பிராமணன் ஆகிறான். 3000 வருடம் மேலாகச் செவிவழியாகவே கற்பிக்கப்பட்டு வந்த வேதங்கள் புராணங்களைத் தொகுத்தளித்த வேதவியாசர் மீனவ குலத்தில் பிறந்தவர். வால்மீகி வேடர் குலத்தில் பிறந்தவர். ஜபாலி ரிஷி பிறப்பு எப்படியானது? இவர் ஏன் ஜாதியால் தடுக்கப்படவில்லை? ஏன் என்றால் அப்போது ஜாதியமே இல்லை. குலம் இருந்தது. தகுதிக்கு ஏற்ப குலம் மாறினர். எவரும் அதைத் தடுக்கவில்லை, தடுக்கவும் முடியாது.

இப்போது இந்த நான்கு நிலையை அந்தப் பெயரளவில் குறிப்பிட்டுக் காட்டவில்லையே தவிர சமூகம் அப்படித் தான் இருக்கிறது. ஏன் என்றால் நீங்கள் சொன்னாலும் சொல்லா விட்டாலும் உலகம் அப்படியே அமையும். எனவே இந்தக் குலம் காட்டவேண்டிய தேவை இன்று இல்லை. யாரும் ஆசிரியர் ஆகலாம், யாரும் ஆட்சிக்கு வரலாம் அது அவர் தம் தகுதிக்குக் கிடைக்கும் வேலை. சரி தானே?

அப்படியானால் ஜாதி?

இது ஸ்மிருதிகளால் உருவாக்கப்பட்டு - பிறப்பால் குறிப்பிட்டுக் காட்டப்படுவது. இதுவே ஏற்றத்தாழ்வை உருவாக்கியது. இந்த விஷயத்தைப் பொறுத்தவரை பெரியாரியம் பேசும் அனைவரது குற்றசாட்டையும் ஒருவர் முழுமையாக ஏற்கத்தான் வேண்டும்.

ஆம், ஜாதியே ஏற்றத்தாழ்வை உருவாக்கியது; தீண்டாமை உருவாகக் காரணமானது; ஆனால் இதில் இருக்கும் பிரச்னை என்னவென்றால், பெரியார் என்ற ஈ.வெ.ராமசாமி முன்வைக்கும் மனுஸ்மிருதி மட்டும் அல்ல; அதற்கு முன்னரும் கூடப் பல ஸ்மிருதிகள் இருந்தன. அதற்குப் பின்னர் கூட வந்தன. பிருகஸ்பதி ஸ்மிருதி, தக்ஷ ஸ்மிருதி, ஹரித ஸ்மிருதி, கௌதம ஸ்மிருதி என்று 18 ஸ்மிருதிகள் உண்டு.

ஆனால், ஏன் மனு ஸ்மிருதியை மட்டும் பிடித்துக்கொண்டு அனைவரும் தொங்குகிறார்கள்? அதுவே அடிப்படையில் தவறு. சரி, அதையாவது ஒழுங்காகச் செய்தீரா என்றால் அதுவும் இல்லை. பிராமணர்களைத் திட்ட வசதியாக இருக்கும் விஷயத்தை மட்டும் எடுத்துப் பேசிய நீங்கள் அது பிராமணர்கள் எப்படி வாழவேண்டும் என்று கூறுவதைச் சொல்லவில்லையே?

ஸ்மிருதிகள் படி வாழும் ஒரு பிராமணனை நாம் யாரும் பார்த்தும் இருக்கமாட்டோம். கேட்டும் இருக்கமாட்டோம். ஏனென்றால், அது கூறும் பிராமண வாழ்வுக்கான கட்டுப்பாடுகளுடன் எவரும்

வாழமுடியாது. அந்த அளவுக்கு பிராமணர்களையும் அது ஒடுக்கியது என்பதுதான் உண்மை.

உங்களிடம் மீண்டும் கேட்கிறேன்: எதற்கு இந்த ஸ்மிருதிகளை எடுத்துப்பேசவேண்டும்? வேதம்தானே ஹிந்துகளின் அடிப்படை. ஏன் ஸ்மிருதிகளைப் பிடித்துத் தொங்கவேண்டும்? எனவே, ஒருவரை ஜாதி அடிப்படையில் பிறப்பின் அடிப்படையில் அடையாளப் படுத்துவது மிகப் பெரிய தவறு, வேத முரண். எனவே, ஜாதியை முற்றாக நிராகரிக்கிறோம் என்கிறார்கள் பெரியவர்கள்.

இது ஏன் உங்களுக்குப் புரிவதில்லை? வரலாற்றில் ஏதோ நீங்கள் தான் ஜாதியை ஒழிக்கவந்ததுபோல விடும் கதைகளை முதலில் நிறுத்தவும். ராமானுஜர் தொடங்கிப் பல பெரியவர்கள் ஜாதிய அமைப்பை மாற்றிக் காட்டியுள்ளனர். இடையில் அது தடைபட்டுத் தேங்கியதற்குக் காரணம் இஸ்லாமிய, கிறிஸ்தவ ஆட்சிகள்தான். சாதிப் பிரச்னைகளுக்கு இந்து மதத்தைக் காரணம் என்று சொல்பவர்கள் சுமார் ஆயிரம் ஆண்டுகளுக்கு மேலாக இஸ்லாமிய கிறிஸ்தவ அரசுகள் இந்தியாவில் இருக்கின்றனவே. அவை அதை மாற்ற என்ன செய்தன. அவற்றுக்கும் அதில் பங்கு உண்டுதானே. ஏன் அவற்றைக் கேள்வி கேட்பதில்லை. விஷயம் என்னவென்றால் இந்து சமூகம் இயல்பாகத் தனது குறைகளைக் களைந்து முன்னேற விடாமல் தடுத்ததே இந்த இஸ்லாமிய, கிறிஸ்தவ ஆட்சிகள்தான். அவர்களும் அவர்களுடைய நிதியைப் பெற்றுக் கொள்பவர்களும்தான் இன்று சாதி சார்ந்த எல்லாத் தவறுகளுக்கும் சாஸ்திர அங்கீகாரமே தராத இந்து மதத்தைப் பழிக்கிறார்கள்.

பாரதத்தின் 5000 வருட மக்கள் வாழ்வைத் தேடிப் படியுங்கள் எங்கேயாவது இந்த ஸ்மிருதிகள் படி வாழ்க்கையை அமைத்த ஒரு மன்னர் நூற்றாண்டுகள் அதன்படியே அப்படியே ஆண்டார் என்று கிடையாது. ஒரு ஸ்மிருதியைப் பின்பற்றிய மன்னரை இன்னொரு ஸ்மிருதியைப் பின்பற்றிய மன்னர் தோற்கடித்திருப்பார். அதற்கு ஏற்ப ஜாதியப் படிநிலை மாற்றம் அடைந்திருக்கும். ஆடு மேய்க்கும் ஒரு சூத்திரர் குலம் ஆட்சியைப் பிடித்தால் அது சத்ரியர் குலமாகிவிடும். விவசாயம் செய்த ஒரு சூத்திரர் குலம் வியாபாரத்தில் ஈடுபட்டால் அது வைசியர் குலமாக உயர்ந்து விடும். ஒரு புரோகித குலத்தை இன்னொரு புரோகித குலம் வென்று கீழடுக்குக்குத் தள்ளியிருக்கும். அப்படியாக ஜாதிய சமுகம் இறுக்கமானதாக என்றுமே இருந்தது இல்லை. எனவே 2000

ஆண்டுகளாக பிராமணர்கள் மேலேயே இருந்தார்கள்... சூத்திரர்கள் கீழேயே இருந்தார்கள் என்ற பார்வை அடிப்படையில் தவறானது. முட்டாள்தனமானது.

ஆனால், இந்த ஈ.வெ.ராமசாமி எப்போ பார்த்தாலும் மனுஸ்மிருதியைப் பிடித்துக்கொண்டு 'மொத்த ஹிந்துமதமும் இது தான்... எவ்வளவு கேவலமான விஷயம் என்று பேசிவந்தார். இது எப்படி அறிவுடைமையாகும்? அதுவும் மனுஸ்மிருதி பற்றி மட்டுமே அதிகம் பேசுகிறார் ஈ.வெ.ராமசாமி. இதில் வேடிக்கைக்குரிய விமர்சனம்என்னவென்றால் அவருக்கு அது ஒரு ஸ்மிருதி மட்டுமே என்பது கூட விளங்கவில்லை.

பகுத்தறிவு பேசும் திராவிட மூடர்களுக்கு உண்மையைப் பகுத்து அறிந்துகொள்ளும் ஆர்வம் இல்லை. ஈ.வெ.ரா.வே சொல்லி விட்டார்; அதுவே வேதமென்று மூட நம்பிக்கைகொண்டு பிராமணனைத் திட்டுவதிலும் ஹிந்துகளை அவமானம் செய்வதிலும் ஈடுபடுகிறார்கள்.

இன்றைய ஜாதிய ஒடுக்குமுறைக்கு முழுக்கக் காரணம் பிராமணர்கள்தான் என்று அதிகம் பெரியார் குற்றம் சாட்டுகிறாரே, அது மிக மிகத் தவறானது. பிராமணர்கள் செய்தது என்ன? மன்னர்கள் செய்தது என்ன? மிகப் பெரிய வணிகர்கள் செய்தது என்ன? என்று தெளிவாக நாம் வரலாற்றில் தேடினால் நமக்குக் கிடைக்கும் உண்மை இதுவே.

சுதந்தரம் வாங்கும் முன் 400 வருடங்களில் பிராமணர்கள் அதிகம் அதிகாரங்களில் இருந்து வந்துள்ளனர். அதை நான் மறுக்கவில்லை, ஆனால், வரலாற்றின் மொத்த ஒடுக்குமுறைக்கும் அவர்களைக் காரணம் காட்ட முயல்வது தவறு. ஒடுக்கப்பட்ட மக்களின் நிலைக்கு ஆட்சியாளர்கள், பெரும் வணிகர்கள், கல்வியாளர்கள் இந்த மூவருமே காரணம். இங்கே மட்டும் அல்ல உலகம் முழுவதும் இது பொது.

ஒரு விஷயம் நன்கு புரிந்துகொள்ளுங்கள்:

உழைப்பின் சுரண்டல்கள் தான் அனைத்து உலக நாகரிகமும். ரோம் என்றால் என்ன, ஹரப்பா என்றால் என்ன, மொகலாய சாம்ராஜ்ஜியம் என்றால் என்ன, தாஜ்மகால் என்றால் என்ன, நம் மீனாட்சி அம்மன் கோவில் என்றால் என்ன - வரலாற்றின் அனைத்தையும் பாருங்கள் அவை இன்று நிற்பது ஒரு கலாசாரத்தின், நாகரிகத்தின் அடையாளம்தான். ஆனால், அதன்

உருவாக்கத்தின் பின்னால் இருப்பது? அதற்கு உழைத்த உழைப்பாளர் வர்க்கத்தின் உழைப்பின் சுரண்டல்தான். அதைக் கட்டியவர்களில் பெரும் உழைப்பைக் கொடுத்தவர்கள் கட்டாயம் சமூகத்தில் ஒடுக்கப்பட்டவராகவே இருப்பார். இது எந்த நாட்டுக்கும் பொருந்தும் வரலாற்று உண்மை.

அவர்களின் உழைப்பைச் சுரண்டிச் செல்வம் சேர்த்தவன் ஒருவன் வணிகன்; இன்னொருவன் ஆட்சியாளன். ஆனால் இந்த இருவரையும் பொருளாதார நிலையில் சார்ந்து வேதம், கோவில், கல்வி என்று வாழ்ந்தவனை மட்டுமே ஒடுக்குமுறைக்குக் காரணம் என்று எப்படிக் கூறமுடிகிறது?

அதைவிட இது ஹிந்துக்களுக்கு மட்டும் எப்படி பொருந்தும் என்று எனக்குப் புரியவில்லை. உலக வரலாறு எல்லாமே அப்படித்தான். அமெரிக்காவில் நீக்ரோக்கள் இல்லையா? பூர்வகுடிகளை அவர்கள் கொன்றழிக்கவில்லையா... ஐரோப்பியா முழுவதும் கறுப்பர் மீதான நிற வெறி இல்லையா... ஜெர்மனியில் யூதர் மீதான வெறி எவ்வளவு கொடூரங்களை நிகழ்த்தியது. அரேபிய இஸ்லாமிய சமூகங்களில் அடிமை முறை உச்சத்தில் இருந்ததில்லையா? இன்று யாரேனும் அதற்காக இஸ்லாம் அழியவேண்டும், கிறிஸ்தவம் அழிய வேண்டும் என்று சொல்கிறார்களா... ஜாதிக் கொடுமைக்காக இந்துமதம் மட்டும் அழியவேண்டுமா? இன்னும் சொல்லப்போனால் பைபிளிலும் குர்ஆனிலும் அடிமை முறையையும் பிற சமயத்தவரையும் ஒடுக்கும் வரிகள் ஏராளம் இருக்கின்றன. இந்து சமயத்தில் ஸ்ருதிகளில் ஒன்றில்கூட அப்படி யான ஒரு வரி கூட இல்லை. இருந்தும் இந்துக்கள் வேதமாக மதிக்காத ஸ்மிருதிகளை எடுத்துக்கொண்டு இந்து மதத்தை விமர்சிக்கிறார்கள். இது மிக மிகப் பெரிய தவறு.

அடுத்து மிக முக்கியம் யார் ஒடுக்கப்பட்டவர்கள்?

தலித், சூத்திரர் என்று சொல்லப்படும் ஜாதிகள் அனைவரும் ஒடுக்கப்பட்டவர்கள் என்று தயவுகூர்ந்து கூறாதீர். இது தவறு. நீங்கள் கூறும் இந்த ஒடுக்கப்பட்டவர்களில் பலர் பல காலம் இந்த மண்ணில் ஆட்சியாளர்களாக இருந்திருக்கிறார்கள். அப்போதெல்லாம் அவர்கள் மீது அடக்குமுறையும் தீண்டாமையும் இருந்திருக்குமா என்ன..? ஒரு மன்னன் வெற்றி பெற, தோற்ற மன்னரின் குலத்தினர் அனைவருமே அடிமைகளாக ஒடுக்கப்பட்டனர். இது தொடர்ந்து இந்தியா முழுவதும் நடந்தது. எனவே, அதிகம் ஒடுக்கப் பட்டவர்கள் ஆட்சியை இழந்த வர்க்கத்தினர்தானே தவிர எப்போதுமே ஒடுக்கப்பட்டிருந்தவர்கள் அல்ல.

போரில் தோற்ற சமூகம் வெற்றி பெற்றவர்களால் ஒடுக்கப்படுவது இயற்கை. அதுபோல் வணிகக் காரணமும் இருந்தது. எனவே, ஒடுக்கப்பட்ட மக்களின் நிலைக்கு அனைவருமே காரணம். மன்னர், வணிகர், கல்வியாளர்கள் அனைவருமே குற்றவாளிகள். அதோடு ஒடுக்கப்பட்டவர்கள் எல்லாக் காலங்களிலும் ஒடுக்கப் பட்டவர்களாகவே இருந்திருக்கவில்லை. இந்த இரண்டு அம்சங்களைப் புரிந்துகொள்ளாமல் 2000 ஆண்டுகளாக அடிமை களாகவே இருந்தார்கள் என்றும் மற்ற அனைவரையும் விட்டு விட்டு பிராமணர்கள் மட்டுமே எல்லாவற்றுக்கும் காரணம் என்றும் குறிவைப்பது என்னவகையான பகுத்தறிவு? மற்றவர்களை எதிர்க்க முடியாது என்பதாலா... வணிகர்களிடம் இருந்து தனக்குக் கிடைக்கும் நன்கொடைகள் கிடைக்காமல் போய்விடும் என்பதாலா ஏன் பிராமணர்களை மட்டும் குறிவைத்துத் தாக்குகிறார்கள்.

இன்னொரு விடயம் மீண்டும் தெளிவாகக் கூறுகிறேன். இந்தியாவில் இவர்கள்தான் மன்னர் பரம்பரை என்று எவரையும் கூறிவிட முடியாது. குறவர்கள் தொட்டு யாதவர் வரை மீனவர் தொட்டு வேடர் வரை அனைவருமே நாட்டின் ஏதாவது ஒரு பகுதியைக் கணிசமான காலத்துக்கு ஆட்சி செய்திருப்பார்கள். அப்படி ஆட்சிக்கு வரும்போது இன்னொரு சமூகத்தை ஒடுக்கி இருக்கிறார்கள். எனவே, இவர்கள் எல்லாம் சூத்திரர்களாக ஆரம்பம் முதல் ஒடுக்கப்பட்டவர்கள் என்று எவரையும் நாம் சொல்லிவிடமுடியாது. இவ்வளவு ஏன் பிரிட்டிஷார் இந்தியாவைக் கைப்பற்றியபோது சமஸ்தான மன்னர்களாக இருந்தவர்களில் 72% பேர் சூத்திரர்கள் என்ற உண்மை உங்களுக்குத் தெரியுமா..? வீர சிவாஜியில் ஆரம்பித்து சேதுபதி மன்னர்கள், மருது சேர்வைகள் வரை அனைவருமே சூத்திரர் என்று சொல்லப்படும் பிரிவைச் சேர்ந்தவர்களே. இன்று அவர்களைப் போய் ஒடுக்கப்பட்டவர்கள் என்று சொன்னால் வேடிக்கையாக இல்லையா?

இன்னொரு கொடுமை என்னவென்றால் ஆதிக்க பிராமணர்களால் பிற பிராமணர்கள் ஒடுக்கப்பட்டதும் நடந்தது.

எனவே 'ஒடுக்கப்பட்டவர்கள்' என்ற வார்த்தைக்கு உரிய கல்வி, உழைப்புக்கு ஊதியம், தகுதிக்கு அங்கீகாரம் கிடைக்காமல் யாரெல்லாம் மறுக்கப்பட்டனரோ அவர்கள் எல்லோரும் ஒடுக்கப் பட்டவர்கள்தான் என்றே பொருள் கொள்ள வேண்டும். பிறப்பின் அடிப்படையில் அது இருந்திருக்கவே இல்லை என்பதுதான் உண்மை.

சரி... ஈ.வெ.ரா. ஜாதியை ஒழிக்க என்ன போராட்டம் நடத்தினார்? கொஞ்சம் பட்டியலிடுங்கள் பார்ப்போம். ஜாதி உணர்வு உச்சத்தில் இருந்த காலகடத்தில் இந்துத்துவர்கள் சமபந்தி போஜனம் நடத்தினார்கள். காந்தி ஹரிஜன சேவையில் தன் ஆதரவாளர்கள் அனைவரையும் ஈடுபடுத்தினார். அம்பேத்கர் பொதுக்குளத்தில் இறங்கி நீர் அள்ளும் போராட்டம் நடத்தினார். பல இந்து தலைவர்கள் ஆலயப் பிரவேசப் போராட்டத்தை முன்னெடுத்தார் கள். ஈ.வெ.ரா. அப்படிச் சொல்லும்படி எதையாவது செய்திருக்கிறாரா?

தயவுகூர்ந்து வைக்கம் போராட்டம் என்று சொல்லி அந்தப் போராட்டத்தை கேவலப்படுத்தாதீர்கள். வெகு காலமாக இந்த வைக்கம் போராட்டவீரர் என்று நீங்கள் பள்ளியில் நடத்திய கட்டுக்கதைக்கும் உண்மைக்கும் பெரிய இடைவெளி உண்டு. அது ஈ.வெ.ராமசாமியைக் கதாநாயகனாக்கி திராவிட கட்சிகள் எடுத்த படம். 50 வருடமாகச் செய்யப்பட்ட பொய் பிரசாரம். வைக்கம் போராட்டம் கேரளாவில் நடந்தது. காங்கிரஸ் கட்சியால் நடத்தப்பட்டது. அப்போது இந்த ஈ.வெ.ரா ஒரு காங்கிரஸ்காரராக அதில் பங்கெடுத்தார். அவ்வளவுதான். ஆனால், திராவிட இயக்கம் தொடங்கிய பின் தமிழகத்தில் ஒரு ஆலயப் பிரவேசம் கூட ஈ.வெ.ரா. நடத்தவில்லை. வைத்தியநாத ஐய்யர் தலைமையில் மீனாட்சி அம்மன் கோவிலில் ஆலயப் பிரவேசம் நடந்தது. தமிழகத்தில் வேறு பல தலைவர்கள் ஆலயப் பிரவேசம் நடத்தியிருக்கிறார்கள். ஈ.வெ.ரா. ஒன்றுமே நடத்தவில்லை.

எனவே, நான் கேட்பது திராவிட இயக்கம், சுயமரியாதை இயக்கம் தொடங்கிய பின் என்னென்ன போராட்டம் நடத்தினர்? எனக்குத் தெரிந்து எதுவும் இல்லை. கலப்பு ஜாதித் திருமணம் இன்றும் பெரும் சிக்கல்களைக் கொண்டுவருகிறது. இரட்டைக் குவளை முறை இன்றும் இருக்கிறது சில கிராமங்களில்... சில இடங்களில் மேல் ஜாதியினரின் தெருவுக்குள் தாழ்ந்த ஜாதியினர் செருப்பு அணிந்து செல்ல முடியாது... சைக்கிள் பைக்கில் ஏறிச் செல்ல முடியாது. இறந்தவர்களைக் கொண்டு செல்ல முடியாது. நாலைந்து கி.மீ சுற்றித்தான் கொண்டுசெல்லவேண்டும். இன்று இவை வெகுவாகக் குறைந்திருக்கின்றன. அது இந்து சமூகத்தின் சீர்திருத்த குணத்துக்கு எடுத்துக்காட்டு. ஆனால், ஈ.வெ.ரா. காலத்தில் இவை உச்சத்தில் இருந்திருக்கின்றன. ஆனால், ஈ.வெ.ரா. இவற்றில் ஒன்றைக்கூட எதிர்த்து ஒரு போராட்டம்கூட நடத்தவில்லை. இவரா ஜாதியை எதிர்த்த போராளி?

சரி இங்கே விடுங்கள்... கர்நாடகத்தில் ஜாதி எதிர்த்துக் குரல் கொடுக்க யார் காரணம்? ஆந்திராவில் யார் காரணம்? மேற்கு வங்காளத்தில்? எனவே, இன்று இந்தியா முழுவதும் ஜாதிய ஏற்றத்தாழ்வின் வீரியம் குறையக் காரணம் இந்திய அரசியல் அமைப்பு சட்டம் கொடுத்த சலுகைகள், பாதுகாப்பு, உரிமைகள்- அதை அனுமதித்த ஹிந்து பெரியவர்களும், அதை உருவாக்கிய சட்ட மேதைகளும் - அதற்குத் தன் வாழ்நாள் முழுவதும் உழைப்பைக் கொடுத்த அம்பேத்கர் போன்றவர்களும் பொருளாதார வளர்ச்சியும் தான் காரணமே தவிர இந்த ஈ.வெ.ராமசாமி அல்ல.

எனவே, வரலாற்று உண்மைகளைத் தெரிந்து கொள்வதிலும் சரி, ஹிந்து மத நம்பிக்கை வேதங்கள் அதன் கட்டமைப்பைப் புரிந்து கொள்வதிலும் சரி - கடவுள் மறுப்புக்குப் பகுத்தறிவு என்று உருவாகிய லாஜிக் விஷயத்திலும் சரி ஈ.வெ.ராமசாமி மிகப் பெரிய குழப்பவாதி- விதண்டாவாதி - வெறுப்புவாதி அவ்வளவே.

- மத ஒழிப்பு என்ற பெயரில் ஹிந்து மத ஒழிப்பு;
- ஜாதி ஒழிப்பு என்ற பெயரில் பிராமண வெறுப்பு;

இவைதான் அவர் சொன்ன பகுத்தறிவு.

ஹிந்து நாகரிகத்தை இந்திய வரலாற்றை ஆன்மிக உலகத்தைப் புரிந்துகொண்ட பகுத்தறிவாதிகள் யாரும் என்ன சொல்வர் தெரியுமா... வேதம் சொல்வதன்படி வாழ வழி செய்யுங்கள். ஹிந்து மதத்தில் பிற்காலத்தில் உருவான ஜாதித் தவறைத் திருத்தி சரி செய்யும் வேலையைப் பாருங்கள் என்றுதான் சொல்வார்கள்.

அதை விட்டு விட்டு திருவள்ளுவர், கம்பன், தொல்காப்பியன் என்று அனைவரையும் பார்ப்பனக் கூலிகள் என்று வசை பாடுவது என்ன மாதிரியான பகுத்தறிவு? அரைகுறை அறிவின் வெத்துப் புலம்பல்.

●

திமுக மீண்டும் ஹிந்தி எதிர்ப்பு போராட்டம் அறிவித்துவிட்டது. எத்தனை தலை உருளப்போகுதோ... உங்கள் கருத்து என்ன மாரிதாஸ்?

- சந்தோஷ்

1969-ல் வீராணம் திட்டம், பூச்சி கொல்லி மருந்து ஊழலில் ஆரம்பித்த திமுக-கருணாநிதி அவர்களின் சாதனை 2G-யில்

ஏறக்குறைய 1.5 லட்சம் கோடி இழப்புடன் ஒரு பெரிய ஊழல் பட்டியலுடன் அனைத்துவிதமாகவும் கோடிகளைக் குவித்தனர்.

அவரது கட்சி தலைவர்களும் சளைத்தவர்கள் அல்ல. பொன்முடி, கீதா ஜீவன், எம்.ஆர்.கே. எ.வ.வேலு, என்.கே.கே.பி.ராஜா, சாத்தூர் இராமச்சந்திரன் என்று எந்த தலைவரை எடுத்தாலும் ஒரு பெரிய ஊழல் லிஸ்ட் உண்டு.

அரசியல் தோல்வி, ஊழல் என்று அனைத்தையும் மறைக்க இருக்கவே இருக்கு 'தமிழண்டா கோஷம்'.

கவர்ச்சி அரசியலை ஆரம்பித்து தி.மு.கவின் அண்ணாதுரை ஆட்சியைப் பிடித்தார். அவர் முதலமைச்சராக இருந்த 2 வருடங்கள் சாதனை எதுவும் செய்யவில்லையென்றாலும் ஊழல் கிடையாது. ஆனால் கருணாநிதி தலைமை ஏற்ற பின் திமுக அனைத்தையும் ஆடித் தீர்த்தது. ஆனால் எப்போது எல்லாம் தனக்கு பிரச்னை வருமோ அப்போது எல்லாம் திமுக கருணாநிதி மாநில சுயாட்சி, ஹிந்தி எதிர்ப்பு போன்றவை மூலம் மக்களைத் திசை திருப்புவார், மத்திய அரசை மிரட்டுவார்.

இவர்களிடம் இருக்கும் ஆயுதங்கள்

- ஹிந்தி எதிர்ப்பு (ஹிந்தி வெறுப்பு)
- எல்லா தோல்விக்கும் மத்திய அரசைக் கை காட்டி மக்களைத் தூண்டிவிட்டுக் குழப்புவது.

தேசிய நெடுஞ்சாலை மைல் கல்லில் உள்ள ஹிந்தியை வைத்துத் தந்திரமாக அரசியல் செய்வதில் இந்த இரண்டு அதிமுக, திமுக முதலைகளும் மிகப் பெரிய புத்திசாலிகள். அதிமுகவும் அப்படியே; காமராஜர் கூறியது போல் 'இரண்டும் ஒரு குட்டையில் ஊறிய மட்டைகள்'.

சரி இப்போது என்ன ஹிந்தி திணிப்பு நடந்துவிட்டது?

குஜராத், பஞ்சாப், பிஹார், ஒரிஸா, மகாராஷ்டிரா எனப் பல மாநிலங்கள் ஹிந்தி மாநிலங்கள் கிடையாது. வடகிழக்கு மாநிலங்கள் அருணாச்சல பிரதேசம், அசாம், சிக்கிம், மேகலயா போன்றவையும் அப்படியே. இந்த மாநிலங்களில் பலரும் நன்கு ஹிந்தி பேசுவர். அது ஹிந்தி திணிப்பு அல்ல. ஒரு இணைப்பு மொழியாக இந்தியா முழுவதும் பயன்படுகிறது.

இங்கே கருணாநிதி குடும்பத்தினர், அனைத்து அமைச்சர்கள் என்று மேட்டுக்குடியில் பலரும் ஹிந்தி படிக்கிறார்கள். ஸ்டாலின் குடும்பத்தினர் நடத்தும் பள்ளியில் ஹிந்தி கற்றுத் தரப்படுகிறது. ஆனால் அரசியலுக்கு ஹிந்தி எதிர்ப்பு செய்கிறார்கள். அட தேர்வே வேண்டாம். இணைப்பு மொழியாக ஹிந்தியை அனைத்து அரசு பள்ளிகளிலும் படிக்க வைப்பதில் என்ன தவறு இருக்க முடியும்? கிராமப்புற மக்களுக்குப் பெரும் நன்மைகளைத் தரக்கூடிய நவோதயா பள்ளிகளை அங்கு ஹிந்தியை ஒரு மொழியாகக் கற்க வேண்டும் என்று சொல்லும் ஒரே காரணத்துக்காக வரவிடாமல் தடுத்து அநியாயம் செய்து வருகிறார்கள்.

பணம் உள்ள அனைத்துக் குடும்பத்தின் பிள்ளைகளும் தனியாக ஹிந்தி வகுப்புச் சென்று படிக்கவில்லையா என்ன? தனியாக விருப்பப்பட்டுப் படிப்பது தவறில்லையென்றால், அதே போல் விருப்பம் இருந்தால் அரசு பள்ளியில் படிக்கும் பிள்ளைகளையும் கூடுதலாக ஹிந்தி படிக்க அனுமதித்து இருக்கலாமே!

ஹிந்தியை வைத்து எப்படியாவது குட்டையைக் குழப்பலாம் என்பது திராவிடக் கழகங்களின் வேலை.

இவ்வளவு பேசும் இந்த இரண்டு கழகமும்தான் போட்டிபோட்டுக் கொண்டு மாநிலம் முழுவதும் ஆங்கில வழிப் பள்ளிகளைத் திறந்தன. ஆக இருப்பது தாய் மொழிப்பற்று அல்ல; ஆங்கில அடிமைத்தனமே.

ஹிந்தி படித்தால்தான் வேலை என்றோ ஹிந்தி தமிழைவிட உயர்ந்தது என்றோ எவரும் கூறவும் இல்லை. ஆனால் ஏறக்குறைய 70% மேல் கூடுதலானவர்கள் ஹிந்தி பேசும் நாடு இது. இணைப்பு மொழியாக மட்டுமே ஹிந்தியைப் படிக்கச் சொல்வதில் என்ன திணிப்பு என்ன தவறு உள்ளது?

இங்கே ஹிந்தி எதிர்ப்பு காட்டி, அதே நேரம் தயாநிதியை ஹிந்தி தேர்வுக்குத் தயார் செய்த குடும்பம் தானே இது.

‘உன் தாத்தா ஏமாற்றப்பட்டார்;

உன் தந்தை ஏமாற்றப்பட்டார்;

இப்போ நீங்க?’ அவ்வளவுதான்.

தமிழை வளர்ப்பது என்பது ஹிந்தியை வெறுப்பதால் நடந்துவிடாது.

முதலில் உலகில் உள்ள அனைத்துத் துறை சார்ந்த புத்தகங்களையும் தமிழில் மொழிபெயர்த்து அரசு இணையதளங்களில் PDF புத்தகமாக ஏற்றுங்கள்.

- மருத்துவ புத்தகங்கள்
- பொறியியல் புத்தகங்கள்
- கணினி சார்ந்த புத்தகங்கள்
- தொலை தொடர்பு சார்ந்த புத்தகங்கள்
- பொருளாதாரம் சார்ந்த புத்தகங்கள்
- ராக்கெட் செய்வது எப்படி?
- துப்பாக்கி செயல்படும் முறையும் உருவாக்கும் முறையும்.
- எப்படி செயற்கை கோள்கள் இயங்குகின்றன? அவை தயாரிப்பது எப்படி?
- ஒரு தோல் பதனிடும் தொழில்சாலை எப்படி உருவாக்க வேண்டும்?
- செல்போன் முதல் டீவி வரை எப்படி நாமே தயாரிப்பது?
- அணு முதல் அணுமின் நிலையம் வரை.

இப்படித் தொழில் சார்ந்து, அறிவியல் சார்ந்து அனைத்தும் தமிழ் மொழியில் கிடைக்கச் செய்யுங்கள். 500 கோடி செலவு செய்து மொத்த அடிப்படை அறிவியலும் தமிழில் புரியும்படி அனைத்து சிறந்த அறிவியல் புத்தகங்களும் தமிழுக்கு மொழிபெயர்க்க வேண்டும். நவீன அறிவியல் வளர்ச்சி இல்லாத வெறும் கவிதை, இலக்கியம் என்று மட்டும் தமிழ் இருப்பதால் எந்தப் பலனும் அதன் பிள்ளைகளுக்குக் கிடைக்கவில்லை.

சிலப்பதிகாரம் தொட்டு மனோன்மணியம் வரை தமிழ் இயல், இசை, நாடகம் என்று உயர்ந்து நிற்பது பெருமையே. ஆனால் தற்காலம் அறிவியல் யுகம். தொழில் வளர்ச்சிக்கானது. எனவே, பழம்பெருமை பேசுவதோடு நவீன உலகில் வெல்லத் தேவையான அடித்தளம் அமைத்துக் கொடுப்பதும் அவசியம். அரசியல், அரசு இரண்டிலும் தில்லுமுல்லு செய்த திமுக எடுத்து உள்ள ஹிந்தி எதிர்ப்பு போராட்டம் வடிகட்டிய அரசியல். மலினமாக உணர்வைத் தூண்டி ஆதாயம் தேடும் வேலை மட்டுமே.

அமைச்சர்கள் முதல் அரசு பள்ளி ஆசிரியர்கள் வரை அவர் தம் பிள்ளைகள் எல்லாம் கட்டாயம் ஹிந்தி படிக்கத்தான் செய்வார்கள், அதை எதிர்த்துக் கொண்டே. நீங்கள் மட்டும் ஹிந்தி ஒழிக என்று கோஷம் போட்டு நடுத்தெருவில் நிற்பீர்கள்.

சர்வதேச அரசியல்

சீனா தன் படைகளை டோக்லாம் பகுதியில் இருந்து திரும்பப் பெறுவதென அறிவித்துள்ளது. அது பற்றித் தங்கள் கருத்து?

-திலீப்

நல்ல செய்தி.

நாட்டுக்கு வலுவான தலைமை கிடைத்துள்ளதை இதன் மூலம் நாம் உணர முடிகிறது.

நேருதான் திபத்தை சீனா ஆக்கிரமிப்பு செய்து தனது நாட்டுடன் இணைக்கக் காரணம். அன்று நம்மை நம்பி இருந்த திபெத் மக்களை நாம் கைவிட்டோம் என்பதைவிட நேரு வஞ்சகம் செய்தார் என்று கூறுவதுதான் சரி. ஆனால் மோதி இன்று அதே போல் ஒரு தவறு நடக்காத வண்ணம் எல்லை பாதுகாப்புக்கு நம் ராணுவத்தை நம்பி இருக்கும் பூடானுக்குப் பாதுகாப்பை உறுதிசெய்துள்ளது உண்மையில் மிக சந்தோஷமான செய்தி.

பூடான் என்ற அமைதியான நாட்டுக்கு இந்தியா பாதுகாப்பு வழங்கவில்லை என்றால் தேசத்தின் மீது மிகுந்த வருத்தம் கொண்டிருப்பேன். ஏன் என்றால் பூடான் அந்த அளவுக்கு இந்தியாவை நம்பி உள்ள தேசம்; அத்துடன் அது உலகில் மிக அமைதியான தேசம்.

ஆக, இந்தச் செய்தி நிச்சயம் தெற்காசியாவில் இந்தியாவை நம்பும் நாடுகளுக்கு நம்பிக்கையை மேலும் வலுவாக்கும். அதற்கு மோதி அவர்களுக்கு நன்றி, இந்திய இராணுவ வீரர்களுக்கு வாழ்த்துகள்.

இந்த விவகாரம் ஆரம்பமானது முதல் இந்திய...
'பாலம், சாலைகள் கட்டும் பணிகளைக் கைவிட்...
மீண்டும் தங்கள் பழைய நிலைக்கே திரும்பிச் செல்...
என்பது மட்டுமே. இதில் உறுதியாக இருந்தது இந்திய...

ஆனால், சீனா முடிந்த அளவு மிரட்டி பார்த்தது; இ...
தெளிவாகச் சொன்னால் தினமும் மிரட்டல் தொனியில் அறிக்...
விட்டுக்கொண்டே இருந்தது. சீனாவின் கம்யூனிஸ்ட் பத்திரிகைகள் செயல்பாடு மிகக் கீழ்த்தரமாக இருந்தது. பள்ளிக் குழந்தைகள் கூடக் கொஞ்சம் நல்லவிதமாக நடந்துகொள்ளும் எனும் அளவுக்கு இவர்களுடைய அறிக்கைகள் மகாமட்டமாக இருந்தன.

இவர்கள் அத்தனை அறிக்கைக்கும் இந்தியா கொடுத்த ஒரே பதில், '1962-ல் இருந்த இந்தியா வேறு; இப்போது இருக்கும் இந்தியா வேறு' என்ற பதில் மட்டுமே. அதற்குப் பல அர்த்தம் உண்டு. இந்த வகையிலும் சீனாவின் அறிக்கைகளைவிட இந்தியாவின் அறிக்கைகள் மிகக் கண்ணியமாக இருந்தன.

இன்னொரு சந்தோஷமான செய்தி :

ஜப்பான் இந்தியாவின் நிலைக்கு ஆதரவளித்தது. அமெரிக்க ஐரோப்பாவின் வார்த்தைகளைத்தான் ஜப்பான் பேசுகிறது என்று அனைவருக்கும் தெரியும். ஆக, உலக நாடுகளுடன் கம்யூனிஸ்ட் நாடுகள் கொண்ட உறவைவிட இந்தியா நல்ல உறவை வைத்துள்ளது என்பதையும் - இந்தியா எந்த நாட்டையும் அபகரிக்கும் கீழ்த்தர மான நாடு இல்லை என்பதையும் உலக நாடுகள் அங்கீகரிப்பதாக இதைப் பார்க்கலாம்.

வெட்கப்பட வேண்டியது கம்யூனிஸ்ட்கள்தான்.

இனி என்ன செய்ய வேண்டும்?

இரண்டு வேலைகள் மிக அவசரமாகச் செய்யவேண்டும்.

- இந்தியாவின் உள்ளே இருக்கும் துரோகிகளைத் தேடிப் பிடித்துத் தீர்த்துக் கட்டவேண்டும்.
- இந்திய சீன யுத்தம் ஏற்படலாம் என்று தெரிந்ததும் இங்கே சில நக்சல் ஆதரவாளர்கள், மே 17, நாம் தமிழர் போன்ற இயக்கத்தில் உள்ள தொண்டர்கள் பலர் சீனாவுக்கு ஆதரவாகச் சதி வேலைகளில் ஈடுபட்டனர். அவர்கள் பதிவுகள் எல்லாம் அப்படியே Facebook போன்ற வலைதளங்களில் இன்றும் உண்டு. எனவே, அவர்களைத் தேடிப்பிடிக்கும் வேலையில் NIA இறங்க வேண்டும்.

இது எல்லா நாடுகளும் செய்யும் வேலைதான். நாட்டின் பாதுகாப்பைக் கெடுக்கும் கரையான்களை மருந்தடித்துக் கொல்வது தேவையான நடவடிக்கைதான்.

- அடுத்து சீன எல்லை பிரச்னை உள்ள 18 நாடுகள் சேர்ந்து கூட்டமைப்பை உருவாக்குவது.

- ஜப்பான், வியட்னாம், நேபாளம், பிலிப்பைன்ஸ், பூடான், தைவான், கஜகஸ்தான், கம்போடியா, மங்கோலியா மற்றும் இந்தியா போன்றவை மிக முக்கியமான நாடுகள் கட்டாயம் ஒன்று சேரவேண்டும். இந்த நாடுகளை ஜப்பான் - இந்தியா தலைமையில் ஒன்றிணைத்து ஒரு கூட்டமைப்பை உருவாக்கிக் கொள்வது நலம்.

- நாடு பிடிக்கும் ஆசை கம்யூனிஸ்ட்களுக்கு ரத்தத்தில் ஊறிப்போன விஷயம். எனவே, இன்று அல்ல என்றாவது இது மீண்டும் தலையெடுக்கவே செய்யும். தென் சீன கடல் பகுதியில் சீனாவின் அடாவடித்தனத்தை அமெரிக்க நேசநாடுகள் தட்டிக்கேட்பது ஒருபுறம் இருக்க இந்தக் கூட்டமைப்பு அதற்கு இன்னும் வலுசேர்க்கும்.

சீனாவின் எண்ணம்தான் என்ன ?

இந்தியா பூட்டான் விஷயத்தில் திபெத் விஷயம் போலவே விலகி நிற்க வேண்டும். தென் சீனக் கடல் பகுதியில் அமெரிக்க, ஜப்பான், பிலிப்பைன்ஸ் நாடுகளுடன் இணைந்து செயல்படக்கூடாது. அதில் இருந்தும் விலகி நிற்க வேண்டும்.

சீனாவின் வர்த்தகத்தை மேம்படுத்த உருவாக்கியுள்ள CPEC திட்டத்தில் இந்தியா இணைந்து விடவேண்டும்.

இந்தியா Make in India திட்டம் மூலம் கொடுக்கும் வர்த்தகப் போட்டியானது சீனாவுக்கு ஆபத்து இல்லாத வகையில் இருக்க வேண்டும்.

மேலே கூறிய எதிர்பார்ப்புகளுக்குத் துளியும் இடம் கொடுக்காத வகையில் நடந்துகொள்ளும் மோதி அரசுக்கு வாழ்த்துகள்.

சீனா அடுத்து என்ன செய்யும்?

இதுவரை இந்தியாவில் தேச விரோதச் செயல்களைத் தூண்ட 5000 கோடி ஒதுக்கியவர்கள் இனி 10,000 கோடி பட்ஜெட் ஒதுக்கி - இந்தியாவில் பொதுத்துறை நிறுவனங்கள், அரசு திட்டங்கள்,

அரசின் கொள்கை முடிவுகள் என்று அனைத்துக்கும் எதிராகப் போராட்டங்களைத் தூண்டிவிடுவார்கள். மாநிலத்துக்கு மாநிலம் போராட்டம் நடத்துவதே பிசினஸாகக் கொண்ட ஒரு டஜன் கட்சி - இயக்கம் - போராளிகள் இதுக்குத்தானே உருவாகியிருக்கிறார்கள். எனவே சுப உதயகுமார், சைமன், டைசன், டேனியல் திருமுருகன் என்று போராளிகள் காட்டில் இனி பண மழைதான்.

ஏழை விவசாயிகளின் பெயரில் கடனை வாங்கிக் குவித்துவிட்டு அந்தக் கடனையும் திருப்பிக் கட்டாமல் தள்ளுபடி செய்யச் சொல்லி அரை நிர்வாணமாகப் போராடும் பண்ணையார் அய்யாகண்ணு அன்கோவின் படத்தை முதல் பக்கத்தில் செய்தியாக வரவிட்டு உலக நாடுகள் மத்தியில், 'பாருங்கள் இதுதான் இந்திய விவசாயிகள் நிலை' என்று அவமானப்படுத்துவர்.

நக்சல், மாவோயிஸ்ட் தீவிரவாத அமைப்புகளுக்கு இன்னும் அதிகம் அதிகம் நிதி ஒதுக்குவார். நம் கம்யூனிஸ்ட் தலைவர்களைக் கூப்பிட்டு மோதி அரசை வீழ்த்தத் திட்டங்கள் தீட்டித் தருவார்கள். எனவே, இந்திய அரசு எச்சரிக்கையாக இருக்கவேண்டும். தேசவிரோதம், பிரிவினைவாதம் பேசுபவர்களை இரும்புக் கரம் கொண்டுஅடக்கவேண்டும். இங்கே இந்தியாவுக்கு எதிராகப் பேசிவரும் பிரிவினைவாதிகள் மிக முக்கியமாக இந்த மே 17, நாம் தமிழர் போன்ற ஆட்களை இனி கைது செய்து சிறையில் அடைத்து தேசபக்திப் பாடம் எடுக்கவேண்டும்.

இது உலக நாடுகள் எல்லாமே செய்யும் வேலைதான். நாட்டுக்கு வெளியே இருக்கும் எதிரிகளை வேட்டையாடும் வேலையை ராணுவம் பார்க்கட்டும். நாட்டின் உள்ளே இருக்கும் நக்சல், மாவோயிஸ்ட், நாம் தமிழர், மே 17 போன்ற பிரிவினை இயக்கங்களை National Investigation Agency கொண்டு ஒழுங்குபடுத்துங்கள்.

●

1. தீவிரவாதத்துக்கும் இலுமினாட்டிகளுக்கும் ஏதும் தொடர்பு இருக்குமோ?

-பிரகாஷ்

2. தீவிரவாதத்தை உருவாக்கியது யார்?

- யூசுஃப்

சவுதி அரேபியா மற்றும் வளைகுடா நாடுகளில் அடைக்கலம் கொடுக்கப்பட்டிருக்கும் சிரிய அகதிகளின் எண்ணிக்கை தெரியுமா? பூஜ்ஜியம்! என்ற மனித உரிமை கழக அமைப்பின் தலைவர் Kenneth Roth-ன் குற்றச்சாட்டை முன்வைத்து இந்த பதிலைத் தொடங்குகிறேன்.

தீவிரவாதம் என்பது வரலாறு முழுவதும் இருந்துவருவதுதான். ஆனால், நவீன காலத்தில் தீவிரவாதம் என்றால் இஸ்லாமிய தீவிரவாதம் மட்டுமே என்று பொருள்கொள்ளும்படியாகிவிட்டது. இந்தியாவைப் பொறுத்தவரை கம்யூனிச தீவிரவாத அமைப்பு களான நக்சல், மாவோயிஸ்ட் தான் பெரும் பிரச்னை. தீவிரவாத தாக்குதல் மட்டும் அல்லாமல் மிகையான போலியான குற்றச் சாட்டுகளின் மூலம் அரசுக்கு எதிராக மக்களைத் தூண்டிவிடும் இடதுசாரி தீவிரவாதம்தான் பெரும் பிரச்னை இந்தியாவில்.

அதேநேரம் சவுதி அரேபிய அரசினைக் கண்டித்தால் அது இஸ்லாமியரைக் கண்டிப்பதாக ஆகாது. சவுதி அரேபிய ஏதோ இஸ்லாம் மக்களின் பிரதிநிதிகள்போலக் காட்டுவது மிகப் பெரிய தவறு. இப்போது இருக்கும் அனைத்து இஸ்லாமிய தீவிரவாத இயக்கமும் அதிகபட்சம் 1980களுக்கு முன் இருந்திருக்கவில்லை.

அது Al - Qaeda, ISIS, Taliban, Hamas என்று எந்த பெரிய தீவிரவாத அமைப்புகளாக இருந்தாலும் சரி அல்லது Khalid ibn al-Walid Army போன்ற இயக்கங்கள் என்றாலும் சரி எதுவும் 1980களுக்குப் பின் சவுதி அரேபியாவுக்கு எண்ணெய் வளத்தில் செல்வம் வந்து குவியத் தொடங்கியபின் உருவானவையே.

இன்று உலகளாவிய தீவிரவாதத்துக்குக் காரணம் யார் என்று ஒவ்வொரு நாட்டில் நடக்கும் பிரச்னைகளை வைத்துப் பார்த்தால் அந்த எல்லா ஆய்வும் சவுதி அரேபியாதான் காரணம் என்று கைகாட்டும். உலகளாவிய எண்ணெய் அரசியல் காரணமாக அமெரிக்காவும் ரஷ்யாவும் மத்திய கிழக்கு நாடுகளில் சில வன்முறைச் செயல்களுக்குக் காரணமாக இருக்கலாம். ஆனால், உலகம் முழுவதும் தீவிரவாதம் வளர்ந்து நிற்க முக்கியமான காரணம்- உலக இஸ்லாமியருக்கு காட்ஃபாதராக இருக்க ஆசைப்படும் சவுதி அரேபியாவும் அந்த நாட்டின் மன்னர் குடும்பமுமே என்று ஆதாரத்துடன் குற்றம் சாட்டலாம்.

எப்போதெல்லாம் இந்த இஸ்லாமிய தீவிரவாதம் பற்றிய குற்றசாட்டு உலக அளவில் வலுவாக எழுகிறதோ அப்போது எல்லாம் அந்தக் குற்றத்தை மொத்தமாகத் திசைதிருப்புவது இந்த சவுதி அரசின் வேலை.

அது 9/11 ஆகட்டும், மும்பை தாக்குதல் ஆகட்டும், அல்லது ISIS ஆகட்டும் அனைத்துக்கும் அமெரிக்க, இஸ்ரேல், இந்தியாவில் RSS என்று கைகாட்டுவது வழக்கம் ஆகிவிட்டது. ஆதாரம் கொண்டு நிரூபித்தாலும் கடைசிவரை குழப்புவர். இதனை நம்பவும் ஆட்கள் உண்டு என்பதுதான் பெரும் கொடுமை.

சரி, ஏன் இதை சவுதி அரேபியா செய்கிறது ?

உலகம் முழுவதும் இருக்கும் இஸ்லாம் மக்களிடையே தூய இஸ்லாம் என்று வஹாபிச சிந்தனையை விதைப்பது முதல் நோக்கம்.

இஸ்லாம் மதத்தை உலகம் முழுவதும் பரப்புவது இரண்டாவது நோக்கம்.

இந்த இரண்டு காரணமும் தன் மதம் சார்ந்த மக்களின் நலம் கருதி கிடையாது. உலக அரசியலைத் தன்னை மையமாகக் கொண்டு இயக்கவேண்டும் என்ற சவுதியின் பேராசை முதல் காரணம். இரண்டாவது, வரும் காலங்களில் எண்ணெய் வளம் தீர்ந்து போனால் அடுத்து என்ன செய்வது? அதற்கான முன் ஏற்பாடாக உலகின் பிற நாடுகளையும் வளங்களையும் அடாவடியாகக் கைப்பற்றுவது.

வஹாபிசம் என்றால் என்ன?

Muhammad ibn Abd-al-Wahhab என்பவரால் 17-ம் நூற்றாண்டில் முன்வைக்கப்பட்ட இஸ்லாமிய அடிப்படைவாதமே - வஹாபிசம். முழுக்க முழுக்க சவுதி கலாசாரத்தை உலகெங்கும் புகுத்துவது என்று எளிமையாக எடுத்துக்கொள்ளலாம். இந்தியாவில், பாகிஸ்தானில் என்று ஆசிய நாடு முழுவதும் தர்காக்களை இடிக்கவேண்டும் என்று சமீப காலமாகக் குரல் கொடுப்பது இதனால்தான். அல்லாவுக்கான மசூதிகளைத் தவிர இஸ்லாமிய அடியார்களுக்கு என்று எந்த வழிபாட்டு மையமும் இருக்கக்கூடாது என்பது வஹாபியிஸத்தின் முக்கிய இலக்குகளில் ஒன்று.

இந்தியாவுக்கு இஸ்லாம் பாரசீகம் வழியாக வந்தது. இவர்களுடைய கலாசாரம் வேறு. தர்கா வழிபாடு அதில் உண்டு. சூஃபியிசம் இவர்களுடைய அற்புதக் கண்டுபிடிப்பு. அது இந்து மதத்துடன் இணைந்து உருவானது. எனவே, இந்திய இஸ்லாமியர்கள் சூஃபி இஸ்லாமிய மக்கள். ஆனால், வஹாபியிஸம் என்ற சவுதி அரேபிய கோட்பாடு இதை ஆதரிக்காது. எகிப்து, இந்தோனேசியா என்று வாழும் இஸ்லாமிய நாடுகளிலும் பலவற்றின் கலாசாரம் வேறு. ஆனால், சவுதி கலாசாரமே இஸ்லாமிய கலாசாரம் என்று திணிக்க முயல்கிறது வஹாபிசம்.

இஸ்லாமிய பெண்கள் அணியும் ஆடையில் வரும் veils மட்டும் உலகம் முழுவதும் வேறு வேறாக இருக்கும். இந்தியாவில் ஆரம்பகாலத்தில் Shayla (தலையை மூடியிருக்கும் துணி; ஆனால், இதில் முகம் மறைக்கப்படாது), Hijab (தலையையும் மார்பையும் மறைக்கும் திரைச்சீலை போன்ற துணி; இதிலும் முகம் மறைக்கப்பட்டிருக்காது) இருந்தன. இன்று முழுமையாக burka (கறுப்பு நிறத்தில் தலைமுதல் கால்வரை அனைத்தையும் மறைக்கும் உடை; முகமும் முழுவதுமாக மறைக்கப்பட்டுக் கண்ணுக்கு முன்பாகப் பார்வைக்காகச் சிறிய சல்லாத்துணி போல் இருக்கும்) மட்டுமே சரி என்று கூறப்படுவதுவரை எல்லா இடத்திலும் சவுதி கலாசாரம் தூக்கிப்பிடிக்கப்படுவது அப்பட்டமாகத் தெரிகிறது. நமது கிராமங்களில் இஸ்லாமிய மக்கள் மிக எளிமையாக ஹிந்துகள் போலவே இருப்பர். கடந்த 400 வருடங்களாக அப்படித்தான் இருந்தனர். கடந்த 20 வருடங்களாக கிராமம் வரை இந்த வஹாபியிஸக் கொடூரத் தாக்கம் தெரிகிறது.

உலக ஆதிக்கத்தை வென்றெடுக்க மத அடிப்படைவாதத்தை முன்னெடுத்துச் செல்கிறது சவுதி அரேபியா. இதுதான் எல்லா பிரச்னைகளுக்கும் முக்கிய காரணம்.

இதற்கு ஆதாரம் என்ன ?

ஆஸ்திரேலியா, இந்தியா, ஐரோப்பிய நாடுகள், தென் அமெரிக்க நாடுகள், ஸ்ரீலங்கா, இந்தோனேசியா, மலேசியா, பங்களாதேஷ் என்று ஒவ்வொரு நாட்டுக்குமே தனித்தனியாக மதம் மாற்றும் வேலையைச் செய்கின்றன சவுதி மற்றும் அதன் ஆதரவுக் குழுக்கள். அபாயகரமான இவர்களுடைய செயல் திட்டம் மிகவும் எளிமையானது:

ஒவ்வொரு நாட்டில் கடைநிலையில் இருக்கும் மக்களைத் தேடிப் பிடித்து மதம் மாற்றுவார்கள். இந்தியாவில் தலித்கள் என்றால், ஆஸ்திரேலியாவில் பூர்விக பழங்குடிகள், அமெரிக்கா, ஆஃப்ரிக்காவில் நீக்ரோக்கள் என்று திட்டமிட்டு மதம் மாற்றுவார்கள்.

வளம் நிறைந்த ஐரோப்பியா போன்ற நாடுகளில் மதம் மாற்றுவது கடினம் என்பதால், இஸ்லாமியர்களை அகதிகளாகவோ, இடம் பெயர்ந்தோ அங்கே சென்று குடியேறச்செய்கிறார்கள். இஸ்லாமியப் புலம்பெயர்வு என்பதே அனைத்து ஐரோப்பிய நாடுகளும் கடந்த 15 வருடங்களாக எதிர்கொள்ளும் மிகப் பெரிய பிரச்னையாகிவிட்டது.

ஓரளவு பேரை மதம் மாறிவிட்டால் சிறுபான்மை என்ற பெயரில் முதலில் அனைத்து உரிமைகளையும் அதிகப்படியாகத் தட்டிப்

பறிப்பார்கள். அடுத்தகட்டமாக அங்கே வாழும் இஸ்லாமியர்களைத் தூய இஸ்லாமை மட்டுமே பின்பற்றவேண்டும்; பெண்களைப் படிக்கவைக்கக்கூடாது; பர்தா அணிந்து வீட்டில் முடக்கவேண்டும்; தர்க்கா வழிபாடு கூடாது; எல்லா இஸ்லாமியர்களும் எல்லா நேரங் களிலும் குல்லா அணிந்து தமது தனி அடையாளத்தை அப்பட்ட மாகக் காட்டவேண்டும்; புறச்சமயத்தவர்களை எல்லா வழிகளிலும் இஸ்லாம் பக்கம் இழுக்கவேண்டும் என்று செயல்பட ஆரம்பிப்பார் கள். அதன் பிறகு கணிசமான எண்ணிக்கையில் ஆனதும் தனி நாடு கேட்பார்கள்.

சில ஆதாரங்கள்:

1.ஆஸ்திரேலியா :

இங்கே Indigenous Australians, aboriginal australians போன்ற பூர்வகுடி ஆஸ்திரேலிய மக்கள் இஸ்லாம் மதம் மாற்றப் பெரிய அளவில் பணமும் மத பரப்புரையாளர்களும் வேலை செய்வதாகத் தொடர்ந்து செய்திகள் வந்த வண்ணம் உள்ளது.

2015 வெளியான விக்கி லீக்ஸ் தகவலில் சவுதி அரேபியா 40000 $ 10000 $ என்று ஒவ்வொரு மசூதிக்கும் பணத்தினை அள்ளி வாரி வழங்கியது அம்பலம் ஆனது. இன்றைய தேதியில் ஆஸ்திரேலிய மசூதிகள் அனைத்திலும் அப்படியே சவுதி சாயல் தெரியும்.

புள்ளிவிவரங்கள் படி ஆஸ்திரேலியாவில் 1976 களில் 0.76 சதவீதம் மட்டுமே இருந்த இஸ்லாமியர் மக்கள் தொகை என்பது துருக்கியில் இருந்து வந்து குடியேறியவர்களே. ஆனால் கடந்த 20 வருடங் களில் இஸ்லாமிய நாடுகளில் இருந்து இடம்பெயர்ந்து ஆஸ்திரேலிய வந்து சேர்ந்தவர்களால் இன்று 2.2% அளவுக்கு உயர்ந்து உள்ளது.

உள்நாட்டு மக்களிடையே மிகப் பெரிய அளவு பிரிவினை மூலம் மதம் மாற்றும் வேலை நடப்பதாக அந்த நாட்டின் செனடர் Pauline Hanson ஆதாரங்களுடன் குற்றம்சாட்டுகிறார். அதாவது ஆஸ்திரேலியாவில் பாதி மாகாணங்கள் இஸ்லாமிய மக்கள் குடியேற்றத்தைத் தடைசெய்யக் கோரிக்கைவிடுப்பதாகத் தகவல் தெரிவிக்கிறார். இந்த இஸ்லாமியக் குடியேற்றத்துக்குப் பின்னால் வஹாபி இஸ்லாம் மதம் பரப்பும் சவுதி அரேபிய ஆதரவு இருப்பது பலமுறை வெளியாகிவிட்டது.

2. ஐரோப்பிய நாடுகள்:

Germany, France, UK, Italy என்று ஐரோப்பிய தேசம் முழுவதும் 1990-க்கும் முன் 1% கீழ் இருந்த இஸ்லாம் மக்கள் தொகை,

தற்போது அதிர்ச்சியூட்டும் விதமாக வளர்ந்து இருக்கிறது. அது முழுக்க முழுக்க மக்கள் குடியேற்றம் மூலமாகவும், குழந்தை பிறப்பு விகிதம் அதிகம் இருப்பதும் காரணம் என்று சொல்கிறார்கள். தற்சமயம் ஃபிரான்சில் 8% மேல், ஜெர்மனியில் 5% மேல் இஸ்லாமிய மக்கள் இருப்பது கணக்கெடுப்பில் தெரிய வந்துள்ளது. ஒரு நாட்டில் தனி நாடு கோரிக்கையை எழுப்பப் பத்து சதவிகித இஸ்லாமியர் இருந்தாலே போதுமானது என்ற நிலையில் இந்த எண்ணிக்கை உயர்வு அபாயகரமானதே. இன்னும் பத்து வருடங்களில் இந்த எண்ணிக்கை பத்து சதவிகிதத்தைத் தாண்டினால் நிலைமை மோசமாகிவிடும்.

இதற்கு முக்கிய காரணமாக இருப்பது சவுதி அரேபிய நாட்டின் செல்வமே. அவர்கள் மக்களைக் குடியேற்றவும், அங்கே இடங்கள் வாங்கி நிரந்தரக் குடியேற்றத்தை உருவாகவும் பொருளுதவி செய்கிறார்கள்.

இது 100% ஆதாரத்துடன் முன்வைக்கப்படும் குற்றசாட்டு.

டைம்ஸ் பத்திரிகையின் தகவல்களின்படி, 'ஐந்து வயதுக்குட்பட்ட குழந்தைகளின் எண்ணிக்கையைப் பார்க்கும்போது இஸ்லாமிய குழந்தைகளின் எண்ணிக்கை பிற ஐரோப்பிய குழந்தைகளின் எண்ணிக்கையைவிட இரண்டு மடங்கு அதிகமாக இருக்கிறது' என்று சொல்கிறது. கார்டியன் பத்திரிகையும் இதையே முன்வைக்கிறது. மேற்கத்திய உலகில் குடும்ப அமைப்பு வலுவாக இல்லாததால் குழந்தைப் பிறப்பு குறைவாகவே உள்ளது. அதே நேரம் இஸ்லாமிய தம்பதிகள் பல குழந்தைகளைப் பெற்றுக் கொண்டுவிடுகிறார்கள்.

இதனால்தான் ஐரோப்பிய தேசம் முழுவதும் சமீபகாலமாக Islamophobia என்று இஸ்லாமியர்களை தவறானவர்களாகக் கருதித் தாக்கும் நிகழ்வுகள் அதிகம் ஆகிறது என்று அரசும் பத்திரிகை யாளர்களும் கவலை வெளிப்படுத்துகிறார்கள்.

இது மதம் சார்ந்த பிரச்னை இல்லை. இது சவுதி அரசின் முட்டாள்த் தனமான மதம் பரப்பும் அல்லது அதிகாரத்தைப் பெருக்கும் ஆசையில் வெறியால் உருவான கீழ்த்தரமான வேலை. இதனால் உலகளாவிய அளவில் ஒட்டுமொத்தமாக இஸ்லாம் என்று விமர்சனத்துக்கு ஆளாகிறார்கள்.

3. இந்தியா

இந்தியாவைப் பொறுத்தவரை மதம் மாற்றும் வேலை மற்ற நாடுகள் போலவே இங்கே ஒடுக்கப்பட்ட மக்களுக்கு உதவுவது

என்ற போர்வையில் நடக்கிறது. ஆனால், பாகிஸ்தானில் இருக்கும் தலித்களும் பங்களாதேஷில் இருக்கும் தலித்களும் படும் வேதனைகள் சொல்லி மாளாது. இந்து ஆதிக்க ஜாதிகள் செய்வதை விட நூறு மடங்கு கொடூரங்கள் இஸ்லாமியர்களால் தலித்களுக்கு அங்கு நடக்கின்றன.

இன்னொருபக்கம் புதிதாகப் பலரை மதம் மாற்றும் ஆர்வத்தைவிட இருக்கும் 14% மக்களை சூஃபி இஸ்லாமிலிருந்து வஹாபிசம் நோக்கித் திருப்பும் வேலையும் முக்கியமாக நடக்கிறது.

உண்மையில் பிஜேபி அரசுக்கும் இஸ்லாமியருக்கும் எந்தப் பிரச்னையும் இல்லை; பிஜேபி அரசு முழுமையாகக் கட்டுப்படுத்த விரும்புவது வஹாபிச ஆதரவாளர்களைத்தான். அதனால் தான் 2016-ல் சூஃபிகள் மாநாட்டை பிரதமர் சென்று தொடக்கி வைத்தார்.

4. மத்திய கிழக்கு நாடுகள்

பெரும்பாலும் இஸ்லாமிய நாடுகள்தான். ஆனால் இங்கே 1980-களுக்குப் பின் பெரிய அளவில் தீவிரவாதம் உருவாக யார் காரணம் என்று பார்த்தால் ஒரு பக்கம் அமெரிக்கா என்று கூறினாலும் மறுபக்கம் சவுதி அரேபியாவும்தான் மிக முக்கிய காரணி என்று குற்றம்சாட்டுகின்றனர்.

எளிமையாகப் புரிந்துகொள்ள ஒசாமா பின் லேடன் - அல்கெய்தா தோன்றக் காரணம் என்ன? அவர் முன் வைத்த இலக்கு என்ன?

'அமெரிக்க, ஐரோப்பிய துணையுடன் ஆளும் அரசுகளை சிரியா, ஏமன், ஓமன், இராக், இரான், ஆஃப்கன், பாகிஸ்தான் அனைத்து இஸ்லாமிய நாடுகளில் இருந்து வீழ்த்தவேண்டும். இஸ்லாமிய நாடுகளை ஒன்று சேர்த்துப் பெரிய வல்லரசை உருவாக்க வேண்டும். அதன் மூலம் உலகத்தின் சக்திவாய்ந்த கூட்டமைப்பாக இஸ்லாமிய நாடுகள் கூட்டமைப்பை உருவாக்கவேண்டும். அதற்கு மத்திய கிழக்கு நாடுகளில் இருக்கும் அமெரிக்க ஆதரவு அரசுகள் வீழ்ச்சி அடையவேண்டும்.'

இந்த இலக்கை முன் வைத்துத்தான் பின் லேடன் அல்கெய்தா என்ற தீவிரவாத அமைப்பை உருவாக்கினான். அதற்காக ஜிகாத் போராளி என்று எந்த இயக்கம் வந்தாலும் பணத்தை வாரி வழங்கினான். அதன் மூலம் உலகம் முழுவதும் இரண்டு டஜன் தீவிரவாத அமைப்புகள் உருவாகி மிகப் பெரிய அளவு அழிவு வேலைகளை ஆரம்பித்தன.

‘உலகத்தில் மிக ஆபத்தானது தலைவனின் தலைக்குள் உருவாகும் சிந்தனைதான்; அது அபாயகரமானதாக இருந்தால் மொத்த சமூகமும் நாசம்’.

இது ஏதோ புரட்சிகர எண்ணம் என்று சிரியா, ஈரான், ஆஃப்கன் என்று மத்திய கிழக்கு மாணவர்கள் அதிகம் சேர மிகப் பெரிய இயக்கமாக வளர்ந்தது. ஆனால் பின்லேடன் இறந்ததும் ISIS மூலம் அடுத்தகட்ட அபாயமாகப் பரிணமித்தது. பின்லேடனிடமாவது ஏதோ கொஞ்சம் கருத்தும் தெளிவும் இருக்கும். இந்த ஐ.எஸ்.ஐ.எஸ். வெறிநாய்களுக்கு அவை எதுவுமே கிடையாது. அந்த வெறிபிடித்த நாய்கள் தங்கள் சொந்த நாட்டில் புரட்சி செய்கிறேன் போராட்டம் நடத்துறேன்னு என்று அரசுக்கு எதிராக ஆயுதம் ஏந்தி நாசம் செய்தனர்.

இவை அனைத்துக்கும் பணத்தை வாரி வழங்கியது இதே சவுதி அரேபிய கூட்டணி நாடுகள்தான். சவுதி அரச குடும்பத்து செல்வந்தர்கள் வாரி வழங்கிய பணம்தான்.

5. ரஷ்யா, சீனா, ஜப்பான் நாடுகள்

இந்த நாடுகள் இஸ்லாமியத் தீவிரவாதம் குறித்து நன்கு தெளிவானவர்கள். ரஷ்யா தெளிவாகக் கூறிவிட்டது: ‘‘இஸ்லாமியர் களுக்குத் தனிச் சட்டம் வேண்டும் என்றால் நாட்டைக் காலிசெய்து விட்டு உங்களுக்குப் பிடித்த சட்டம் இருக்கும் நாட்டுக்கு செல்லலாம்’’.

சீனா ஒருபடி மேலே சென்று ‘‘அனைத்து இஸ்லாம் மத குருக்களையும் பிடித்து ‘இந்த வசதிகள் எல்லாம் அல்லா தரவில்லை. நாடுதான் தந்தது என்று கூறவேண்டும். இல்லை யானால் ஜெயிலுக்குச் செல்லுங்கள்’ என்று கட்டாயப்படுத்துகிறது. ஜப்பானிலும் இதுபோலவே பெரிய அளவு தடை.

உலகம் முழுவதிலும் இஸ்லாத்தைப் பரப்ப விரும்பும் சவுதி அரேபியா இஸ்லாம் மக்களுக்கு நல்லது செய்யும் நோக்கில் இதைச் செய்யவில்லை என்று எப்படி கூற முடியும்?

சவுதி அரேபியா இந்த அனைத்து வேலைகளுக்கும் பணத்தை வாரி வழங்கும்போது வறுமையின் கொடுமையில் வாடிச் சாகும் 99.9% இஸ்லாமியர் வாழும் ஏழை நாடுகளான சோமாலியா போன்ற ஆப்பிரிக்க நாடுகளுக்கு ஒன்றுமே செய்வதில்லையே. அதிலிருந்தே அவர்களுடைய நோக்கம் இஸ்லாமியர்களுக்கு நன்மை செய்வது அல்ல. உலக ஆதிக்கத்தைக் கைப்பற்றுவதுதான் என்பது தெரிய வில்லையா?

இந்தக் கட்டுரையில் தொடக்கத்தில் மனித உரிமைகள், குழந்தைகள் வாழ்வு சார்ந்து தொண்டு செய்யும் Kenneth Roth கூறியதை நினைவுபடுத்திப் பாருங்கள்.

ஆக மதம் மாற்றப் பணம் தருவேன்; ஜிகாத் என்று தீவிரவாதம் என்று தன் சொந்த நாட்டை அழிக்கும் கூட்டத்துக்குப் பணம் தருவேன்; ஆனால் சிரியாவில் அநாதைகளான அகதிகளுக்கு எதுவும் கிடையாது. வறுமையில் வாடும் இஸ்லாமிய சோமாலியா நாட்டு மக்களுக்கு எதுவும் கிடையாது.

பெருமைக்காக அல்ல; நானே 3 முறை அகதிகளுக்கு என்னால் முடிந்த அளவு பணம் அனுப்பினேன். என் போலப் பலர் அனுப்பினர், ஆனால் இந்த சவுதி செய்தது என்ன? மிகப் பெரிய பூஜ்ஜியம்.

ஆனால், சிரிய முஸ்லிம்களைக் கொன்று குவித்த ஐ.எஸ்.ஐ.எஸ். தீவிரவாதிகள் மீது தாக்குதல் நடத்திய அமெரிக்க, ரஷ்ய படைகளை 'இஸ்லாம் மக்களை அமெரிக்க ரஷ்ய விமானங்கள் எப்படித் தாக்கி அழிக்கின்றன' என்று al Jazeera என்ற உலகத்தின் மிக மோசமான இஸ்லாமிய செய்தி நிறுவனம் மூலம் விஷமப் பிரசாரத்தை மேற்கொண்டனர். இஸ்லாமியருக்கு எதிரானதாகத் திசை திருப்பினர். இதனால்தான் அமெரிக்கா அந்த டிவி நிறுவனத்தை முடக்கவேண்டும் என்கிறது.

சவுதி அரேபியாவை உடனடியாக வீழ்த்தினால் உலகம் முழுவதும் எண்ணெய் தேவைக்குத் தட்டுபாடு ஏற்படும்; சவுதி மன்னர்களை மிரட்டியே செல்வத்தைக் கொள்ளை அடித்து வாழ அமெரிக்க விரும்புகிறது. 9/11 பின்னர் அமெரிக்க இந்த சவுதியைப் பொருளாதார வீழ்ச்சிக்குத் தள்ள அனைத்து வேலைகளையும் செய்கிறது. சவுதி அதனால் மெல்ல சீனா பக்கம் செல்கிறது. எப்படி என்றாலும் அமெரிக்காவின் அடிமையாகவே சவுதி என்றென்றும் இருக்கும் என்பதில் சந்தேகம் இல்லை.

நேற்று பின்லேடன் அல்கொய்தா; இன்று ISIS அபுபக்கர் அல்பகாதி, நாளை?

எனவே, உலகமே சேர்ந்து வீழ்த்த வேண்டியது சவுதி மன்னர்கள் கூட்டத்தைத்தான். அவர்கள் மீதான தாக்குதல் என்பது இஸ்லாமிய மக்களுக்கு எதிரானது அல்ல; அதை முதலில் இந்திய இஸ்லாமியர்கள் புரிந்துகொள்ளவேண்டும்.

அப்துல்கலாம், A.R.ரஹ்மான், ரூமி, பிஸ்மில்லாகான், ஜாகிர் ஹுசேன் போன்றவர்கள் தான் நம்நாட்டு இஸ்லாமிய மக்களுக்கு

வழிகாட்டியாக இருக்க முடியுமே தவிர புரட்சி செய்கிறேன் என்று சொந்த நாட்டு மக்களின் இருந்த வாழ்க்கையையும் அழித்த ஐ.எஸ்.ஐ.எஸோ அல் கொய்தாவோ வஹாபியிஸமோ அல்ல.

VICE என்ற மிகவும் பிரபலமான துப்பறியும் செய்தி நிறுவனத்தின் Alexa Liautaud கடந்த ஜுலை 5, 2017 அன்று வெளியிட்ட தகவல்படி ஆண்டுக்கு சவுதி அரேபிய அரசு ஐரோப்பாவில் மட்டும் செலவிடும் தொகை $4 billion. அதாவது இந்திய மதிப்பில் 252,00,00,00,000 ரூபாய். அதாவது ஒரே ஒரு நாட்டுக்கு இவ்வளவு தொகை மதம் மாற்ற, பரப்புரை செய்யச் செலவு செய்கிறது. உலகம் முழுவதும் இவர்களால் ஒவ்வொரு நாட்டுக்கும் எந்த அளவு வழங்கப்படுகிறது என்று நீங்களே தேடிப் படிக்கவும்.

எனவே, உலகளாவிய தீவிரவாதம் என்றால் சவுதி அரேபியா. அதுதான் இலுமினாட்டி. வேறு இலுமினாட்டி எதுவும் இல்லை. அனைத்து உலக நாடுகளில் வரும் செய்திகளைச் சரியாக உங்களால் சேகரித்து ஆய்வு செய்யமுடியுமென்றால் இன்னும் தெளிவாகவே இந்த சவுதி அரேபிய நாட்டின் சதித்திட்டம் எளிதில் புரியும்.

சவுதி மிக மிக ஆபத்தான நாடு. இவர்களின் உலக வல்லாதிக்க அரசியலுக்கு இந்திய இஸ்லாம் மக்கள் பலியாகிவிடக்கூடாது என்பதை முதலில் உணர்ந்து விலகவேண்டும். நம் நாட்டின் சூஃபி கலாசாரம் மாறாமல் தொடர்வதே சாலச்சிறந்தது. நாட்டுக்கும் ஹிந்து முஸ்லிம் ஒற்றுமைக்கு இதுவே ஆக அவசியமும் கூட.

●

வலதுசாரிகள், இடதுசாரிகள் என்றால் என்ன? பொருளாதார வகையில் இவற்றை எளிமையாகப் புரிந்துகொள்வது எப்படி?

- விக்கி, சேகர்

ஃபிரஞ்ச் புரட்சி காலகட்டத்தில் நாடாளுமன்றத்தில் வலது பக்கமாக நிலப்பிரபுக்களும் மேட்டுக்குடிகளும் அமர, இடது பக்கமாக தொழிலாளர் பிரதிநிதிகள் அமரவே இந்தப் பெயர் உருவானது. பொதுவாக வலதுசாரிகள் என்றால் அமெரிக்க, ஐரோப்பிய தேசங்களைக் கூறலாம். இடதுசாரிகள் அதாவது கம்யூனிஸ்ட் நாடுகள் என்றால் ரஷ்யா, சீனாவைக் கூறுவது வழக்கம். என் கருத்து 'தன்னை கம்யூனிஸ்ட் நாடு என்று கூறும் எதுவுமே கம்யூனிஸம், Das Capital சொல்லும் பொருளாதாரக் கொள்கையைக் கொண்ட தேசம் அல்ல இன்று'. உண்மையில்

காரல் மார்க்ஸ் முன்வைத்த பொருளாதாரக் கொள்கையைப் பின்பற்றும் ஒரு நாடும் இன்று இல்லை என்பது தான் நிதர்சனமான உண்மை. அது என்றுமே உருவாக்க முடியாத ஒன்றும் கூட.

தொழிலாளர் நலன் சார்ந்து நிற்பவர்கள் இடதுசாரிகள்; முதலாளித்துவத்தை ஆதரிப்பவர்கள் வலதுசாரிகள் என்று கூறுவார்கள். அதுவும் சுத்த முட்டாள்த்தனமே.

துணைநடிகர்களையும் நடிகைகளையும் உதவி இயக்குநர்களையும் சகல வழிகளிலும் அடிமைபோல் நடத்திச் சுரண்டிவிட்டு 'உன் வயிறு நிரம்பிய பிறகு மீதம் இருக்கும் இட்லி உன்னுடையது இல்லை' என்று பத்து நாள் வேலைக்கு பத்து கோடி ரூபாயை சம்பளமாகப் பதுக்கிவிட்டு நானும் கம்யூனிஸ்ட் தெரியுமா என்று கூறுவது வசனம் பேசுவதெல்லாம் வெறுமனே உணர்வுகளைத் தூண்டி ஆதாயம் தேடும் கயமைத்தனம். கம்யூனிஸ்ட் கொள்கைப் படி படம் எடுத்தால் கதாநாயகனுக்கு கேரவேனில் ஆரம்பித்து கறுப்புப் பணமாகப் பதுக்கும் கோடிகள்வரை எதுவுமே கிடைக்காது.

ஒன்றை நன்கு புரிந்துகொள்ளுங்கள் :

வலது, இடது என்ற இரண்டு கொள்கையாளர்களும் விரும்புவது மக்களுக்கு நன்மை சேர்க்கும் பொருளாதாரக் கொள்கைதான். இருவருமே நாட்டை முன்னேற்ற எப்படியான பொருளாதார நடவடிக்கை தேவை என்று அவர் அவர் கோணங்களில் கூறுவார். அதில் எது சரி என்று நாம் யோசித்து முடிவு செய்யவேண்டும்.

சரி இனி ஒரு எடுத்துக்காட்டு:

10 லட்ச முதலீட்டில் ஒரு உருளை கிழங்கு சிப்ஸ் தயாரிக்கும் நிறுவனம் ஆரம்பிக்கிறோம். பெயர் Tasty Potato என்று வைத்துக் கொள்ளுங்கள். ஆரம்பத்தில் 10 ஊழியர்கள் பணிபுரிகிறார்கள். சராசரி சம்பளம் 8,000 ரூபாய்.

நிறுவனம் முதல் ஆண்டு 5 லட்சம் லாபம், இரண்டாம் ஆண்டு 15 லட்சம் லாபம் என்று வளர்ச்சி அடைவதாகக் கொள்வோம். ஆனால், ஆண்டுக்கு 50 லட்சம் லாபம் தரும் நிறுவனமாக வளர்ச்சி அடைய இந்த நிறுவனத்தில் இருந்து விதவிதமாகப் பல சிப்ஸ்கள் வகைகளை அறிமுகம் செய்ய நினைக்கிறோம். அந்த வகையில் 2 கோடி முதலீடு தேவைப்படுகிறது. அதில் 50 லட்சம் நம்மிடமே இருக்க, மீதம் 75% தொகையை நாம் சிறு குறு தொழில் முதலீட்டாளர்களுக்கு அரசு கொடுக்கும் கடன் உதவித் தொகையைப் பயன்படுத்த முயற்சி செய்கிறோம்.

அதனைக் கொண்டு நிறுவனத்தை விரிவுபடுத்த லாபம் ஆண்டுக்கு ஒரு கோடியைத் தொடுகிறது. அடுத்த 3 ஆண்டுகளில் இந்நிறுவனம் பெரிய அளவில் வளர்ந்து ஆண்டுக்கு 3 கோடி லாபம் வருகிறது.

இப்போது இந்தியா முழுவதும் கிளைகள் உருவாக்கி வர்த்தகத்தைப் பெருக்க விரும்புகிறோம், அதற்கு 20,000 கோடி முதலீடு தேவை என்றால் நாம் ஷேர் மார்கெட் மூலம் பங்குகளை மக்களுக்கு விற்று உற்பத்தியைப் பெருக்கி லாபம் அதிகம் கிடைக்கச் செய்கிறோம். வரும் லாபத்தை முறையாக முதலீட்டாளர்களுக்குப் பிரிக்கிறோம்.

இப்போது இந்த நிறுவனத்தில் வேலை ஆட்கள் 25,000 பேர் பணிபுரிகிறார்கள். இப்படி உருவாகும் நிறுவனங்கள் ஊழியர் நலன் - முதலீட்டாளர் நலன் இரண்டையும் நன்கு கவனித்துக் கொள்ளும்.

அரசு என்ன செய்கிறது? வேலை செய்யும் இடத்தில் ஊழியர்களுக்கு நோய்கள் உருவாகாத வண்ணம் தகுந்த பாதுகாப்பு வேண்டும்; அவர்களுக்கு முறையாக இன்ஷூரன்ஸ் இருக்க வேண்டும், ஓய்வுக்குப் பின் வருமானம் கிடைக்கும் வகையில் அவர்களுக்கு அவர் தம் வேலைக்கு ஏற்ப ஓய்வூதியம் பிடிக்கவேண்டும், அவர்கள் அதிக நேரம் வேலை செய்ய முறையாக அவர்களுக்கு போனஸ் வழங்கவேண்டும் என்று ஊழியர் நலன் சார்ந்த அனைத்துவிதமான விதிமுறைகளையும் நிறுவனங்கள் பின்பற்றவேண்டும் என்று அரசு கேட்டுக் கொள்கிறது. இதற்கு labour law-வை உருவாக்குகிறது.

அதே போல முதலீட்டாளர்கள் (investors) முதலீடு கொள்ளை போகாமல் இருக்கவும் ஷேர் மார்க்கெட்டில் தகுந்த பாதுகாப்பினை உருவாக்கும். இதன் மூலம் முதலீட்டாளர்கள் - ஊழியர்கள் இருவரையும் பாதுகாக்கும்.

இப்படியான ஒரு நிறுவனத்தையும் அரசையும் வலதுசாரி என்று சொல்கிறார்கள்.

இடதுசாரிக் கொள்கை என்ன சொல்கிறது தெரியுமா? அனைத்து நிறுவனங்களையும் அரசே ஏற்று நடத்தும். அதாவது தனியார் இல்லை எல்லாமே அரசுடையது. நாம் அனைவரும் உழைக்கிறோம். லாபமானது நம் அனைவருக்கும் பகிர்ந்து தரப்படும். அரசு தனக்குக் கிடைக்கும் லாபம் மூலம் நாட்டை மேம்படுத்தும். அதாவது அரசு சொல்லும். மக்கள் அனைவரும் அதை அப்படியே பின்பற்றவேண்டும். அரசு உங்களுக்குத் தேவையான அனைத்தையும் செய்து கொடுக்கும் என்று கூறுவார் கம்யூனிஸ்ட்.

கொள்கையளவில் இது சரி என்பதுபோல் தோன்றும். ஆனால், மனிதர்களுக்கு சுதந்தரம் முக்கியம். ஆடு மாடுகளைப் போல், எந்திரங்களைப் போல் சொல்வதைச் செய் என்று சொன்னால் மனிதர்களின் படைப்பூக்கம் குறைந்துவிடும். நீங்கள் என்னதான் கஷ்டப்பட்டாலும் எல்லாருக்கும் கிடைப்பதுதான் உங்களுக்குக் கிடைக்கும். எதுவுமே செய்யாவிட்டாலும் உங்களுக்கு எல்லாமும் கிடைக்கும் என்றால் தன்முனைப்பும் உத்வேகமும் மழுங்கிப் போய்விடும். இது ஒருபக்கமென்றால் இன்னொரு பக்கம் கம்யூனிஸக் கொள்கை நடைமுறைப்படுத்தப்படும்போது கொள்கையில் என்ன சொல்லப்படுகிறதோ அது நடப்பதில்லை. அரசு என்று சொல்லும்போது அது ஒரு சிலரால் கட்டுப்படுத்தப் படுவதாக இருக்கும். அந்தச் சிலர் தமக்குக் கிடைத்த அதிகாரத்தை வைத்து இந்த உலகில் இழைத்த கொடூரங்களைப் பார்த்த, படித்த யாரும் கம்யூனிஸத்தை ஆதரிக்கமாட்டார்கள். கம்யூனிஸம் சொல்லும் பொன்னுலகம் உருவாக வாய்ப்பில்லை என்பது நடைமுறையில் நிரூபணம் ஆன விஷயம்.

அதற்கு நேர்மாறாக அமெரிக்க போன்ற நாடுகள் தனியாரை எல்லாத் துறைகளிலும் அனுமதிக்கின்றன. ஆனால் தகுந்த கட்டுப் பாடுகள் தகுந்த சுதந்தரம் இரண்டும் கொடுக்கப்படுகிறது.

உலகத்திலேயே நுகர்வோர் உரிமைகள் சிறப்பாகப் பாதுகாக்கப் படுவதில் அமெரிக்காதான் முதலிடத்தில் இருக்கும்.

நிறுவனம் - ஊழியர்கள் - முதலீட்டாளர்கள் என்று மூன்றின் பொறுப்பும் அரசுக்கு வருகிறது. எனவே தான் Share holders Rights Law, labour law, Company Law என்று தெளிவாக உருவாக்குகிறது அரசு. இது தவிர மக்கள் வாங்கும் பொருளின் தரத்தையும் சட்டங்கள் மூலம் உறுதிசெய்கிறது அரசு. அதாவது சட்ட திட்டத்தை உருவாக்கி அவை சரியாக நடத்தப்படுகிறதா என்று கண்காணிக்க மட்டும் செய்கிறது.

எளிமையாகக் கூறினால்,

சில மனிதர்களுக்குத் திறமையாகத் தொழில் செய்யும் புத்திசாலித்தனம் இருக்கும். சிலருக்கு நல்ல அறிவியல் ஆராய்ச்சிகளைச் செய்யும் திறமை இருக்கும். இந்த இருவரின் அறிவார்ந்த கூட்டணியை உருவாக்கி அனைவருக்கும் நலன் கிடைக்கும் வகையில் பொருளாதாரத்தை அமெரிக்க ஐரோப்பிய தேசங்கள் கட்டமைகின்றன.

இதில் என்ன தவறு?

அவர்கள் கருப்பு, வெள்ளை, இந்தியர் அரேபியர் என்று எல்லாம் பார்க்கமாட்டார்கள் - நல்ல அறிவாளியா... உனக்கு என்ன வேண்டுமானாலும் தருகிறோம் எங்க நாட்டுக்கு வந்துவிடு; நீ நல்லா தொழில் செய்யத் தெரிந்தவனா நீயும் என் நாட்டுக்கு வந்துடு.

அதாவது, science intelligence, business intelligence இரண்டையும் தான் நாட்டின் பொருளாதாரத்துக்கு அரசு நம்புகிறது. அதாவது புத்திசாலிகளை நம்புகிறது.

அமெரிக்க ஐரோப்பிய தேசத்தில் கடைநிலைப் பணிகளுக்குச் செல்லும் அனைவருமே குடியுரிமைக்கு படாதபாடுபடுவர். ஆனால் பெரு வர்த்தகர்கள், ஆராய்ச்சியாளர்கள், துறைநிபுணர்கள் என்றால் சிவப்புக் கம்பள வரவேற்பு கொடுப்பார்கள்.

அதாவது நீங்கள் ஒரு technology கண்டுபிடிக்கிறீர்கள். அதைக் கொண்டு நாட்டின் கனிம வளங்களைச் செயற்கைக்கோள் மூலம் கண்டுபிடிக்கலாம் என்றால் அந்த technology ஐ உலகம் முழுவதும் விற்றுக் காசு பார்க்கும் தனியார் நிறுவனமாக உங்களை அனுமதித்து - வர்த்தகம் செய்ய - அதன் மூலம் நீங்கள் உலகம் முழுவதும் சென்று வர்த்தகம் செய்ய உதவியும் செய்யும் - அப்படி வர்த்தகம் மூலம் உங்களுக்குக் கிடைக்கும் லாபத்தில் ஒரு பகுதியை வரியாக வாங்கிக்கொள்ளும்.

இந்தியா, ஸ்ரீலங்கா என்று எங்கே அமெரிக்க நிறுவனம் லாபம் பார்த்தாலும் ஒரு பகுதியை வரியாக அமெரிக்காவுக்குச் செலுத்தும் வகையில் இதன் பொருளாதாரக் கட்டமைப்பு இருக்கும்.

உலக அறிவாளிகளைக் கொண்டு அறிவியல் கண்டுபிடிப்புகள் செய்யும் புத்திசாலித்தனம். அதை வியாபாரம் செய்யும் புத்திசாலி வர்த்தகர்கள். இருவரின் கூட்டணியில் அமெரிக்காவுக்குப் பெரிய அளவு வருமானமும் புகழும் கிடைக்கிறது.

மக்களும் இதனைப் புரிந்துகொண்டிருக்கிறார்கள். அதாவது உணர்ச்சிக்கு அடிமையாகாமல் புத்திசாலிகளை நம்புவது. இங்கே சிலர் தமிழ் உணர்ச்சியைத் தூண்டி அரசியல் செய்வதுபோல் எல்லாம் அங்கே எதுவும் செய்ய முடியாது. அறிவாளிகளைத் தான் அவர்கள் மதிப்பார்களே தவிர என்ன மொழிக்காரர் என்று பார்ப்பது அறிவுகெட்டதனம். தமிழர் ஒருவர் அறிவாளி என்பதால் தானே Google நிறுவனத்தின் தலைமை பொறுப்பில் உள்ளார். மக்கள் அறிவாளிகளை நம்பவேண்டும்; வாங்க எல்லாரும் மாடு ஆடு

மேய்க்கலாம் என்று பேசும் கூமுட்டைகளை நம்பினால் நாசம் தான் ஆகும்.

சரி இந்த சீனா தன்னை கம்யூனிஸ்ட் நாடு என்கிறதே? அவர்கள் வளர்ச்சியும் நல்லாத்தான இருக்கு?

அது எல்லாம் மாயத் தோற்றம். பொய். கம்யூனிஸ்ட்கள் சும்மா பெயருக்கு உழைப்பாளிகள் பிரதிநிதியாக அனைத்து நாடுகளிலும் காட்டிக்கொள்வார்கள். உண்மையில் அவர்களுடைய சுய ரூபமே வேறு.

கொஞ்சம் யோசிக்கவும். Forbes வெளியிட்ட பட்டியலில் ஆசியாவின் மிகப் பெரிய ரியல் எஸ்டேட் அதிபர்கள் Wang Jianlin, Joseph Lau என்று பலர் சீனர்கள். இது எப்படி பணக்காரர்கள் சீனாவில்! அதான் கம்யூனிஸ்ட் நாடு என்கிறார்களே... தனி உடமை கிடையாது... அரசே எல்லாவற்றையும் எடுத்துக்கொள்ளும். எல்லாருக்கும் பகிர்ந்து கொடுக்கும் என்றெல்லாம் சொன்னார்களே... அதெல்லாம் வெறும் ஏட்டுச் சுரைக்காய்தானா... நடைமுறையில் அது முதலாளிகளின் நாடுதானா..? உங்கள் சந்தேகம் உண்மைதான். அது கம்யூனிஸ்ட் போர்வை போர்த்திய முதலாளித்துவ நாடு. இடதுசாரி வடிவில் இருக்கும் வலதுசாரி!

உலகத்தின் மிகப் பெரிய E-commerce நிறுவனமான அலிபாபா யார் உடையது? Jack Ma யார். அவர் சொத்து எவ்வளவு தெரியுமா 2830,00,00,000டாலர். இதை அப்படியே இந்திய மதிப்புக்கு மாற்றிக் கொள்ளவும். ஆக, சீனாவில் தனியார் இல்லை என்று கூறமுடியாது. தனியார் நிறுவனங்கள் செல்வந்தர்கள் இல்லை என்று கூற இயலாது.

அட சீனாவின் நிறுவனங்கள் இப்போது அனைத்து நாடுகளிலும் முதலீடு செய்து தொழில் தொடங்குகிறார்கள். என்ன செய்ய முடியும் சீன அரசால்?

சரி... எல்லாருக்கும் பிரித்துக் கொடுப்போம் நிலத்தை, யாருக்கும் நிலம் சொந்தம் இல்லை என்றார் மார்க்ஸ். அதை நிறைவேற்றவும் கம்யூனிஸ்ட் கொள்கைப்படி ஆட்சி நடத்தப் போறேன் என்று மாவோ ஏறக்குறைய 4 கோடி மக்களைக் கொலை செய்தார். அதில் முதலாளிகள், நில சுவான்தார்கள் மட்டுமல்ல ஏழை விவசாயிகள், மாடு மேய்ப்பவர்கள், குழந்தைகள், பெண்கள், முதியவர்கள் என்று எல்லாருமே அடக்கம். ஒரு குழந்தை தெரியாமல் அதிகமாக ஒரு உருளைக்கிழங்கை எடுத்துச் சாப்பிட்டுவிட்டதால் கொன்ற கொடூரம் கூட உண்டு.

மக்களைக் கொடூரமான கட்டாய உழைப்புக்கு உட்படுத்துவது - எதிர்த்துக் கேட்டால் கொலை செய்வது என்று சர்வ நாசம் செய்யவில்லையா? சீன மக்கள் இதற்காகக் கொடுத்த விலை மிக அதிகம். ஆனால், இன்று அங்கே அந்த கம்யூனிஸமா வாழ்கிறது?

மக்களுக்கு நிலம் எல்லாம் குத்தகைக்குத்தான் தருகிறோம் என்கிறார்கள். ஆம் அப்படித்தான் சொல்வார்கள். குறிப்பிட்ட காலத்துக்கு ஒருமுறை நாம அதை RENEWAL பண்ணிக்கலாம். அது ஒரு விஷயம் இல்லை. இப்போ தனியுடமை என்பதற்கும் இதுக்கும் என்ன வித்தியாசம்? நிலங்களைத் தனியார் ரியல் எஸ்டேட் அதிபர்கள் விற்கிறார்கள். மக்கள் வாங்குகிறார்கள். என்ன பெரிய வித்தியாசம்?

ஆக, எந்த நாடும் இன்று கம்யூனிஸ்ட் நாடு இல்லை. சும்மா உதார் விடுகிறார்கள். சீனா ரஷ்யா இரண்டு நாட்டிலும் பத்திரிகை சுதந்தரம் இல்லை. அது மட்டும் இருந்தால் இந்நேரம் அந்த நாடுகளின் கம்யூனிஸ்ட்களின் உண்மை முகம் வெளியில் தெரியும்.

சீனாவில் ஊழியர்கள் சங்கங்கள் வைக்க முடியாது. ஆனால் அமெரிக்காவில் ஊழியர்கள் சங்கம் வைத்துக் கொள்ள முடியும். சீனாவில் போராட்டங்கள் சாத்தியமே இல்லை. நம் ஊரில் மீத்தேன், நியூட்ரினோ, ஓ.என்.ஜி.சி. என எந்தத் திட்டம் கொண்டு வந்தாலும் எந்த வேலைக்கும் போகாமல் உட்கார்ந்துகொண்டு எத்தனை நாள் வேண்டுமானாலும் போராடுகிறார்களே அதெல்லாம் அங்கு முடியாது. அரசுக்கு எதிராக யார் போராடினாலும் அவர்களை நிரந்தரமாகக் காணாமல் போனவர் பட்டியலில் சேர்த்துவிடுவார்கள் சீன கம்யூனிஸ்ட் கட்சியினர். ஆனால் அமெரிக்காவில் திட்டங்களைக் குறைசொல்லிப் போராடமுடியும். ஆனால், அங்கே அவர்கள் தேச நலனுக்கு எதிராக ஒருபோதும் கொடி பிடிக்கமாட்டார்கள். சுதந்தரத்தையும் ஜனநாயகத்தையும் முறையாகப் பயன்படுத்துவார்கள்.

ஆக, மக்கள் சுதந்தரமும் ஊழியர்கள் சுதந்தரமும் எங்கே இருக்கிறது?

மீண்டும் சொல்கிறேன்: சுத்தமான கம்யூனிஸ்ட் நாடு என்று எதுவும் இல்லை. அப்படிக் கூறி வந்த கம்யூனிஸ்ட்கள் தான் உழைப் பாளர்களைக் கொலை செய்தனர், கட்டுப்படுத்தினர், ஒடுக்கினர். எனவே, இந்த உழைப்பாளிகள் வர்க்கப் போராட்டம் என்று உணர்வைத் தூண்டிவிடும் கொள்கைப் பேச்சு எல்லாம் ஆட்சிக்கு வரும் அரசியல் வேஷம்.

இடதுசாரிகள் சொன்னது நடைமுறையில் இல்லை; வலதுசாரிகள் சொல்வது நடைமுறையில் வெற்றிகரமாக உள்ள விஷயம். என்ன வலதுசாரிகளை முதலாளித்துவம் என்று கூறி ஒருவித எதிர்மறை எண்ணத்தை மக்கள் மத்தியில் விதைக்கிறார்கள் கம்யூனிஸ்ட் போராளிகள். அதாவது நம்ம ஊரில் கார்ப்பரேட் எதிர்ப்பு என்று கிளப்பிவிடுகிறார்கள் இந்த நக்சல் போராளிகள். அதுபோல கார்ப்பரேட், தனியார், வலதுசாரிகள் என்பது எல்லாம் எதிர்மறை யானவை என்ற உணர்வை உருவாக்குகிறார்கள். ஆனால் பொறுமை யாக, உலக நிகழ்வுகளைத் தேடிப் படித்து சிந்தியுங்கள். அது தவறு என்று நமக்கு உரைக்கும். ஏன் என்றால் அடியேன் மாரிதாஸ் 8 ஆண்டுகள் வரை கம்யூனிஸ்ட் கம்யூனிஸ்ட் என்று திரிந்தவன்.

சுருக்கமாகக் கூறினால் :

இடதுசாரிகள் இதை அரசே செய்தால் அரசுக்கு வருமானம், அப்படி அரசுக்கு வருமானம் என்றால் நாட்டுக்கு வருமானம். அது மறைமுகமாக மக்களுக்குத் தான் மீண்டும் செல்லும். எனவே தனியார் முதலாளிகள் முதலாளித்துவம் வேண்டாம் என்கிறார்கள்.

வலதுசாரிகள் என்ன சொல்கிறார்களென்றால் அனைத்தையும் அரசு செய்ய இயலாது. மனிதர்களை அவர்தம் புத்திசாலித் தனத்தைப் பயன்படுத்த நாம் இடம் தரவேண்டும். அப்படி வளரும் புத்திசாலிகளோடு அனைவரும் வளரும் வண்ணம் கட்டமைப்பை அதாவது Law and Justice உருவாக்கிவிட வேண்டும். அதாவது 1000 கோடி லாபம் கிடைக்க அம்பானி அடுத்த நிறுவனத்தை ஆரம்பிக்கிறார்; அதில் 5000 கோடி லாபம் கிடைக்க அடுத்த நிறுவனம் தொடங்குகிறார். இப்படி அடுத்து அடுத்து மீண்டும் முதலீடுகளாக வந்து நம் நாட்டில் தானே சேர்கின்றன! இதனால் அதிகம் வேலை வாய்ப்பை உருவாக்கிவிடுவார் - இன்னொரு பக்கம் முதலீட்டாளர்களும் அதிகம் பயன்பெறுவர்.

உண்மையில் இந்த மாதிரியான நிறுவனங்களின் வளர்ச்சி என்பது நாட்டுக்கு நல்லதே.

இப்போது Infosys நாராயணமூர்த்தி என்ன செய்யமுடியும்? ஓரளவுக்குத் தான் அவரிடம் அதிகாரம் இருக்கும், முதலீட்டாளர் கையில் தான் இப்போது அதிகாரம். எனவே சர்வாதிகாரம் என்பது தனியார் அமைப்பில் சாத்தியமில்லை.

Flipkart நிறுவனம் வளரும் வரை சரி, ஆனால் இப்போது? முதலீட்டாளர்கள் உள்ளே வந்துவிட்டனர். இனி அவர்களும் பேசுவர்.

எனவே இங்கே ஒரு பெரும் நிறுவனம் என்றால் சர்வாதிகாரம் அல்ல... வலதுசாரி அரசியல் புத்திசாலித்தனமானது. அது மக்கள் அனைவருக்கும் நன்மை தரும். இடதுசாரிகள் சும்மா புரட்சி பொடலங்கா என்று சொல்லி உணர்ச்சியைத் தூண்டிவிட்டு நாட்டைக் கெடுத்துப் பின்னர் மீண்டும் இதே வலதுசாரிகள் சொன்ன வழிக்குத்தான் வரவேண்டும். வருகிறார்கள்.

அப்படியானால் நம் இந்தியா?

இந்தியாவின் பொருளாதாரம் கலப்புப் பொருளாதாரம்.

நாடு சுதந்தரம் அடைந்ததும் அனைத்து பெரும் துறைகளையும் அரசே தன்னிடம் வைத்துக்கொண்டது. Indian Oil, ONGC, NTPC, BPCL, Coal India, Gas authority of India, Power grid Corporation, HPCL, BHEL என்று அனைத்தும் அரசின் கையில் இருந்தது. தொலைகாட்சி, ரேடியோ முதற்கொண்டு அரசின் நிறுவனமாக இருந்தது.

ஆனால் காலம் செல்லச் செல்ல அரசு ஊழியர்களின் மெத்தனத்தினாலும் செயல்திறன் இன்மையாலும் அரசின் பெரும் நிறுவனங்கள் நாசமாகின. தொழில் சங்கங்கள் மூலம் எந்நேரமும் எனக்கு சம்பளம் போதவில்லை சம்பளம் போதவில்லை என்று கூப்பாடு ஒருபக்கம், இன்னொரு பக்கம் லஞ்சம் வாங்கி நாசமாக்கினர்.

HMT, SAIL போன்றவை பெரும் நஷ்டம் கண்டன. BSNL வீழ்ச்சியை நாம் அறிவோம். இப்போதும் தனியார் வசம் அனைத்தையும் அரசு கொடுக்கவில்லை. அதே நேரம் மெல்ல இந்திய அரசுகள் தனியார் நிறுவனங்களுக்கு அனுமதி அளித்து வருகிறது.

ISRO இன்று அரசின் நிறுவனம் - ஆனால் அதற்குப் பல தனியார் ஆராய்ச்சி நிறுவனங்களும் சேர்ந்து உழைப்பு கொடுக்கிறார்கள். இருவருக்கும் லாபம் கிடைக்கிறது.

எனவே, கலப்பு பொருளாதாரம் கொண்ட இந்தியா மெல்ல வலதுசாரிகள் பக்கம் சாய்வது தெரிகிறது.

இன்று DRDO மட்டும் அல்ல; தனியாரும் இந்திய ராணுவத்துக்கு ஆயுதங்கள், உபகரணங்கள், வாகனங்கள், கப்பல்கள், போர் விமானங்கள் செய்ய அனுமதி அளிக்கிறது மத்திய மோதி அரசு.

Make in India திட்டத்தின் மூலம் தனியார் இறக்குமதியைத் தவிர்த்துவிட்டு - உள்நாட்டு உற்பத்தியை வேகப்படுத்தத் தனியார் ஊக்குவிக்கப்படுகிறார்கள்.

எனவே, இந்தியாவில் இப்போது வலதுசாரிகள் ஆட்சி நடக்கிறது என்றுதான் சொல்லவேண்டும். இந்தியா தனக்கான பொருளாதாரக் கொள்கையை உருவாக்கிக் கொள்வதில் யார் தயவும் தேவை இல்லை. ஏன் என்றால் அர்த்தசாஸ்திரம் முதல் அனைத்து பொருளாதாரப் பாடத்தையும் உலகத்துக்குக் கொடுத்து வந்த நாடு இது. மொகலாயர்களும் பிரிட்டிஷாரும் மரத்தை வெட்டிக் கனியை எடுக்கும் முட்டாள்களாக, பொன் முட்டையிடும் வாத்தை அறுத்துத் தின்னும் கொடூரர்களாக இருந்த காலகட்டத்திலேயே ஒரு செடியில் இருந்து மலரைக் கொய்வதுபோல், ஒரு மரத்தில் இருந்து கனியைப் பறிப்பதுபோல் வரி வசூலிக்க வேண்டும் கற்றுக்கொடுத்த நாடு. என்ன நம் கெட்ட நேரம் கடந்த 800 வருடமாக வீழ்த்தப்பட்டுவிட்டோம்.

வலதுசாரி என்பதால் அமெரிக்கா கெட்ட நாடும் கிடையாது - இடதுசாரி என்று சொல்லிக் கொள்வதால் சீனா ரஷ்யா மிக நல்ல நாடுகளும் கிடையாது. அது நம் இடதுசாரி செய்தி நிறுவனங்கள் உருவாக்கியுள்ள பிம்பம்.

அடுத்ததாக இந்தியாவில் மோதி அரசின் பொருளாதார நடவடிக்கைகள் எப்படி இருக்கிறது என்று கேட்டால் - இந்த The Hindu போன்ற செய்தி நிறுவனங்கள் மோதி வெற்றிபெற்று வந்த அடுத்த வருஷமே அவர் பொருளாதாரக் கொள்கை தோல்வி, Make in India திட்டம் தோல்வி என்று கட்டுரைகள் வெளியிட்டது நினைவுக்கு வருகிறது.

ஒரு ஆடை உற்பத்தி நிறுவனம் தொடங்கி வரவுக்கும் செலவுக்கும் சமநிலையைக் கொண்டுவரக் குறைந்தது 3 வருடங்களாவது வேண்டும். 5 வருடங்களுக்கு பிறகே ஓரளவுக்கு வெற்றி கிடைக்கும் என எதிர்பார்க்கலாம். அப்படியானால் நாட்டுக்கு?

ஆக, இந்தியா போன்ற ஒரு பெரிய நாட்டை 60 வருட ஆட்சியர்களின் தவறுகளைச் சீர்திருத்தி, வங்கிகளை நேர்வழிப் படுத்தி, வரி ஏமாற்று வழிகளை அடைத்து, நிறுவனங்களை முறைப்படுத்தி, மானியங்கள் வீணாவதைத் தடுத்து பின்தான் புதிய திட்டங்கள் செயல்படுத்துவது நல்லது என்று மோதி செய்யும் சீர்திருத்தங்கள் பாராட்டப்படவேண்டியவையே. அஸ்திவாரத்தைப் பலப்படுத்தவில்லையென்றால் மேலே என்னதான் கட்டினாலும் வீண்தான். இப்போது எல்லாம் ஓர் அளவுக்கு முறைப்படுத்தப் பட்டுள்ளது.

ஒரு பக்கம் உற்பத்தி சார்ந்த வேளைகளில் முனைப்பு, நிறுவனங்களில் முதலீட்டைப் பெருக்க வழிகள் என்று மோதி அவர் தம் அமைச்சர்களின் செயல்பாடு திருப்திகரமாகவே உள்ளன.

Make in india தொட்டு அனைத்துப் பொருளாதாரச் சீர்திருத்தங்கள் வெற்றியா தோல்வியா என்பது பற்றி நாம் பேச முதலில் அவரை செயல்படவிட்டு - இறுதியாக 5 ஆவது ஆண்டு இறுதியில் நிச்சயம் புள்ளிவிவரங்கள் மூலம் ஒப்பிட்டுத்தான் பேச வேண்டும். அதுவே புத்திசாலித்தனம். அதுவே நியாயம்

ஆட்சிக்கு வந்த ஒரே வருடத்திலேயே மோதிக்குத் தோல்வி என்று எழுதிய The Hindu போன்ற சீனாவின் அடிமைகளுக்கு அறிவே கிடையாது. கல்யாணம் முடிந்த முதல் மாதமே குழந்தை பிறக்கவில்லை... இந்த மணப்பெண் ஒரு மலடி என்று பழிப்பதைப் போன்ற அயோக்கியத்தனம்.

பிரதமரை முதலில் அவர் வேலையைச் செய்யவிடுவோம். மக்கள் நாம் நம் வேலையைச் செய்வோம், அரசுக்கு ஒத்துழைப்பு கொடுப்போம். அரசு கொண்டுவரும் திட்டங்களையெல்லாம் முடக்கிவிட்டு வளர்ச்சி எங்கே என்று கேட்டால் எப்படி வளர முடியும்? தமிழர்கள் கற்றுக்கொள்ளவேண்டிய முக்கியமான பாடம்: உணர்ச்சிவசப்படாமல் புத்திசாலிகளையும் நல்ல நிர்வாகிகளையும் நம்பவேண்டும். நல்லது நடக்கவேண்டுமென்றால் நல்லதே செய்யவேண்டும். தோட்டக்காரர் நடும் மலர்ச் செடிகளையெல்லாம் பிய்த்து எறிந்துவிட்டுப் பூக்கள் எங்கே என்று என்று மண்ணில் புரண்டு மறியல் செய்யும் மடையர்களை ஓரங்கட்டுவோம்.

வாழ்க பாரதம்... வளர்க தமிழகம்.

www.ingramcontent.com/pod-product-compliance
Lightning Source LLC
LaVergne TN
LVHW090315051026
849518LV00005B/1792
* 9 7 8 8 1 8 4 9 3 9 0 8 8 *